ಪಾಂಚಜನ್ಯ

ಸಾಯಿಸುತೆ

ಸುಧಾ ಎಂಟರ್‌ಪ್ರೈಸಸ್

ನಂ. 761, 8ನೇ ಮುಖ್ಯರಸ್ತೆ, 3ನೇ ಬ್ಲಾಕ್
ಕೋರಮಂಗಲ, ಬೆಂಗಳೂರು–560 034.

Panchajanya (Kannada): a social novel written by Smt. Saisuthe; published by Sudha Enterprises, # 761, 8th Main, 3rd Block, Koramangala, Bangalore - 560 034.

ಮೊದಲನೆಯ ಮುದ್ರಣ	:	2005
ಎರಡನೆಯ ಮುದ್ರಣ	:	2013
ಮೂರನೆಯ ಮುದ್ರಣ	:	2023
ಪುಟಗಳು	:	168
ಬೆಲೆ	:	ರೂ. 150
ಉಪಯೋಗಿಸಿದ ಕಾಗದ	:	70 ಜಿ.ಎಸ್.ಎಂ. ಮ್ಯಾಪ್‌ಲಿಥೋ
ಮುಖಪುಟ ವಿನ್ಯಾಸ	:	ಶ್ರೀ ಚಂದ್ರನಾಥ ಆಚಾರ್ಯ
ಹಕ್ಕುಗಳು	:	ಲೇಖಕಿಯವರದು

ಸಗಟು ಮಾರಾಟಗಾರರು
ವಸಂತ ಪ್ರಕಾಶನ
360, 10ನೇ 'ಬಿ' ಮುಖ್ಯರಸ್ತೆ, 3ನೇ ಬ್ಲಾಕ್,
ಜಯನಗರ, ಬೆಂಗಳೂರು – 560 011.
ದೂರವಾಣಿ : 080–40917099 / ಮೊ: 7892106719
email : vasantha_prakashana@yahoo.com
website: www.vasanthaprakashana.com

ಅಕ್ಷರ ಜೋಡಣೆ :
ಶ್ರೀಮತಿ ವಸಂತಲಕ್ಷ್ಮೀ

ಮುದ್ರಣ :
ರೀಗಲ್ ಪ್ರಿಂಟ್ ಸರ್ವೀಸ್

ಮುನ್ನುಡಿ

ಆತ್ಮೀಯ ಓದುಗರಲ್ಲಿ,

ಕೆಲವು ಕಾರಣಗಳಿಂದ ಕಾದಂಬರಿ ಮತ್ತೆ ಮುದ್ರಣವಾಗಲು ವಿಳಂಬವಾಯಿತು. ಈ ಸಲ ಯಾವುದೇ ಮುದ್ರಣ ದೋಷಗಳು ನುಸುಳದಂತೆ ಬಹು ಎಚ್ಚರದಿಂದ ಅತ್ಯಂತ ಆಕರ್ಷಕವಾಗಿ ಹೊರ ತಂದಿದೆ ಸುಧಾ ಎಂಟರ್‌ಪ್ರೈಸಸ್ ಪ್ರಕಾಶನ ಸಂಸ್ಥೆ.

ಪ್ರಕಾಶಕರಿಗೆ ಮತ್ತು ಅದ್ಭುತವಾಗಿ ಮುಖಚಿತ್ರ ರಚಿಸಿಕೊಟ್ಟು ಕಾದಂಬರಿಯ ತೂಕ ಹೆಚ್ಚಿಸಿರುವ ಖ್ಯಾತ ಕಲಾವಿದರಾದ ಶ್ರೀ ಚಂದ್ರನಾಥ ಆಚಾರ್ಯ ಅವರಿಗೆ ವಂದನೆಗಳು.

ಓದುಗರನ್ನು ಮರೆಯಲುಂಟೆ? ಪತ್ರಗಳ ಸಂಖ್ಯೆ ಕಡಿಮೆಯಾದರೂ ಫೋನ್ ಮೂಲಕ, ಮೆಸೆಜ್‌ಗಳ ಮೂಲಕ ತಮ್ಮ ಅಭಿಪ್ರಾಯಗಳನ್ನು ಹಂಚಿಕೊಳ್ಳುವ ಎಲ್ಲಾ ಓದುಗರಿಗೂ ನನ್ನ ಕೃತಜ್ಞತೆಗಳು.

– ಸಾಯಿಸುತೆ

"ಸಾಯಿಸದನ"
12, 2ನೇ ಮುಖ್ಯರಸ್ತೆ, 2ನೇ ಅಡ್ಡರಸ್ತೆ,
ಮಾರುತಿನಗರ, ಕೋಗಿಲೆ ಕ್ರಾಸ್,
ಯಲಹಂಕ ಓಲ್ಡ್ ಟೌನ್, ಬೆಂಗಳೂರು – 560064.
ದೂ: 080–28571361
Email: saisuthe1942@gmail.com

ನಮ್ಮಲ್ಲಿ ದೊರೆಯುವ ಸಾಯಿಸುತೆಯವರ
ಇತರ ಕಾದಂಬರಿಗಳು

ಶ್ವೇತ ಗುಲಾಬಿ
ಮಿಡಿದ ಶ್ರುತಿ
ಮೇಘವರ್ಷಿಣಿ
ನವಚೈತ್ರ
ಪೂರ್ಣೋದಯ
ಅಪೂರ್ವ ಮೈತ್ರಿ
ನಿಶೆಯಿಂದ ಉಷೆಗೆ
ಸಪ್ತರಂಜನಿ
ವಸುಧೈವ ಕುಟುಂಬ
ಪ್ರೇಮಸಾಫಲ್ಯ
ಸದ್ಗೃಹಸ್ಥೆ
ಕಾರ್ತೀಕದ ಸಂಜೆ
ನಾ ನಿನ್ನ ಧ್ಯಾನದೊಳಿರಲು
ಸುಪ್ರಭಾತದ ಹೊಂಗನಸು
ಕರಗಿದ ಕಾರ್ಮೋಡ
ಹೃದಯ ರಾಗ
ಅಮೃತಸಿಂಧು
ಬಣ್ಣದ ಚುಂಬಕ
ಸ್ವರ್ಣ ಮಂದಿರ
ಶ್ರೀರಸ್ತು ಶುಭಮಸ್ತು
ಗಂಧರ್ವಗಿರಿ
ಶುಭಮಿಲನ
ಸಪ್ತಪದಿ
ಚೈತ್ರದ ಕೋಗಿಲೆ
ಬೆಳ್ಳಿದೋಣಿ
ವಿವಾಹ ಬಂಧನ
ಮಂಗಳ ದೀಪ
ಡಾ|| ವಸುಧಾ
ಮುಂಜಾನೆಯ ಮುಂಬೆಳಕು
ಸೊಬಗಿನ ಪ್ರಿಯದರ್ಶಿನಿ
ರಾಗಬೃಂದಾವನ
ಬಿಳಿ ಮೋಡಗಳು
ಅನುಬಂಧದ ಕಾರಂಜಿ
ಮಿಂಚು
ನಾಟ್ಯಸುಧಾ
ಪಸರಿಸಿದ ಶ್ರೀಗಂಧ
ಬೆಳದಿಂಗಳ ಚೆಲುವೆ
ವರ್ಷಬಿಂದು
ಸಪ್ನ ಸಂಭ್ರಮ
ನನ್ನ ಭಾವ ನಿನ್ನ ರಾಗ
ಸುಮಧುರ ಭಾರತಿ
ಮೌನ ಆಲಾಪನ
ಮತ್ತೊಂದು ಬಾಡದ ಹೂ
ಶಿಶಿರದ ಇಂಚರ
ಮುಂಗಾರಿನ ಹುಡುಗಿ
ಸಾಮಗಾನ
ಕಡಲ ಮುತ್ತು
ಆಡಿಸಿದಳು ಜಗದೋದ್ಧಾರನಾ
ಪಂಚವಟಿ
ಶ್ಯಾನುಭೋಗರ ಮಗಳು
ಮೂಡಿ ಬಂದ ಶಶಿ
ಜನನೀ ಜನ್ಮಭೂಮಿ
ಬಿರಿದ ನೈದಿಲೆ
ಶರದೃತುವಿನ ಚಂದ್ರ
ಮೋಹನ ಮುರಳಿ ಕರೆಯಿತು
ಮುಗಿಲ ತಾರೆ
ಅಗ್ನಿದಿವ್ಯ
ಧವಳ ನಕ್ಷತ್ರ
ಕಲ್ಯಾಣಮಸ್ತು
ದಂತದ ಗೊಂಬೆ
ಸುಭಾಷಿಣಿ
ಮಮತೆಯ ಸಂಕೋಲೆ
ಮಂತ್ರಾಕ್ಷತೆ
ಸಪ್ತಧಾರೆ
ಹೇಮಂತದ ಸೊಗಸು
ಬೆಳಕಿನ ಹಣತೆ
ಗ್ರೀಷ್ಮದ ಸೊಬಗು
ಗ್ರೀಷ್ಮ ಋತು
ಪ್ರಿಯ ಸಖೀ
ಚಿರಬಾಂಧವ್ಯ
ಆಶಾಸೌರಭ
ಗಿರಿಧರ

ಮುಸ್ಸಂಜೆ ಹೊತ್ತು. ಇಡೀ ದಿನ ನಿಗಿನಿಗಿ ಉರಿದ ಸೂರ್ಯ ತಂಪಿನ ಮಡಿಲಿಗೆ ಜಾರಿ ವಿಶ್ರಮಿಸುವವನಿದ್ದ. ಧಗೆಯೇನು ಕಡಿಮೆಯಾಗದ ವಾತಾವರಣ. ಬಾವಿಯ ಮೇಲೆ ಕೂತ ಗಾಂಡೀವಿ ಕೆಳಗೆ ಬಿದ್ದ ಕಲ್ಲುಗಳನ್ನೆತ್ತಿ ನಿಂಬೆ ಗಿಡದ ಬುಡಕ್ಕೆ ಎಸೆಯುತ್ತಿದ್ದ ಒಂದು ರೀತಿಯ ಅಲಕ್ಷ್ಯದಿಂದ.

ಕಲ್ಲುಗಳೆಲ್ಲ ಮುಗಿದ ಮೇಲೆ ಮತ್ತೆ ಕೂಡಿಸಿ ತಂದವನು ಅದೇ ಅಭ್ಯಾಸವನ್ನು ಮುಂದುವರಿಸಿದ. ಯಾಕೆ? ಬಹುಶಃ ಯಾರಾದರೂ ಪ್ರಶ್ನಿಸಿದರೆ ಉತ್ತರವಿಲ್ಲ.

"ಕಣ್ಣಾ, ಏನೋ ಇದು?" ತಾಯಿಯ ಸ್ವರ ಹತ್ತಿರದಿಂದ ಕೇಳಿಸಿದಾಗ ಉಳಿದ ಕಲ್ಲನೆಸೆದು ಕೆಳಗಿಳಿದ. "ಇದೇನು, ಕಲ್ಲು ಎಸೀತಾ ಕೂತಿದ್ದೀಯಾ?" ಬಂದ ದಿನದಿಂದ ವಿಮನಸ್ಕನಾಗಿರುವುದು ಕಂಡು ಆತಂಕಗೊಂಡಿದ್ದರು.

ಕೂದಲನ್ನು ಒರಟಾಗಿ ಹಿಂದಕ್ಕೆ ದೂಡಿದ. "ಮಾಡೋಕ್ಕೇನು ಕೆಲ್ಸ ಇರ್‍ಲಿಲ್ಲ" ಎಂದ ಸ್ವಲ್ಪ ಒರಟಾಗಿ. ನಂತರ ಕಸಿವಿಸಿಗೊಂಡ. ತಾಯಿಯ ಬಳಿಯಲ್ಲಿ ಅವನ ವರ್ತನೆ ಮೃದುವೆ. ಜಗ ತನ್ನ ಮೊದಲ ಬಾರಿ ಕಂಡಿದ್ದು ಆಕೆಯ ಮಡಿಲಲ್ಲಿಯೇ.

"ಯಾಕೋ ಒಂದು ತರಹ ಇದ್ದೀಯಲ್ಲ! ಪರೀಕ್ಷೆ ಮುಗೀತು. ಒಂದಷ್ಟು ದಿನ ಗೆಲುವಾಗಿ ಇರ್‍ಬಹ್ದು" ತುಂಬು ಅಂತಃಕರಣದ ಮಾತು. ತಾಯಿಯತ್ತ ನೋಡಿದ. ಬದುಕಿರಲು ಆಕೆಯ ಮಮತೆಯೊಂದೇ ಸಾಕೆನಿಸಿತು ಆ ಕ್ಷಣ.

ಮುಂಬಾಗಿಲ ಸದ್ದು ಕೇಳಿ ಒಳಗೋಡಿದಳು ಆಕೆ. ತಂದೆ ಬಂದಿರುತ್ತಾರೆಂದು ಅವನಿಗೆ ಗೊತ್ತು. ತೀರಾ ನಿಶ್ಶಬ್ದವಾಗಿರುವ ಮನೆಗೆ ಚಲನೆ ಬರುವುದು ನಂತರವೆ.

ಜೋರು ಮಾತು, ರೇಗಾಟ ಕೇಳಿಸಿತವನಿಗೆ. ಅವನು ಕೂಡ ಒಂದರ ನಿರೀಕ್ಷೆಯಲ್ಲಿಯೇ ಇದ್ದ. ಗುಡುಗು, ಮಿಂಚು, ಭಯಂಕರ ಮಳೆಯ ರೂಪದಲ್ಲಿ ಬರಬಹುದು. ಅದರ ತೀವ್ರತೆಯ ಬಗ್ಗೆ ಮಾತ್ರ ಯೋಚಿಸುತ್ತಿದ್ದ.

ಸದ್ಯಕ್ಕೆ ಎದುರಾಗುವುದು ಬೇಡವೆಂದು ಹಿತ್ತಲ ಗೋಡೆ ಇಳಿದು ಧುಮುಕಿದ ಹೊರಕ್ಕೆ. ಅತ್ತಿತ್ತ ನೋಡಿದ. ಕಂಬಿಯಿಂದ ಸಂಪಿಗೆ ಹೂ ಕೀಳುತ್ತಿದ್ದ ದಾಕ್ಷಾಯಿಣಿ ಕಣ್ಣಗಲಿಸಿದಳು. ಬರೀ ನಸುನಕ್ಕು ಹೋದ. ಯಾಕೆ? ಕಂಬಿಯನ್ನು ಮರದ ಕೊಂಬೆಗೆ ಸಿಕ್ಕಿಸಿ ಬುಟ್ಟಿ ಹಿಡಿದು ಹೊರಕ್ಕೆ ಹೋದಾಗ ತಂದೆಯ ದನಿಯೇರಿದ್ದು ಕೇಳಿಸಿತು.

"ನಿಂಗೆ ವಿಷ್ಯ ಗೊತ್ತೆ? ಹೊಟ್ಟೆ ತುಂಬ ಊಟ ಹಾಕೋದು ಮಾತ್ರ ಗೊತ್ತು. ಪರೀಕ್ಷೆ ಮುಗೀತಾ? ಹೇಗೆ ಮಾಡಿದ್ದೀಯಾ? ಇವೆಲ್ಲ ನಿಂಗೆ ಬೇಕಿಲ್ಲ. ನಿನ್ಮಗ್ನ ವಿಷ್ಯ ಪೇಪರ್‌ನಲ್ಲಿ ಬಂದಿದೆ ನೋಡು. ಸುಪುತ್ರ ಎಂಥ ಒಳ್ಳೆ ಕೆಲ್ಸ ಮಾಡಿದ್ದಾನೆ. ಇವ್ನ ನಂಬಿ ನಾನು ಕೆಟ್ಟೆ" ಕೋಪದ ಜೊತೆ ಅವರ ಸ್ವರದಲ್ಲಿ ಭಯಂಕರವಾದ ವ್ಯಥೆ. ಅಪಾರವಾದ ನಿರಾಶೆ.

ನಡುಗುವ ಕೈಗಳಿಂದ ಅಲಮೇಲು ಪತ್ರಿಕೆ ಎತ್ತಿಕೊಂಡರು. ಅಕ್ಷರಗಳೆಲ್ಲ ಕಲಸುಮೇಲೋಗರದಂತೆ ಒಂದೂ ಕಾಣಲಿಲ್ಲ.

"ಓದಿದ್ಯಾ? ಒಂದು ಇಡೀ ಪಾತ್ರೆ ಹಾಲು ಕುಡಿ. ಇಂಥ ದುಷ್ಟ ಜಂತು ನಮ್ಮಂಥ ಸಾತ್ವಿಕರ ಹೊಟ್ಟೆಯಲ್ಲಿ ಹುಟ್ಟಬಾರ್ದಿತ್ತು. ಇದೆಲ್ಲ ಕರ್ಮದ ಫಲ!" ಮತ್ತೆ ಅಯ್ಯರ್‌ರ ಬಡಬಡಿಕೆ. ಆಕೆಗೆ ಕೈಕಾಲು ಆಡದಾಯಿತು. ತಮ್ಮ ಮಗ ಯಾರನ್ನಾದರೂ ಖೂನಿ ಮಾಡಿ ಪೋಲೀಸರಿಂದ ತಪ್ಪಿಸಿಕೊಂಡು ಇಲ್ಲಿಗೆ ಬಂದಿದ್ದಾನ?

ಬಿದ್ದಿದ್ದ ಪೇಪರ್‌ನ ಎತ್ತಿಕೊಂಡು ಹೋದ ಅಯ್ಯರ್ ಮಣ ಮಣ ಮಂತ್ರ ಹೇಳುತ್ತ ತಾಮ್ರದ ಬಿಂದಿಗೆಯನ್ನೊಯ್ದರು ಬಾವಿಗೆ ಬಳಿಗೆ. ಹತ್ತು ಕೊಡ, ಇಪ್ಪತ್ತು ಕೊಡ ನೀರು ಸುರಿದುಕೊಂಡ ನಂತರವೇ ಒಳಗೆ ಬಂದಿದ್ದು.

ಇನ್ನ ಸಂಜೆಯ ಪೂಜೆ. ಸಂಧ್ಯಾವಂದನೆ ಮುಗಿಯಲು ಗಂಟೆಯೇ ಬೇಕಾಗುತ್ತಿತ್ತು. ತಾಯಿ, ಮಗಳು ಒಬ್ಬರನೊಬ್ಬರು ಗಾಬರಿಯಿಂದ ನೋಡುತ್ತ ನಿಂತರು. ಭಯದ ಜೊತೆ ವಿಷಯವೇನು ಅನ್ನುವಂಥ ಕುತೂಹಲ.

ಆಮೇಲೆ ಊಟ ಮುಗಿಸಿ ಮಲಗಿದ ನಂತರವೇ ಬಂದಿದ್ದು ಗಾಂಡೀವಿ. ಅಲಮೇಲು, ದಾಕ್ಷಾಯಣಿ ಗುಬ್ಬಚ್ಚಿಗಳಂತೆ ಕೂತಿದ್ದರು ಒಂದೆಡೆ ಭಯಗ್ರಸ್ತರಾಗಿ.

ತಂದೆಯ ಕೋಣೆಯತ್ತ ನೋಡಿದವನು "ಅಪ್ಪ ಮಲಕ್ಕೊಂಡ್ರಾ?" ಮಾತಾಡದೆ ಹೌದೆಂದು ತಲೆದೂಗಿದ ಅಲಮೇಲು "ಕೈಕಾಲು ತೊಳ್ಕೊಂಡ್ಬಾ. ಬಡುಸ್ತೀನಿ" ಅಡಿಗೆ ಮನೆಗೆ ಹೋದರು. ಆದರೂ ಅವರೆದೆಯ ಬಡಿತವೇನು ಕಡಿಮೆಯಾಗಿರಲಿಲ್ಲ.

ತಂದೆಯ ರೂಮಿನತ್ತ ಘಳಿಗೆಗೊಮ್ಮೆ ನೋಡುತ್ತಿದ್ದ ದಾಕ್ಷಾಯಣಿ ಮೆಲ್ಲಗೆ ಅಡಿಗೆ ಮನೆಯೊಳಕ್ಕೆ ನುಸುಳಿಕೊಂಡು ಬಂದಾಗ ಮಗಳನ್ನು ಕಣ್ಣಲ್ಲಿಯೇ ಸುಮ್ಮನಾಗಿಸಿದರು. ವಾರೆಗಣ್ಣಿಂದ ನೋಡಿದ ಗಾಂಡೀವಿ ಮುಗುಳ್ನಕ್ಕ. ಪಂಚಾಯಿತಿ ಆಗಿರುತ್ತದೆಯೆಂದು ಅವನಿಗೆ ಗೊತ್ತು. ಆದರೆ ಎಲ್ಲಕ್ಕೂ ಮೀರಿದ್ದು ತಾಯಿಯ ಪ್ರೇಮ.

ಎಲೆಯ ಕೊನೆಗೆ ಉಪ್ಪಿನಕಾಯಿ ಬಡಿಸಿ "ಮಧ್ಯಾಹ್ನ ಕೂಡ ಸರ್ಯಾಗಿ ಊಟ ಮಾಡ್ಲಿಲ್ಲ. ನಿಧಾನವಾಗಿ ಮಾಡು" ತುಂಬ ಅನ್ನ ಹಾಕಿದರು. ಅವನ ಹೊಟ್ಟೆಯ ಬಗ್ಗೆ

ಆಕೆಗೆ ಗೊತ್ತು.

ತಂದೆಗೆ ವಿಷಯ ತಿಳಿದಿರುತ್ತದೆಯೆಂದು ನಿರಾತಂಕವಾಗಿದ್ದ ಗಾಂಡೀವಿ ಆರಾಮಾಗಿ ಅನ್ನವನ್ನು ಕಲೆಸಿ ತುತ್ತು ಬಾಯಿಯ ಬಳಿಗೆ ಒಯ್ಯುವ ವೇಳೆಗೆ ತಂದೆಯ ದನಿ ಕೇಳಿ ತುತ್ತು ಕೆಳಗೆ ಬಿತ್ತು.

ಅಡಿಗೆ ಮನೆಯ ಬಾಗಿಲಿಗೆ ಬಂದ ಅವರು ಸಿಟ್ಟಿನಿಂದ ಉರಿಯುತ್ತಿದ್ದರು. “ಇನ್ನಷ್ಟು ಅನ್ನವನ್ನ ಲಕ್ಷಣವಾಗಿ ಬಡ್ಸು. ಆರಾಮಾಗಿ ತಿನ್ಲೀ. ನಾಚಿಕೆಗೆಟ್ಟೋನು. ಮಾಡಿದ್ದು ಸಾಲ್ದೂಂತ ಪೊಗದಸ್ತಾಗಿ ತಿಂದ್ಕೊಂಡ್ ಇದ್ದುಬಿಡೋಣಾಂತ ಬಂದ್ಬಿಟ್ಟಿದ್ದಾನೆ” ಅವರ ಮಾತುಗಳು ಬಂದು ಅವನಿಗೆ ಅಪ್ಪಳಿಸಿತು. ಮುಂದೆ ಬಡಿಸಿಟ್ಟ ಅನ್ನವನ್ನೊಮ್ಮೆ ತಾಯಿಯ ಮುಖವನ್ನೊಮ್ಮೆ ನೋಡಿದನು. “ಸ್ವಲ್ಪ ಸುಮ್ಮನಿರಿ. ಮೊದ್ಲು ಅವ್ನ ಊಟ ಮುಗೀಲೀ. ಆಮೇಲೆ ವಿಚಾರಿಸಿದರಾಯ್ತು” ಗಂಡನ ಬಳಿಗೆ ಬಂದು ಕೇಳಿಕೊಂಡರು.

ಪೂರ್ತಿ ಸಹನೆ ತಪ್ಪಿದ ಅಯ್ಯರ್ ಮತ್ತಷ್ಟು ಉಗ್ರಾವತಾರ ತಾಳಿದರು. “ಅವ್ನಿಗೆ ಅನ್ನ ಹಾಕೋ ಬದ್ಲು ಬೀದಿಯಲ್ಲಿರೋ ನಾಯಿಗೆ ಅನ್ನ ಹಾಕು. ಅದ್ಕೆ ಕೃತಜ್ಞತೆ ಇರುತ್ತೆ. ಇವ್ನಿಗೆ ಯಾವ್ದೂ ಇಲ್ಲ” ದನಿ ಮತ್ತಷ್ಟು ಏರಿತು. ಅಲಮೇಲು ಕಣ್ಣಲ್ಲಿ ನೀರು. ಹೊಟ್ಟೆ ಹಸಿವು ಬಾಯಿಗೆ ಬಂದು ವಾಂತಿ ಆದಂತಾಯಿತು ಗಾಂಡೀವಿಗೆ. ತಂದೆಯ ಮುಂಗೋಪ ಬಲ್ಲ. ಸಾಧಾರಣ ವಿಷಯಗಳಿಗೆ ಕೂಗಾಡುವ ಅವರು ಇಂಥ ಮಹಾಪರಾಧಕ್ಕೆ ತಾಳ್ಮೆ ಕಳೆದುಕೊಳ್ಳುವುದು ಸಹಜವೆಂದುಕೊಂಡ.

ಎಲೆಗೆ ಕೈ ಮುಗಿದು ಎತ್ತಿಕೊಂಡು ಮೇಲೆದ್ದ. “ಅನ್ನ ಬಹಳ ಬೆಲೆಯುಳ್ಳದ್ದು. ಸದ್ಯಕ್ಕೆ ನೀವು ಹೇಳ್ದಂಗೆ ಮಾಡ್ಬರ್ತೀನಿ” ಹಾಕಿದ್ದ ಬಾಗಿಲನ್ನ ತೆರೆದುಕೊಂಡು ಹೊರಗೆ ಹೋದ.

ಯಾವುದೇ ಟೆನ್‌ಷನ್ ಇಲ್ಲದೆ ಆರಾಮವಾಗಿ ನಾಯಿಯನ್ನ ಕರೆದು ಅನ್ನ ಹಾಕಿ ಅದು ಪೂರ್ತಿ ತಿನ್ನುವವರೆಗೂ ಕಾದಿದ್ದು ಒಳಗೆ ಬಂದು ತಟ್ಟೆ ತೊಳೆದಿಟ್ಟು ಆರಾಮಾಗಿ ಬಂದು ತಂದೆಯ ಮುಂದೆ ನಿಂತ ಕೈಕಟ್ಟಿ.

“ಈಗ ಕೇಳಿ. ಇನ್ನ ಐದು ನಿಮಿಷ ತಡೆದಿದ್ರೆ ಯಾವ್ದೇ ರಾಜ್ಯ ಮುಳುಗಿಹೋಗ್ತಾ ಇರ್ಲಿಲ್ಲ. ಅನ್ನ ತಿಂದು ಬರ್ತಾ ಇದ್ದೆ” ಎಂದ ಯಾವುದೇ ಅಳುಕಿಲ್ಲದೆ. ಸಂಜೆಯಿಂದ ಹತ್ತು ಹದಿನೈದು ಕಿಲೋಮೀಟರ್ ಗುರಿ ಇಲ್ಲದೆ ಸುತ್ತಿದ್ದ. ಪರಿಸ್ಥಿತಿಯ ನಡುವೆಯು ಅವನ ಹೊಟ್ಟೆ ಹಸಿಯುತ್ತಿತ್ತು. ಹಸಿವಿನ “ಪವರ್”ನ ಕೂಡ ಕಡಿಮೆ ಮಾಡುವ ಯತ್ನ ಅವನದು.

ಮಗನ ತಣ್ಣನೆಯ ಮಾತಿಗೆ ಮತ್ತಷ್ಟು ರೊಚ್ಚಿಗೆದ್ದರು ಅಯ್ಯರ್. “ನಾಚ್ಕೇ ಆಗೋಲ್ವಾ!.......” ಅವರ ಮಾತುಗಳು ಪೂರ್ಣವಾಗುವ ಮುನ್ನ “ಅರರೇ, ತೀರಾ ವಿಚಿತ್ರವಾಗಿದೆಯಲ್ಲ. ನಾಚ್ಕೇ ಅನ್ನೋ ಪದಾನೇ ಪದಕೋಶದಿಂದ ತೆಗ್ದು ಬಿಸಾಕ್ಬೇಕು. ಎಂಥೆಂಥ ಜನಕ್ಕೂ ಆ ಪದದ ಅರ್ಥ ಗೊತ್ತಿಲ್ಲ” ಎಂದ ದಿಟ್ಟವಾಗಿ. ತಣ್ಣಗೆ ದಹಿಸುತ್ತಿದ್ದ ಲಾವಾರಸ ಕಾವೇರಿ ಯಾವ ಕ್ಷಣದಲ್ಲಿಯಾದರೂ ಧುಮುಕಲು ಸಿದ್ಧವಾಗಿತ್ತು.

ಮಗ ಈ ರೀತಿ ತಿರುಗಿಬಿದ್ದಿದ್ದು ಮೊದಲ ಸಲ. ಕ್ಷಣ ಅಯ್ಯರ್ ಮೈಯಲ್ಲಿನ

ಶಕ್ತಿಯುಡುಗಿದಂತಾಯಿತು. ಆದರೆ ತಾನು ಅವನಿಗೆ ಜನ್ಮದಾತ. ಇಷ್ಟು ದಿನ ಸಾಕಿದ್ದೀನಿ ಎನ್ನುವ 'ಹಮ್ಮು' ಮೆತ್ತಗೆ ಮಾಡಲು ಬಿಡಲಿಲ್ಲ.

ರೂಮಿನಲ್ಲಿ ದಿಂಬಿನ ಕೆಳಗಿದ್ದ ಪೇಪರನ್ನು ತೆಗೆದು ಅವನ ಮುಖದ ಮೇಲೆಸೆದರು. "ನೋಡು.... ಸರ್‍ಯಾಗಿ ನೋಡು.... ಓದಿದೋರೆಲ್ಲ ನಮ್ಮುಖಕ್ಕೆ ಮಂಗಳಾರತಿ ಎತ್ತುತ್ತ ಇದ್ದಾರೆ. ಪರೀಕ್ಷೆಗೆ ಓದ್ಲಿಲ್ಲಾಂದ್ರೆ ಹೋಗ್ಬಾರ್ದಿತ್ತು. ಕಾಪಿ ಹೊಡ್ದು ಸಿಕ್ಕಿಹಾಕಿಕೊಂಡಿದ್ದಲ್ದೇ ಅವ್ರ ಮೇಲೆ ಕೈ ಮಾಡೋಕೆ ಹೋಗಿದ್ದಿ. ಒಂದು ದಿನ ಕಂಬಿಗಳ ಹಿಂದಿನ ಅತಿಥಿ ಕೂಡ" ಎಂದರು. ವರುಣಾಸ್ತ್ರ, ಆಗ್ನೇಯಾಸ್ತ್ರ, ಪಶುಪತಾಸ್ತ್ರದಂತೆ ಮಾತುಗಳು ಅವನನ್ನು ಬಂದು ಅಪ್ಪಳಿಸುತ್ತಿತ್ತು. ಅವನೇನು ವಿಚಲಿತನಾಗಲಿಲ್ಲ. ವಿಷಯ ಹಳೆಯದಾಗಿತ್ತು. ನಿಮಿಷಗಳು, ಗಂಟೆಗಳು ಅದರ ಪ್ರಖರತೆಯನ್ನು ಕಮ್ಮಿ ಮಾಡಿತ್ತು. ತಲೆತಗ್ಗಿಸಿ.

"ಪೂರ್ತಿ ನಿಜವಲ್ಲ. ಕೊನೆಯದು ಮಾತ್ರ ಸತ್ಯ. ಪ್ರಿನ್ಸಿಪಾಲರು ಧೈರ್ಯ ತಗೊಂಡ್ ದೊಡ್ಡ ಮನಸ್ಸು ಮಾಡದಿದ್ರೆ ಏನಾಗ್ತಾ ಇತ್ತೋ ಗೊತ್ತಿಲ್ಲ" ತಣ್ಣಗೆ ಹೇಳಿದ. ಇದು ಮತ್ತಷ್ಟು ರೊಚ್ಚಿಗೆಬ್ಬಿಸಿತು ಅಯ್ಯರ್‌ನ. ಅಲಮೇಲು ಕಣ್ಣೀರಿಡುತ್ತಿದ್ದರು. ನೂರರಲ್ಲಿ ತೊಂಬತ್ತರಷ್ಟು ಹೆಂಗಸರು ಮಾಡುವುದಿಷ್ಟೇ!

"ಯಾವ್ದು ಸುಳ್ಳು?" ಅಬ್ಬರಿಸಿದರು.

"ಮೊದಲಿನದೆಲ್ಲ ಸುಳ್ಳು. ಓದದೆ ಪಾಸು ಮಾಡಬೇಕನ್ನೋ ವಿದ್ಯಾರ್ಥಿ ನಾನಲ್ಲ. ತೀರಾ ರ್‍ಯಾಂಕ್ ಸ್ಟೂಡೆಂಟ್ ಅಲ್ಲದಿದ್ರೂ ಕ್ಲಾಸ್ ದಕ್ಕಿಸಿಕೊಳ್ತಾ ಇದ್ದೆ. ನಾನು ಅಲ್ಲಿಗೆ ಹೋಗಿದ್ದು ಓದೋ ಉದ್ದೇಶದಿಂದ..." ಎನ್ನುವ ವೇಳೆಗೆ ರಪರಪನೆ ಬಾರಿಸಿಬಿಟ್ಟರು ಕೆನ್ನೆಗೆ.

ಅಲಮೇಲಮ್ಮ ಅಡ್ಡ ಬಂದರು. "ಅಯ್ಯಯ್ಯೋ ಹೊಡೀಬೇಡಿ. ಅವ್ನು ಅದೆಲ್ಲ ಸುಳ್ಳೂಂತ ಹೇಳ್ತಾ ಇದ್ದಾನಲ್ಲ" ಮಗನನ್ನು ಹಿಂದಕ್ಕೆ ದೂಡಿದರು. ಅಯ್ಯರ್ ಕಣ್ಣುಗಳು ಸಿಟ್ಟಿನಿಂದ ಉರಿಯುತ್ತಿತ್ತು. "ಈ ಕತೆ ನಿನ್ನಂಥ ಹೆಣ್ಣು ನಂಬಬೇಕು. ಕೊಂದುಹಾಕ್ತೀನಿ ಭಡವನ್ನ. ಅವ್ನು ಒಂದು ದಿನ ಜೈಲಿನಲ್ಲಿ ಇದ್ಬಂದ. ನಾನು ಪರ್ಮನೆಂಟಾಗಿ ಅಲ್ಲಿಗೇ ಹೋಗ್ಬಿಡ್ತೀನಿ" ಕೂಗಾಡಿ ಕೋಣೆಗೆ ಹೋದರು.

ಆ ಕೆನ್ನೆಗೆ ಬಿದ್ದ ಏಟುಗಳಿಗಿಂತ ಮನಕ್ಕೆ ಬಿದ್ದ ಹೊಡೆತಗಳ ಪೆಟ್ಟಿನಿಂದ ತತ್ತರಿಸಿ ಹೋಗಿದ್ದ.

"ಬಾರೋ ಕಣ್ಣಾ" ಹಿತ್ತಲಿಗೆ ಮಗನನ್ನು ಎಳೆದೊಯ್ದರು ಅಲಮೇಲಮ್ಮ. ಕಲ್ಲಿನಂತೆ, ಉಕ್ಕಿನಂತೆ, ವಿಷಕಂಠನಂತೆ ನುಂಗಿಕೊಂಡಿದ್ದ ಗಾಂಡೀವಿ ತಾಯಿಯ ಮಡಿಲಲ್ಲಿ ಮುಖ ಹುದುಗಿಸಿ ಬೋರೆಂದು ಅತ್ತ ಎಳೆಯ ಮಗುವಿನಂತೆ.

"ದಾಕ್ಷಾಯಣಿ..." ಅಯ್ಯರ್ ಕೂಗು. ಇಂದು ಎದ್ದು ಹೋಗಲಿಲ್ಲ. ದಡಬಡಿಸಿಕೊಂಡು ಅಲಮೇಲಮ್ಮ ಮಗಳಿಗೆ ಹೇಳಿದರು "ಅದೇನೋ ನೋಡ್ಹೋಗು" ಆಕೆಯ ತಾಯ್ತನ ಜಾಗೃತವಾಗಿತ್ತು. ದಿಕ್ಕೆಟ್ಟವನಂತೆ ರೋದಿಸುತ್ತಿದ್ದ ಮಗನನ್ನು ಬಿಟ್ಟುಹೋಗಲಾರದಷ್ಟು ತರ್ಕಿಸುವ ಮನಸ್ಸಿತ್ತು ಆ ಕ್ಷಣ ಆಕೆಗೆ.

"ಅಮ್ಮ, ಅಪ್ಪ..." ದಾಕ್ಷಾಯಣಿ ಸ್ವರದಲ್ಲಿ ಭಯ ಇಣಕಿತು.

"ಪರ್ವಾಗಿಲ್ಲ ಹೋಗು" ಅಷ್ಟೇ ಹೇಳಿದ್ದು. ಇದೊಂದು ಅದ್ಭುತಪೂರ್ಣ ಬದಲಾವಣೆಯಾಗಿ ಕಂಡಿತು ಆ ಕ್ಷಣ ಬಿಕ್ಕಳಿಸುತ್ತಿದ್ದ ಗಾಂಡೀವಿಗೂ. ಗಂಡನ ಬಗ್ಗೆ ಆಕೆಯ ನಿಷ್ಠೆ ಅಂಥದ್ದು. ಆತನ ಅಪ್ಪಣೆಗಾಗಿ ಕಾಯುವಂಥ ಸಹಧರ್ಮಿಣಿ.

ಪೂರ್ತಿ ಅತ್ತು ಸಮಾಧಾನವಾಗುವವರೆಗೂ ಕಾದರು. ಅಲಮೇಲು ಅವರೆದೆಯಲ್ಲಿ ಭಯಂಕರ ಬೆಂಕಿ. ಗಂಡ ಸಾತ್ವಿಕ, ಸ್ವಲ್ಪ ಮುಂಗೋಪ. ಮಗನ ಮೇಲೆ ಕೈ ಮಾಡಿದ್ದು ಖಂಡಿತ ಆಕೆಗೆ ತಪ್ಪೆನಿಸಿತು. ತೀರಾ ಮೆದು, ಅಳುಬುರುಕನಾಗಿಯೇ ಬೆಳೆದಿದ್ದು ಗಾಂಡೀವಿ.

ಒಮ್ಮೆ ಆಕೆಯ ತಂದೆ ಹಾಸ್ಯ ಮಾಡಿದ್ದರು. "ಅತುಲ ಪರಾಕ್ರಮಿ ಕುಂತಿ ಪುತ್ರ ಅರ್ಜುನನ ಇನ್ನೊಂದು ಹೆಸರು ಇಡೋ ಬದ್ಲು ಉತ್ತರಕುಮಾರ ಅಂದಿದ್ರೆ ಸರಿ ಹೋಗ್ತಾ ಇತ್ತೇನೋ" ಅಷ್ಟು ಭಯಸ್ಥ. ಸ್ವಲ್ಪ ಈ ಊರು ಬಿಟ್ಟು ಹೋಗಿ ಕಾಲೇಜು ಸೇರಿದ ಮೇಲೆಯೇ ಅಷ್ಟಿಷ್ಟು ಧೈರ್ಯವಂತನಾಗಿದ್ದು.

"ಅಮ್ಮ, ಅದೆಲ್ಲ ಪೂರ್ತಿ ನಿಜ್ವಲ್ಲ! ಬೇಕಾಗಿ ನನ್ನ ವಿರುದ್ಧ ಪ್ಲಾನ್ ಮಾಡಿ ಹಿಡ್ಸಿ ಕೊಟ್ರು. ಅದ್ಕೇ ಪ್ರತಿಭಟಿಸ್ದೇ. ಪ್ರಯೋಜನವಾಗ್ಲಿಲ್ಲ" ಮತ್ತಷ್ಟು ಕಣ್ಣೀರಿನಿಂದ ತಾಯಿಯ ಮಡಿಲನ್ನು ತೋಯಿಸಿದ.

ಆಕೆ ಮುಗ್ಧೆ. ಮಗನ ಮಾತನ್ನ ಅಕ್ಷರಶಃ ನಂಬಬಲ್ಲಳು. ಆದರೆ ಸ್ವಲ್ಪ ಸಂಶಯ ಪ್ರವೃತ್ತಿಯ ಅಯ್ಯರ್ ಸುಲಭವಾಗಿ ನಂಬಲಿಕ್ಕಿಲ್ಲ. ಅದಕ್ಕೆ ಕಾರಣ ಅವರ ಅನುಭವಗಳೇ ಇರಬಹುದು.

ಮಗನನ್ನು ಸಮಾಧಾನಿಸುವಲ್ಲಿ ಅರ್ಧ ರಾತ್ರಿ ಆಯಿತು.

"ಊಟ ಮಾಡ್ಬಾ" ಕರೆದಾಗ ತಲೆಯಾಡಿಸಿಬಿಟ್ಟ. "ಆಗ ಒಂದು ತರಹ ಭಯಂಕರ ಹಸಿವಿತ್ತು. ಅಪ್ಪ ಬರೋ ಮೊದ್ಲು ಊಟ ಮುಗ್ಸಿಬಿಡ್ಬೇಕನ್ನೋ ಆತುರ ಇತ್ತು. ಈಗ ನಿಶ್ಚಿಂತೆ" ದಿಂಬಿನ ಮೇಲೆ ತಲೆ ಇಟ್ಟ.

ಮಗನಿಗೆ ಎದೆಯವರೆಗೂ ಹೊದ್ದಿಸಿದ ಅಲಮೇಲಮ್ಮ ಕಣ್ಣೀರು ತೊಡೆದುಕೊಂಡು ಅಡಿಗೆಯ ಮನೆಗೆ ಬಂದರು. ಅಂತರಂಗದಲ್ಲಿ ತುಮುಲ. ಅರ್ಥವಾಗದ ಸಂಕಟ. ಗಂಡ ಮಗನ ಸ್ಥಿತಿಗಿಂತ ಆಕೆಯದು ವಿಭಿನ್ನ.

"ಮುಗೀತಾ ಮಗನನ್ನ ಸಮಾಧಾನಿಸಿದ್ದು? ಥೂ ನಾಚ್ಕೇ ಆಗುತ್ತೆ. ಮಾನ ಮರ್ಯಾದೆಯಿಂದ ಬಾಳಿದ ಮನೆತನ. ಯಾರೂ ನಮ್ಮ ಮನೆತನದಲ್ಲಿ ಕಾಲೇಜು ಮೆಟ್ಟಿಲು ಹತ್ತಿರ್ಲಿಲ್ಲ. ಇವ್ನು ಓದಿ ಉದ್ಧಾರ ಮಾಡ್ತಾನೇಂತ ಅಂದ್ಕೊಂಡಿದ್ದೆ. ಎಲ್ಲಾ ಹಾಳಾಯ್ತು. ಆತ್ಮಹತ್ಯೆ ಮಾಡ್ಕೊಬೇಕು" ಮಲಗಿದ್ದ ಅಯ್ಯರ್ ಎದ್ದು ಕೂತು ಬಡಬಡಿಸತೊಡಗಿದರು. ಮನಸ್ಸು, ಹೃದಯ, ಮಿದುಳು ಮೂರೂ ಕುದಿಯುತ್ತಿತ್ತು.

ಬಾಗಿಲನ್ನ ಭದ್ರಪಡಿಸಿ ಬಂದ ಅಲಮೇಲು "ಮೆತ್ತಗೆ ಮಾತಾಡಿ, ಕಣ್ಣಾ ಮಲಗಿದ್ದಾನೆ" ಮೆಲ್ಲಗೆ ಉಸುರಿದರು ಅತ್ತಿತ್ತ ಭಯದ ನೋಟ ಹರಿಸಿ.

"ಹೇಗೆ ನಿದ್ದೆ ಬರುತ್ತೆ. ಆ ಚಂಡಾಲನಿಗೆ! ನೆಂಟರಿಷ್ಟರ ಎದುರು ಓಡಾಡೋದ್ಹೇಗೆ. ಎಲ್ಲಾ ಹಾಳು ಮಾಡ್ಬಿಟ್ಟೆ. ಶ್ರೀಮಂತಿಕೆ ಇಲ್ದಿದ್ರೂ ಮರ್ಯಾದೆ ಇತ್ತು" ದನಿಯೇರಿಸಿದರು.

ಆಕೆ ತೆಪ್ಪಗೆ ಒಂದು ಕಡೆ ಕೂತುಬಿಟ್ಟರು. ಮಗನ ಆ ತಪ್ಪಿನ ಹೊಣೆಯನ್ನು ಹೆಂಡತಿಯ ಮೇಲೊರೆಸಿ ಮಾತಾಡಿದರು. ದೊಡ್ಡ ಆಘಾತವಾಗಿತ್ತು ಅಯ್ಯರ್‌ಗೆ. ಎಲ್ಲಕ್ಕಿಂತ ಹೆಚ್ಚಾಗಿ ತಮ್ಮ ಮನೆತನದ ಗೌರವ, ಪ್ರತಿಷ್ಠೆಯ ಕಡೆ ಅವರ ಗಮನ.

ಮಲಗಿ ಒಂದಿಷ್ಟು ಹೊತ್ತು ಗೊರಕೆಯೊಡೆದವರು ಎದ್ದು ಕೂತರು. "ಅಲಮೇಲು, ಕಣ್ಣಾ ನನ್ನೆದುರು ಯಾವತ್ತಾದರೂ ಈ ರೀತಿ ಮಾತಾಡಿದ್ದುಂಟಾ?" ಆಕೆ ಮಂಕಾಗಿ ಎದ್ದು ಕೂತರು. ಬೈದಿದ್ದಕ್ಕೆ ತಲೆ ಬಗ್ಗಿಸಿ ನಿಲ್ಲುತ್ತಿದ್ದುದೇ ಹೆಚ್ಚು. ಆದರೆ ಇಂದು ಆಕೆಗೆ ಸಹಜವೆನಿಸಿತು. "ವಿಷ್ಯ ಅವ್ನೇ ತಾನೆ ಹೇಳ್ಬೇಕು. ಅದ್ಕೇ ಮಾತಾಡಿದ" ಎಂದರು ಮೆಲುದನಿಯಲ್ಲಿ.

ಎದ್ದು ಲೈಟು ಹಾಕಿದ ಅಯ್ಯರ್ ದುರುಗುಟ್ಟಿಕೊಂಡು ನೋಡಿದರು ಹೆಂಡತಿಯತ್ತ. "ಅವ್ನು ಎದುರಾಡಿದ್ದು ನಿಂಗೆ ಸರಿ. ಮಗ್ನ ಪರವಹಿಸಿ ಮಾತನಾಡ್ತೀಯಾ. ನಾನೊಂದ್ರೆ ನಿನ್ನ ದೃಷ್ಟಿಯಲ್ಲಿ ಏನು?" ಹತ್ತು ನಿಮಿಷ ಗುಡುಗಾಡಿದರು. ಆಕೆ ಪೂರ್ತಿ ಗಪ್‌ಚಿಪ್. ಕೋಪ ಬಂತೂಂದರೆ ಒಂದಿಪ್ಪತ್ತು ಬಿಂದಿಗೆ ತಣ್ಣೀರು ಸುರಿದುಕೊಂಡು ದೇವರ ಮುಂದೆ ಕೂತು ರಾಮಾಯಣವನ್ನೋ, ಮಹಾಭಾರತವನ್ನೋ ಓದುತ್ತಾರೆ. ಇಲ್ಲದಿದ್ದರೆ ಜಮೀನಿನ ಕಡೆ ಹೋದರೆ ರಾತ್ರಿಗೇ ಬರೋದು. ಎರಡೊಪ್ಪತ್ತು ಉಪವಾಸ. ಇದೆಲ್ಲ ನೋಡಿಯೇ ಅಲಮೇಲು ತೆಪ್ಪಗಿರುವುದನ್ನು ಅಭ್ಯಾಸ ಮಾಡಿಕೊಂಡಿದ್ದರು. ಇದು ತೀರಾ ಮೂರ್ಖತನವೆನಿಸುತ್ತಿತ್ತು ಆಕೆಗೂ ಕೂಡ.

ಬೆಳಗಿನವರೆಗೂ ನಿದ್ದೆ ಇಲ್ಲ. ಐದಕ್ಕೆ ಎದ್ದು ಅಯ್ಯರ್ ಹೊರಹೋದ ನಂತರ ರೂಮಿನಿಂದ ಹೊರಗೆ ಬಂದಾಗ ಗಾಂಡೀವಿ ಎದ್ದು ಕೂತಿದ್ದ. ಇಡೀ ರಾತ್ರಿ ನಿದ್ರಿಸಿರಲಿಲ್ಲ. ಅಂದು ಆದ ಅವಮಾನಕ್ಕಿಂತ ತಂದೆಯ ಮಾತುಗಳಿಂದ ಆದ ನೋವು ಅಧಿಕವಾಗಿತ್ತು. ಭವಿಷ್ಯ ಮುಂದೆ ಬರೀ ಕತ್ತಲು.

"ಎದ್ದು ಸ್ನಾನ ಮಾಡ್ಕೋ, ಕಾಫೀ ಕೊಡ್ತೀನಿ" ಎಂದ ತಾಯಿಯತ್ತ ನೋಟವೆತ್ತಿದ. ಒಂದೇ ರಾತ್ರಿಗೆ ಬಹಳ ಇಳಿದುಹೋದಂತೆ ಕಂಡರು. ಮುಖದಲ್ಲಿ ದಟ್ಟವಾದ ಕತ್ತಲು. ಆಕೆ ತಲೆ ತಗ್ಗಿಸಿಕೊಂಡು ಹೋಗಿಬಿಟ್ಟರು.

ಸ್ನಾನ ಮುಗಿಸಿ ದೇವರ ಮುಂದೆ ಕೂತು ಮಂತ್ರಗಳನ್ನ ಹೇಳಿಕೊಂಡವನು ಬಾಗಿಲತ್ತ ನೋಡಿದ. ತಂದೆ ಬಂದ ಸುಳಿವಿಲ್ಲ. ಇದು ಅವರ ಪೂಜೆಗೆ ಕೂಡಿರಬಹುದಾದ, ಕೂತುಕೊಳ್ಳಬಹುದಾದ ಹೊತ್ತು. ಕೋಪ, ಅಸಮಾಧಾನ, ಅಸಹನೆಗಳ ಸಮಯದಲ್ಲಿ ತೋಟ, ಜಮೀನುಗಳಲ್ಲಿ ಓಡಾಡುವ ಕೆಲಸ. ಇಂದು ಅದನ್ನೇ ಆಯ್ದುಕೊಂಡಿದ್ದಾರೆ. ಒಂದು ರೀತಿಯ ನಿಶ್ಚಿಂತೆ.

ವಿಶಾಲವಾದ ದೇವರ ಮನೆ. ದೇವರ ಫೋಟೋ ಮುಂದಿನ ದೊಡ್ಡ ಕರೀಮರದ ಮಂದಾಸನದಲ್ಲಿ ವಿರಾಜಿಸುತ್ತಿರುವ ಬೆಳ್ಳಿಯ ನಾಗಾಭರಣದಲ್ಲಿ ಶಿವಲಿಂಗ, ಹಲವಾರು

ದೇವತೆಗಳ ವಿಗ್ರಹಗಳು. ಭಗವತಿಗೆ ಮೇರುಸ್ಥಾನ, ಸಾಲಿಗ್ರಾಮಗಳು. ಸದಾ ಗಂಧ, ಚಂದನ, ಕರ್ಪೂರ, ಊದುಬತ್ತಿಯ ಪರಿಮಳ– ಒಂದು ರೀತಿಯ ಅಲೌಕಿಕವಾದ ಶಾಂತಿಯನ್ನು ನೀಡುತ್ತಿತ್ತು.

ತಾಯಿ ಕೂಗಿದ ಮೇಲೆಯೇ ಅಡಿಗೆಯ ಮನೆಗೆ ಹೋಗಿದ್ದು. ಮಣೆ ಮುಂದೆ ದೊಡ್ಡ ಬಾಳೆಯ ಎಲೆ, ಅದರ ಪಕ್ಕ ದೊಡ್ಡ ಕಂಚಿನ ಲೋಟದಲ್ಲಿ ತುಂಬಿಟ್ಟ ನೀರು.

"ಇನ್ನು ಅಪ್ಪ ಬರ್ಲಿಲ್ಲ?" ಎನ್ನುತ್ತಲೇ ಕೂತಾಗ ಆಕೆ ಉಪ್ಪಿನ ಡಬರಿಯನ್ನು ತಂದಿಟ್ಟುಕೊಂಡು ಕೂತರು. "ಸ್ವಲ್ಪ ನಿಧಾನವಾಗಿ ಬರ್ತಾರೆ. ಅನ್ನ ಪರಬ್ರಹ್ಮ ಸ್ವರೂಪ. ಅದ್ರ ಮುಂದೆ ಕೂತಾಗ ಬೇರೆ ಯಾವ್ದೇ ಯೋಚ್ನೆಗಳು ಬೇಡ. ನಿಧಾನವಾಗಿ ತಿನ್ನು" ಬಡಿಸಿ ಅದರ ಮೇಲೆ ಚಟ್ನಿಯನ್ನು ಹಾಕಿದರು. ಕರಿಬೇವು, ಕಳ್ಳೆಬೇಳೆ, ಉದ್ದಿನಬೇಳೆಯ ಘಮಲಿನ ಉಪ್ಪಿಟ್ಟು ರಸಕವಳ. ಅದರ ಮುಂದೆ ಎಲ್ಲಾ ಮರೆತುಹೋಯಿತು. ಅದೂ ಇದೂ ಮಾತಾಡುತ್ತ ಆರಾಮಾಗಿ ಇಳಿಸಿ ಒಂದು ತಂಬಿಗೆ ನೀರು ಕುಡಿದು, ದೊಡ್ಡ ಕಂಚಿನ ಲೋಟದ ಕಾಫಿಯನ್ನು ಕುಡಿದಿಟ್ಟ.

"ಅಮ್ಮ..." ಅವನು ಏನೋ ಹೇಳಲು ಮುಂದಾದ. ಅಷ್ಟರಲ್ಲಿ ಅಯ್ಯರ್‌ರ ಆಗಮನವಾಗಿತ್ತು. "ಇಡೀ ಊರಲ್ಲಿ ಒಂದೇ ಸುದ್ದಿ. ಇವ್ನು ಪರೀಕ್ಷೆಯಿಂದ ಡಿಬಾರ್ ಆದ ವಿಷ್ಯ. ಎಲ್ಲಾ ಕೇಳೋರೇ. ಇಷ್ಟು ದಿನ ಮರ್ಯಾದೆಯಿಂದ ನೋಡ್ತಾ ಇದ್ದ ಜನರ ಕಣ್ಣಲ್ಲಿ ಇವೊತ್ತು ಏನಾಗಿಹೋದ್ವಿ, ಆ ಪಾಪಿ ಚಂಡಾಲನಿಂದ" ಕೂಗಾಡುತ್ತಿದ್ದರು. ದೊಡ್ಡ ಕಂಬದ ಸಾಲಿನ ಹಳೆಯ ತೊಟ್ಟಿ ಮನೆ, ಎತ್ತರವಾದ ದಪ್ಪವಾದ ಗೋಡೆಗಳು ದಾಟಿ ಅಯ್ಯರ್ ಸ್ವರ ಹೊರಹೋಗುವುದು ಕಷ್ಟವೇ.

ಅಲಮೇಲು, ಮಗನ ಭುಜದ ಮೇಲೆ ಕೈಯಿಟ್ಟು ದೀನವದನರಾಗಿ "ಕಣ್ಣಾ, ನೀನು ತೋಟದ ಕಡೆ ಹೋಗ್ಬಿಡು. ದಾರಿಯಲ್ಲಿ ಯಾರೋ ಪ್ರಸ್ತಾಪ ಮಾಡಿರ್ಬೇಕು. ಅದ್ಕೇ ಹಾರಾಡ್ತಾರೆ. ನೀನು ಎದುರಾಡಿದ್ರೆ ಅವ್ರು ತುಂಬ ನೊಂದ್ಕೋತಾರೆ" ಹೇಳಿದರು.

ಕರುಣೆಯಿಂದ ತಾಯಿಯನ್ನ ನೋಡಿದ. ಆ ಕಣ್ಣುಗಳಲ್ಲಿ ಉಕ್ಕುತ್ತಿದ್ದುದು ಮಮತೆಯ ಮಹಾಪೂರ. ನೋಟ ತಗ್ಗಿತು ತುಸು. ಆಕೆಯ ಮನದ ವೇದನೆಗೆ ತಾನು ಕಾರಣವೆನ್ನುವ ಅಪರಾಧಭಾವ ಅವನಲ್ಲಿ ಮೂಡಿ ಮುಷ್ಟಿ ಬಿಗಿಯಾಯಿತು. ಅವುಡುಗಳು ಬಿಗಿಯಿತು. ಆವೇಶದಿಂದ ಅವನ ಮೈನ ನರಗಳೆಲ್ಲ ಪುಟಿಯಿತು. 'ಏಯ್ ಅಲಂಕಾರ್...' ಎಂದು ಅಬ್ಬರಿಸಬೇಕೆನಿಸಿತು. ಸಾತ್ವಿಕ ಮನಸ್ಸಿನ ತಣ್ಣನೆಯ ರಕ್ತದ ಗಾಂಡೀವಿ ಮೈನ ರಕ್ತ ಮೊದಲ ಸಲ ಬಿಸಿಯಾಗಿತ್ತು. ಪೇಪರ್‌ಗಳನ್ನ ಕಿತ್ತುಕೊಂಡು ಹೊರಗೆ ದಬ್ಬಿದಾಗ ಪ್ರತಿಭಟಿಸಿದ್ದು ಕೂಡ ಸಾಧಾರಣವಾಗಿಯೇ. ಯೋಜನಾಬದ್ಧವಾಗಿ ಅವನ ಆನ್ಸರ್ ಷೀಟ್‌ನ ಜೊತೆ ಮಿಕ್ಕ ಪೇಪರ್‌ಗಳನ್ನ ಕಿತ್ತುಕೊಂಡು ಹೊರಗೆ ದಬ್ಬಿದಾಗ ಪ್ರತಿಭಟಿಸಿದ್ದು ಕೂಡ ಸಾಧಾರಣವಾಗಿಯೇ. ಯೋಜನಾಬದ್ಧವಾಗಿ ಅವನ ಆನ್ಸರ್ ಷೀಟ್‌ನ ಜೊತೆ ಮಿಕ್ಕ ಪೇಪರ್‌ಗಳ ಸೇರ್ಪಡೆ. ಆರಾಮಾಗಿ ಸಿಕ್ಕಿಬಿದ್ದಿದ್ದ. ಕೆಲವು ವಿದ್ಯಾರ್ಥಿಗಳು ತಮ್ಮ ಪಾಡಿಗೆ ತಾವಿದ್ದರೆ ಇನ್ನ ಕೆಲವರ ಮುಖಗಳಲ್ಲಿ ಅಟ್ಟಹಾಸ, ಪರಿಹಾಸ. ಆ ಕ್ಷಣ

ಭೂಮಿಯಲ್ಲಿ ಬಿಲ ಸಿಕ್ಕಿದ್ದರೆ ಹುದುಗಿಕೊಂಡುಬಿಡುತ್ತಿದ್ದ. ಇಲ್ಲವಾಗಿಬಿಡುತ್ತಿದ್ದ.

"ಕಣ್ಣಾ..." ಆಕೆಯ ಕೈ ಅವನ ಹೆಗಲ ಮೇಲೆಯೇ ಇತ್ತು. "ಸ್ವಲ್ಪ ಹೊತ್ತು ತೋಟದ ಕಡೆ ಹೋಗು. ಆರಾಮೆನಿಸುತ್ತೆ" ಹೇಳಿದರು ಮತ್ತೊಮ್ಮೆ. ಕೃತಜ್ಞತೆಯಿಂದ ನೋಡಿದವನು ಹಿತ್ತಲ ಕಡೆ ನಡೆದ. ಕಾಂಪೌಂಡ್ ಹಾರಿ ತೋಟದತ್ತ ನಡೆದ.

ಊಟದ ಮನೆಯ ಬಾಗಿಲ ಬಳಿ ಇಣಕಿದ ಅಯ್ಯರ್ "ಎಲ್ಹೋದ ನಿನ್ಮಗ? ಪೊಗದಸ್ತಾಗಿ ತಿಂದ ತಾನೇ? ಎಷ್ಟೊಂದು ಆಸೆಗಳ್ನ ಇಟ್ಕೊಂಡ್ ಕಾಲೇಜಿಗೆ ಸೇರಿಸ್ದೇ. ಇವ್ನು ಮಾಡಿದ್ದೇನು? ಅವಮಾನ... ಅವಮಾನ" ಖಿನ್ನತೆಯಿಂದ ನರಳಿದರು.

"ಮತ್ತೆ ಕಾಲೇಜಿಗೆ ಹೋಗ್ತಾನೆ" ಮುಗ್ಧತೆಯಿಂದ ನುಡಿದರು ಆಕೆ. "ನಿನ್ತಲೆ. ಇನ್ನೆಲ್ಲಿ ಅವ್ನಿಗೆ ಕಾಲೇಜು. ಇಲ್ಲೇ ಇದ್ದು ಸಾಯ್ಬೇಕು. ಹೇಗೂ ಮನೆತನದ್ದೂಂತ ಒಂದಿಷ್ಟು ತೋಟ, ಜಮೀನು ಇದ್ಯಲ್ಲ ಮಾಡ್ಕೊಂಡ್ ಬಿದ್ದಿರ್ಲಿ. ಊರಿನ ಜನ ಇನ್ನೆಲ್ಲಿ ನಮ್ಗೆ ಮರ್ಯಾದೆ ಕೊಡ್ತಾರೆ" ಹಲುಬಿದರು.

ತಮ್ಮ ಮಗ ಯಾರೂ ಮಾಡದಂಥ ಭಯಂಕರ ಅಪರಾಧ ಮಾಡಿದ್ದಾನೆ. ಅದರಿಂದ ತಮ್ಮ ಮನೆತನಕ್ಕೆ ದೊಡ್ಡ ಆಘಾತ. ಜೈಲಿಗೆ ಹೋಗಿದ್ದು ಸುಲಭದ ಸಂಗತಿಯೇ? ಅವರ ಮಿತಿಯಲ್ಲಿ ಯೋಚಿಸುತ್ತಿದ್ದರು ಅಯ್ಯರ್. ಮನೆತನದ ಬಗ್ಗೆ ಅವರಿಗೆ ಅಪಾರವಾದ ಗೌರವ. ತಾವು ಆ ಮನೆತನದಲ್ಲಿ ಜನ್ಮ ತಾಳಿದ್ದೇ ಪರಮ ಸೌಭಾಗ್ಯವೆನ್ನುವಂಥ ಕಲ್ಪನೆ ಅವರದು.

ವಟಗುಟ್ಟುತ್ತ ಅಯ್ಯರ್ ಬಾವಿಯ ಬಳಿ ಹೋದರೂ ಮಂತ್ರಗಳನ್ನ ಹೇಳುತ್ತ ಬಂದು ದೇವರ ಮನೆಯಲ್ಲಿ ಬಾಗಿಲು ಹಾಕಿಕೊಂಡರು. ಎಂದಿನಂತೆ ಗಂಟೆಗಟ್ಟಲೆ ಪೂಜೆ ನಡೆಯಲಿಲ್ಲ.

ಮಣೆ ಇಟ್ಟು ಎಲೆ ಹಾಕಿ ಕಾದರು ಅಲಮೇಲು. ಗಂಡ ಎಲ್ಲಿ ಉಪವಾಸ ವ್ರತ ಮಾಡುತ್ತಾರೋ ಎನ್ನುವ ಭಯ ಆಕೆಗೆ. ದಿಗಿಲಿನಿಂದ ಕಂಪಿಸುತ್ತಿದ್ದರು.

ಇಂದು ಹಾಗೇನು ನಡೆಯಲಿಲ್ಲ. ತಿಂಡಿ ತಿಂದರು. ಮಧ್ಯೆ ಮಾತೇನು ಇರಲಿಲ್ಲ. ಎರಡು ಸಲ ಇಣಕಿದ ದಾಕ್ಷಾಯಣಿ ಹಿಂದಕ್ಕೆ ಸರಿದಳು. ತಂದೆಯೆಂದರೆ ವಿಪರೀತ ಭಯ. ಸಂಸ್ಕೃತ ಶ್ಲೋಕಗಳನ್ನು ಬಾಯಿ ಪಾಠ ಮಾಡಿಸುವಾಗ ಒಂದಿಷ್ಟು ತಪ್ಪಿತೆಂದರೆ ಕಣ್ಣಿಂದ ಕೆಂಡಗಳು ಉರುಳುತ್ತಿದ್ದವು.

ಸುಮ್ಮನೆ ಎದ್ದು ಹೋದಾಗ ತಾಯಿ ಮಗಳು ಸಮಾಧಾನದ ಉಸಿರು ಬಿಟ್ಟರು. ಮಗಳು ಕಲಿತಿದ್ದು ಬರೀ ಮಿಡಲ್ ಸ್ಕೂಲು. ಮನೆಯಲ್ಲಿ ಸಂಸ್ಕೃತ ಪಾಠ. ಕನ್ನಡ ವ್ಯಾಕರಣ, ಛಂದಸ್ಸು ಕುಮಾರ ವ್ಯಾಸರನ್ನ ಮಾತ್ರ ಓದಿಕೊಂಡಿದ್ದಳು.

ಅಯ್ಯರ್ ಕುಟುಂಬ ಬಹಳ ಹಿಂದೆ ಅಂದರೆ ಮುತ್ತಾತನ ಕಾಲದಲ್ಲಿ ಇಲ್ಲಿಗೆ ವಲಸೆ ಬಂದರಂತೆ. ನಿಷ್ಠಾವಂತ ಮನೆತನ. ಆಚಾರ ವಿಚಾರಗಳಲ್ಲಿ ಕಟ್ಟುನಿಟ್ಟು. ಆದರೆ ವಿಚಿತ್ರವೆನ್ನುವಂತೆ ಜೀವನ ನಿರ್ವಹಣೆ ಭೂತಾಯಿಯನ್ನೇ ಅವಲಂಬಿಸಿದ್ದರು. ಬೇಕಾದಷ್ಟು

ಭೂಕಾಣಿ, ತೋಟ ಗದ್ದೆಯೆಲ್ಲ ಇತ್ತು. ಈ ನಾಲ್ಕು ತಲೆಮಾರಿನಲ್ಲಿ ಯಾರೂ ಕಾಲೇಜಿಗೆ ಹೋಗಿ ಕಲಿತಿದ್ದಿಲ್ಲ. ಕಾಲೇಜು ಮೆಟ್ಟಲು ಹತ್ತಿದ ಮೊದಲ ವ್ಯಕ್ತಿ ಗಾಂಡೀವಿ.

ನೈಮಿಪುರದಲ್ಲಿ ವಿದ್ಯಾವಂತರ ಸಂಖ್ಯೆ ಕಡಿಮೆ. ಆಂಧ್ರ-ಕರ್ನಾಟಕ ಮಧ್ಯದ ಬಾರ್ಡರ್‌ನಲ್ಲಿದ್ದುದ್ದರಿಂದ ಎರಡು ಕಡೆಯೂ ಅಲಕ್ಷ್ಯಗೊಂಡು ಯಾವುದೋ ಬಿರುಸಿನ ನಾಗರಿಕ ಚಟುವಟಿಕೆಗಳಿಲ್ಲ. ಇವರ ತಾತ ಮೊದಲು ಇಲ್ಲಿ ಅಕ್ಷರಾಭ್ಯಾಸ ಶುರು ಮಾಡಿದ್ದು. ಅದು ಹಾಗೂ ಹೀಗೂ ಇವರವರೆಗೆ ನಡೆದುಕೊಂಡು ಬಂದರೂ ಪ್ರೈಮರಿ ಸ್ಕೂಲು, ಮಿಡಲ್ ಸ್ಕೂಲ್ ಸರ್ಕಾರದ ವತಿಯಿಂದ ತೆರೆದ ಮೇಲೆ ಇವರು ವಿರಮಿಸಿದ್ದರು. ಆದರೂ ಇಲ್ಲಿ ಈ ಮನೆಯವರಿಗೆ ವಿಪರೀತ ಗೌರವ.

ಸ್ವಲ್ಪ ಸಿಟಿಗೆ ಹೋಗಿ ಕಲಿತು ಬಂದ ಯುವಕರು ಸ್ವಲ್ಪ ಬದಲಾವಣೆಯ ದಿಕ್ಕು ತೋರಿದ್ದರು. ಈಗ ಬೆಳಿಗ್ಗೆ ಒಂದು, ಸಂಜೆಯೊಂದು ಬಸ್ಸು ಬರುತ್ತಿತ್ತು. ಹಿಂದೆ ನಾಲ್ಕು ಕಿಲೋಮೀಟರ್ ನಡೆದು ಮೈನ್ ರೋಡಿಗೆ ಹೋಗಿ ಬಸ್ಸು ಹಿಡಿಯಬೇಕಿತ್ತು. ಊರಿಗಿದ್ದಿದ್ದು ಎರಡೇ ಸಿಹಿನೀರಿನ ಬಾವಿ. ಒಂದು ಇವರ ತೋಟದಲ್ಲಿತ್ತು. ಊರಿನ ಹೆಣ್ಣು ಮಕ್ಕಳೆಲ್ಲ ಅಲ್ಲಿಂದಲೇ ನೀರು ಹೊರುತ್ತಿದ್ದರು.

ಒಂದು ರೀತಿಯಲ್ಲಿ ನೈಮಿಪುರದ ಜನಕ್ಕೆ ಅಯ್ಯರ್ ಮನೆಯವರು ಪೂಜನೀಯರು.

* * *

ಮೂರು ದಿನದಿಂದ ತಂದೆಯ ಮುಖ ತಪ್ಪಿಸಿ ಓಡಾಡುತ್ತಿದ್ದ ಗಾಂಡೀವಿ. ತೋಟದಲ್ಲಿ ಅವರ ಮುಖ ಕಂಡರೆ ಬಾಳೆಯ ತೋಟದ ನಡುವೆ ಬಿದ್ದು ಮರೆಯಾಗುತ್ತಿದ್ದ. ಅವನಿಗೆ ಜನರ ಸಹವಾಸ ಬೇಡವಾಗಿತ್ತು. ಒಂಟಿಯಾಗಿ ಕೂಡುತ್ತಿದ್ದ ನಿರ್ಜನ ಪ್ರದೇಶ ಹುಡುಕಿ.

ಅಂದು ಬೆಳಿಗ್ಗೆ ಬೇಗನೆ ಮನೆ ಬಿಟ್ಟಿದ್ದ ತಂದೆ ಏಳುವ ಮುನ್ನವೇ, ತೋಟದಲ್ಲಿ ಅಡ್ಡಾಡಿದರೆ ಕೆಲಸದವರ ಪ್ರಶ್ನೆಗಳು. ಇನ್ನ ಊರಲ್ಲಿ ಅದೇ ಪ್ರಸ್ತಾಪ. ಕೆಲವು ಕಿಡಿಗೇಡಿಗಳಂತು ಅಂದಿನ ಪೇಪರ್ ಕೈಯಲ್ಲಿಡಿದೇ ಅವನನ್ನು ಹುಡುಕುತ್ತಿದ್ದರು. ಮನುಷ್ಯ ಸಹಜವಾದ ಕುತೂಹಲ. ಹಂಗಿಸಿ ತೃಪ್ತಿಗೊಳ್ಳುವ ಚಟ. ಪೋಲೀಸರಿಂದ ತಲೆಮರೆಸಿಕೊಂಡು ಬಂದ ಡಕಾಯಿತನ ಸ್ಥಿತಿಗಿಂತ ಭಿನ್ನ. ಅವನು ತಪ್ಪು ಮಾಡಿರುತ್ತಿದ್ದ. ಗಟ್ಟಿ ಎದೆ, ಸಮಾಜಕ್ಕೆ ಸಡ್ಡು ಹೊಡೆದು ನಿಂತವ. ಅವನಿಗೆ ಕಾನೂನು ಬಿಟ್ಟು ಬೇರೆಯವರ ಅಂಜಿಕೆ ಇಲ್ಲ. ಇವನ ಸ್ಥಿತಿ ಭಯಂಕರ. ತಾಯಿ ಕಣ್ಣುಗಳಲ್ಲಿ ಇಣುಕುವ ಭಯ ಬೆರೆತ ನೋವು. ತಂದೆಯ ಕಣ್ಣುಗಳಲ್ಲಿ ಕ್ಷಮಿಸಲಾರದ ಕೋಪ. ದಾಕ್ಷಾಯಣಿಗೆ ಕಣ್ಣುಗಳಲ್ಲಿ ದಿಗ್ಭ್ರಮೆ. ಇವನ್ನೆಲ್ಲ ಸಹಿಸುವುದು ಕಷ್ಟವೆನಿಸುತ್ತಿತ್ತು ಅವನಿಗೆ.

ಮೂರ್ತಿ ಸಿಟಿಗೆ ಬಂದು ಕಾಲೇಜು ಸೇರಿಕೊಂಡಾಗ ಅವನಿಗೆ ಹೊಸದೊಂದು ಲೋಕವನ್ನೇ ಕಂಡಂತಾಗಿತ್ತು. ಹ್ಯಾಡ್ಲಿ ಚೇಸ್ ಕಾದಂಬರಿಗಳನ್ನು ಓದುತ್ತ ಸ್ಟೀರಿಯೋನಲ್ಲಿ ಹಿಂದಿ ಚಿತ್ರಗೀತೆ, ಪಾಶ್ಚಾತ್ಯ ಹಿಟ್ ಸಂಗೀತ ಕೇಳುತ್ತ ಆರಾಮಾಗಿ ಓಡಾಡಿಕೊಂಡಿರುವ ಒಂದು ವರ್ಗವನ್ನೇ ಕಂಡಿದ್ದ. ಅವನಿಗೆ ಹುಬ್ಬೇರಿಸುವ ಸಂಗತಿ. ಅವರು ಬದುಕನ್ನು

ಅವಲಂಬಿಸಿರುವ ರೀತಿ ತುಂಬ ಬದಲಾಗಿತ್ತು. ಗರಿಗರಿಯಾದ ಫ್ಯಾಷನ್ ಉಡುಗೆಗಳನ್ನು ತೊಟ್ಟು ಚಿತ್ರನಟರಂತೆ ಹೇರ್ ಸ್ಟೈಲ್‌ಗಳನ್ನ ಕೂಡಿಸಿಕೊಂಡು ಸಂಕೋಚ, ಬಿಂಕ, ಬಿಗುಮಾನವಿಲ್ಲದೆ ಓಡಾಡುತ್ತಿದ್ದರು. ಯಾವುದೇ ನಿರ್ದಿಷ್ಟ ಗುರಿ ಇದ್ದಂತೆ ಕಾಣಲಿಲ್ಲ.

ಹಾಸ್ಟಲ್‌ನಲ್ಲಿ ಇವನ ರೂಮು ಮೇಟ್ ಶ್ಯಾನುಭೋಗ್. ಸಂಧ್ಯಾವಂದನೆ, ಪೂಜೆ ಇವನ್ನೆಲ್ಲ ಗಂಭೀರವಾಗಿ ತೆಗೆದುಕೊಳ್ಳದ ಯುವಕ ಸಿಗರೇಟು ಸೇದುತ್ತಿದ್ದ. ಆಗಾಗ ಬಾರ್‌ಗೂ ಹೋಗಿ ಬರುತ್ತಿದ್ದುದು ಕೆಲವು ದಿನಗಳ ನಂತರವೇ ಇವನಿಗೆ ತಿಳಿದಿದ್ದು.

"ಶ್ಯಾನುಭೋಗ್. ಇದೆಲ್ಲ ತಪ್ಪಲ್ವಾ?" ಒಮ್ಮೆ ಕೇಳಿದಾಗ ನಕ್ಕರೂ ಆಮೇಲೆ ಗಂಭೀರವಾಗಿದ್ದ. "ಹಿಂದೆ ನಂಗೂ ಹಾಗೇ ಅನ್ನಿಸಿದ್ದುಂಟು. ಈಗಿಲ್ಲ. ಅಂದು ಕೈಕಾಲು ಹಿಡ್ದು ಹಿರಿಯ ವಿದ್ಯಾರ್ಥಿಗಳು ಬಲವಂತವಾಗಿ ಕುಡಿಸಿದ್ರು ರ್‍ಯಾಗಿಂಗ್ ನೆಪದಲ್ಲಿ. ಈಗ ನನಗಿದ್ದ ಧೈರ್ಯ ಆಗ ಇದ್ದಿದ್ರೆ ಒಬ್ಬೊಬ್ಬರನ್ನು ಅಪ್ಪಳಿಸಿಬಿಡ್ತಾ ಇದ್ದೆ. ಗೊ ಟು ಹೆಲ್. ಅದಕ್ಕಾಗಿ ನಾನೇನು ಪಶ್ಚಾತ್ತಾಪಪಡ್ತಾ ಇಲ್ಲ. ನಮ್ಮಪ್ಪನಿಗೆ ತಿಳಿದ್ರೆ ಎದೆ ಹಾರಿ ಸಾಯ್ತಾರೆ. ಅವ್ರ ಎದುರು ಕುಡ್ಯೋ ಇಚ್ಛೆ ನಂಗೂ ಇಲ್ಲ. ಹೇಗೆ ತಿಳಿಯುತ್ತೆ?" ಒಂದು ತರಹ ನಗೆ ಬೀರಿದ ಶ್ಯಾನುಭೋಗ್. ಓದಿನಲ್ಲಿ ಚುರುಕು. ಬೇರೆ ಅಟೆಮ್ಟ್ ತೆಗೆದುಕೊಳ್ಳದೆ ತನ್ನ ವಿದ್ಯಾಭ್ಯಾಸ ಪೂರ್ಣ ಮಾಡುವಂಥ ಜಾಣನೆ.

ಅವನನ್ನ ತೀವ್ರವಾಗಿ ತಟ್ಟುವಂಥದು ಆಳವಾಗಿ ಯೋಚನೆಗೆ ಹಚ್ಚುವಂಥ ವಿಷಯವೆ ಇಲ್ಲವೆನ್ನುವಂತೆ ವ್ಯವಹರಿಸುತ್ತಿದ್ದ. ಸಣ್ಣಪುಟ್ಟ ತೊಂದರೆಗಳನ್ನು ಬಿಟ್ಟರೆ ಎಲ್ಲಾ ಸುಖಕರವಾಗಿತ್ತು. ಚಿಕ್ಕಂದಿನಿಂದ ಯಾವುದಕ್ಕೂ ಸಂಶಯಪಡದೆ ದೊಡ್ಡವರ ರೀತಿನೀತಿಗಳಿಗೂ ಈಗಿನ ಬದುಕಿನ ವ್ಯವಹಾರಕ್ಕೂ ಹೊಂದಿಕೊಂಡು ಸರಳವಾಗಿ ಜೀವನ ದೂಡುವಂಥ ಲಕ್ಷಾಂತರ ಯುವ ಜನರಲ್ಲಿ ಶ್ಯಾನುಭೋಗ್ ಕೂಡ ಒಬ್ಬನಾಗಿ ಕಂಡ.

ಒಮ್ಮೆ ಗುಲ್ಬರ್ಗದಿಂದ ಅವರಪ್ಪ ಅರಸಿಕೊಂಡು ಬಂದಾಗ ಬಹಳ ನಯವಿನಯದಿಂದ ವರ್ತಿಸಿದ್ದ. ಇದು ನಟನೆಯೋ, ಸಹಜವೋ ಎನ್ನುವಷ್ಟು ದಿಗ್ಭ್ರಮೆಯಾಗಿತ್ತು ಗಾಂಡೀವಿಗೆ.

ಅವರನ್ನ ಬಸ್ಸು ಹತ್ತಿಸಿ ಬಂದವನೆ ಕನ್ನಡಿಯ ಮುಂದೆ ಕೂತು ಕ್ರಾಪ್ ಸ್ಟೈಲ್‌ನ ಸರಿಮಾಡಿಕೊಳ್ಳುತ್ತ ಶಿಳ್ಳೆ ಹಾಕತೊಡಗಿದ ಶ್ಯಾನುಭೋಗ್ ಒಂದು ವರ್ಗದ ವಿದ್ಯಾರ್ಥಿಗಳ ನಾಯಕನಂತೆ ಕಂಡಿದ್ದ.

"ನಿಮ್ಮ ತಂದೆಗೆ ನೀನು ಹೆದರುತ್ತೀಯಾ?" ಅಚ್ಚರಿಯಿಂದ ಗಾಂಡೀವಿ ಕೇಳಿದಾಗ ಇವನತ್ತ ತಿರುಗಿ ಎರಡು ಭುಜದ ಮೇಲೂ ಕೈಯಿಟ್ಟು ಕೂಡಿಸಿದ್ದ. "ಈ ಪ್ರಶ್ನೆಗೆ ಉತ್ತರ ಖಂಡಿತ ಕಷ್ಟ. ಆದರೆ ನನ್ನ, ಅವ್ರ ಮಧ್ಯೆ ತಲೆಮಾರುಗಳ ಅಂತರ (communication gap). ಹಿಂದೆ ಅನುಸರಿಸುತ್ತಿದ್ದ ಪೂಜೆ, ಪುರಸ್ಕಾರ, ಸಂಧ್ಯಾವಂದನೆ ನನ್ನ ಮಟ್ಟಿಗೆ ಈಗ ಅರ್ಥ ಕಳೆದುಕೊಂಡಿದೆ" ಎಂದು ದೊಡ್ಡ ಭಾಷಣ ಬಿಗಿಯುತ್ತಿದ್ದ. 50–60 ದಶಕಗಳಲ್ಲಿ ಪಾಶ್ಚಾತ್ಯ ಪತ್ರಿಕೆಗಳಲ್ಲಿ ಲೆಕ್ಕವಿಲ್ಲಷ್ಟು ಬಾರಿ ಬಳಸಲ್ಪಟ್ಟ ತಲೆಮಾರುಗಳ ಅಂತರ (communication gap) ಪದವನ್ನು ಹತ್ತಾರು ಸಲ ಬಳಸಿದ. ಶಿಕ್ಷಣ, ಸಾಮಾಜಿಕ ವ್ಯವಸ್ಥೆ, ಹಿಂದಿನ ಈಗಿನ ಮೌಲ್ಯಗಳ ನಡುವಿನ ಅಂತರ ಒಟ್ಟಾಗಿ ಜೀವನವನ್ನು ನೋಡುವ

ವಿಧಾನವನ್ನು ಅತ್ಯಂತ ಭಾವುಕನಾಗಿ ಹೇಳಿದ್ದ.

ಅಲ್ಲಿನ ಯುವ ಜನರ ಆಶೋತ್ತರಗಳೇ ಬೇರೆಯೆನ್ನುವಂತೆ ಓಡಾಡುತ್ತಿದ್ದರು. ಚಿಕ್ಕ ಚಿಕ್ಕ ಸುಖಗಳಿಗಾಗಿ ಸ್ವಾರ್ಥ, ಹೊಡೆದಾಟ, ಹಿಂಡು, ಹಿಂಡಾಗಿ ಓಡಾಡುವ ರೀತಿ ಕೆಲವರನ್ನ ಹೆದರಿಸುತ್ತಿತ್ತು. ಬೆದರಿಸುತ್ತಿತ್ತು. ಓಡಿ ಹೋಗುವಂತೆ ಮಾಡುತ್ತಿತ್ತು. ಕೆಲವು ಘಟನೆಗಳಿಗೆ ತಲೆ ಕೊಡಬೇಕಾಗಿತ್ತೇನೋ. ಆದರೆ ಶ್ಯಾನುಭೋಗ್ ನೆರಳಲ್ಲಿ ಸುರಕ್ಷಿತನಾಗಿದ್ದ.

"ಏಯ್, ಹುಷಾರಾಗಿರಿ. ದೂರದ ಊರಿಂದ ಬಂದ ಯುವಕ. ಮೆದುವಾಗಿ ಕಾಣ್ತಾನೇಂತ ಅವನ್ನೇನಾದ್ರೂ ಕೆದಕೋಕೆ ಹೋದ್ರೆ, ಒಬ್ಬೊಬ್ಬರ ಗತಿ ನೆಟ್ಟಗಾಗೋಲ್ಲ. ನನ್ನ ರೂಮುಮೇಟ್ ಅವ್ನು" ಎಚ್ಚರಿಕೆ ನೀಡಿದ್ದ ಕೆಲವರಿಗಂತು.

ಆದರೆ ವಿದೇಶೀ ಕಾರಿನಲ್ಲಿ ಬರುತ್ತಿದ್ದ ಅಲಂಕಾರ್ ಹಿಂದೆ ಒಂದು ಹಿಂಡು ಯುವಕರ ತಂಡ. ಯಾರನ್ನು ಲೆಕ್ಕಿಸದವ. ಉದ್ದ ಕೂದಲನ್ನು ಬಿಟ್ಟುಕೊಂಡು ಕೆಟ್ಟದಾಗಿ ನಗುತ್ತ ಓಡಾಡುತ್ತ ಛೇಡಿಸುತ್ತಿದ್ದ ಎಲ್ಲರನ್ನು ಒಂದು ರೀತಿ. ಅವನು ಕ್ಲಾಸ್‌ನಲ್ಲಿ ಕೊಡುತ್ತಿದ್ದುದು ಅಪರೂಪ. ಕಾರಿಡಾರ್. ಕ್ಯಾಂಪಸ್‌ನ ನಡುವೆ ಓಡಿಯಾಡಿಕೊಂಡಿರುತ್ತಿದ್ದ ಸ್ನೇಹಿತರೊಂದಿಗೆ. ಅವನಿಗೆ ಒಳ್ಳೆ ಇತಿಹಾಸವಿರಲಿಲ್ಲ. ರಾಜಕೀಯ ಬೇರುಗಳಿಂದ ಬಲಿತ ಸಮಾಜಘಾತುಕ ಗಡ್ಡೆ.

ಒಮ್ಮೆ ಹಾಸ್ಟಲ್‌ಗೆ ಶ್ಯಾನುಭೋಗ್‌ನ ಹುಡುಕಿಕೊಂಡು ಬಂದ ಅವನ ಗೆಳೆಯರು "ಯಾವಾಗ ಸಿಕ್ತಾನೆ?" ಒರಟಾಗಿತ್ತು ಅವರ ಪ್ರಶ್ನೆ. ಪುಸ್ತಕದಿಂದ ತಲೆಯೆತ್ತದ ಗಾಂಡೀವಿ "ಗೊತ್ತಿಲ್ಲ, ಸ್ನೇಹಿತರ ಜೊತೆ ಹೋಗಿದ್ದಾನೆ. ವಿಷ್ಯವೇನಾದ್ರೂ ಇದ್ರೆ ಚೀಟಿ ಬರೆದಿಟ್ಹೋಗಿ" ಉಸುರಿದ. ಅವನಿಗೆ ಯಾರೊಂದಿಗೂ ಘರ್ಷಣೆ ಬೇಕಿರಲಿಲ್ಲ. ಅವನ ಮನೆತನದ ಬಗ್ಗೆ ಅತಿಯಾದ ಗೌರವವಿದ್ದ ದಿನಗಳು.

"ನೀನು ಅವ್ನ ಬಾಲನ?" ಒಬ್ಬ ಕೇಳಿದ.

ಏನು ಅರ್ಥವಾಗಲಿಲ್ಲ ಗಾಂಡೀವಿಗೆ. ಸುಮ್ಮನೆ ತನ್ನ ಪಾಡಿಗೆ ತಲೆ ಬಗ್ಗಿಸಿಕೊಂಡು ಓದು ಮುಂದುವರಿಸಿದ್ದ. ಏನೋ ಕೆಟ್ಟದಾಗಿ ಆಡಿಕೊಂಡು ನಗುತ್ತ ಹೋದರು. ಅಷ್ಟು ಹೊತ್ತು ದೇವರ ಜಪ ಮಾಡಿದ್ದ ಅವನು.

ಆಮೇಲೆ ಸ್ವಲ್ಪ ಹೊತ್ತು ಮಗುವಿನಂತೆ ಅತ್ತಿದ್ದ. ತಾನು ಯಾಕೆ ಹಿಂದಿರುಗಿ ಬಿಡಬಾರದು. ಗದ್ದೆ, ತೋಟದ ಉತ್ಪನ್ನ ಜೀವನ ನಿರ್ವಹಣೆಗೆ ಸಾಕಾಗುವಷ್ಟಾಗುತ್ತಿತ್ತು. ಆದರೆ ತಂದೆಯ ಭಯ!

"ಇಷ್ಟು ವರ್ಷ ಸಂಸ್ಕೃತ. ಕನ್ನಡದ ಓದು ಸಾಕಾಗಿತ್ತು. ಮುಂದೆ ಇನ್ನೂ ಹೆಚ್ಚಿನ ಓದು, ತಿಳಿವಳಿಕೆ ಅಗತ್ಯವಾಗುತ್ತೆ. ಅಲ್ಪಸ್ವಲ್ಪ ಓದಿಕೊಂಡ ಹುಡುಗರು ಊರಿನಲ್ಲಿ ಓಡಾಡಿಕೊಂಡು ಕೆಲವೊಮ್ಮೆ ಕೆಲವು ವಿಷ್ಯಗಳಲ್ಲಿ ನಮ್ಗೇ ಬುದ್ಧಿ ಹೇಳುವಂತಾಗಿದ್ದಾರೆ. ಆದಾಗ್ದು. ಇಡೀ ವಿದ್ಯೆಯ ಹಿರಿಮೆ ನಮ್ಮ ಕುಟುಂಬಕ್ಕೆ ಇತ್ತು. ಅದು ಹಾಗೆಯೇ ಉಳಿಯಿತಷ್ಟೆ. ಉಳಿಯಬೇಕು ಕೂಡ. ನಮ್ಮಿಂದ ಅವ್ರುಗಳು ಕೇಳಿ ತಿಳಿಯಬೇಕೇ ವಿನಃ ನಾವು ಅವ್ರ ಬಳಿ ಕಲಿಯುವಂತಾಗ್ಬಾರ್ದು" ಬಹಳ ಮುಂಜಾಗರೂಕತೆಯಿಂದ

ವಿವೇಕಯುತವಾಗಿ ಅಷ್ಟೇ ಹಟದಿಂದ ಮಗನನ್ನು ಪಿ.ಯು.ಸಿ. ಮುಗಿದ ಮೇಲೆ ಸಿಟಿಯ ಕಾಲೇಜಿಗೆ ಸೇರಿಸಿದ್ದರು. ಅವರ ಈ ಆಸೆ ಪೂರ್ಣ ಮಾಡುವ ಅಗತ್ಯ ಗಾಂಡೀವಿಗಿತ್ತು. ಅದರಿಂದಲೇ ಹಟದಿಂದ ಅಲ್ಲಿ ಉಳಿದಿದ್ದ.

ಇವನ ಓದು ಎಷ್ಟು ಪ್ರಾಮುಖ್ಯವಾಗಿತ್ತೆಂದರೆ ಪ್ರತಿ ಪತ್ರದಲ್ಲೂ ಅವನ ವಿದ್ಯಾಭ್ಯಾಸದ ಅನಿವಾರ್ಯತೆಯನ್ನು ಹಲವಾರು ಕಾರಣ ಕೊಟ್ಟು ಸ್ವಂತ ಅನುಭವಗಳನ್ನು ಹರವಿ ವಿವರಿಸುತ್ತಿದ್ದರು ಅಯ್ಯರ್. ಅದು ಒಂದು ಭಯಂಕರ ಒತ್ತಡವಾಗಿ ಪರಿಣಮಿಸಿತ್ತು ಗಾಂಡೀವಿ ಮೇಲೆ. ಅದಕ್ಕಾಗಿ ಸದಾ ಓದುತ್ತಿದ್ದ. ಕ್ಯಾಂಪಸ್‌ನಲ್ಲಿ ಅವನನ್ನು ಕಾಣಲು ಸಾಧ್ಯವಾಗುತ್ತಿರಲಿಲ್ಲ. ತರಗತಿ, ಲೈಬ್ರರಿ, ಇಲ್ಲ ಹಾಸ್ಟಲ್ ರೂಮಿನಲ್ಲಿ. ಬೇರೆಡೆ ಕಾಣುವಂತಿರಲಿಲ್ಲ ಅವನನ್ನ. ಅವನೊಬ್ಬ ಒಬೀಡಿಯಂಟ್ ಸ್ಟೂಡೆಂಟ್.

ಶ್ಯಾನುಭೋಗ್ ಬಂದ ಕೂಡಲೆ ಹೊರಗಡೆ ಗೇಟಿನಲ್ಲಿಯೇ ಅಲಂಕಾರ್ ಬಂದಿದ್ದ ಸುದ್ದಿ ತಿಳಿಸಿದರು ಬೇರೆ ವಿದ್ಯಾರ್ಥಿಗಳು. 'ಯಾಕೆ ಬಂದಿದ್ದ?' ಅವನ ಮತ್ತು ಇವನ ನಡುವೆ ಸ್ನೇಹ, ದ್ವೇಷ ಯಾವುದೂ ಇರಲಿಲ್ಲ. ಸ್ವಲ್ಪ ಡೀಸೆಂಟಾಗಿರೋ ವಿದ್ಯಾರ್ಥಿಗಳನ್ನು ಕೆದಕುವುದು ಅವನ ಸ್ವಭಾವವೆಂದು ಶ್ಯಾನುಭೋಗ್‌ಗೆ ಗೊತ್ತಿತ್ತು. ಅಂದಿನ 'ರ‍್ಯಾಗಿಂಗ್'ನಲ್ಲಿ ಅಲಂಕಾರ್ ಕೂಡ ಭಾಗವಹಿಸಿದ್ದ. ಆ ನೆನಪೇ ಅವನ ಇಡೀ ಮೈನ ನರಗಳನ್ನ ಕೆರಳಿಸುತ್ತಿತ್ತು.

"ಯಾಕೆ ಬಂದಿದ್ದ ಆ ಬದ್ಮಾಷ್?" ಎಂದು ಹಲ್ಲು ಕಚ್ಚಿಡಿದೇ ಬಂದ ಶ್ಯಾನುಭೋಗ್. "ಏನಮ್ಮ, ವಿಷ್ಯ?" ಹಲ್ಲು ಕಚ್ಚಿಡಿದು ಸ್ನೇಹಿತನ ಮುಂದೆ ಕೂತ.

ಬರೆಯುತ್ತಿದ್ದ ನೋಟ್ಸ್‌ನ ನಿಲ್ಲಿಸಿದ ಗಾಂಡೀವಿ "ಆಗ್ಲೇ ನಿನ್ನ ಕಿವಿಗೆ ಬಿತ್ತಾ! ಅಲಂಕಾರ್ ಸ್ನೇಹಿತರಂತೆ ಬಂದ್ಹೋದ್ರು" ಎಂದ. ಹಣೆಯಂಚಿನಲ್ಲಿ ಬೆವರಿನ ಬಿಂದುಗಳು ಮುತ್ತುಗಳಂತೆ ಶೋಭಿಸಿದ್ದು ಶ್ಯಾನುಬೋಗ್ ಗಮನಕ್ಕೆ ಬಂತು. ದೀರ್ಘವಾಗಿ ಉಸಿರೆಳೆದುಕೊಂಡ. ಶ್ಯಾನುಭೋಗ್ ಕಣ್ಣುಗಳಲ್ಲಿ ಕ್ಷಣ ಸಹಾನುಭೂತಿ ಇಣುಕಿತು. ಅವನ ಹೆಗಲ ಮೇಲೆ ಕೈಯಿಟ್ಟು ಭರವಸೆಯನ್ನು ಕಣ್ಣಲ್ಲಿ ಬಿಂಬಿಸಿದ.

"ನೀನು ಹೆದರಿಕೊಂಡ್ಯಾ?" ಕೇಳಿದ.

ಸ್ವಲ್ಪ ಸ್ವಲ್ಪ ಅರ್ಥವಾಯಿತು ಗಾಂಡೀವಿಗೆ. "ಯಾಕೆ ಹೆದರಿಕೊಳ್ಳಿ? ನಾನೇನು ಮಾಡಿದ್ದೀನಿ ಅವ್ರಿಗೆ? ಎಂದೂ ಮಾತು ಕೂಡ ಆಡಿಸಿಲ್ಲ" ನುಡಿದಿದ್ದು ಗಾಬರಿಯ ನಡುವೆ.

ಶ್ಯಾನುಭೋಗ್ ಕಣ್ಣುಗಳು ಕೆಂಪಗಾದವು. "ಬೀದಿ ಹುಚ್ಚುನಾಯಿಗೆ ಯಾರು ಏನು ಮಾಡ್ಬೇಕಿಲ್ಲ. ಬಾಯಿ ಹಾಕೋಕೆ ಸ್ವಂತದವ್ರು, ಬೇರೆಯವ್ರು, ಸಜ್ಜನರು, ದುರ್ಜನರಂತೇನಿಲ್ಲ. ಆ ಜಾತಿ ಅವನದು. ಅವ್ನ ಹಿಂಬಾಲಕರ ಸ್ಥಿತಿಯು ಕೂಡ ಅದೇ. ಉಪಾಯವಾಗಿ ತಪ್ಪಿಸ್ಕೋಬೇಕು. ಧೈರ್ಯದಿಂದ ಹೋರಾಡಿ ಮುಗ್ಸಬೇಕು. ಇವೆರಡೇ ದಾರಿಗಳು" ರೋಷದಿಂದ ಹೇಳಿದ. ಗಡಗಡ ನಡುಗಿಹೋದ ಗಾಂಡೀವಿ ಮೊದಲ ದಾರಿಯನ್ನೇ ಆರಿಸಿಕೊಂಡ.

"ಉಪಾಯದಿಂದ ತಪ್ಪಿಸ್ಕೊಂಡ್ರೆ ಸಾಕು. ನಂಗೆ ನನ್ನ ಓದು, ಕೆರಿಯರ್ ಮುಖ್ಯ. ಇಂಥ ವ್ಯಕ್ತಿಗಳ ಜೊತೆಗಿನ ಹೋರಾಟದಿಂದ ಫಲವೇನು?"

ಶ್ಯಾನುಭೋಗ್ ನಕ್ಕು ಅವನ ಬೆನ್ನು ತಟ್ಟಿದ. "ಹಾಗಂತ ಮಾತ್ರ ಯಾರಲ್ಲೂ ಹೇಳ್ಕೋಬೇಡ. ಅದ್ನೇ ಇಂಪಾರ್ಟೆಂಟ್ ಪಾಯಿಂಟ್ ಮಾಡ್ಕೊಂಡ್ ನಿನ್ನ ಬ್ಲಾಕ್‌ಮೇಲ್ ಮಾಡಿ ಹೆದರ್ಸಿ ಬೆದರ್ಸಿ ಇಲ್ಲಿನ ಜೀವನವೇ ಅಸಹನೀಯ ಮಾಡಿಬಿಡ್ತಾರೆ. ಬಿ ಕೇರ್‌ಫುಲ್" ಎಚ್ಚರಿಸಿದ.

ಆಮೇಲೆ ಎಂಟು ದಿನ ಏನೂ ನಡೆಯಲೇ ಇಲ್ಲ. ಲ್ಯಾಬ್‌ನಿಂದ ಇವನು ಶ್ಯಾನುಭೋಗ್ ಹೊರಬರುತ್ತಿದ್ದಾಗ ಎದುರಾದ ಅಲಂಕಾರ್ ಮೂತಿ ಸೊಟ್ಟಗೆ ಮಾಡಿ ನಕ್ಕ. ನೋಡಿದರೂ ನೋಡದಂತೆ ನಡೆದರು.

"ಬಾಲ...." ನಗು ಬಂದು ಅಪ್ಪಳಿಸಿತು. ಶ್ಯಾನುಭೋಗ್ ಇವನತ್ತ ಪ್ರಶ್ನಾರ್ಥವಾಗಿ ನೋಡಿದ. ಇವನೇನು ಉತ್ತರಿಸಲಿಲ್ಲ. ಆದರೂ ಒಂದು ಕ್ಷಣ ಅವನ ಮೈನ ರಕ್ತವೆಲ್ಲ ಮುಖಕ್ಕೆ ನುಗ್ಗಿ ಮುಷ್ಟಿ ಬಿಗಿಯಿತು. "ಯಾಕೆ ಬರ್ತಾನೆ ಅಲಂಕಾರ್ ಕಾಲೇಜಿಗೆ?" ಪ್ರಶ್ನಿಸಿದ. ತಲೆಯಾಡಿಸಿದ ಶ್ಯಾನುಭೋಗ್.

"ಈ ಪ್ರಶ್ನೆಗೆ ಸರ್ಯಾದ ಉತ್ತರ ಬಹುಶಃ ಅವ್ನಿಗೆ ಕೂಡ ಗೊತ್ತಿರಲಿಕ್ಕಿಲ್ಲ. ಟೈಮ್ ಪಾಸ್ ಅಂದ್ಕೋಬೇಕು. ಕೊಳೆಯೋಷ್ಟು ಹಣ. ಗರಿಗರಿ ನೋಟುಗಳ್ನ ಖರ್ಚು ಮಾಡಿಸೋಕೆ ಪುಂಡಪಟಾಲಂ ಗುಂಪು. ಸ್ಟೂಡೆಂಟ್ ಲೈಫ್ ಗೋಲ್ಡನ್ ಲೈಫ್ ಅಂತಾರೆ. ಅದ್ನ ಬೇರೆ ರೀತಿ ಎಂಜಾಯ್ ಮಾಡ್ತಾನೆ. ಅವ್ನ ಪೇರೆಂಟ್ಸ್‌ಗೆ ಇವನನ್ನು ವಿಚಾರಿಸೋಷ್ಟು, ತಿದ್ದೋಷ್ಟು ಪುರಸತ್ತು ಇರ್ಲಾರ್ದು. ಇಂಥವ್ರು ಸಾಕಷ್ಟು ಜನ ಇದ್ದಾರೆ. ಇವನದು ಅತಿ ಮೆರೆತ. ಲೀವ್ ಇಟ್" ಉತ್ಪ್ರೇಕ್ಷೆಯಿಂದ ಹೇಳಿದ.

ಅದು ಯಾಕೋ ಏನೋ. ಎರಡು ದಿನದ ನಂತರ ಒಂದು ಸಂಜೆ ಹಾಸ್ಟಲ್‌ನ ಒಬ್ಬ ವಿದ್ಯಾರ್ಥಿ ಮಾಮೂಲಿಯೆನ್ನುವಂತೆ ಹೇಳಿದ. "ಪ್ಲೆ ಸೌಂಡ್‌ನಲ್ಲಿ ಅಲಂಕಾರ್. ಶ್ಯಾನುಭೋಗ್ ಮಾತಿನ ಜಗ್ಳಕ್ಕೆ ಬಿದ್ದಿದ್ದಾರೆ. ಕ್ಲೈಮ್ಯಾಕ್ಸ್ ಒಂದು ರೀತಿ ಕಲರ್‌ಫುಲ್. ರೌಡಿ ಗುಂಪು. ಈ ಶ್ಯಾನುಭೋಗ್ ಒಬ್ಬ ಏನ್ಮಾಡ್ತಾನೆ?"

ಗಾಬರಿಯಿಂದ ಬೆವೆತ ಗಾಂಡೀವಿ "ಅಲಂಕಾರ್ ಹಿಂದೆ ದೊಡ್ಡ ಗುಂಪು ಇರುತ್ತೆ. ನೀವುಗಳೆಲ್ಲ ಶ್ಯಾನುಭೋಗ್ ಸಹಾಯಕ್ಕೆ ಹೋಗ್ಬೇಕು. ಇಲ್ಲ ಹೊಡೆದಾಟ ಆಗ್ದಂಗೆ ನೋಡ್ಕೋಬೇಕು" ಉಸುರಿದ ಕಂಪಿಸುವ ಸ್ವರದಲ್ಲಿ.

ಅವನು ಕೈ ಜೋಡಿಸಿ "ಅರ್ಜುನ, ಕಿರೀಟಿ, ಗಾಂಡೀವಿ. ಧನಂಜಯ... ನೀನು ಅಂಥ ಸಾಹಸವೇನಾದ್ರೂ ಮಾಡ್ಬಹ್ದು. ನಾನಂತೂ ಆ ಕಡೆ ತಲೆ ಹಾಕೋನಲ್ಲ. ಅಲಂಕಾರ್ ಸಹವಾಸ ಕಷ್ಟ. ನಡ್ವೇ ಪ್ರಿನ್ಸಿಪಾಲರು. ಪೊಲೀಸ್ ಪ್ರವೇಶವಾದ್ರೆ ಸ್ಟೇಷನ್‌ಗೆ ಅಲೀಬೇಕು. ಅಷ್ಟು ಸಮಯ ಇಲ್ಲ" ಕೈ ಮುಗಿದು ತನ್ನ ಪಾಡಿಗೆ ತಾನು ರೂಮಿಗೆ ಹೋದ.

ಗಾಂಡೀವಿಯ ನಾಲಿಗೆಯಲ್ಲಿನ ಪಸೆಯಾರಿತು. ಇಡೀ ಹೂಜಿ ನೀರು ಕುಡಿದಿಟ್ಟವನು

ಓಡಿ ಕೆಲವರಿಗೆ ಸುದ್ದಿ ಮುಟ್ಟಿಸಿದ. ಅವರು ಯಾರು ಲಕ್ಷ್ಯ ಕೊಡಲಿಲ್ಲ. ಒಬ್ಬ ಸೀನಿಯರ್ ಸ್ಟೂಡೆಂಟ್ ಹಿಡಿದು ನಿಲ್ಲಿಸಿದ.

"ಅಲಂಕಾರ್‌ನ ಸ್ಟೂಡೆಂಟ್ ಅಂತ ಅಂದ್ಕೊಳೋದೆ ತಪ್ಪು. ಅವನೊಬ್ಬ ರೋಗ್, ರೌಡಿ, ಸ್ಯಾಡಿಸ್ಟ್. ಹೊಡೆದಾಟ. ರಕ್ತ ನೋಡಿದ್ರೋನು. ತೆಪ್ಪಗೆ ರೂಮಿಗೆ ಹೋಗಿ ಬಾಗ್ಲು ಹಾಕ್ಕೋ" ಬುದ್ಧಿ ಹೇಳಿದ ನಿರ್ಲಿಪ್ತನಾಗಿ.

"ಶ್ಯಾನುಭೋಗ್..." ಉಸುರಿದ ಉಗುಳು ನುಂಗಿ.

"ಅದೃಷ್ಟ ಚೆನ್ನಾಗಿದ್ರೆ ಕೈಕಾಲು ಮುರ್ಸಿಕೊಳ್ದೇ ಬರ್ತಾನೆ. ಆಯಸ್ಸು ಇದ್ರೆ ಬದ್ಕೀ ಹಿಂದಿರುಗುತ್ತಾನೆ. ಇಲ್ದಿದ್ರೆ ಏನೋ ಒಂದು ಕಾರಣ ಕೊಟ್ಟು ಮುಚ್ಚಿಹಾಕ್ತಾರೆ. ಆಸ್ಪತ್ರೆಗೆ ಹೋಗೋಣ. ಇಲ್ಲ ಸಂತಾಪಸೂಚಕ ಸಭೆಯಲ್ಲಿ ಭಾಗವಹಿಸೋಣ. ಆಗ ವೇದಿಕೆ ಹತ್ತಿ ಶ್ಯಾನುಭೋಗ್ ಗುಣಗಾನ ಮಾಡಿ ಸಂತಾಪ ಸೂಚಿಸುವ ಕೆಲವರಲ್ಲಿ ಅಲಂಕಾರ್ ಮೊದಲ್ನೇಯವ್ನು. ನಿನ್ನ ಪಾಡಿಗೆ ನೀನು ರೂಮಿಗೆ ಹೋಗು" ಎಂದವನು ಮೆಟ್ಟಿಲು ಇಳಿದು ಬೇರೊಂದು ದಿಕ್ಕಿಗೆ ಹೋದ.

ಗಾಂಡೀವಿ ಹಿಂದಕ್ಕೆ ಅಡಿಯಿಡಲು ಸಿದ್ಧವಿರಲಿಲ್ಲ. ಉಸಿರು ಬಿಗಿ ಹಿಡಿದು ಓಡಿದವನು ಕ್ಷಣ ಯೋಚಿಸಿ ಅಲ್ಲೇ ಇದ್ದ ಪಬ್ಲಿಕ್ ಟೆಲಿಫೋನ್ ಬೂತ್‌ನಿಂದ ಪೊಲೀಸ್ ಕಂಟ್ರೋಲ್ ರೂಮಿಗೆ ಫೋನ್ ಹಚ್ಚಿದ. "ಬಹಳ ಶಕ್ತಿಯುತ ಬಾಂಬ್ ಪ್ಲೇ ಗ್ರೌಂಡ್‌ನಲ್ಲಿಟ್ಟಿದ್ದಾರಂತೆ. ತಕ್ಷಣ ಬನ್ನಿ" ರಿಸೀವರ್ ಇಟ್ಟು ಪ್ಲೇ ಗ್ರೌಂಡ್ ಕಡೆ ಓಡಿದ.

ಹಿಂದಿನ ದಿನ ಶ್ರೀಲಂಕಾದ ಅಧ್ಯಕ್ಷ ಸ್ಥಾನಕ್ಕೆ ಸ್ಪರ್ಧಿಸಿದ್ದ. ಪ್ರತಿಪಕ್ಷದ ನಾಯಕ ಭಯಂಕರ ಬಾಂಬ್ ಸ್ಫೋಟದಿಂದ ಮರಣಿಸಿದ್ದರು. ಅದಿನ್ನು ಹಸಿಹಸಿಯಾದ ವಿಷಯ. ತಕ್ಷಣ ಕಾರ್ಯೋನ್ಮುಖರಾಗಿ ಪೊಲೀಸ್ ನಾಯಿಗಳ ಸಮೇತ ನಾಲ್ಕಾರು ಜೀಪುಗಳು ಮೈಕ್‌ನಲ್ಲಿ ಎಚ್ಚರಿಸುತ್ತ ಬಂದಾಗ ಆಗಬಹುದಾದ ದೊಡ್ಡ ಅನಾಹುತ ತಪ್ಪಿಹೋಯಿತು.

ಅಲಂಕಾರ್ ಸಂಗಡಿಗರು ಬೆಳಿಗ್ಗೆ ಬೆಳಿಗ್ಗೆ ಸಾಕಷ್ಟು ತೀರ್ಥ ಸೇವನೆ ಮಾಡಿದ್ದರಿಂದ ಆ ನಿಶೆಯಲ್ಲಿಯೇ ಇದ್ದರು. ಹೊಡೆದಾಟ, ಬಡಿದಾಟಕ್ಕೆ ಸದಾ ಸಿದ್ಧ. ಹಣವನ್ನು ನೀರಿನ ಹಾಗೆ ವ್ಯಯಿಸುವ ಅಲಂಕಾರ್ ಎಂದರೆ ಅವರಿಗೆ ಪ್ರಾಣ.

ಶ್ಯಾನುಭೋಗ್ ಷರಟು, ಪ್ಯಾಂಟಿಗೆ ಮೆತ್ತಿದ್ದ ಧೂಳು ಕೊಡವಿ ಎಳೆದೊಯ್ದ ಗಾಂಡೀವಿ. ಅವನೇನೋ ಆವೇಶದಿಂದ ಬೈಯತೊಡಗಿದ. ಆದರೆ ಲೆಕ್ಕಿಸದೆ, ಅವನನ್ನು ಪಾರು ಮಾಡಬೇಕೆನ್ನೋ ಒಂದೇ ದೃಷ್ಟಿ ಇದ್ದುದ್ದರಿಂದ ಮಾತಾಡಲಿಲ್ಲ.

ಮಾರ್ಗ ಮಧ್ಯದಲ್ಲಿ ಸಿಕ್ಕ ಒಬ್ಬ ವಿದ್ಯಾರ್ಥಿ "ಸದ್ಯಕ್ಕೆ ಹಾಸ್ಟಲ್‌ಗೆ ಬೇಡ. ಎಲ್ಲಾದ್ರೂ ಹೋಗ್ಲಿ. ಮುಂದಿನ ಸ್ಥಿತಿ ಗಮನಿಸಿ ಇನ್‌ಫಾರ್ಮ್ ಮಾಡ್ತೀವಿ. ಸುಮ್ನೆ ಹೊಡೆದಾಟ, ಬಡಿದಾಟ, ಸ್ವಲ್ಪ ಬಿಸಿ ಕಮ್ಮಿಯಾದ್ರೆ ಎಲ್ಲಾ ಸರಿಹೋಗುತ್ತೆ" ಮೊಪೆಡ್ ಕೊಟ್ಟು ಹೋದ.

ಕರೆ ತಂದಿದ್ದು ಬಸ್‌ಸ್ಟಾಂಡ್‌ಗೆ. ಗುಲ್ಬರ್ಗ ಬಸ್‌ಗೆ ಹತ್ತಿಸಿ ಕೈ ಬೀಸಿದ ಗಾಂಡೀವಿ "ನಾನು ಎಲ್ಲಾದಿಕ್ಕೂ ಪತ್ರ ಬರಿತೀನಿ. ತಕ್ಷಣಕ್ಕೆ ಬರ್ಬೇಡ" ಒಂದು ಮಾತು ಹೇಳಿದ.

ಅಷ್ಟು ಹೇಳಲು ಸಮರ್ಥನಾಗಿದ್ದ ಸದ್ಯಕ್ಕೆ.

ಸಮಾಧಾನದ ಉಸಿರು ಬಿಟ್ಟು ಹಿಂದಿರುಗಿದ.

ಹಾಸ್ಟಲ್ ಬಳಿ ಕಾದಿದವನಂತೆ ಅಲಂಕಾರ್ ಚೇಲಾ ರೆಟ್ಟೆ ಹಿಡಿದು ಭುಜದ ಮೇಲೆ ಕೈ ಹಾಕಿದ. "ಶ್ಯಾನುಭೋಗ್ ಎಲ್ಲಿ? ವೇರ್ ಈಸ್ ಶ್ಯಾನುಭೋಗ್?" ಒರಟುತನದ ಪ್ರಶ್ನೆ. ಕ್ಷಣ ಬೆನ್ನಲ್ಲಿ ಚಳಿ ಕಾಣಿಸಿಕೊಂಡಂತಾಯಿತು ಗಾಂಡೀವಿಗೆ. ಆದರೂ ಸ್ವಲ್ಪ ಅಲರ್ಟ್ ಆದ "ರೂಮಿನಲ್ಲಿರ್ಬೇಕು?" ಎಂದ. ಘರ್ಷಣೆ ಬೇಕಿರಲಿಲ್ಲ ಅವನಿಗೆ.

ಒರಟಾಗಿ ಗಾಂಡೀವಿ ಮುಖವನ್ನ ತನ್ನೆಡೆಗೆ ತಿರುಗಿಸಿಕೊಂಡು ಕೇಳಿದ "ಏಯ್, ಆಟಗಳು ನನ್ನತ್ರ ನಡ್ಯೋಲ್ಲ. ಶ್ಯಾನುಭೋಗ್ ಎಲ್ಲಿ?" ಮತ್ತದೆ ಪ್ರಶ್ನೆ. ಬುದ್ಧಿವಂತಿಕೆ ಅಗತ್ಯವೆನಿಸಿತು. ಅವನು ಗಾಂಡೀವಿಗೆ ನಾಲ್ಕು ಇಕ್ಕಿದರೂ ಯಾರೂ ಬಿಡಿಸಿಕೊಳ್ಳಲು ಬರಲಾರರು.

ನಿಶ್ಯಬ್ದವಾಗಿ ವಾಚ್ ಕಡೆ ನೋಡಿದವನು "ರೂಮಿನಲ್ಲಿ ಇರ್ತಾನೆ. ಬನ್ನಿ" ಎಂದವನು ಅವನ ಕೈಯನ್ನು ಸರಿಸಿ ಮುಂದಕ್ಕೆ ನಡೆದ. ಶ್ಯಾನುಭೋಗ್‌ನ ಬಹಳ ಚಚ್ಚಿದ್ದರು. ಬಾಯಿ, ಮೂಗಿನ ರಕ್ತವನ್ನು ತಾನೇ ಒರೆಸಿದ್ದ. ಅಂಥ ಸೀನ್ ಮತ್ತೆ ಕ್ರಿಯೇಟಾದರೆ, ಆ ಬಗ್ಗೆ ಯೋಚಿಸುತ್ತಿದ್ದ.

ತಕ್ಷಣ ಹಿಂಬಾಲಿಸಿದ ಅವನನ್ನ ತಡೆದ "ಶ್ಯಾನುಭೋಗ್ ಎಲ್ಲಿ? ನನ್ನ ಪ್ರಶ್ನೆಗೆ ಸರ್ಯಾದ ಉತ್ತರ ಬೇಕು. ನಮ್ಮ ಸಹವಾಸ ನಿಂಗೆ ಗೊತ್ತಿಲ್ಲ" ರೋಷು ಹಾಕಿದ.

ಮುಗ್ಧತೆಯನ್ನು ಹೊರಹಾಕಿತು ಗಾಂಡೀವಿ ಕಣ್ಣುಗಳು. "ನಂಗೆ ಏನೇನು ಅರ್ಥವಾಗ್ತ ಇಲ್ಲ. ರೂಮಿನಲ್ಲಿ ಇರ್ತಾನೆ ಅಕಸ್ಮಾತ್ ಎಲ್ಲಾದ್ರೂ ಹೋಗಿದ್ರೆ... ಡಿನ್ನರ್ ಹೊತ್ಗೆ ಬರ್ತಾನೆ. ಏನಾದರೂ ಸಾಲ ಕೊಡ್ಬೇಕಾ?" ಪ್ರಶ್ನಿಸಿದ. ಮುಖ ತಿರುಗಿಸಿಕೊಂಡು ಹೋದ ಅವನು.

ರೂಮಿಗೆ ಬಂದ ಗಾಂಡೀವಿ ಒಂದು ಕಡೆ ಕೂತುಬಿಟ್ಟ. ಪ್ಲೇ ಗ್ರೌಂಡ್‌ನಲ್ಲಿದ್ದ ಹೋರಾಟದ ಬಿರುಸಿಗೆ ಬಹುಶಃ ಶ್ಯಾನುಭೋಗ್ ಪ್ರಜ್ಞಾಹೀನವಾಗಿ ಆಸ್ಪತ್ರೆ ಸೇರಬೇಕಿತ್ತು. ಅದು ತಪ್ಪಿದ್ದು ಒಂದು ಸುಳ್ಳಿನಿಂದ.

ಬಾಂಬ್ ಹುಡುಕಾಟದಲ್ಲಿ ಎಲ್ಲಾ ಚದುರಿಹೋಗಿದ್ದರು. ಆಮೇಲೆ ಶ್ಯಾನುಭೋಗ್‌ನ ಹುಡುಕಾಟ ನಡೆಸಿದ್ದರು. ಮಿಂಚಿನೋಪಾದಿಯಲ್ಲಿತ್ತು ಅವರ ಹುಟುಕಾಟ. ಮತ್ತಷ್ಟು ಸದೆಬಡಿಯುವ ಹುಮ್ಮಸ್ಸು.

"ಹಿಡೀರಿ ಅವನನ್ನ" ಆಜ್ಞಾಪಿಸಿದ್ದ ಅಲಂಕಾರ್. ಆ ಕೆಲಸ ಪ್ರಾಮಾಣಿಕವಾಗಿ ಮಾಡಿದ್ದರು ಅವನ ಭಂಟರು. "ಇಷ್ಟು ಬೇಗ ಎಲ್ಲಿಗ್ಹೋದ?" ಎಲ್ಲರಲ್ಲೂ ಇದೇ ಪ್ರಶ್ನೆ.

"ಅವ್ನ ಬಾಲ ಇದ್ದಾ?" ಅಲಂಕಾರ್‌ನ ಜಬರ್ದಸ್ತು.

ಮೂರು ಜನ ಒಟ್ಟಿಗೆ ತಲೆಯಾಡಿಸಿದರು ಇಲ್ಲವೆಂದು. "ರೂಮು ಬಾಗ್ಲು ಬರೀ ಮುಚ್ಚಿತ್ತು. ಬಾತ್ ರೂಂಗೇನಾದ್ರೂ ಹೋಗಿದ್ನೇನೋ. ಪುಕ್ಕಲಾದ್ರೂ ಏನಾತಿ" ಒಬ್ಬ

ಉಸುರಿದ. ಬಾಂಬ್‌ನ ದಾಂಧಲೆಯಲ್ಲಿ ಯಾರು ಇವನನ್ನು ಗಮನಿಸಿರಲಿಲ್ಲ. ನೋಡಿದ್ದರೂ 'ಸರಿಯೋ, ತಪ್ಪೋ' ಎನ್ನುವ ಅನುಮಾನ.

ಅಷ್ಟರಲ್ಲಿ ಬಂದ ಇನ್ನೊಬ್ಬ ವಿಷಯ ಮುಟ್ಟಿಸಿದ. "ಈಗ್ಬಂದ, ನಾನು ಕೇಳಿದ್ದಕ್ಕೆ ಕೋಣೆಯಲ್ಲಿದ್ದಾನೇಂತ ಕರ್ಕೊಂಡ್ಹೋದ. ಸೋಪು, ಪೇಸ್ಟ್ ಇತ್ತು ಅವ್ನ ಕೈಯಲ್ಲಿ. ಅಂಗಡಿಗೆ ಹೋಗಿದ್ದನೇನೋ. ಅವ್ನಿಗೆ ನಡ್ದ ಗಲಾಟೆಯ ಬಗ್ಗೆ ಏನು ಗೊತ್ತಿರಲಾರ್ದು" ಸತ್ಯದ ತಲೆಯ ಮೇಲೊಡೆದಂತೆ ಹೇಳಿದ.

ಆದರೂ ಒಬ್ಬಿಬ್ಬರಿಗೆ ಅನುಮಾನ "ಜೀಪುಗಳು ಬಂದ್ಮೇಲೆ ನೋಡಿದಂಗಾಯ್ತು. ಎಲ್ಹೋಗ್ತಾನೆ ಬಿಡು ಗುರು, ಸಿಕ್ಕೇ ಸಿಕ್ತಾನೆ" ಭರವಸೆಯ ಮಾತಾಡಿದ.

ಮೂರನೆಯ ದಿನ ಅಲಂಕಾರ್‌ನ ಪಾಳ್ಯ ಎದುರಾಯಿತು ಕ್ಯಾಂಟಿನ್‌ನಲ್ಲಿ. ಒಂದು ಕಡೆ ತಣ್ಣನೆ ಕೂತು ಕೈಯಲ್ಲಿನ ಪುಸ್ತಕ ತೆಗೆದ.

ಸ್ವತಃ ಅಲಂಕಾರ್ ಬಂದು ಅವನ ಕೈಯಲ್ಲಿನ ಪುಸ್ತಕ ಕಿತ್ತುಕೊಂಡ. "ಎಲ್ಲೋ ಗುಸ್ಲು ನಿನ್ನ ರೂಂ ಮೇಟ್?" ಕೇಳಿದ. ಉತ್ತರಿಸದೆ ಅವನ ಅಡಿಯಿಂದ ಮುಡಿಯವರೆಗೂ ನೋಡಿದ. ತಣ್ಣನೆಯ ನೋಟವೆ. ಆದರೆ ವಿಚಲಿತನಾದ ಅಲಂಕಾರ್. ಆದರೂ ತೋರ್ಪಡಿಸಿಕೊಳ್ಳದೆ "ಎಲ್ಲಿ ನಿನ್ನ ದೋಸ್ತಿ? ಪರಾರಿಯಾಗ್ಬಿಟ್ನಾ?" ಅದೇ ಜಬ್ರ್ದು.

ಅವನ ಯಾವುದೇ ಪ್ರಶ್ನೆಗಳಿಗೆ ಗಾಂಡೀವಿ ಉತ್ತರ ಕೊಡದೆ ಅವನ ಕೈಯಲ್ಲಿನ ಪುಸ್ತಕ ಕಿತ್ತುಕೊಂಡು ಆರಾಮಾಗಿ ನಡೆದು ಹೋದ. ಅವನನ್ನು ಯಾರೂ ತಡೆಯಲಿಲ್ಲ. ಯಾಕೆ? ಮುಖ ಮುಖ ನೋಡಿಕೊಂಡರು. ಪ್ರೇಕ್ಷಕರಾಗ ಬಯಸಿದಂತಾದವರಿಗೆ ಮಾತ್ರ ನಿರಾಶೆ.

ಅಷ್ಟಕ್ಕೇ ಸುಮ್ಮನಾಗಲಿಲ್ಲ. ಇವನು ಬಾತ್‌ರೂಂಗೆ ಹೋಗಿದ್ದಾಗ ಇವನ ಸಮಸ್ತ ಪುಸ್ತಕಗಳನ್ನು ಒತ್ತೊಯ್ದು ಸುಟ್ಟ ವಿಷಯ ತಿಳಿದಿದ್ದು ನಂತರ. ಜೀವನದಲ್ಲಿ ಬಂದ ಮೊದಲ ಆವೇಶದಿಂದ ನಡುಗುತ್ತಿದ್ದ ಅವನು.

ಪಕ್ಕದ ರೂಂಮೇಟ್ ಅವನ ಭುಜನ ಮೇಲೆ ಕೈಯಿಟ್ಟು "ಬಿ ಕಾಮ್ ಗಾಂಡೀವಿ. ಹ್ಯಾವ್ ಪೇಷನ್ಸ್. ನಾವು ಓದಿಗಾಗಿ ಬಂದೋರು. ಅವ್ರಿಗೆ ಅದ್ರ ಅಗತ್ಯವಿಲ್ಲ. ಸುಮ್ನೇ ನಿನ್ನ ಕೆರಿಯರ್ ಹಾಳಾಗುತ್ತೆ. ಸಾಧ್ಯವಾದ್ರೆ ಉಪಾಯವಾಗಿ, ಬಡಿದು ನಿನ್ನ ರೋಷ ತೀರಿಸ್ಕೋ" ಸಮಾಧಾನ ಹೇಳಿದ್ದ. 'ಹೌದು' ಅವನಿಗೆ ತನ್ನ ಕೆರಿಯರ್, ವಿದ್ಯಾಭ್ಯಾಸ ಎಲ್ಲಾ ಮುಖ್ಯ. ತಾಯಿ ತಂದೆಯರ ಮುಂದೆ ಎಂದೂ ಅಪರಾಧಿಯಾಗಿ ನಿಲ್ಲಲಾರ. ಎಂದೂ ಅವರ ಮನ ನೋಯುವುದು ಇಷ್ಟವಿಲ್ಲ ಗಾಂಡೀವಿಗೆ.

ಎರಡು ದಿನದ ನಂತರ ಸಂಜೆ ಆರರ ಸಮಯದಲ್ಲಿ ಅಲಂಕಾರ್‌ನ ಹೆಚ್ಚು ಅಪಾಯವಾಗದಂತೆ ಮೈ ಮಾತ್ರ ನೋಯುವಂತೆ ಯದ್ವಾತದ್ವಾ ಚಚ್ಚಿದ್ದರು. ಎಂಟು ದಿನ ಮಲಗುವ ಹಾಗೆ. ಹೊಡೆದವರ ವಿಷಯ ಮಾತ್ರ ಪತ್ತೆಯಾಗಲಿಲ್ಲ.

"ಇದೆಲ್ಲ ಹೇಗಾಯ್ತು?" ಅಲಂಕಾರ್‌ನ ಕೇಳಿದ್ರೆ ಗೊತ್ತಿಲ್ಲವೆನ್ನುವಂತೆ ತಲೆಯಾಡಿಸುತ್ತಿದ್ದ.

"ಬ್ರೇಕ್‌ಅಪ್ ಆಯ್ತು. ಲೋಕಿನ ಕಾಯ್ತ ಅಲ್ಲೇ ಕೂತೆ. ಒಂದು ಬಟ್ಟೆ ಬಂದು ಮುಖ ಮುಚ್ಚಿತು. ಬಹುಶಃ ಇಡೀ ತಲೆಯನ್ನೇ ಆವರಿಸಿಬಿಟ್ಟಿತ್ತು. ನಂಗೆ ಮಿಸುಕಾಡಲಾಗಲಿಲ್ಲ. ಒಂದರ ಮೇಲೊಂದರಂತೆ ಬಿದ್ದವು ಪೆಟ್ಟುಗಳು. ಅಯ್ಯೋ... ಅಯ್ಯೋ... ಎಂಥ ಬಲವಾದ ಏಟುಗಳು" ನರಳಿದ್ದ. ವಿಷಯ ಸೀಕ್ರೇಟಾಗಿಯೇ ಉಳಿಯಿತು. ಅವನನ್ನು ಹೊಡೆದವರಾರು? ಅವನಿಗೆ ಸಾಕಷ್ಟು ಶತ್ರುಗಳು ಇದ್ದರು! ಯಾರು ಯಾರೆಂದು ಹೆಸರಿಸುವುದು? ಆದರೆ ಆ ಗಂಡು ಕೈನ ಬಡಿತಕ್ಕೆ ಬೆರಗಾಗಿದ್ದ. ಹೆದರಿದ್ದ. ಆದರೆ ಭಯವೇ ಇಲ್ಲದೆ ಹಾರಾಡುತ್ತಿದ್ದ ಅವನಲ್ಲಿ ಎಲ್ಲೋ ಒಂದು ಕಡೆ 'ಪಿಕ್' ಉಳಿಯಿತು. ಯಾರು ಹೊಡೆದದ್ದು? ಎನ್ನುವ ಪ್ರಶ್ನೆ ಎದೆಯಾಳದಲ್ಲಿ ಬೇರೂರಿ ಕಾಡತೊಡಗಿತು ಅವನನ್ನು.

ಹದಿನೈದು ದಿನದ ನಂತರ ಶ್ಯಾನುಭೋಗ್ ಹಿಂದಿರುಗಿ ಬಂದವನು ಎಚ್ಚರಿಕೆಯ ನೋಟಿಸ್ ಕಳಿಸಿದ ಅಲಂಕಾರ್‌ಗೆ. "ಎಲ್ಲಾ ಮರೆತಂತೆ ಸುಮ್ನೆ ಇದ್ರೆ ಸರಿ. ಇಲ್ಲ ಪರಿಣಾಮ ನೆಟ್ಟಗಾಗೋಲ್ಲ. ಬಿ ಕೇರ್‌ಫುಲ್."

ಬೇರೆ ಸಂದರ್ಭದಲ್ಲಿಯಾಗಿದ್ದರೆ ಕಿಡಿ ಕಾರುತ್ತಿದ್ದನೇನೋ ಅಲಂಕಾರ್ ತನ್ನ ಸಂಗಡಿಗರೊಂದಿಗೆ. ಆದರೆ ಎರಡು ಪ್ರಶ್ನೆಗಳಿಗೆ ಉತ್ತರ ಬೇಕಿತ್ತು. ಅಂದು ಶ್ಯಾನುಭೋಗ್ನ ಪಾರು ಮಾಡಿದವರಾರು? ಮುಸ್ಸಂಜೆ ಅರೆ ಕತ್ತಲಿನಲ್ಲಿ ತನ್ನ ಮುಖಕ್ಕೆ ಟವಲು ಸುತ್ತಿ ಹೊಡೆದವರಾರು? ಮೊದಲ ಪ್ರಶ್ನೆಗೆ ಉತ್ತರ ಕೆಲವರಿಗಾದರೂ ಗೊತ್ತಿತ್ತು. ಎರಡನೆಯದಕ್ಕೆ ಹೊಡೆದವನೆ ಬಂದು ಎದುರು ನಿಲ್ಲಬೇಕಿತ್ತು.

"ಏನು ಯಾರ್. ಚುರುಕು ಮುಟ್ಟಿಸೋಣ್ವಾ? ಎಷ್ಟೊಂದು ಪೊಗರು ಅವ್ನಿಗೆ?" ಒಬ್ಬ ರೋಷ ಕಾರಿದ. ಈ ಹೊಡೆದಾಟ, ದ್ವೇಷದಿಂದ ಅವರಿಗೆ ಲಾಭ!

ಪಾನ್ ಪರಾಗ್ ತಿನ್ನುತ್ತಿದ್ದ ಅಲಂಕಾರ್ ಗಂಭೀರವಾಗಿ ಯೋಚಿಸುತ್ತಿದ್ದ. ಸುತ್ತಲೂ ಕೂತ ನಿಂತವರನ್ನು ಒಬ್ಬೊಬ್ಬರನ್ನಾಗಿ ದಿಟ್ಟಿಸಿದ. ಅವನ ನೋಟದಲ್ಲಿ ಚಿರತೆಯ ತೀಕ್ಷ್ಣತೆ ಇತ್ತು.

"ಶ್ಯಾನುಭೋಗ್ ವಿಷ್ಯ ಒತ್ತಟ್ಟಿಗಿರ್ಲಿ. ಅಂದು ನನ್ನ ಹೊಡೆದವರಾರೂಂತ ಪತ್ತೆ ಆಗ್ಬೇಕು. ಆಮೇಲೆ ಮಿಕ್ಕಿದ್ದು. ಆ ಕೈನ ಬಲದ ನೆನಪಾದ್ರೆ ಮೈ ಝುಂ ಅನ್ನತ್ತೆ" ಎಂದ ಅಲಂಕಾರ್. ಅಂದಿನ ಭಯದ ಹಕ್ಕಿ ಅವನೆದೆಯಲ್ಲಿ ಹುದುಗಿ ಕುಟುಕುತ್ತಿತ್ತು.

ಎಲ್ಲಾ ಒಬ್ಬರ ಮುಖವನ್ನೊಬ್ಬರು ನೋಡಿಕೊಂಡರು. ಯಾರ ಮೇಲೆ ಅನುಮಾನ ಪಡುವುದು?

"ಶ್ಯಾನುಭೋಗ್ ಏನಾದ್ರೂ..." ಒಬ್ಬ ಬಾಯಿ ತೆರೆದ ಕೂಡಲೇ ಇನ್ನೊಬ್ಬ ತಲೆಯ ಮೇಲೆ ಮೊಟಕಿದ. "ಬಿಡು ಬಿಡು. ಹೊಡೆದಾಟದ ಮನುಷ್ಯನಲ್ಲ. ಆಳು ಆಕಾರ ಅಷ್ಟೆ" ಇನ್ನೊಬ್ಬನ ವ್ಯಾಖ್ಯಾನ. ಯಾಕೋ ಏನೋ ಅಸಹಾಯಕನಂತೆ ಒದೆ ತಿಂದಿದ್ದ.

ಅಂತು ಏನೋ ಎಂತೋ ಅಲಂಕಾರ್ ಮತ್ತು ಶ್ಯಾನುಭೋಗ್ ರಾಜಿಯಾಗಿಬಿಟ್ಟರು. ಆ ಸಂತೋಷಕ್ಕೊಂದು ಪಾರ್ಟಿ. ಮಧ್ಯವರ್ತಿಗಳು ಕುಡಿದರು. ಅಲಂಕಾರ್ ಬಿಲ್ ತೆತ್ತ. 'ನಿನಗಿಂತ ಅವ್ನು ಪ್ರಬಲನೆನಿಸಿದ್ರೆ ರಾಜಿ ಮಾಡಿಕೊಂಡ್‌ಬಿಡೋದು ಒಳ್ಳೇದು' ಅವನಪ್ಪನ

ಉಪದೇಶ. ಆದರೆ ಶ್ಯಾನುಭೋಗ್ ಇವನಿಗಿಂತ ಪ್ರಬಲನೆಂದೇನು ಪರಿಗಣಿಸಲಾರ. ಆದರೂ ಒಂದು ಯೋಜನೆ ಹಾಕಿಕೊಂಡಿದ್ದ. ಬುದ್ಧಿ, ವಿವೇಕ ಎರಡು ಇಲ್ಲ. ಛಲ ಮಾತ್ರ ಅಧಿಕ.

ರಾತ್ರಿ ಬಂದಾಗ ಹನ್ನೆರಡು ಮೀರಿತ್ತು. ಅಂತು ಹೇಗೆ ಬಂದನೋ ಹಾಸ್ಟಲ್‌ನ ಒಳಗೆ. ಅರೆ ಮೈನಲ್ಲಿದ್ದ ಶ್ಯಾನುಭೋಗ್ ಷೂಗಳನ್ನು ಬಿಚ್ಚಿ ಹಾಸಿಗೆಯ ಮೇಲೆ ಉರುಳಿದ.

"ನಮ್ಮ ಡ್ಯಾಡ್ ಹೇಳ್ತಾರೆ ನಾನು ಡೆಪ್ಯುಟಿ ಕಮೀಷನರ್ ಆಗ್ಬೇಕಂತೆ. ನಂಗೂ ಅದಿಷ್ಟ. ಕಷ್ಟಪಟ್ಟು ಓದ್ಬೇಕೂಂದರೆ ಬೇಸರ" ಆಗಾಗ ಹೇಳುತ್ತಿದ್ದ. ಆದರೂ ದಡ್ಡನಲ್ಲ. ಸೋಮಾರಿಯಲ್ಲ. ಶ್ಯಾನುಭೋಗ್ ಮನಸ್ಸು ಮಾಡಿದರೆ ಐ.ಎ.ಎಸ್. ಮಾಡಬಲ್ಲ.

ಗಾಂಡೀವಿ ತಲೆಯನ್ನು ಬಿಗಿಯಾಗಿ ಹಿಡಿದು ಕೂತ. ಅವನು ನೆನೆದಂಥ ಪರಿಸರವಾಗಲಿ, ಊಹಿಸಿಕೊಂಡ ದೇಗುಲವಾಗಲಿ ಆಗಿರಲಿಲ್ಲ ಯೂನಿವರ್ಸಿಟಿ.

ಆಮೇಲೆ ಬೆಳಗಿನವರೆಗೂ ಅವನಿಗೆ ನಿದ್ದೆ ಬರಲಿಲ್ಲ.

ಬೆಳಿಗ್ಗೆ ಐದಕ್ಕೆ ಹೋಗಿ ಸ್ನಾನ ಮುಗಿಸಿ ಬಂದು ಸಂಧ್ಯಾವಂದನೆ ಗಾಯತ್ರಿ ಮಂತ್ರ ಪಠಣ ಮುಗಿಸಿ ವಾಕ್ ಹೊರಟ. ಮಾಗಿಯ ಕಾಲ. ಚಳಿಯ ಜೊತೆ ಮಬ್ಬು ಕತ್ತಲು.

ಆಟದ ಮೈದಾನ ಸುತ್ತಿಕೊಂಡು ಮುಂದಕ್ಕೆ ನಡೆಯುತ್ತಿದ್ದಾಗ ಅವನ ಹೆಗಲ ಮೇಲೊಂದು ಕೈ ಬಿತ್ತು. ಹಿಂದಕ್ಕೆ ತಿರುಗಿದ. ಅಂದು ಮೊಪೆಡ್ ಕೊಟ್ಟ ಸ್ಟೂಡೆಂಟ್.

"ಬೆಳಗಿನ ವಾಕ್‌ಗಾ?" ಕೇಳಿದ. ಅವನು ಜಾಗಿಂಗ್ ಉಡುಪಿನಲ್ಲಿದ್ದ. "ಹಾಗೇನು ಇಲ್ಲ. ಈ ವೇಳೆ ಓದೋ ಸಮಯ. ಸುಮ್ನೇ ಬಂದೆ" ಎಂದ. ಇಬ್ಬರು ಕೂಡಿಯೇ ನಡೆದರು.

ಮಾರ್ಗ ಮಧ್ಯದಲ್ಲಿ ಒಂದು ಸುದ್ದಿ ಹೇಳಿದ ದಂಗುಬಡಿಯುವಂತೆ. "ಮೊನ್ನೆ ಸ್ಟಾಂಡ್‌ನಲ್ಲಿ ನಿಲ್ಲಿಸಿದ್ದ ನನ್ನ ಮೊಪೆಡ್‌ನ ಎತ್ಕೊಂಡ್ಹೋಗಿ, ಚೂರು ಚೂರು ಮಾಡಿ ಗುಜರಿಗೆ ಹಾಕಿದ್ದಾರೆ. ಎಲ್ಲೋ 'ಕ್ಲೂ' ಸಿಕ್ಕಿದೆ. ಈಗ ನಾನೇನಾದ್ರೂ ಆ ಬಗ್ಗೆ ಪ್ರಿನ್ಸಿಪಾಲ್, ಪೋಲೀಸರಿಗೆ ರಿಪೋರ್ಟ್ ಕೊಟ್ರೆ... ಅಪಾಯವನ್ನ ಮನೆ ಬಾಗ್ಲಿಗೆ ತಂದುಕೊಂಡಂಗೆ. ಬಹಳ ಕಷ್ಟಪಟ್ಟು ಸೆಕೆಂಡ್ ಹ್ಯಾಂಡ್ಲ್ ಮೊಪೆಡ್ ಖರೀದಿಸಿದ್ದು. ಅನ್ಯಾಯವಾಯ್ತು! ಇದೆಲ್ಲ ಯಾಕೆ ಹಳ್ಳಿಗೆ ಹಿಂದಿರುಗಿಬಿಡೋಣಾಂತ ಅನ್ನಿಸುತ್ತೆ. ಅಲ್ಲೂ ಕೂಡ ಅಲಂಕಾರ್ ಅಂಥವ್ರು ಇರ್ತಾರೆ. ಅವ್ರು ಶೋಷಿಸೋಕೆ ಕಾರಣವಿರುತ್ತೆ. ಇವ್ರಿಗೆ ಇಲ್ಲ" ನೊಂದುಕೊಂಡ.

ಇಬ್ಬರು ಹೋಟಲ್‌ನಲ್ಲಿ ಕಾಫೀ ಕುಡಿದು ಪಾರ್ಕ್‌ಗೆ ಹೋಗಿ ಕೂತರು. ತೀರಾ ಬಡತನದ ಕುಟುಂಬ ಸಂಪತ್‌ದು. ಹನ್ನೆರಡು ಜನರ ಕುಟುಂಬ ಅವರದು. ಅಷ್ಟೋ ಇಷ್ಟೋ ಇರೋ ಜಮೀನಿನಲ್ಲಿ ಹೊಟ್ಟೆ ತುಂಬಿಸಿಕೊಳ್ಳೋದು ಕೂಡ ಕಷ್ಟ. ಅವನಿದ್ದಿದ್ದು ಸಣ್ಣ ಬಾಡಿಗೆಯ ರೂಮಿನಲ್ಲಿ. ಊಟ, ತಿಂಡಿ ಸ್ವತಃ ಮಾಡಿಕೊಳ್ಳುತ್ತಿದ್ದ. ಆ ಕೋಣೆಯಲ್ಲಿ ಇನ್ನಿಬ್ಬರು ಸ್ಟೂಡೆಂಟ್ ಇದ್ದಿದ್ದರಿಂದ ಬಾಡಿಗೆ ಹಂಚಿ ಹೋಗುತ್ತಿತ್ತು. ಭವಿಷ್ಯದ ಬಗ್ಗೆ ಆಪ್ಟಿಮಿಸ್ಟ್.

ಎಷ್ಟೋ ಹೇಳಿದ. ಇವನಿಗಿಂತ ಒಂದು ವರ್ಷ ಜೂನಿಯರ್. ಈ ವರ್ಷಕ್ಕೆ ಡಿಗ್ರಿ ಮುಗಿಯುತ್ತಿತ್ತು. ಮುಂದೇನು? ಗೊಂದಲದಲ್ಲಿದ್ದ.

ಹಾಸ್ಟಲ್‌ಗೆ ಗಾಂಡೀವಿ ಹಿಂದಿರುಗಿದರೂ ಅವನ ಮನಸ್ಸಿನಲ್ಲಿ ಕೊರೆಯುತ್ತಿದ್ದುದು ಸಂಪತ್‌ನ ಮೊಪೆಡ್ ಬಗ್ಗೆ. ಬ್ಯಾಂಕ್‌ಗೆ ಹೋದವನೆ ಖಾತೆಯಲ್ಲಿದ್ದನ್ನು ಪೂರ್ತಿಯಾಗಿ ಡ್ರಾ ಮಾಡಿ ತಂದ. ಆಗಾಗ ಊರಿಗೆ ಹೋಗುತ್ತಿದ್ದರಿಂದ ಹಣವನ್ನು ನೇರವಾಗಿಯೇ ತರುತ್ತಿದ್ದ. ಬ್ಯಾಂಕ್ ಖಾತೆಯಲ್ಲಿ ಅಷ್ಟೊಂದು ಹಣವೇನು ಇರಲಿಲ್ಲ. ಕಮ್ಮಿಯಾಗಿದ್ದಕ್ಕೆ ತನ್ನ ಉಂಗುರವನ್ನು ನಿಶ್ಚಿಂತೆಯಿಂದ ಮಾರಿಬಿಟ್ಟ.

ಹೋಗಿ ಮೊಪೆಡ್‌ನೊಂದಿಗೆ ಅವನ ವಿಳಾಸವನ್ನಿಡಿದು ರೂಮು ಹುಡುಕಿಕೊಂಡು ಹೋದ. ಕೆಳಗಡೆ ಓನರ್ ಇದ್ದು ಮೇಲೆ ಪೂರ್ತಿ ಬಾಡಿಗೆಗೆ ಕೊಟ್ಟಿದ್ದರು. ಆರು ಸಪರೇಟ್ ರೂಮುಗಳು. ಅದರಲ್ಲಿ ಎರಡು ದೊಡ್ಡವು. ಒಂದಿಷ್ಟು ಕಿಚನ್. ಸಣ್ಣ ಬಚ್ಚಲಿನ ಅನುಕೂಲವಿತ್ತು. ಮಿಕ್ಕ ನಾಲ್ಕು ರೂಮುಗಳಿಗೂ ಒಂದೇ ಬಾತ್‌ರೂಂ, ಲೆಟ್ರೀನ್. ಹೊಗೆ ಬಾರದಂಥ ಒಲೆಗಳಿಂದ ಅಡಿಗೆ ಮಾಡಿಕೊಳ್ಳುವ ಪರ್ಮಿಷನ್ ಇತ್ತು.

ಸಂಪತ್ ರೂಮುಮೇಟ್ ಸ್ವಾಗತಿಸಿದವನು "ಇನ್ನೇನು ಬರೋ ಹೊತ್ತು ಕೂತಿರಿ. ಒಂದೆರಡು ಮನೆಗೆ ಟ್ಯೂಷನ್ ಹೇಳೋಕೆ ಹೋಗ್ತಾನೆ" ಎಂದು ಅವನು ಸಾಮಾನಿಗೆ ಬ್ಯಾಗ್ ಹಿಡಿದು ಹೋದ. ಅವನು ಪಿ.ಯು.ಸಿ.ಯ ಹುಡುಗ.

ಬಂದ ಸಂಪತ್‌ಗಂತು ಆಶ್ಚರ್ಯ. "ಅರೇ, ನೀವು..." ಬಹುವಚನ ಪ್ರಯೋಗ ಮಾಡಿದಾಗ "ಫಾರ್ಮಾಲಿಟೀಸ್ ಬೇಡ. ಈ ಬಹುವಚನ ಪ್ರಯೋಗ ದೂರ ನಿಲ್ಲಿಸುತ್ತೆ ಸಂಪತ್" ಸ್ನೇಹದಿಂದಲೇ ಹೇಳಿದ.

ಸಂಕೋಚವನ್ನು ಒಳಗೊಳಗೆ ನುಂಗಿಕೊಂಡ ಸಂಪತ್. ಮಾತುಕತೆಗಳ ನಡುವೆ ಪಕ್ಕದ ರೂಮಿಗೆ ಹೋಗಿ ಒಂದು ಲೋಟ ಕಾಫೀ ಹಿಡಿದು ಬಂದ.

"ಹೆಚ್ಚು ಕಡ್ಮೇ ಇಲ್ಲಿ ಎಲ್ಲಾ ಒಂದೇ. ಅಷ್ಟಿಷ್ಟು ವಯಸ್ಸಿನ ತಾರತಮ್ಯ. ಒಂದಿಬ್ಬರು ಕೆಲ್ಸದಲ್ಲಿರೋರು ಕೂಡ ಇದ್ದಾರೆ. ಆದ್ರೂ ಆರ್ಥಿಕವಾಗಿ ಹೇಳಿಕೊಳ್ಳುವಂಥ ಸ್ಥಿತಿಯಲ್ಲ. ಒಂದು ರೀತಿಯಲ್ಲಿ ಒಂದೇ ತೆಪ್ಪದಲ್ಲಿ ತೇಲುವ ಪ್ರಯಾಣಿಕರು" ನಗುತ್ತ ತಿಳಿಸಿದ.

ಜೊತೆಯಲ್ಲಿ ಬೀಳ್ಕೊಡಲು ಕೆಳಗಿಳಿದು ಬಂದಾಗ ಮೊಪೆಡ್‌ನ ಕೀಯನ್ನು ಅವನ ಕೈಯಲ್ಲಿ ಬಿಲ್‌ನೊಂದಿಗೆ ಇಟ್ಟ. ಮಿಕಿಮಿಕಿ ನೋಡಿದಾಗ ಸಂಪತ್ ಭುಜದ ಮೇಲೆ ಕೈಯಿಟ್ಟು ನಲ್ಮೆಯಿಂದ ನುಡಿದ. "ಈ ಮೊಪೆಡ್ ನಿನ್ದೇ. ಆ ಮೊಪೆಡ್ ಧ್ವಂಸವಾಗಿ ಹೋಗೋಕೆ ನೇರವಾಗಿ ಕಾರಣ ನಾನೇ. ನಮ್ಮಿಬ್ರ ಪ್ರಾಣ ಉಳ್ಸಿದ್ರಿ. ನೆನಪಿಗಾಗಿ ಇರ್ಲೀ. ಇನ್ನೊಂದ್ಮಾತ್ಬೇಡ" ಮಾತಿಗೆ ಅವಕಾಶ ಕೊಡದೆ ಹೊರಟ.

ಇವನು ಬಂದಾಗ ಸಿಗರೇಟು ಸೇದುತ್ತಿದ್ದ ಶ್ಯಾನುಭೋಗ್ ಹೊರಗೆಸೆದು "ಎಲ್ಲಿ ಪರಾರಿಯಾಗಿದ್ದೆ? ಇಡೀ ದಿನ ನಿನ್ನ ದರ್ಶನವಿರ್ಲಿಲ್ಲ" ಕಾಲು ಮೇಲೆ ಕಾಲು ಹಾಕಿ ಹಿಂದಕ್ಕೊರಗಿದ.

"ಒಂದಿಷ್ಟು ಮುಖ್ಯವಾದ ಕೆಲ್ಸವಿತ್ತು" ಪ್ಯಾಂಟ್ ಬಿಚ್ಚಿ ಧೋತಿಯುಟ್ಟು ತನ್ನ ಮಂಚದ ಮೇಲೆ ಕೂತ. ಮತ್ತೆ ಒಂದು ಸಿಗರೇಟು ಹಚ್ಚಿಕೊಂಡ ಶ್ಯಾನುಭೋಗ್ "ಗಾಂಡೀವಿ. ಬಹುಶಃ ನನ್ಮೇಲೆ ಅಲಂಕಾರ್‌ಗೆ ಒಂದಿಷ್ಟು ಅನುಮಾನ ಇದೇಂತ ಕಾಣುತ್ತೆ. ಅಂದು ಅವ್ನಿಗೆ ಬಿದ್ದ ಹೊಡೆತಗಳಿಗೆ ನಾನು ಕಾರಣ ಅನ್ನೋ ತರಹ. ನಾನು ಆರಾಮಾಗಿ ಗುಲ್ಬರ್ಗದಲ್ಲಿದ್ದೆ" ಹೇಳಿದ. ಇವನೇನು ತಲೆ ಕೆಡಿಸಿಕೊಳ್ಳಲಿಲ್ಲ.

"ಇಷ್ಟೆಲ್ಲ ಅವರಿವ್ರ ಮೇಲೆ ಅನುಮಾನವೇಕೆ? ಅಂದೇ ಪೊಲೀಸ್ ಕಂಪ್ಲೇಂಟ್ ಕೊಟ್ಟಿದ್ರೆ ಅಪರಾಧಿನ ಹಿಡ್ಯೋ ಪ್ರಯತ್ನ ಮಾಡಿರ್ತಾ ಇದ್ರು" ಎಂದ ಉತ್ಪ್ರೇಕ್ಷೆಯಿಂದ. ಇದು ಅನವಶ್ಯಕವಾದ ಮಾತುಗಳು ಗಾಂಡೀವಿಗೆ.

ಮತ್ತೆ ಸಿಗರೇಟು ಎಸೆದ ಶ್ಯಾನುಭೋಗ್ "ನಿಂಗೆ ಅಲಂಕಾರ್ ಬಗ್ಗೆ ಗೊತ್ತಿಲ್ಲ. ಮಾಜಿ ಮಂತ್ರಿ ಮಗ. ಒಳ್ಳೆ ಪೊಲಿಟಿಕಲ್ ಬ್ಯಾಗ್ರೌಂಡ್ ಇದೆ. ಅದ್ಕೇ ಅಷ್ಟೊಂದು ಪೊಗರು. ನಾನು, ನೀನು ಇಬ್ರೂ ಬೇರೆ ಕಡೆಯಿಂದ ಬಂದೋರು. ಅವ್ನು ಇಲ್ಲಿನವ್ನು" ಮತ್ತೆ ಉಸುರಿದ.

ಸ್ವಲ್ಪ ಸೀರಿಯಸ್ಸಾಗಿ ನೋಡಿದ ಗಾಂಡೀವಿ "ಬಿಡು, ನಂಗೆ ಅವ್ನ ವಿಷ್ಯ ಮಾತಾಡೋಕೆ ಇಂಟರೆಸ್ಟಿಲ್ಲ. ಇಂಥ ಜನ ಸಾಕಷ್ಟು ಮಂದಿ ಇರ್ತಾರೆ ಅನ್ನೋದು ಅನುಭವಕ್ಕೆ ಬಂದಿದೆ. ನೀನ್ಯಾಕೆ ಅವ್ನ ಅನುಮಾನಕ್ಕೆ ಕೇರ್ ಮಾಡ್ತಿ. ಎನೀ ವೇ ಒಂದಿಷ್ಟು ದೂರ ಇರು" ಟವಲು ಹೆಗಲ ಮೇಲೆ ಹಾಕಿಕೊಂಡು ಬಾತ್‌ರೂಮಿಗೆ ಹೋದ.

ಸಂಜೆ ವಾಕ್ ಮುಗಿಸಿಕೊಂಡು ಹಾಸ್ಟಲ್‌ಗೆ ಹಿಂದಿರುಗುತ್ತಿದ್ದಾಗ ಅಲಂಕಾರ್ ತನ್ನ ಹೊಸ 'ಹೀರೋ ಹೊಂಡ' ದಿಂದ ಇಳಿದ ಸ್ಟೈಯಲ್ಲಾಗಿ. ಒಂದಿಬ್ಬರು ಬಾಡಿಗಾರ್ಡ್‌ಗಳು. ಅಂತು ಒಂಟಿಯಾಗಿ ಓಡಾಡುವ ಅಭ್ಯಾಸವಿಲ್ಲವೋ, ಧೈರ್ಯವಿಲ್ಲವೋ.

ಒಬ್ಬ ಇಳಿದು ಬಂದ. "ಅಲಂಕಾರ್ ನಿನ್ಹತ್ರ ಮಾತಾಡ್ಬೇಕಂತೆ" ಹೇಳಿದ. ಒಮ್ಮೆ ಅವನನ್ನ ಅಲಂಕಾರ್‌ನ ಬದಲಿಸಿ ಬದಲಿಸಿ ನೋಡಿದವನು "ಬನ್ನಿ ಮಾತಾಡೋಣ! ಇವೆಲ್ಲ ಇರ್ಬೇಕಾ?" ಅವನ ತುಟಿಯಂಚಿನಲ್ಲಿ ಕಿರುನಗು. ಕಣ್ಣುಗಳಲ್ಲಿ ಆತ್ಮವಿಶ್ವಾಸದ ಸಾತ್ವಿಕ ಕೋಲ್ಮಿಂಚು.

"ನನ್ನೊತೆ ಬಾ" ಎಂದ ಅಲಂಕಾರ್. ನಾಲ್ಕು ಹೆಜ್ಜೆ ಮುಂದಕ್ಕೆ ನಡೆದ ಗಾಂಡೀವಿ ನಿಂತು ಕತ್ತು ತಿರುಗಿಸಿ ತಲೆ ಅಲ್ಲಾಡಿಸಿದ. "ನಿಮ್ಗೆ ನನ್ಹತ್ರ ಮಾತಾಡೋ ಅಗತ್ಯವಿರೋದ್ರಿಂತ ನನ್ನ ರೂಲುನ ಪಾಲಿಸಬೇಕು. ನಿಮ್ಮ ಅಗತ್ಯ ಬಿದ್ದಾಗ ನಾನೇ ಹುಡ್ಕಿಕೊಂಡ್ ಬರ್ತೀನಿ. ಆಗ ನಿಮ್ಮ ಮಾತುನ ಫಾಲೋ ಮಾಡೋ ಅಗತ್ಯ ಇರುತ್ತೆ. ಇನ್ನ ನಿಮಿಷ್ಟ. ಬೇಕೂನಿಸಿದ್ರೆ ನನ್ನ ರೂಮಿಗೆ ಬನ್ನಿ" ನಡೆದೇಬಿಟ್ಟ.

"ನೋಡಿದ್ಯಾ ಗುರು. ಅವ್ನ ಅಹಂಕಾರಾನ!" ಇನ್ನೊಬ್ಬ ರೊಚ್ಚಿಗೆಬ್ಬಿಸಲು ನೋಡಿದ. ಅವನಪ್ಪ ಹಿಂದಿನ ರಾತ್ರಿ ಕರೆದು ಹೇಳಿದ್ದ. "ಈ ಸಲ ನಂಗೆ ಪಾರ್ಟಿಯಿಂದ ಟಿಕೆಟ್ ಸಿಗ್ಬಹುದ್ದು. ನೀನು ಎಲ್ಲಾದ್ರೂ ಸಣ್ಣ ಗಲಾಟೆ ಮಾಡಿದ್ರೆ... ಗುಲ್ಲೆಬ್ಬಿಸಿ ನಂಗೆ ಆಗದವ್ರು ಟಿಕೆಟ್ ಸಿಗ್ದಂಗೆ ಮಾಡ್ಬಿಡ್ತಾರೆ. ಯಾವ್ದೇ ಗಲಾಟೆ, ಹೊಡೆದಾಟ ಆಗ್ಬಾರ್ದು. ನಿನ್ನ ಪುಂಡಾಟದಿಂದ

ನೊಂದವ್ರು ಸಮಯ ಕಾಯ್ತ ಇದ್ದಾರೆ" ಆ ಎಚ್ಚರಿಕೆಯನ್ನ ಪಾಲಿಸುವುದು ಅಗತ್ಯವಾಗಿತ್ತು. ಆವೇಗ, ಉದ್ಧಟತನವನ್ನು ಅದುಮಿಟ್ಟು ಹೀರೋ ಹೊಂಡದಿಂದ ಕಣ್ಣು ಸನ್ನೆಯಿಂದಲೇ ಸ್ಟಾಂಡ್ ಹಾಕಲು ತಿಳಿಸಿ "ನಾನೇ ಹೋಗಿ ಮಾತಾಡ್ತರ್ತೀನಿ" ಹೇಳಿ ಹೋದಾಗ ಅವನ ಹಿಂಬಾಲಕರು ಎಂಟನೇ ಅದ್ಭುತ ಕಂಡವರಂತೆ ಕಣ್ಣು, ಬಾಯಿ ಬಿಟ್ಟರು.

ಅಲಂಕಾರ್‌ನ ಬರುವು ಅನಿರೀಕ್ಷತವೇ ಗಾಂಡೀವಿಗೆ. "ಬನ್ನಿ ಅಲಂಕಾರ" ಛೇರಾ ಮೇಲಿನ ಟವಲನ್ನು ಮಡಚಿ ಮಂಚದ ಸ್ಟಾಂಡ್‌ಗೆ ಹಾಕಿ ಕೂಡಲು ವ್ಯವಸ್ಥೆ ಮಾಡಿಕೊಟ್ಟ.

ಒಮ್ಮೆ ನೋಟ ಹರಿಸಿ ಕೂತ ಅಲಂಕಾರ್. ಉದ್ದ ಕೂದಲು, ವಿಚಿತ್ರವಾದ ಕ್ರಾಪ್. ವಿಕ್ಷಿಪ್ತ ವ್ಯಕ್ತಿತ್ವವೆನಿಸಿತು. ಅದಕ್ಕೆ ಹಲವು ಹತ್ತು ಕಾರಣಗಳು ಇರಬಹುದು.

"ಎಲ್ಹೋದ ಶ್ಯಾನುಭೋಗ್?" ಕೇಳಿದ. ದನಿಯಲ್ಲಿ ಅಹಂಕಾರದ ಮೇರು. ಜೀವನದಲ್ಲಿ ಇಂಥ ವ್ಯಕ್ತಿ ಒಮ್ಮೆ ಪೆಟ್ಟು ತಿಂದರೆ ಮೇಲಕ್ಕೇರನೆಂಬುದು ಸತ್ಯ. ಕೆಟ್ಟ ಧೈರ್ಯವೇ ವಿನಃ ಆತ್ಮವಿಶ್ವಾಸವಿಲ್ಲ. ಬರೀ ಅಹಂಭಾವ.

ಒಂದು ಬಿಸ್ಕತ್ ಪ್ಯಾಕೊಡೆದು ಗಾಜಿನ ಪ್ಲೇಟ್‌ನಲ್ಲಿ ಸುರಿದು ಅಲಂಕಾರ್ ಮುಂದಿಟ್ಟ. "ಬಂದಿದ್ದರೇನೋ ರೂಮಿಗೆ. ಇಂದು ನನ್ನ ಸಲುವಾಗಿ ಬಂದಿರೋದ್ರಿಂದ ನನ್ನ ಅತಿಥಿ. ಸದ್ಯಕ್ಕೆ ಇಷ್ಟೇ ಆತಿಥ್ಯ" ಗಾಜಿನ ಹೂಜಿಯಲ್ಲಿದ್ದ ನೀರನ್ನು ಗ್ಲಾಸಿಗೆ ಬಗ್ಗಿಸಿ ಅವನ ಮುಂದಿಟ್ಟ.

"ಶ್ಯಾನುಭೋಗ್ ಎಲ್ಹೋದ?" ಅದೇ ಪ್ರಶ್ನೆ.

"ಹೌದಲ್ವಾ. ಮತ್ತೆ ಅದೇ ಪ್ರಶ್ನೆನ ರಿಪೀಟ್ ಮಾಡ್ಬೇಕಾಯ್ತು. ಹೀಗೆ ಓಡಾಟ, ಎಲ್ಹೋಗಿರ್ತಾರೆ. ಎಂಟರ ಒಳ್ಗೇ ಹಾಸ್ಟಲ್‌ನಲ್ಲಿ ಇರ್ತಾರೆ. ಏನಾದ್ರೂ ಹೇಳ್ಬೇಕಿತ್ತಾ?" ಏರು ತಗ್ಗು ಇಲ್ಲದೆ ನಿಧಾನವಾಗಿ ಜುಳು ಜುಳು ಹರಿಯುವ ದನಿಯಲ್ಲಿ ಹೇಳಿದ. ಈಗ ಅಲಂಕಾರ್‌ನ ಕಂಡರೆ ಅವನಿಗೇನು ಭಯವಿಲ್ಲ. ಒಂದು ರೀತಿಯ ಸಹಾನುಭೂತಿ.

ಗರ್ಜಿಸಬಲ್ಲ. ಆರ್ಭಟಿಸಬಲ್ಲ. ಅವಿವೇಕಗಳ ಜೊತೆ ಉಡಾಫೆಗೆ ಉಬ್ಬಬಲ್ಲ. ಸ್ವಲ್ಪ ಸ್ವಲ್ಪಕ್ಕೂ ರೊಚ್ಚಿಗೇಳಬಲ್ಲ. ಆದರೆ ಬುದ್ಧಿ ಇರುವವರೊಡನೆ, ವಿವೇಕಿಗಳೊಡನೆ ಹೇಗೆ ಮಾತನಾಡಬೇಕೆಂದು ಮಾತ್ರ ಗೊತ್ತಿಲ್ಲ.

ತಟ್ಟನೆ ಎದ್ದವನೆ ದುರು ದುರು ನೋಡಿ ಸುಮ್ಮನೆ ಹೋಗಿಬಿಟ್ಟ. ಧೈರ್ಯವಂತನನ್ನು ಕ್ರೂರ ಪ್ರಾಣಿಗಳು ಸಹ ಮುಟ್ಟಲು ಒಂದೆರಡು ಸಲ ಹಿಂದು ಮುಂದು ನೋಡುತ್ತೆ.

* * *

ಅಣ್ಣ, ಅತ್ತಿಗೆ, ಅವರ ಮಗಳು ಬಂದಿರುವುದು ಅಲಮೇಲು ಅವರಿಗೆ ಸಡಗರದ ವಿಷಯದ ಜೊತೆ ಇಂದು ಗಾಂಡೀವಿ ಕೂಡ ಬರುವವನಿದ್ದ. ಕಾಲೇಜಿಗೆ ಸೇರಿಕೊಂಡ ಮೇಲೆ ಅವನು ಬರುತ್ತಿರುವದು ಅಪರೂಪವೇ. ಆಗಾಗ ಬರದಂತೆ ಕಟ್ಟುನಿಟ್ಟು ಹೇರಿದ್ದರೂ ಮಗನ ಮೇಲೆ ಅಯ್ಯರ್. ಇಲ್ಲಿನ ಗೀಳು, ಓಡಾಟ ಓದಿನ ಶ್ರದ್ಧೆಯನ್ನು ಕಡಿಮೆ ಮಾಡುತ್ತದೆಯೆಂದು ಅವರ ಅನಿಸಿಕೆ. ಅವರಿಗೆ ಗೊತ್ತಿದ್ದುದ್ದು ನೇರ ಮಾರ್ಗ, ಧರ್ಮ

ಮಾರ್ಗ.

ಅತ್ತಿಗೆ, ನಾದಿನಿಯರು ಅಡಿಗೆ ಮನೆ ಸೇರಿಬಿಟ್ಟಿದ್ದರು. ಪುಳಿಯೋಗರೆ ಗೊಜ್ಜು ಕುದಿಸುತ್ತಿದ್ದ ಅಲಮೇಲು ಕಾಯಿ ತುರಿಯುತ್ತಿದ್ದ ಅತ್ತಿಗೆಗೆ ಹೇಳಿದರು.

"ಈಗ ಕಣ್ಣಾ, ಎಷ್ಟು ಚೆನ್ನಾಗಿ ಆಗಿದ್ದಾನೆ. ಪಟ್ಟಣದ ಗಾಳಿ, ನೀರು ಒಳ್ಳೆ ಬಣ್ಣ ಬಂದಿದೆ. ಆದರೆ ಮೊದ್ಲಿನಷ್ಟು ಊಟ ಮಾಡೋಲ್ಲ."

ತುರಿದ ಕಾಯಿಯ ತಟ್ಟೆಯನ್ನ ಪಕ್ಕಕ್ಕೆ ತೆಗೆದಿಟ್ಟು ಈಳಿಗೆ ಮಣೆಯನ್ನು ಸ್ವಸ್ಥಾನಕ್ಕೆ ಸೇರಿಸಿ ಎದ್ದ ಮಹೇಶ್ವರಿ ಒಂದು ಸಣ್ಣದಾದ ನಿಟ್ಟುಸಿರು ದಬ್ಬಿದರು.

"ಓದಿದ್ದು ಸಾಕಿತ್ತು! ಮಾಡೋಷ್ಟು ಕೆಲ್ಸ ಇತ್ತು. ಈ ವರ್ಷನೇ ಕಲ್ಯಾಣ ಮುಗ್ಸಿಬಿಡೋ ಇರಾದೆ ನಮ್ಮದಾಗಿತ್ತು. ಮತ್ತೆ ಎರ್ಡು ವರ್ಷ ಕಾಯೋ ಕಷ್ಟ" ಆಕೆಯ ಸಮಸ್ಯೆಯನ್ನು ಹೇಳಿಕೊಂಡಾಗ ನಕ್ಕುಬಿಟ್ಟರು ಅಲಮೇಲು.

"ನಿನ್ನ ಅಳಿಯ ಕಲಿತಷ್ಟೂ ಒಳ್ಳೇದಲ್ವಾ! ಈಗಿನ ಸ್ಥಿತಿ ಹೆಚ್ಚಿನ ಓದು ಬರಹ ಬೇಕು. ನೈಮಿಪುರದ ಕೆಲವು ಹುಡುಗ್ರು ಓದಿ ಬಂದಿದ್ದಾರೆ. ನಾಲ್ಕಾರು ಸಲ ಏನೇನೋ ಹೇಳೋಕ್ಬಂದ್ರು. ಇವ್ರಿಗೆ ಇಷ್ಟವಾಗ್ಲಿಲ್ಲ. ಊರಿಗೆಲ್ಲ ವಿದ್ಯೆ ಹೇಳಿಕೊಡ್ತಾ ಇದ್ದ ಮನೆತನ. ಹಾಗೇ ಇರ್ಬೇಕು ಅನ್ನೋ ಆಸೆ ಕೂಡ" ಮಗ ಸಿಟಿಗೆ ಓದೋಕೆ ಹೋದುದರ ಸರಿಯಾದ ಕಾರಣ ಹೇಳಿದರು ಅತ್ತಿಗೆಗೆ.

ಕುದಿಯುವ ಹುಳಿಗೆ ಕಾಯಿತುರಿ ಸುರಿದ ಮಹೇಶ್ವರಿ "ಅದು ಸರಿ ಅನ್ನು ಒಂದಿಷ್ಟು ಬೇಗ ಕಲ್ಯಾಣವಾಗಿದ್ರೆ ನಮ್ಮ ಜವಾಬ್ದಾರಿ ಕಮ್ಮಿ ಆಗ್ತಾ ಇತ್ತು" ಹೇಳಿಕೊಂಡರು.

ಅಷ್ಟರಲ್ಲಿ ದಾಕ್ಷಾಯಣಿ, ಸುಭದ್ರ ಕೂಡಿಯೇ ಬಂದರು. ಅಲಮೇಲು ಅಣ್ಣನ ಮಗಳು ಸುಭದ್ರ ಗಾಂಡೀವಿಗೆ ಗೊತ್ತಾದ ವಧು. ಇದು ಎರಡು ಮನೆತನಗಳು ಕೂಡಿ ನಿಶ್ಚಯಿಸಿರುವುದು. ಮಾತು ಪಕ್ಕಾ ಮಾಡುವಾಗ ಒಪ್ಪಿಗೆ ಕೊಡುವಷ್ಟು ಕಿರಿಯರು ಬೆಳೆದಿರಲಿಲ್ಲ. ಆಮೇಲೆ ಅವರೇನು ವಿರೋಧಿಸಲಿಲ್ಲ. ದೊಡ್ಡವರು ಮೂಡಿಸಿದ ಛಾಪು ದಿನಗಳು ಕಳೆದಂತೆ ಪ್ರೇಮದ ಮೊಳಕೆಯಾಗೊಡೆದು ಯೌವನ ಸಹಜವಾದ ಆಸೆ, ಆಕಾಂಕ್ಷೆಯಲ್ಲಿ ಮುಕ್ತಾಯವಾಗಿತ್ತು.

ಪುಳಿಯೋಗರೆ ಇಳಿಸಿಟ್ಟ ಅಲಮೇಲು ಸುಭದ್ರನ ನೋಡಿದವರು "ಚೆನ್ನಾಗಿ ಬಿಸಿಲಲ್ಲಿ ಸುತ್ತಾಡಿ ಬಂದಿದ್ದೀರಾ. ಆ ಗಾಂಡೀವಿಗಂತು ತೋಟ, ಜಮೀನೂಂದ್ರೆ ಪ್ರಾಣ. ಮದ್ವೆಯಾದ್ಮೇಲೆ ಮೂರ್ಹೊತ್ತು ಅಲ್ಲೇ ಇದ್ಬಿಡ್ತೀರೇನೋ" ಹಾಸ್ಯ ಮಾಡಿದರು. ಅಣ್ಣನ ಮಗಳು ಸೋದರ ಸೊಸೆಯೆಂದರೆ ಅವರಿಗೆ ತುಂಬ ಇಷ್ಟ. ಅವಳು ಈ ಮನೆಯಲ್ಲಿ ಶಾಶ್ವತವಾಗಿ ಉಳಿಯೋ ದಿನಕ್ಕಾಗಿ ಕಾಯುತ್ತಿದ್ದರು.

ಲಜ್ಜೆಯ ಬೆಳದಿಂಗಳಲ್ಲಿ ಮಿಂದ ಮುಖ ಮತ್ತಷ್ಟು ಚೆಂದವಾಯಿತು. ತಲೆ ತಗ್ಗಿಸಿದಳು. ಗಾಂಡೀವಿ ಬಗ್ಗೆ ಭವ್ಯವಾದ ಅತ್ಯಂತ ನವಿರಾದ ಕನಸುಗಳು ಅವಳದು.

"ಅಬ್ಬ, ಇಷ್ಟೊಂದು ನಾಚ್ಕೊಂಡ್ತೀಗ್ರೆ! ಅತ್ತೆ ಮಗ ಅಷ್ಟೊಂದು ದೂರವೇನಲ್ಲ"

ನವಿರಾಗಿ ನುಡಿದರು ಅಲಮೇಲು. ಪುಳಿಯೋಗರೆ ಗೊಜ್ಜುನ ಸುವಾಸನೆ ಈ ದೊಡ್ಡ ಮನೆ ದಾಟಿ ಹೊರಗೂ ಹರಡಿತು. "ಅಯ್ಯರ್ ಮನೆ ಪುಳಿಯೋಗರೆ ಗೊಜ್ಜುನ ವಾಸ್ನೆ..." ನೈಮಿಪುರದ ಜನ ಮೂಗರಳಿಸುತ್ತಿದ್ದರು. ಒಂದಲ್ಲ ಒಂದು ದಿನ ರುಚಿ ನೋಡಿದವರೆ.

ಕೃಷ್ಣ ಜನ್ಮಾಷ್ಟಮಿಯಂದು ಚಕ್ಕುಲಿ, ಉಂಡೆಯ ಜೊತೆ ಪುಳಿಯೋಗರೆ ಸಮಾರಾಧನೆ ಬಂದವರಿಗೆಲ್ಲ. ಹಿಂದಿನಿಂದ ನಡೆದುಕೊಂಡು ಬಂದಂತೆ ರಾಮನವಮಿ, ಗೋಕುಲಾಷ್ಟಮಿ. ಶಿವರಾತ್ರಿಯನ್ನು ಅತ್ಯಂತ ನಿಯಮ ನಿಷ್ಠೆಯಿಂದ ಆಚರಿಸುತ್ತಿದ್ದರು. ಇಂದಿಗೂ ಅದೇ ಸಂಪ್ರದಾಯವೇ.

ಒಳಕ್ಕೂ ಹೊರಕ್ಕೂ ದಾಕ್ಷಾಯಣಿ ಓಡಿಯಾಡಿದ್ದೆ. ಅಣ್ಣನನ್ನು ಕಾಣುವ ಕಾತುರ, ಆತುರ. ತಾಯಿ ತಂದೆಯರು ತುಂಬ ಹಿರಿಯರು ಅನ್ನುವ ಭಯದ ಜೊತೆ ಗೌರವ. ಜೊತೆಯಲ್ಲಿ ತೀರಾ ಸ್ನೇಹದಿಂದ ದೂರವಿಟ್ಟರೂ ಗಾಂಡೀವಿಯೊಂದಿಗೆ ತೀರಾ ಸಲಿಗೆ. ಮಾತಾಡಿಸುತ್ತಿದ್ದಳು. ಕೆಲವೊಮ್ಮೆ ಜಗಳವಾಡುತ್ತಿದ್ದಳು. ಸುಂದರವಾದ ನೈಮೀಪುರ ಅಣ್ಣನಿಲ್ಲದಿದ್ದರಿಂದ 'ಬಿಕೋ' ಎನ್ನುತ್ತಿತ್ತು ಅವಳ ಪಾಲಿಗೆ.

"ಅಮ್ಮ, ಬಸ್ಸು ಬಂತು" ಜರಿಯ ಲಂಗ ಚಿಮ್ಮುತ್ತ ಓಡಿದವಳು ತಂದೆಯನ್ನು ನೋಡಿ ಗಕ್ಕನೆ ನಿಂತಳು. ಅವರ ಹುಬ್ಬೇರಿತೆಂದರೆ ಮುಗಿದುಹೋಯಿತು. "ಎಲ್ಲಿಗೆ ಹೊರಟಿರೋದು. ಬೆಳಗ್ನಿಂದ ತೋಟದಲ್ಲಿ ಸುತ್ತಿದ್ದು ಸಾಲ್ದಾ! ನಡೀ ಒಳ್ಗೇ" ಮುಖ ಗಂಟಾಕಿದರು. ಹೆಜ್ಜೆಯ ಮೇಲೆ ಹೆಜ್ಜೆಯಿಡುತ್ತ ಒಳಗೆ ಹೋದವಳು ಪಕ್ಕದ ಉಗ್ರಾಣಕ್ಕೆ ಸರಿದು ಅವರು ತಮ್ಮ ಕೋಣೆಗೆ ಹೋದ ಕೂಡಲೇ ಹೊರಗೆ ಬಂದಳು.

ಬಿಸಿಲಿಗೆ ಕಣ್ಣುಗಳನ್ನು ಕಿರಿದುಗೊಳಿಸಿ ಬಸ್ಸಿನತ್ತ ನೋಟ ಚೆಲ್ಲಿದಳು. ಇಳಿದಿದ್ದು ಗಾಂಡೀವಿನೆ. ಮಿನುಗುವ ನಸು ಹಸುರಿನ ಫುಲ್ ಷರಟು ತೊಟ್ಟು ಬಿಳಿಯ ಪ್ಯಾಂಟ್‌ನೊಳಕ್ಕೆ ಟರ್ಪ್ ಮಾಡಿ ಕಣ್ಣಿಗೆ ತಂಪು ಕನ್ನಡಕ ಹಾಕಿ ಇಳಿದ. ಈಗಾಗಲೇ ಸುಭದ್ರ ಬಂದಿರುವ ಸುದ್ದಿ ಮುಟ್ಟಿದ್ದರಿಂದ ಚೆನ್ನಾಗಿ ಕಾಣಿಸಿಕೊಳ್ಳುವ ಅಪರಿಮಿತ ಉತ್ಸಾಹ ಅವನದು. ಆದರೂ ತಂದೆಯ ಬಗ್ಗೆ ಒಂದಿಷ್ಟು ಹೆದರಿಕೆಯೆ.

ಅರ್ಧ ದಾರಿಗೆ ಬಂದ ದಾಕ್ಷಾಯಣಿಯ ಕೆನ್ನೆ ಹಿಂಡಿದವನು ಬಗ್ಗಿ ತಂದೆಯ ಬಗ್ಗೆ ವಿಚಾರಿಸಿದವನು ಕೂಲಿಂಗ್ ಗ್ಲಾಸ್ ತೆಗೆದು ಜೇಬಿಗಿರಿಸಿ ಮುಖದ ಮೇಲಿನ ಉತ್ಸಾಹ, ಉಲ್ಲಾಸ ಕಡಿಮೆ ಮಾಡಿಕೊಂಡು ನಮ್ರತೆ ತುಂಬಿದ.

"ನೀನು ತುಂಬ ಚೆನ್ನಾಗಿ ಕಾಣ್ತೀಯಾ!" ದಾಕ್ಷಾಯಣಿ ಹೇಳಿದಾಗ ಜಡೆ ಎಳೆದು "ಏನಿಲ್ಲ. ಈ ಬಟ್ಟೆಗಳ ರಂಗು ಮುಖಕ್ಕೇರಿದೆ. ಬದಲಾಯಿಸಿ ಆರಾಮಾಗಿ ಪಂಚೆಯುಟ್ಟು ತೋಟಕ್ಕೆ ಇಳಿದ್ರೆ ಮಾಮೂಲಿ ಗಾಂಡೀವಿನೇ. ಏನು ವಿಶೇಷ?" ಸುಭದ್ರ ಬಂದಿದ್ದಾಳೋ ಇಲ್ಲವೋ ಎನ್ನುವ ಕೂತೂಹಲ.

"ಏನಿಲ್ಲಪ್ಪ. ಅಮ್ಮ ಪುಳಿಯೋಗರೆ ಗೊಜ್ಜು ಕುದಿಸ್ತಾ ಇದ್ದಾರೆ. ಅತ್ತೆ ಸೌತೆಕಾಯಿ ಹಚ್ತಾ ಇದ್ದಾರೆ ಕೋಸಂಬರಿಗೆ. ಸುಭದ್ರ ಅತ್ತಿಗೆ..." ಸುಮ್ಮನಾದಳು. ಅಯ್ಯರ್ ಆ ವೇಳೆಗೆ

ಬಾಗಿಲಿಗೆ ಬಂದರು ಪಂಚೆಯ ತುಂಡನ್ನು ಸೊಂಟಕ್ಕೆ ಸುತ್ತುತ್ತ. ಅಂತು ಮಗ ಬರುತ್ತಿರುವುದು ಕಣ್ಣು ಕಿರಿದು ಮಾಡಿ ಮನದಟ್ಟು ಮಾಡಿಕೊಂಡರು. ಅವರ ಮುಖದ ಮೇಲೆ ಒಂದು ರೀತಿಯ ಪ್ರಸನ್ನತೆ ಅರಳಿತು.

ಕಣ್ಣಲ್ಲಿ ನೀರು ತುಂಬಿಕೊಂಡು ಕೋಣೆಗೆ ಹೋಗಿ ತೊಡೆದುಕೊಂಡರು. ರಾಮಾಯಣ, ಮಹಾಭಾರತವನ್ನು ಜೀವನ ಪಾಠವೆನ್ನುವಂತೆ ಓದಿಕೊಂಡವರು.

ಗಾಂಡೀವ ಮಹಾವೀರ್ಯವುಳ್ಳ ಧನಸ್ಸು. ಯಶಸ್ಸನ್ನು ಕೀರ್ತಿಯನ್ನು ಹೆಚ್ಚಿಸುವಂಥ ಸಾಮರ್ಥ್ಯವುಳ್ಳದ್ದು. ಬೇರಾವ ಶಸ್ತ್ರಾಸ್ತ್ರಗಳಿಂದ ಅದನ್ನು ಘಾತಪಡಿಸಲು ಸಾಧ್ಯವಾಗದ ಧನಸ್ಸು. ನಾನಾ ವರ್ಣಗಳಿಂದ ಪ್ರಕಾಶಿಸುತ ಶತ್ರು ಸೈನ್ಯವನ್ನು ಧೂಳೀಪಟ ಮಾಡಿ ಲಕ್ಷ ಧನಸ್ಸುಗಳು ಇದಕ್ಕೆ ಸಾಟಿಯಾಗಲಾರದಂಥ ದಿವ್ಯ ಧನಸ್ಸು ಗಾಂಡೀವ. ಮಹಾಭಾರತ ಯುದ್ಧದಲ್ಲಿ ವಿಜೃಂಭಿಸಿ ಇಡೀ ಕೌರವರ ಪತನಕ್ಕೆ ಕಾರಣವಾದ ತನಗೆ ತಾನೇ ಸಾಟಿಯಾದ ಧನಸ್ಸು ಗಾಂಡೀವವನ್ನು ಕೃಷ್ಣ ಅರ್ಜುನನಿಗೆ ಕೊಡಿಸಿದ್ದ.

ಕ್ಷಣ ಮೈಮರೆತು ನಿಂತುಬಿಟ್ಟರು ಅಯ್ಯರ್. ಜ್ಯೋತಿಷ್ಯಶಾಸ್ತ್ರ ಬಲ್ಲ ಅವನ ತಂದೆ ಮೊಮ್ಮಗನಿಗೆ ಇರಿಸಿದ ಹೆಸರು. 'ಅರ್ಜುನನಷ್ಟೇ ತೇಜೋಶಾಲಿಯಾಗಲಿ' ಎನ್ನುವ ಆಶೀರ್ವಾದ, ಹಾರೈಕೆ ಅವರದಾಗಿತ್ತು.

"ಅಪ್ಪ..." ಮಗನ ಕರೆಗೆ ಕಣ್ಣೊರೆಸಿಕೊಂಡು ಹಿಂದಕ್ಕೆ ತಿರುಗಿದರು. ಮಾಮೂಲಿ ಸ್ಥಿತಿಗೆ ಮರಳಿದರು ಕೆಲವೇ ಕ್ಷಣಗಳಲ್ಲಿ. "ಬಸ್ಸು ಒಂದರ್ಧ ಗಂಟೆ ಲೇಟು ಇರ್ಬೇಕು. ಹೇಗೆ ನಡೀತಾ ಇದೆ. ಓದು?" ಕೇಳಿಕೆಗೆ ತಂದೆಗೆ ಅಡ್ಡಬಿದ್ದ ನಂತರವೇ ಉತ್ತರಿಸಿದ್ದು.

"ದಾರಿಯಲ್ಲಿ ಪಂಕ್ಚರ್. ಟೈರ್ ಬದಲಾಯಿಸಿ ಹೊರಡೋದು ತಡವಾಯ್ತು. ಓದು ಚೆನ್ನಾಗಿಯೇ ನಡೆದಿದೆ."

"ಆಮೇಲೆ ಮಾತಾಡೋಣ. ಮೊದ್ಲು ಊಟ ಮುಗ್ಸೋಣ. ಎಲೆ ಹಾಕಿರ್ಬೇಕು" ಎಂದು ಮಗನನ್ನು ಒಳಗೆ ಕಳಿಸಿ ತಮ್ಮ ಉದ್ವೇಗ, ಆನಂದವನ್ನು ಸಮಸ್ಥಿತಿಗೆ ತಂದರು.

ಊಟದ ನಡುವೆ ಮಾತು ಕಮ್ಮಿಯೇ. ತೊವ್ವೆ, ಪಾಯಸ, ಪುಳಿಯೋಗರೆ, ಬೋಂಡ, ಕೊಳಂಬುನ ಭರ್ಜರಿ ಊಟ, ಒಂದೇ ರೀತಿಯ ಹಾಸ್ಟಲ್ ಊಟದಲ್ಲಿ ಬೇಸತ್ತ ಗಾಂಡೀವಿಗೆ ಪರಮಾನ್ನ ಉಂಡಂತಾಯಿತು.

ತುಪ್ಪ ಬಡಿಸಲು ಬಂದ ಸುಭದ್ರನ ತಲೆಯೆತ್ತಿ ಕೂಡ ನೋಡಲಿಲ್ಲ ಹಿರಿಯರ ಎದುರು. ಬದುಕಿನುದ್ದಕ್ಕೂ ಜೊತೆಯಾಗುವವಳು. ಕ್ಷಣ ಮನದಲ್ಲಿ ನೂರು ಕನಸುಗಳು ಹಕ್ಕಿಗಳಂತೆ ಹಾರಾಡಿದವು.

ಮಹೇಶ್ವರಿ ಗಂಡ ಸೋದರ ಅಳಿಯನನ್ನು ಕೂಡಿಸಿಕೊಂಡು ಓದಿನ ಬಗ್ಗೆ ವಿಚಾರಿಸಿದರು. ಸಂಸ್ಕೃತದಲ್ಲಿ ಘನ ಪಂಡಿತರೇ ಅವರು ಕೂಡ. ಗಂಡು ಮಕ್ಕಳಿಲ್ಲ. ಒಬ್ಬಳೇ ಮಗಳು. ಸಂಬಂಧ ಕೂಡ ಕುದುರಿತ್ತು. ಒಂದು ರೀತಿಯ ನಿಶ್ಚಿಂತೆ ಮುಂದಿನ ಬದುಕಿನ ಬಗ್ಗೆ.

"ಊರು ಕಡೆ ಬಂದ್ಹೋಗ್ಬಹುದ್ದು" ಮಹೇಶ್ವರಿ ತಮ್ಮ ಆಸೆಯನ್ನು ವ್ಯಕ್ತಪಡಿಸಿದರು. ಈಗ ಅವರ ಪಾಲಿಗೆ ಮಗ, ಅಳಿಯ ಎಲ್ಲಾ ಗಾಂಡೀವಿನೆ. ಹೆಚ್ಚಿನ ಮಮಕಾರ.

ವಾರೆಗಣ್ಣಿಂದ ತಂದೆಯ ಕಡೆ ನೋಡಿದ. ಆರಾಮಾಗಿ ತಾಂಬೂಲ ಮೆಲ್ಲುತ್ತಿದ್ದವರು ಮಾತುಗಳನ್ನ ಗಮನಿಸಿದಂತೆ ಕಾಣಲಿಲ್ಲ.

"ಇಲ್ಲ ಅತ್ತೆ ಪರೀಕ್ಷೆಗಳು ಹತ್ತಿರವಾಗ್ತ ಇವೆ. ಓದೋದು ತುಂಬ ಇರುತ್ತೆ. ನಾಳೇನೇ ಹೊರಡ್ಬೇಕು. ಇನ್ನೊಂದ್ಸಲ ಬಂದಾಗ ಪ್ರಯತ್ನ ಮಾಡ್ತೀನಿ" ನಯವಾಗಿ ನಿರಾಕರಣೆ ಕೋರಿದ.

ಅಷ್ಟು ದೂರದಲ್ಲಿ ಬಂದು ಕೂತ ಅಲಮೇಲು ಮಗನ ಬರಿದಾದ ಬೆರಳನ್ನು ಗಮನಿಸಿ, ಕಣ್ಣು ಕಿರಿದುಗೊಳಿಸಿ 'ಎಲ್ಲಿ?' ಎಂದು ಸನ್ನೆಯಿಂದಲೇ ಪ್ರಶ್ನಿಸಿದರು. ಮೆಲ್ಲಗೆ ಕೈಯನ್ನು ಹಿಂದಕ್ಕೆ ಸರಿಸಿ ಜಾಗ ಖಾಲಿ ಮಾಡಿ ಹಿತ್ತಲಿಗೆ ಹೋದ. ಅಂದೇನೋ ದಾನಶೂರ ಕರ್ಣನಾಗಿ ಸಂಪತ್‌ಗೆ ಮೊಪೆಡ್ ಕೊಂಡು ಕೊಡಲು ಮಾರಿದ್ದ ನಿರ್ಯೋಚನೆಯಿಂದ. ಇಂದು ಉಗುಳು ಗಂಟಲಲ್ಲಿ ಸಿಕ್ಕಿಕೊಂಡಂತಾಯಿತು. ಸಂಪ್ರದಾಯಬದ್ಧ ಶಿಸ್ತಿನ ವಾತಾವರಣದಲ್ಲಿ ಬೆಳೆಸಿದ್ದರು. ಕೆಲವನ್ನು ಕ್ಷಮಿಸಲಾರರು.

ಮೆಲ್ಲಗೆ ಅಲಮೇಲು ಮಗನನ್ನು ಅರಸಿಕೊಂಡು ಹಿತ್ತಲಿಗೆ ಹೋದರು. ಮಾಮೂಲಿನಂತೆ ಬಾವಿಯ ಕಟ್ಟೆಯ ಮೇಲೆ ಕೂತಿದ್ದ ಗಾಂಡೀವಿ ತಕ್ಷಣ ಇಳಿದ.

"ಅಂತು ಇಷ್ಟೊತ್ತಿಗಾದ್ರೂ ಮಗನನ್ನು ಮಾತಾಡಿಸೋಕೆ ಪುರಸತ್ತು ಆಯಿತಲ್ಲ" ವ್ಯಂಗಿಸಿದ ನವಿರಾಗಿ. "ಹೌದೌದು. ಯಾಕೆ ಇಷ್ಟೊಂದು ಬಡವಾಗಿದ್ದೀಯಾ? ಊಟ, ತಿಂಡಿ ಸರಿಯಿಲ್ವಾ?" ಅದೇ ಮಮತೆಯ ದನಿ. ತಾಯಿಯನ್ನು ಹಿಡಿದು ಬಾವಿಕಟ್ಟೆಗೆ ಆಂಟಿದಂತೆ ಹಾಕಿದ್ದ ಕಲ್ಲು ಚಪ್ಪಡಿಯ ಮೇಲೆ ಕೂಡಿಸಿ ಆಕೆಯ ತೊಡೆಯ ಮೇಲೆ ತಲೆ ಇಟ್ಟು ಕಣ್ಮುಚ್ಚಿದ. ಇದು ಅವನಿಗೆ ಬಹಳ ಇಷ್ಟವಾದ ಕೆಲಸ. ತೀರಾ ಕೆಲಸವಿದ್ದಾಗ ಅಲಮೇಲು ಗದರಿಕೊಂಡರು. ನಿರಾಕರಿಸುತ್ತಿರಲಿಲ್ಲ.

ಕಾಲೇಜಿನ ಎಷ್ಟೋ ವಿಷಯಗಳನ್ನು ತಾಯಿಗೆ ಹೇಳಿದ. ಹಾಸ್ಟಲ್ ಊಟ, ತಿಂಡಿಯ ವಿಷಯವೆಲ್ಲ ಅರುಹಿದ. ನಂತರವೇ ಆಕೆ ಉಂಗುರದ ಪ್ರಸ್ತಾಪ ಮಾಡಿದ್ದು.

ತಟ್ಟನೆ ಎದ್ದು ಕೂತ. ತಾಯಿಯ ಬಳಿ ಸುಳ್ಳಾಡಲಾರ. ಅರ್ಧ ವಿಷಯವನ್ನು ಬಿಟ್ಟು ಮಿಕ್ಕರ್ಧವನ್ನು ಕರಗುವಂತೆ ವಿವರಿಸಿದ.

"ನಂಗೆ ಬೇರೆ ದಾರಿ ತೋರಲಿಲ್ಲ. ಪಾಪ, ಸಂಪತ್‌ಗೆ ತುಂಬ ಕಷ್ಟವಾಗ್ತ ಇತ್ತು. ಮೊಪೆಡ್ ಇಲ್ದೇ. ಕಷ್ಟದಲ್ಲಿರೋರಿಗೆ ಸಹಾಯ ಮಾಡ್ಬೇಕೂಂತ ಅಪ್ಪ, ತಾತ ಹೇಳ್ತಾ ಇರ್ಲಿಲ್ವಾ" ಕೇಳಿದಾಗ ಆಕೆ ನಕ್ಕುಬಿಟ್ಟರು. ಉಂಗುರ ಮಾರಿದ್ದು ತಪ್ಪೇ. ಇಂಥ ಸಂದರ್ಭ ಬಂದಿರಲಿಲ್ಲ. ಗಂಡ ಹೇಗೆ ತೆಗೆದುಕೊಳ್ಳುತ್ತಾರೋ ಹೆದರಿದರು.

ಮಗನ ಕೈ ಹಿಡಿದುಕೊಂಡರು. "ಕಣ್ಣು, ಇದು ಸರಿಯಲ್ಲ!" ಹೇಳಿದರು. ಇಲ್ಲವೆಂದು ತಲೆಯಾಡಿಸಿದ. "ಯಾಕೆ, ಸರಿಯಿಲ್ಲ?" ಸದ್ದಾದ್ದರಿಂದ ಅರ್ಧಕ್ಕೆ ನಿಲ್ಲಿಸಿದ. ಸುಭದ್ರ

ಸುಂದರ ವಿಗ್ರಹದಂತೆ ನಿಂತಿದ್ದಳು. ಅಚ್ಚುಕಟ್ಟಾಗಿ ನೈಪುಣ್ಯತೆಯಿಂದ ಕಡೆದ ಶಿಲೆಯೆ.

"ಅತ್ತೆ, ಮಾವ ಕರೀತಾರೆ" ಮೆಲ್ಲನೆ ಅಕ್ಷರಗಳನ್ನು ಉರುಳಿಸಿದಳು. ಸಿಟಿಯ ಬೆಡಗು ಬಿನ್ನಾಣವಿಲ್ಲದ ಅಚ್ಚ ಸಂಪ್ರದಾಯಕ ಮೆರುಗಿನ ತರುಣಿ. "ಬಂದೇ, ಅವನೊಂದಿಷ್ಟು ಮಾತಾಡ್ಸು. ಕಾಲೇಜಿಗೆ ಓದೋಕ್ಹೋಗಿ ತುಂಬ ಮಾತು ಕಲ್ತುಬಿಟ್ಟಿದ್ದಾನೆ" ಅಭಿಮಾನದಿಂದ ಹೇಳಿ ಎದ್ದು ಹೋದರು.

ಹಿಂದೆಯೇ ಹೊರಟ ಅವಳನ್ನ ಗಾಂಡೀವಿ ಸ್ವರ ಹಿಡಿದು ನಿಲ್ಲಿಸಿತು. "ನಿಂತ್ಕೋ ಸುಭದ್ರ... " ಅಷ್ಟು ಹೇಳಿದ್ದು ಅವನ ಮಟ್ಟಿಗೆ ಸಾಹಸವೆ.

ತಲೆ ತಗ್ಗಿಸಿ ನಿಂತಳು. ಇವನದು ಅದಕ್ಕಿಂತ ವಿಭಿನ್ನವಾದ ಸ್ಥಿತಿಯಲ್ಲ. ಮಾವನ ಮಗಳು. ಅಪರಿಚಿತರಲ್ಲ. ತಾವಿಬ್ಬರು ಮುಂದೆ ಗಂಡ ಹೆಂಡತಿಯರಾಗಬಹುದೆಂಬ ಮಧುರವಾದ ಭಾವನೆಯೇ ಕನಸುಗಳು ಲೋಕದಲ್ಲಿ ವಿಹರಿಸುವಂತೆ ಮಾಡಿತ್ತು.

"ಏನಾದ್ರೂ ಮಾತಾಡು" ಹೇಳಿದ.

"ಏನ್ಮಾತಾಡ್ಲೀ. ನೀವಿನ್ನ ಎರಡ್ವರ್ಷವಾದ್ರೂ ಓದ್ಬೇಕೂಂತ ಹೇಳಿದ್ರು ಅಪ್ಪ." ಅಳು ಆವರಿಸಿಕೊಂಡು ಬಂತು ಅವಳ ದನಿಯಲ್ಲಿ.

ಗಾಂಡೀವಿಯ ಎದೆ ಕೂಡ ಭಾರವಾಯಿತು. ವಿರಹ ನೋವಿನ ಜೊತೆಗೆ ಮಧುರವಾದ ಸಂವೇದನೆಯನ್ನು ತಂದು ಆ ದಿನಗಳು ಜೀವನ ಪೂರ್ತಿ ಅಚ್ಚಳಿಯದಂತೆ ಅಕ್ಷರ ರೂಪದಲ್ಲಿ ಜೋಡಣೆಯಾಗುತ್ತದೆ ನೆನಪಿನಂಗಳದಲ್ಲಿ.

"ಹೌದು. ಎರಡ್ವರ್ಷವೇನು. ತುಂಬನೆ ಓದ್ಬೇಕೂಂತ ಅನ್ನಿಸುತ್ತೆ..." ಅವನ ಮಾತು ಪೂರ್ತಿ ಮಾಡುವ ಮುನ್ನ ಹೆಗ್ಗಣದ ಗಾತ್ರದ ಇಲಿಗಳು ಹಾದು ಬಂದು ಸುಭದ್ರನ ಅವನೆದೆಯಾಸರೆಗೆ ತಳ್ಳಿತು. ಬಿಸಿಯಪ್ಪುಗೆಯಲ್ಲಿ ಕ್ಷಣ ಜಗತ್ತನ್ನು ಮರೆತಂತಾಯಿತು. ಮುಂಗುರುಳನ್ನು ಸವರಿ ಮುಚ್ಚಿದ ರೆಪ್ಪೆಗಳನ್ನು ದಿಟ್ಟಿಸಿದ. ಜಗತ್ತಿನ ಸಮಸ್ತ ಸೌಂದರ್ಯವೂ ಅವನ ಬಾಹುಗಳಲ್ಲಿ ಅಡಗಿದಂತಾಯಿತು.

ಓಡಿ ಬಂದ ದಾಕ್ಷಾಯಣಿ ಎಚ್ಚರಿಸಿದಂತಾಯಿತು. ಬಾಹುಗಳನ್ನು ಸಡಿಲಿಸಿ ಹಿಂದಕ್ಕೆ ಅಡಿಯಿಟ್ಟ ಗಾಂಡೀವಿ. "ಇಲ್ಲಿ ಇಷ್ಟೊಂದು ಇಲಿಗಳು!" ಸತ್ಯವನ್ನೇ ಅವಳಿಗೆ ಅರ್ಥವಾಗುವಂತೆ ಹೇಳಲು ಪ್ರಯತ್ನಪಟ್ಟ.

"ಅಮ್ಮಂಗೆ ಹೇಳ್ತೀನಿ" ಓಡಿಬಿಟ್ಟಳು.

ಇಬ್ಬರು ಮುಖ ಮುಖ ನೋಡಿಕೊಂಡರು. ಮತ್ತಷ್ಟು ಕೆಂಪಗಾದ ಮುಖಕ್ಕೆ ಕಣ್ಣಲ್ಲಿಯೇ ಭರವಸೆ ಕೊಟ್ಟ. 'ಅಮ್ಮಂಗೆ ಹೇಳೋದ್ರಲ್ಲಿ ಅಪಾಯವಿಲ್ಲ' ನಸುನಗೆಯೊಂದಿಗೆ ಒಳಗೆ ಓಡಿದಳು ಸುಭದ್ರ. ಮುಂದಿನ ದಾಂಪತ್ಯ ದೈವೀಕವೆನ್ನುವಂಥ ನಂಬಿಕೆ ಭಾವ ಅವಳದು.

ತಂದೆಯ ಮಾತಿನ ಮತ್ತೊಂದು ದಿನ ಉಳಿದು ಹೊರಡಬೇಕಾಯಿತು ಗಾಂಡೀವಿ.

ಬಿಕ್ಕಿ ಬಿಕ್ಕಿ ಅಳುವ ಸುಭದ್ರನ ಎದೆಗೊರಗಿಸಿಕೊಂಡು ಸಂತೈಯಿಸುವ ಸ್ಥಿತಿಯಲ್ಲಿ ಕೂಡ ಅವನಿರಲಿಲ್ಲ.

ಭಾರವಾದ ಮನಸ್ಸಿನಿಂದಲೇ ಬಸ್ಸು ಹತ್ತಿದ.

* * *

ಊಟದ ಸಮಯದಲ್ಲಿ ಗಾಂಡೀವಿ ಜಾಗ ಖಾಲಿಯಾಗಿದ್ದು ಗಮನಿಸಿದ ಹಾಸ್ಟಲ್ ಕುಕ್ "ಊರಿನಲ್ಲಿಲ್ವಾ, ಅಕಸ್ಮಾತ್ ಹೋಗೋ ಹಾಗಿದ್ರೆ ಹೇಳಿ ಹೋಗೋರು" ಕೇಳಿದ. ಅವನಿಗೆ ಗಾಂಡೀವಿ ಬಗ್ಗೆ ಅಭಿಮಾನವೆ. ಎಷ್ಟೋ ವಿದ್ಯಾರ್ಥಿಗಳು ಈ ಹಾಸ್ಟಲ್‌ಗೆ ಬಂದಿದ್ದರು. ಒಬ್ಬೊಬ್ಬರದು ಒಂದೊಂದು ರೀತಿಯ ಸ್ವಭಾವ. ಕೆಲವರು ಆಳಿನಂತೆ ನಡೆಸಿಕೊಂಡರೆ ಮತ್ತೆ ಕೆಲವರು ನಿರ್ಲಿಪ್ತರಾಗಿ ಅವನನ್ನು ಮನುಷ್ಯನೆಂದೇ ಗುರ್ತಿಸುತ್ತಿರಲಿಲ್ಲ. ಕೆಲವರು ಛೇಡಿಸೋರು. ನಗಾಡುವವರು. ಯಾಕೋ ಎಲ್ಲರ ನಡುವೆ ಇಷ್ಟವಾಗಿದ್ದು ಗಾಂಡೀವಿ.

ಹಪ್ಪಳ ಮುರಿದು ಬಾಯಿಗಿಟ್ಟುಕೊಳ್ಳುತ್ತ "ಇಲ್ಲ ಇಲ್ಲ. ಸಂಜೆಯೆಲ್ಲ ಇದ್ದ. ನಂಗಂತೂ ಆಶ್ಚರ್ಯ. ಎಂಟರ ಒಳ್ಗೇ ಹಾಸ್ಟಲ್‌ನಲ್ಲಿರೋದು ಅವ್ನ ಅಭ್ಯಾಸ. ಎಲ್ಹೋದ..." ಎಂದ ಶ್ಯಾನುಭೋಗ್ ಆಶ್ಚರ್ಯಪಡುತ್ತ. ರೂಮೇಟ್ ಗಾಂಡೀವಿ ಎಷ್ಟು ಅಗತ್ಯವೋ ಅಷ್ಟು ಹಚ್ಚಿಕೊಂಡಿದ್ದ. ಆದರೆ ಅಂದು ಇವನು ಜೀವ ಉಳಿಸಿದ್ದನ್ನು ಮರೆತಿರಲಿಲ್ಲ.

ಬಡಿಸುವ ವೇಳೆಗೆ ಬಂದ ಗಾಂಡೀವಿ. ಸ್ವಲ್ಪ ಗಂಭೀರವಾಗಿದ್ದ. "ಎಲ್ಹೋಗಿದ್ದೆ?" ನೋಟ ಹರಿಸಿದ ಅವನತ್ತ. "ಒಂದಿಷ್ಟು ಪರ್ಸನಲ್ ಕೆಲ್ಸವಿತ್ತು" ಅಷ್ಟೇ ಹೇಳಿದ್ದು. ಈಚೆಗೆ ಶ್ಯಾನುಭೋಗ್ ಕೂಡ ಅಲಂಕಾರ್ ಜೊತೆ ಸೇರಿದ್ದ. ಅಷ್ಟು ಸಾಕಿತ್ತು ಅವನಿಗೆ ಓದಿನಲ್ಲಿ ಗಮನ ಕಡಿಮೆಯಾಗುವುದಕ್ಕೆ. ಕೆಲವು ಸಲ ಎಚ್ಚರಿಸಿ ಸುಮ್ಮನಾಗಿದ್ದ ಗಾಂಡೀವಿ.

ಹರಟುತ್ತ ಊಟ ಮಾಡುವುದು ವಿದ್ಯಾರ್ಥಿಗಳ ಅಭ್ಯಾಸ. ಗಾಂಡೀವಿ ಕೂಡ ಹೊರತಲ್ಲ. ಆದರೆ ಮಿತಿಯಲ್ಲಿರುತ್ತಿದ್ದವು ಜೋಕ್‌ಗಳು ಕೂಡ.

ತೋಳಿನಲ್ಲಿ ಬಳಸಿದ ಶ್ಯಾನುಭೋಗ್ ಸ್ನೇಹದಿಂದ "ಹೊಸ ಫ್ರೆಂಡ್ಸ್ ಯಾರಾದ್ರೂ?" ಕಣ್ಣೊಡೆದ. ಅರ್ಥವಾಗದವನಂತೆ "ಏನು ಹಾಗಂದ್ರೆ, ನಿನ್ನಷ್ಟು ಸ್ನೇಹಪರ ನಾನಲ್ಲ. ಇಡೀ ಕಾಲೇಜಿನಲ್ಲಿ ನಿಂಗೆ ಗೊತ್ತಿಲ್ಲದೋರು ಯಾರು?" ಹಾಸ್ಯ ಮಾಡಿದ ಅವನನ್ನೆ. ಶ್ಯಾನುಭೋಗ್ ಸ್ನೇಹಪರ ಅಂತ ಅಲ್ಲ. ವಾಚಾಳಿ ಒಂಟಿತನಕ್ಕಿಂತ ಜನರ ನಡುವಿನ ಬದುಕು ಇಷ್ಟಪಡುತ್ತಿದ್ದ.

ರೂಮಿಗೆ ಬಂದ ನಂತರ ಶ್ಯಾನುಭೋಗ್ ದೈನ್ಯಭಾವದಿಂದ "ನನ್ನಿಂದ ಒಂದು ತಪ್ಪಾಯ್ತು. ಎರಡು ಪೆಗ್ ಹಾಕಿದ್ದೆ. ಮಾತಿನ ನಡ್ವೇ ಅಂದಿನ ವಿಷ್ಯನ ಉಸುರಿಬಿಟ್ಟೆ" ಎಂದ. ಅಂದು ತನ್ನ ಸಹಾಯಕ್ಕೆ ಬಂದಿದ್ದು ಗಾಂಡೀವಿ. ಬಸ್ಸು ಹತ್ತಿಸಿದ್ದು ಕೂಡ ಅವನೇಂತ ಸ್ಪಷ್ಟವಾಗಿ ಹೇಳಿದ್ದ ಮಾತಿನ ವರಸೆಯಲ್ಲಿ.

ಅವನನ್ನೇ ನೋಡಿದ ಗಾಂಡೀವಿ "ಇದು ನಿರೀಕ್ಷಿತವೇ. ಈಗ ತಾನೇ ಏನಾಯ್ತು?"

ಇಂಟರೆಸ್ಟ್ ತೋರಲಿಲ್ಲ. ಶ್ಯಾನುಭೋಗ್ ಅವುಡುಗಳನ್ನು ಕಚ್ಚಿಡಿದ. "ಅದ್ಕೇ ನನ್ನ ಸ್ನೇಹ ಸಂಪಾದಿಸಿದನೇನೋ ಅಲಂಕಾರ್" ಅನುಮಾನ ವ್ಯಕ್ತಪಡಿಸಿದ.

ಆರಾಮಾಗಿ ಮಂಚದ ಮೇಲೆ ಕೂತು ದಿಂಬನ್ನು ತೊಡೆಯ ಮೇಲೆ ಹಾಕಿಕೊಂಡು ಪುಸ್ತಕ ಎತ್ತಿಕೊಂಡು ಗಾಂಡೀವಿ "ಮುಗೀತಲ್ಲ. ಬೇಕಾದ್ರೆ ಸ್ನೇಹ ಮುಂದುವರಿಸ್ತಾನೆ. ಇಲ್ದಿದ್ರೆ ಮಾಮೂಲು" ಪುಸ್ತಕದಲ್ಲಿ ನೋಟ ನೆಟ್ಟ. ಅವನಲ್ಲಿದ್ದ ಭಯ ಬಹಳಷ್ಟು ಕಮ್ಮಿ ಆಗಿತ್ತು. 'ಐ ಡೋಂಟ್ ಕೇರ್' ಎನ್ನದಿದ್ದರೂ ಅಲಂಕಾರ್ ಅವನ ಸಂಗಡಿಗರಿಗೆ ಹೆದರಿ ಊರಿಗೆ ಹಿಂದಿರುಗಲಾರ ಅಷ್ಟು ಧೈರ್ಯವಂತನಾಗಿದ್ದ.

"ನಿಂಗೇನಾದ್ರೂ ತೊಂದರೆ ಮಾಡ್ಬಹ್ದು. ಒಂಟೊಂಟಿಯಾಗಿ ಓಡಾಡ್ಬೇಡ. ಕೆಲವೊಮ್ಮೆ ರಾಕ್ಷಸ ಅವ್ನು. ಏಕಾಏಕಿ ಸಣ್ಣ ಪುಟ್ಟ ಮಾತಿಗೆ ನನ್ಮೇಲೆ ಬಿದ್ರು ಅಂದು".

ಶ್ಯಾನುಭೋಗ್ ಮಾತುಗಳಿಗೆ ನಕ್ಕುಬಿಟ್ಟ. "ಅದು ಅಂದಿನ ವಿಷ್ಯವಲ್ಲ. ಈಗ ನೀವಿಬ್ರೂ ಫ್ರೆಂಡ್ಸ್. ನನ್ಮೇಲೆ ಯಾಕೆ ಅವ್ನಿಗೆ ಕೋಪ ಇರುತ್ತೆ" ಎಂದು ಉದಾಸೀನನಾಗಿ ಓದಿನಲ್ಲಿ ಮಗ್ನನಾದ.

ಮಧ್ಯರಾತ್ರಿ ಎಚ್ಚರವಾದಾಗ ಅವನಿಗೆ ಅಲಂಕಾರ್ ನೆನಪಾಯಿತು. ಒಮ್ಮೆ ಅವನಪ್ಪ ಹೇಳುತ್ತಿದ್ದುದು ನೆನಪಾಯಿತು. 'ಹುಚ್ಚು ನಾಯಿಗೆ ಒಳ್ಳೆಯವ್ರು ಯಾರು, ಕೆಟ್ಟವ್ರು ಯಾರು ಅನ್ನೋ ವಿವೇಕ ಇರೋಲ್ಲ. ಎದುರಾದವ್ರಿಗೆ ಬಾಯಿ ಹಾಕುತ್ತೆ. ಎಚ್ಚರದಿಂದಿರ್ಬೇಕು.'

ಅಲಂಕಾರ್ ಪೂರ್ತಿ ಹುಚ್ಚು ನಾಯಿಯೋ ಅಲ್ಲವೋ ಅವನ ಅನುಭವಕ್ಕೆ ಬಂದಿರಲಿಲ್ಲ. ವಿದ್ಯಾರ್ಥಿ ಅನ್ನಿಸಿಕೊಳ್ಳುವ ಯಾವ ಲಕ್ಷಣವೂ ಅವನಲ್ಲಿರಲಿಲ್ಲ. ಒಂದು ರೀತಿ ಅಬ್‌ನಾರ್ಮಲ್. ಕಾರಣ ಹಿರಿಯರಿರಬಹುದು. ಪರಿಸ್ಥಿತಿ ಸಂದರ್ಭಗಳು ಅವನನ್ನು ಆ ರೀತಿ ರೂಪಿಸಿರಬಹುದು.

ಎದ್ದು ಕೂತ. ಬಾಯಾರಿಕೆಯೆನಿಸಿತು. ಗಾಜಿನ ಹೂಜಿಯಲ್ಲಿದ್ದ ನೀರನ್ನು ಬಗ್ಗಿಸಿಕೊಂಡು ಕುಡಿದ. ಹೊರಳಿದ ಶ್ಯಾನುಭೋಗ್ ಕಣ್ಣು ಬಿಡದೆ ಹಾಸ್ಯ ಮಾಡಿದ. "ಕನಸಿನಲ್ಲೇನಾದ್ರೂ ಅಲಂಕಾರ್ ಬಂದ್ನಾ? ಡೋಂಟ್ ವರೀ ಮೈ ಬಾಯ್. ಅವ್ನಿಗೆ. ಅವ್ನ ಬಾಲಂಗೋಚಿಗಳಿಗೆ ಎಚ್ಚರಿಕೆ ಇತ್ತಿದ್ದೀನಿ. ನಿನ್ನ ತಂಟೆಗೇನು ಬರೋಲ್ಲ. ಒಂಟಿಯಾಗ್ಬೇಡ."

ಗಾಂಡೀವಿ ಗೆಳೆಯನ ಮಾತಿಗೆ ಪ್ರತಿಕ್ರಿಯಿಸದೆ ಮಲಗಿದ. ಎರಡು ಸಲ ಮಗ್ಗಲು ಬದಲಾಯಿಸಿದ. ಸುಭದ್ರ ಬಂದು ನಿಂತಂತಾಯಿತು.

"ನೀನು ಕಾಲೇಜಿಗೆ ಸೇರಿಕೊಳ್ದಿದ್ರೆ ಸುಭದ್ರ ಸೊಸೆಯಾಗಿ ಮನೆಯಲ್ಲಿ ಓಡಾಡಿಕೊಂಡಿರೋಳು. ನಂಗೂ ಆರಾಮೆನಿಸುತ್ತಿತ್ತು. ಸದ್ಯಕ್ಕೆ ಓದು ಮುಗ್ಯೋವರ್ಗೂ ಆ ಮಾತು ಬೇಡಾಂತ ನಿಮ್ಮಪ್ಪ ಹೇಳ್ತಾ ಇದ್ದಾರೆ" ಅವನಮ್ಮ ತೋಡಿಕೊಂಡಿದ್ದರು. ಮೌನವಹಿಸಿದ್ದ. ಆ ವಿಷಯದಲ್ಲಿ ಸ್ವಂತ ನಿರ್ಣಯ ಕೈಗೊಳ್ಳುವಂಥ ದಾಷ್ಟೀಕತೆ ಬೆಳೆಸಿಕೊಂಡಿರಲಿಲ್ಲ.

ಮತ್ತೆ ಎದ್ದವನು ಬಾತ್‌ರೂಮಿಗೆ ಹೋಗಿ ಬಂದು ಟೈಮ್ ನೋಡಿದ. ನಾಲ್ಕು

ಗಂಟೆಗೆ ಮೂವತ್ತು ಸೆಕೆಂಡ್ ಇತ್ತು. ಆಗಲೇ ಕೆಲವು ಕೋಣೆಗಳಲ್ಲಿ ಲೈಟುಗಳು ಉರಿಯುತ್ತಿತ್ತು.

ಬ್ರೆಷ್ ಹಿಡಿದು ಬಂದವನು ಹೊರಗೆ ಮತ್ತೊಮ್ಮೆ ಪೇಸ್ಟ್‌ಗೆ ಒಳಗೆ ಹೋದಾಗ ಎದ್ದು ಕೂತಿದ್ದ ಶ್ಯಾನುಭೋಗ್ ಕಣ್ಣೊಸಕುತ್ತಿದ್ದವನು ರೆಟ್ಟೆ ಹಿಡಿದು ಇವನನ್ನು ಕೂಡಿಸಿದ.

"ನಾನು ಅಲಂಕಾರ್ ಫ್ರೆಂಡ್‌ಶಿಪ್ ಮಾಡಿದ್ದು ದೊಡ್ಡ ತಪ್ಪಾಯಿತೇನೋ. ಆ ಸೀಕ್ರೇಟ್ ತಿಳ್ದುಕೊಳ್ಳೋಕೆ ನಾಟಕ ಆಡಿದ್ನಾ?" ಮನದ ಅನುಮಾನ ಮತ್ತೆ ಅವನ ಮುಂದೆ ಚೆಲ್ಲಿದ.

ಬೇಸರದಿಂದ ಅವನ ಕೈಯಲ್ಲಿನ ಸಿಗರೇಟು ಪ್ಯಾಕ್ ಕಿತ್ತಿಟ್ಟ ಗಾಂಡೀವಿ "ಹೋಗ್ಲಿ ಬಿಡು. ಮುಗ್ದು ಹೋದ ಕತೆಗೆ ಮುನ್ನುಡಿ ಯಾಕೆ? ಈಗ್ಲೂ ಸಮಯವಿದೆ. ಅವ್ನಿಂದ ದೂರ ಸರಿದು ಓದಿನ ಕಡೆ ಗಮನ ಕೊಡು" ಎಂದವನು ಸಿಗರೇಟು ಪ್ಯಾಕ್‌ನ ಅವನ ಕೈಗಿಟ್ಟ. ಮತ್ತೆ "ಇದು ಹೊಸ ಪ್ರಾರಂಭ ತಾನೇ! ಸ್ವಲ್ಪ ಸ್ಮೋಕಿಂಗ್ ಕಮ್ಮಿ ಮಾಡ್ಕೋ" ಹೇಳಿದ ಗಟ್ಟಿಯಾಗಿ. ಇವನಿಗೆ ಸೀನಿಯರ್ ಸ್ಟೂಡೆಂಟ್ ಬಂದಾಗ ಎಲ್ಲಾ ಮಗುವನ್ನು ಕೈಹಿಡಿದು ನಡೆಸುವಂತೆ ನೋಡಿಕೊಂಡಿದ್ದ ಶ್ಯಾನುಭೋಗ್ ಅವನನ್ನು.

ಆ ಸಂಜೆ ಕಾಲೇಜಿನಿಂದ ಬರುತ್ತಿದ್ದಾಗ ಒಬ್ಬ ದಾಂಢಿಗ ಬಂದು "ಅಲಂಕಾರ್ ಕರೀತಾ ಇದ್ದಾನೆ" ಹೇಳಿದ. ಕ್ಷಣ ಯೋಚಿಸಿದ. ಈಗಾಗಲೇ ಶ್ಯಾನುಭೋಗ್ ಎಚ್ಚರಿಸಿದ್ದ. "ಬರ್ತೀನಿ. ಈಗಲ್ಲ ಫ್ರೀ ಇದ್ದಾಗ" ಸಹಜವಾಗಿ ನುಡಿದ. ಅವನ ಮೂಗಿನ ಹೊಳ್ಳೆಗಳು ಆಗಲವಾದವು. ಕಣ್ಣುಗಳಲ್ಲಿ ಕೆಂಡಗಳನ್ನು ಕುಣಿಸಿದ.

"ಏಯ್, ಇದು ಯಾರ್ಗೆ ಹೇಳೋ ಮಾತುಗಳು? ಈವರ್‍ಗೂ ಇಂಥ ಧೈರ್ಯ ಯಾರೂ ಮಾಡಿಲ್ಲ. ತೆಪ್ಪಗೆ ನಡೀ. ಇಲ್ದಿದ್ರೆ ಎಳ್ಕೊಂಡ್ಹೋಗ್ತೀನಿ" ಜೋರು ಮಾಡಿದ. ಅದಕ್ಕೆ ರೆಡಿಯಾಗಿಯೇ ಬಂದಿದ್ದ.

ನಿಂತು ಸುತ್ತಲು ನೋಟ ಹರಿಸಿದ ಗಾಂಡೀವಿ. ಮೈನ ರಕ್ತ ಕುದಿಯಬಹುದು. ಹುಚ್ಚು ನಾಯಿಯನ್ನು ಮೈಮೇಲೆ ಎಳೆದುಕೊಂಡರೆ, ಅದನ್ನು ಬಡಿದುಹಾಕಿದರೂ ಗಾಯ ಮಾಡದೇ ಹೋಗದು.

ನಿರ್ಭಿಡೆಯಿಂದ ಸನ್ನೆ ಮಾಡಿ ಅವನ ಕೈಗೆ ಪುಸ್ತಕಗಳನ್ನು ಕೊಟ್ಟು ಅಲ್ಲೇ ಇರೋ ಟೆಲಿಫೋನ್ ಬೂತ್‌ಗೆ ಹೋಗಿ ಫೋನ್ ಹಚ್ಚಿದ ಅಲಂಕಾರ್ ಮನೆಗೆ. ಲೈನ್‌ಗೆ ಬಂದವರು ಅವನ ತಂದೆಯೇ. ಯಾರದೋ ಫೋನ್‌ಗಾಗಿ ಕಾದಿದ್ದರು ಆ ವ್ಯಕ್ತಿ.

"ಅಲಂಕಾರ್ ತಂದೆನಾ. ನಿಮ್ಮ ಮಗ ನನ್ಮೇಲೆ ಹಲ್ಲೆ ಮಾಡೋಕೆ ಒಬ್ಬ ರೌಡಿನ ಕಳ್ಸಿದ್ದಾನೆ. ಹಾಗೇನಾದ್ರೂ ಆದ್ರೆ, ನಿಮ್ಮ ರಾಜಕೀಯ ಜೀವನದ ಇತಿಶ್ರೀ. ನಾನು ಯಾರು ಗೊತ್ತಾ ಗಾಂಡೀವಿ. ಅವ್ನಿಗೆ ಕೊಡ್ತೀನಿ ಮಾತಾಡಿ" ಮಾತಾಡಲು ಅವಕಾಶ ಕೊಡದೆ ಆ ದಾಂಢಿಗನನ್ನು ಕರೆದು ಫೋನ್ ಕೊಟ್ಟ. "ಇಲ್ಲೇ ನಿಂತಿರ್ತೀನಿ. ಮಾತಾಡು ಹೋಗೋಣ" ಅಲಕ್ಷ್ಯದಿಂದ ಪುಸ್ತಕಗಳನ್ನು ಕಿತ್ತುಕೊಂಡ.

ಅದೇನು ಮಾತಾಡಿದನೋ ಹೊರಗೆ ಬಂದು 'ಹೋಗಿ..." ಒರಟಾಗಿ ಅಂದವನು

ಹೋಗಿಬಿಟ್ಟ. ಏನೂ ಆಗದವನಂತೆ ತನ್ನ ಪಾಡಿಗೆ ತಾನು ಹೋದ ಗಾಂಡೀವಿ. ಆ ಕ್ಷಣದಲ್ಲಿನ ತನ್ನ ಆತ್ಮಸ್ಥೈರ್ಯಕ್ಕೆ ಅವನೇ ವಿಸ್ಮಿತನಾದ.

ರಾತ್ರಿ ವಿಷಯವನ್ನು ಶ್ಯಾನುಭೋಗ್ ಮುಂದಿಟ್ಟ ಪೂರ್ತಿಯಾಗಿ ಅಲ್ಲ. ಅರ್ಧ ಮಾತ್ರ.

"ಅವ್ರು ನನ್ನಿಂದ ವಿವರಣೆ ಅಪೇಕ್ಷಿಸ್ತಾರೇನೋ! ಅವ್ರಿಗೆ ಅಗತ್ಯವಿರ್ಬೇಕು. ನಂಗಿಲ್ಲ" ಎಂದ ಉದಾಸೀನವಾಗಿ. ಶ್ಯಾನುಭೋಗ್ ಹಲ್ಮುಡಿಯನ್ನು ಕಚ್ಚಿಡಿದ. ಈಗ ಪೂರ್ತಿ ಅವನಿಗೆ ತನ್ನ ತಪ್ಪಿನ ಅರಿವಾಗಿತ್ತು. "ನೋಡ್ತಾ ಇರು. ಇವತ್ತು ಯಾವ್ದೂ ತೀರ್ಮಾನವಾಗಿಬಿಡ್ಬೇಕು. ಅವ್ನ ದಾದಾಗಿರಿ ನಿಲ್ಲಲೇಬೇಕು" ಕೋಪದಿಂದ ಮುಷ್ಠಿ ಬಿಗಿ ಹಿಡಿದು ಮೇಲೆದ್ದ.

ಅಂದಿನ ಶ್ಯಾನುಭೋಗ್ ಸ್ಥಿತಿಯನ್ನು ನೆನಸಿಕೊಂಡು ಆಟದ ಮೈದಾನದ ಮಣ್ಣಿನಲ್ಲಿ ಉರುಳಾಡಿಸಿ ಅವನ ಬಟ್ಟೆ ಬರೆಗಳನ್ನು ಹರಿದುಹಾಕಿಬಿಟ್ಟಿದ್ದರು. ಕೋಪವೋ, ಆವೇಗವೋ, ನಿಸ್ಸಹಾಯಕತೆಯೋ ನಡುಗುತ್ತಿದ್ದ. ಈಗೇನು ಅದಕ್ಕಿಂತ ಭಿನ್ನ ಸ್ಥಿತಿಯನ್ನು ನಿರೀಕ್ಷಿಸುವಂತಿರಲಿಲ್ಲ.

ಅವನ ಕೈ ಹಿಡಿದು ಬಲವಂತದಿಂದ ಕೂಡಿಸಿದ. "ಕಾಮ್ ಡೌನ್, ಪ್ಲೀಸ್ ಸಮಾಧಾನಕ್ಕೆ ಬಾ. ನಂಗೆ ಬಂದ ಹೊಸದ್ರಲ್ಲಿ ನೀನೇ ಬುದ್ಧಿ ಹೇಳಿದ್ದೆ. ಅದ್ನ ನೆನಪು ಮಾಡ್ಕೋ ಸಾಕು. ಈ ರೀತಿಯ ಜಗಳ. ಬಡಿದಾಟದಿಂದ ಯಾವ್ದೇ ಪ್ರಯೋಜನವಿಲ್ಲ. ಈಗ ಬಿದ್ದಿರೋದು ನನ್ನ ಹಿಂದೆ ತಾನೇ! ನೀನು ಮೌನವಹಿಸು. ಏನಾಗುತ್ತೋ ನೋಡ್ತೀನಿ" ತುಂಬು ಆತ್ಮವಿಶ್ವಾಸದಿಂದ ಹೇಳಿದ. ಖಾಂಡವವನ ದಹಿಸಲು ಸಜ್ಜಾದ ಅರ್ಜುನನಂತಾದ. ಆತ್ಮ ವಿಶ್ವಾಸವೇ ಕೃಷ್ಣನಾಗಿದ್ದ ಇಂದು.

"ನೋ, ಇದು ಏನೇನೂ ಸರಿಯಲ್ಲ. ನನ್ನಿಂದ ತಾನೇ ನಾನೇ ಫೇಸ್ ಮಾಡ್ತೀನಿ. ಏನ್ಮಾಡ್ತಾನೋ ನೋಡ್ತೀನಿ" ತೋಳೇರಿಸಿದ ಶ್ಯಾನುಭೋಗ್.

ಹೊರಗೆ ಹೋಗಲು ಬಿಡಲಿಲ್ಲ ಗಾಂಡೀವಿ.

"ಮಾತಾಡೋಕೆ ಕರೆದಿರ್ಬಹ್ದು. ಟೀ, ಕಾಫೀ, ಪಾರ್ಟಿ ಇಂಥದರ ಆಹ್ವಾನವಿರ್ಬಹ್ದು. ಕಾದು ನೋಡೋಣ. ಅವನಾಗಿ ಮರ್ರುಬಿಟ್ರೆ ಸುಮ್ಮನಾಗೋಣ. ಇಲ್ಬಂದಿರೋದು ಓದ್ಕೋಕ್ಕೋಸ್ಕರ, ಅನಗತ್ಯವಾದ ಜಗಳ, ಹೊಡೆದಾಟ ನಮ್ಗೆ ಬೇಕಿಲ್ಲ. ಪ್ಲೀಸ್ ಶ್ಯಾನುಭೋಗ್ ಹ್ಯಾವ್ ಪೇಷನ್ಸ್. ಇಂಥ ವ್ಯಕ್ತಿ ಮತ್ತು ಅವರುಗಳ ವಿಷ್ಯದಲ್ಲಿ ಹೆಚ್ಚು ತಲೆ ಕೆಡಿಸ್ಕೋಬಾರ್ದು" ಅತ್ಯಂತ ವಿವೇಕದಿಂದ ಅವನನ್ನು ಸಮಾಧಾನಪಡಿಸಿದ.

ಅನಾಮಧೇಯನಾಗಿದ್ದ ಗಾಂಡೀವಿ ಕೆಲವೇ ಗಂಟೆಗಳಲ್ಲಿ ಮಿಂಚಿನ ಸಂಚಾರವಾಗಿ ಅಲಂಕಾರ್ ತಂದೆ, ಮಗ ಮತ್ತು ಅವನ ಗೆಳೆಯರನ್ನು ಹಿಡಿದು ತರಿಸಿ ವಿಚಾರಿಸಿದ.

"ಯಾರು ಆ ಗಾಂಡೀವಿ?" ದನಿಯೇರಿಸಿಯೇ ಕೇಳಿದ್ದು. ಮುಖ ಮುಖ ನೋಡಿಕೊಂಡರು ಎಲ್ಲರು. "ಅವನೊಬ್ಬ ಸ್ಟೂಡೆಂಟ್ ಅಷ್ಟೆ" ಉತ್ಪ್ರೇಕ್ಷೆಯಿಂದ ಹೇಳಿದ್ದು

ಅಲಂಕಾರ್.

"ಯೂ ಈಡಿಯಟ್" ಅರಚಿದರು ತಾಳ್ಮೆ ಕಳೆದುಕೊಂಡು ಅವನ ತಂದೆ. ಹಿಂದೆ ರಾಜಕೀಯದಲ್ಲಿ ಹುಲಿಯಾಗಿದ್ದವರು. ಈಗ ಹಲ್ಲು ಕಿತ್ತ ಹಾವಿನಂತಾಗಿದ್ದರು. "ಯಾಕೆ, ಅವ್ನ ನಿನ್ನ ಮಧ್ಯೆ ಘರ್ಷಣೆ?"

ತಂದೆಯ ಪ್ರಶ್ನೆಗೆ ತಲೆ ಕೆರೆದುಕೊಂಡ ಅಲಂಕಾರ್ ನಿರ್ದಿಷ್ಟವಾಗಿ ಎತ್ತಿ ತೋರಿಸುವಂತಾದ್ದೇನಿರಲಿಲ್ಲ. ಕೆಣಕುವುದು ಇವನ ಸ್ವಭಾವ. ಕಾಲೇಜಿನಲ್ಲಿ 'ಹೀರೋ' ಪಟ್ಟಕ್ಕಾಗಿಯೇ ಓಡಾಡೋದು. ಬೇರೆಯವರು ಗುರ್ತಿಸಿದ್ದು ವಿಲನ್ ಆಗಿಯಷ್ಟೆ.

"ಅವ್ನಿಗೆ ಅಹಂಕಾರ!" ಹೇಳಿದ.

ದುರುಗುಟ್ಟಿಕೊಂಡು ನೋಡಿದರು ಮಗನನ್ನು. ಅವರ ಅನುಭವ ವಿಶಾಲವಾದದ್ದು. ಬದುಕಿನಲ್ಲಿ ಎಲ್ಲಾ ಮಟ್ಟದ ಜನರನ್ನು ಕಂಡವರು.

ಮಗನನ್ನು ಸನ್ನೆ ಮಾಡಿ ಹತ್ತಿರಕ್ಕೆ ಕರೆದರು. "ಅಹಂಕಾರ ಇರ್ಬೇಕು. ದುರಹಂಕಾರ ಮಾತ್ರ ತಪ್ಪು. ನಿನ್ನ ಅವ್ನ ಮಧ್ಯೆ ಇರೋ ಚಿಕ್ಕ ವ್ಯತ್ಯಾಸ ಇದು ಇರ್ಬಹುದು. ಓದಿನಲ್ಲಿ ಹೇಗೆ?" ಪ್ರಶ್ನಿಸಿದರು.

"ಬ್ರಿಲಿಯಂಟ್, ಬಹುಶಃ ಓದೋಕ್ಕೋಸ್ಕರಾನೇ ಬಂದಿರೋದು. ಮಿದುಳಿನಲ್ಲಿ ಬುದ್ಧಿ ಇದೆ. ರಾಜಕೀಯಕ್ಕೆ ಬರೋಲ್ಲ ಬಿಡು. ಬುದ್ಧಿ ಇದ್ದ ಜನರ ಉಪಯೋಗ ನಮ್ಗೆ ಬೇಕಾಗುತ್ತೆ. ಕೆಣಕೋಕೆ ಹೋಗ್ಬೇಡ. ನಿಂಗೆ ಅವ್ನ ಮೇಲೆ ದ್ವೇಷವಿದ್ರೆ ಗಾಂಡೀವಿ ಕೆರಿಯರ್ ಹಾಳು ಮಾಡು. ಹೊಡೆದಾಟ, ಪೋಲೀಸ್ ಇಂಥದ್ಬೇಡ. ಒಂದ್ಸಲ ನಂಗೂ ಅವನನ್ನು ನೋಡ್ಬೇಕೂಂತ ಅನ್ನಿಸಿದೆ. ಯಾವಾಗ್ಲಾದ್ರೂ ಇನ್ವೈಟ್ ಮಾಡು" ಭುಜದ ಮೇಲೆ ಕೈ ಹಾಕಿ ಭಗವದ್ಗೀತೆ ಬೋಧಿಸುವಂತೆ ವಿವೇಕ ಹೇಳಿದರು ಸಾವಂತ್.

ಆ ಮಾತುಗಳೆಲ್ಲ ಅಲಂಕಾರ್ ತಲೆಗೆ ಹೋಗದಿದ್ದರೂ ಸದ್ಯಕ್ಕೆ ಗಾಂಡೀವಿ ತಂಟೆಗೆ ಹೋಗಬಾರದೆಂಬುದು ಮಾತ್ರ ಅರಿವಾಯಿತು. ಜೊತೆಗೆ ಅವನ 'ಕೆರಿಯರ್' ಹಾಳು ಮಾಡಲು ಅಪ್ಪಣೆ ದೊರೆತಂತಾಯಿತು.

"ಆಯ್ತು ಬಿಡಿ" ಒರಟಾಗಿ ಹೇಳಿ ಹೊರಟವನನ್ನು ನಿಲ್ಲಿಸಿ ಅವನ ಹಿಂಬಾಲಕರನ್ನು ಹೋಗುವಂತೆ ಸನ್ನೆ ಮಾಡಿದ ಸಾವಂತ್ ಮಗನ ಭುಜದ ಮೇಲೆ ಕೈಯಿಟ್ಟು "ರಾಜಕೀಯದಲ್ಲಿ ಸಾಕಷ್ಟು ಗಳಿಸಿರಬಹುದು. ಅದ್ಕೇ ಹತ್ತು ಪಟ್ಟು ಬೆಲೆ ಕಟ್ಟಲಾರದ್ನ ಕಳ್ದುಕೊಂಡಿದ್ದೀನಿ. ಅದೇನು ಗೊತ್ತಾ ನೆಮ್ದಿ. ನಿಶ್ಚಿಂತೆ ತೊಲಗಿ ಎಷ್ಟೋ ವರ್ಷಗಳಾಗಿಹೋಯ್ತು. ಇವೆಲ್ಲ ನಿನ್ತಲೆಯಲ್ಲಿ ಇರ್ಲಿ" ನಿಟ್ಟುಸಿರು ಚಿಮ್ಮಿದರು.

ಸ್ವಲ್ಪ ಗಂಭೀರ ವಿಷಯಗಳು ಆಳವಾದ ಚಿಂತನೆಯನ್ನೊಳಗೊಂಡ ಮಾತುಗಳೆಂದರೆ ತಲೆ ಬಿಸಿ. ಅಂಥ ಜೀವನ ಇಷ್ಟಪಡಲಾರ ಅಲಂಕಾರ್. 'ಹ್ಞೂ' ಎಂದುಕೊಂಡು ಹೊರಟ.

ಎರಡು ದಿನದ ನಂತರವೇ ಗಾಂಡೀವಿ ಒಂಟಿಯಾಗಿ ಅವನಿಗೆ ಎದುರಾದುದ್ದು.

'ಭಯ ನಿಜವಾದ ಶಕ್ತಿಯನ್ನೇ ಉಡುಗಿಸಿಬಿಡುತ್ತದೆ. ಅದನ್ನು ಮೆಟ್ಟಿ ನಿಲ್ಲಬೇಕು' ತಂದೆಯ ಮಾತುಗಳು.

ಶ್ಯಾನುಭೋಗ್ ಹತ್ತು ಸಲವಾದರೂ ಹೇಳಿದ್ದ. "ಬಿ ಕೇರ್‌ಫುಲ್. ಚಿರತೆಯಂಥವ್ನು. ಯಾವ ಕ್ಷಣದಲ್ಲಿಯಾದ್ರೂ ನಿನ್ಮೇಲೆ ಬೀಳ್ಬಹ್ದು. ಒಂಟಿಯಾಗಿ ಎಲ್ಲಿಗೂ ಹೋಗ್ಬೇಡ."

ಇಂದು ಸಂಪತ್ ರೂಮಿಗೆ ಹೋಗಿ ಅವನು ಇಲ್ಲದಿದ್ದರಿಂದ ಹಿಂದಿರುಗುತ್ತಿದ್ದ.

"ಏಯ್..." ಎಂದ ಬೈಕ್‌ನ ವೇಗವನ್ನು ನಿಯಂತ್ರಿಸಿ ಸ್ಟಾರ್ಟಿಂಗ್‌ನಲ್ಲಿಯೇ. ಗಾಂಡೀವಿ ಉತ್ಪ್ರೇಕ್ಷೆಯಿಂದ ನಡೆಯುತ್ತಲೇ ಇದ್ದ. "ನೋಡಿದ್ಯಾ ಯಾರ್. ಅವ್ನು ನಿಂಗೆ ಸೊಪ್ಪು ಹಾಕೋಲ್ಲ. ನಾಲ್ಕು ತದುಕಿದ್ರೆ. ಈ ರೀತಿ ವರ್ತಿಸ್ತಾ ಇರ್‍ಲಿಲ್ಲ" ಒಬ್ಬ ಚಮಚ ನುಡಿದಾಗ ಹಿಂದಕ್ಕೆ ತಿರುಗಿದ ಗಾಂಡೀವಿ ಒಮ್ಮೆ ಅವನನ್ನು ದಿಟ್ಟಿಸಿ ನೋಡಿ ತನ್ನಷ್ಟಕ್ಕೆ ತಾನು ನಡೆದ.

"ಡ್ಯಾಡಿ ಗಲಾಟೆ ಬೇಡ ಅಂದಿದ್ದಾರೆ. ಇದೇ ಒಂದು ನೆಪ ಮಾಡ್ಕೊಂಡ್ ಹೈಕಮಾಂಡ್ ಅವ್ರಿಗೆ ಟಿಕೆಟ್ ನಿರಾಕರಿಸ್ಬಹ್ದು" ತೋಡಿಕೊಂಡ ಅಲಂಕಾರ್ ಸುಮ್ಮನಾಗಲಿಲ್ಲ. ರಾತ್ರಿ ಶ್ಯಾನುಭೋಗ್‌ನ ನೋಡೋ ನೆಪದಲ್ಲಿ ರೂಮಿಗೆ ಬಂದ ಸ್ನೇಹವಾಗಿ. ಒಂದಿಬ್ಬರು ಹಿಂಬಾಲಕರು ಇದ್ದೇ ಇದ್ದರು.

ಬಹಳ ಬೇಗ ವೈಮನಸ್ಸಿನ ಗೋಡೆ ಕೆಡವಿದ. ಶ್ಯಾನುಭೋಗ್, ಅವನು ಮತ್ತೆ ಗೆಳೆಯರಾಗಿಬಿಟ್ಟರು.

"ಎಕ್ಸ್‌ಕ್ಯೂಜ್, ಪಕ್ಕದ ರೂಮಿಗೆ ಹೋಗ್ತೀನಿ. ನಂಗೆ ಓದೋದಿದೆ" ಪುಸ್ತಕಗಳನ್ನಿಡಿದು ಹೊರಬಂದ. ಶ್ಯಾನುಭೋಗ್ ಸಮರ್ಥಿಸಿಕೊಂಡ "ಬ್ರಿಲಿಯಂಟ್, ಜಾಲಿಗೋಸ್ಕರ ಕಾಲೇಜಿಗೆ ಬಂದವನಲ್ಲ. ಅವ್ನಿಗೆ ಓದು ಮುಖ್ಯ"

ಇದನ್ನು ಮನಸ್ಸಿನಲ್ಲಿಟ್ಟುಕೊಂಡ ಅಲಂಕಾರ್ ಮುಂದಿನ ಗಾಂಡೀವಿ ಬದುಕಿನ ಒಂದು ದುರಂತ ಘಟನೆಗೆ ಕಾರಣವಾದ.

ರೆಡಿ ಮಾಡಿದ ಒಂದು ಉತ್ತರ ಪತ್ರಿಕೆಯೇ ಅವನಲ್ಲಿ ಸಿಕ್ಕಿ ಗೊಂದಲ, ಪ್ರತಿಭಟನೆ, ಒಂದು ದಿನದ ಕಾರಾಗೃಹ ವಾಸ ಎಲ್ಲ ನಡೆದುಹೋಗಿತ್ತು.

ಅವೆಲ್ಲ ಈಗ ನೆನಪುಗಳಷ್ಟೆ.

* * *

ಅಯ್ಯರ್ ಮನೆಗೆ ಬಂದಾಗ ಮಧ್ಯಾಹ್ನ ಮೂರು ಬಾಳೆ ಗೊನೆಗಳನ್ನು ಇಳಿಸುತ್ತಿದ್ದರಿಂದ ಬೆಳಿಗ್ಗೆಯಿಂದ ತೋಟದಲ್ಲಿಯೇ ಇದ್ದರು. ಅತ್ತ ತಲೆ ಹಾಕಿರಲಿಲ್ಲ ಗಾಂಡೀವಿ.

ಒಯ್ದಿದ್ದ ಊಟ ಕೂಡ ವಾಪಸ್ಸು ಬಂದಿತ್ತು. ಉಪವಾಸವಾದರೂ ಇರುತ್ತಿದ್ದರು. ಎಂದೂ ತೋಟದಲ್ಲಿಯಾಗಲೀ, ಬೇರೆ ಕಡೆಯಾಗಲಿ ಊಟ ಮಾಡುತ್ತಿರಲಿಲ್ಲ ಅಯ್ಯರ್. ಇಂದು ಸ್ವಲ್ಪ ಕೋಪಾವಿಷ್ಟರಾಗಿದ್ದು ಅಲಮೇಲು ಗಮನಕ್ಕೆ ಬಂತು. ಗಾಂಡೀವಿ ಬಂದಮೇಲೆ ಎಂದೂ ಪ್ರಸನ್ನತೆಯನ್ನು ಕಂಡಿರಲಿಲ್ಲ ಗಂಡನ ಮುಖದಲ್ಲಿ.

ಮಣೆ ಇಟ್ಟು ಎಲೆ ಹಾಕಿದರು. ಕೈಕಾಲು ಮುಖ ತೊಳೆದು ಬಂದ ಅಯ್ಯರ್, ಕಣ್ಣು ಮುಚ್ಚಿ ಧ್ಯಾನಾಸಕ್ತರಾದರು. 'ಅನ್ನ ಪರಬ್ರಹ್ಮ ಸ್ವರೂಪ' ದೇವರ ಮುಂದೆ ಕೂತಂತ ಭಕ್ತಿಭಾವವೇ ಎಲೆಯ ಮೇಲೆ ಕೂತಾಗ.

ಊಟ ಮುಗಿಸಿ ಎದ್ದ ಮೇಲೆ ಹೆಂಡತಿಯನ್ನು ತೆಗೆದುಕೊಂಡರು ತರಾಟೆಗೆ "ನಾನು ಬೇರೆ ಕಡೆ ಊಟ ಮಾಡೋಲ್ಲಾಂತ ಗೊತ್ತಿಲ್ವಾ? ಯಾಕೆ ಕಳಿಸಿದ್ದು ಊಟ?"

ಸ್ವಲ್ಪ ಸರಿಯಾಗಿ ನಿಂತರು "ಡಾಕ್ಟ್ರು ಹೇಳಿದ್ದಾರಂತಲ್ಲ; ಹೊತ್ತೊತ್ತಿಗೆ ಸರ್ಯಾಗಿ ಊಟ ಮಾಡದಿದ್ರೆ ತೊಂದರೆ ಆಗುತ್ತೇಂತ. ವಯಸ್ಸಾಗ್ತ ಇದ್ದಂಗೆ ಆರೋಗ್ಯದ ಸಲುವಾಗಿ ಒಂದಿಷ್ಟು ನಿಯಮಗಳ್ನ ಬದಲಾಯ್ಸಿಕೊಂಡ್ರೆ ತಪ್ಪೇನು?" ಮೆಲುದನಿಯಲ್ಲಿ ಉಸುರಿದರು.

"ಇದ್ನ ನಿನ್ಮಗ ಉಸುರಿದ್ನಾ?" ಕೇಳಿದರು ಕೋಪದಿಂದ.

ಈಚೆಗೆ ಪ್ರತಿಯೊಂದಕ್ಕೂ ಮಗನ ಕಡೆ ಬೆಟ್ಟು ಮಾಡುತ್ತಿದ್ದರು. ನಿಂದನೆಯ ಸುರಿಮಳೆ. ಬಹಳ ಉತ್ತಮನಾಗಿ ಕಂಡಿದ್ದ ಮಗನ ಪ್ರತಿಯೊಂದು ಕೆಲಸವೂ ಕೆಟ್ಟದಾಗಿ ಕಾಣುತ್ತಿತ್ತು. ಆಕ್ಷೇಪಿಸುತ್ತಿದ್ದರು. ಛೀಮಾರಿ ಹಾಕುತ್ತಿದ್ದರು. ಆತ ದೊಡ್ಡ ಅಪರಾಧಿ ಅವರ ಕಣ್ಣುಗಳಲ್ಲಿ.

ಆಕೆಯ ಕಣ್ಣುಗಳಲ್ಲಿ ನೀರು ಚಿಮ್ಮಿತು "ಅವ್ನು ಏನು ಅಂಥ ತಪ್ಪು ಮಾಡಿರೋದು? ದಯವಿಟ್ಟು ಸುಮ್ಮನಿದ್ಬಿಡಿ. ಮಾತುಗಳಿಂದ ಕೊಲ್ಲೋದ್ಬೇಡ" ಗದ್ಗದ ಕಂಠದಿಂದ ಬಿನ್ನವಿಸಿಕೊಂಡರು.

ತಲೆ ಅಡ್ಡಡ್ಡ ಆಡಿಸಿದ ಅಯ್ಯರ್ ಅವುಡುಗಳನ್ನು ಕಚ್ಚಿಡಿದರು. 'ಕ್ಷಮಿಸರು'. ಅವರ ವಂಶ ಮರ್ಯಾದೆಗೆ ಬಲವಾದ ಪೆಟ್ಟು. ವಿನಯ, ವಿಧೇಯತೆ, ಮರ್ಯಾದೆಯಿಂದ ಕಾಣುತ್ತಿದ್ದ ಜನ ತಮ್ಮ ಕಡೆ ಬೆಟ್ಟು ತೋರಿಸುತ್ತಿದ್ದಾರೆ. ಹಿಂದೆ ನಗೆಯಾಡುತ್ತಿದ್ದಾರೆ ಎನ್ನುವ ಭ್ರಮೆ ಅವರಲ್ಲಿ ಪೂರ್ತಿಯಾಗಿ ಆವರಿಸಿಬಿಟ್ಟಿತ್ತು.

"ನಿನ್ಮಗ ಏನು ತಪ್ಪು ಮಾಡಿಲ್ಲ ಅಲ್ವಾ! ಛಿ... ಛಿ... ಜ್ಞಾನ ಸಂಪತ್ತಿನ ಬೆಳವಣಿಗೆಗೆ ತಾನೇ ಕಾಲೇಜು ಸೇರಿಕೊಂಡಿದ್ದು. ಅಲ್ಲಿ ಇವನೇನು ಮಾಡಿದ್ದು?" ದನಿಯೇರಿಸಿ ಕಣ್ಣು ಕೆಂಪಗೆ ಮಾಡಿದರು. ಇಂಥ ಪ್ರಶ್ನೆ, ಮಾತುಗಳು ಹಲವಾರು ಸಲ ಆಗಿಹೋಗಿದ್ದವು. ಪ್ರತಿ ಸಲವೂ ಮೊದಲ ಸಲ ಅವಮಾನವನ್ನುಂಡಂತೆ ಕ್ಷಣದ ಹಿಂದೆ ನಡೆದ ಘಟನೆಯಂತೆ ಕೂಗಾಡುತ್ತಿದ್ದರು. ಈ ಎರಡು ತಿಂಗಳ ಕಾಲ ಕೂಡ ಏನು ಪರಿಣಾಮ ಬೀರಲಿಲ್ಲ ಅವರ ಮೇಲೆ.

ಅಲಮೇಲು ತಣ್ಣಗೆ ಹಿಂದೆ ಸರಿದು ಕಣ್ಣೀರೊರೆಸಿಕೊಂಡರು. 'ಗಾಂಡೀವಿ ಕಲಿತಿದ್ದು ಸಾಕಿತ್ತು. ತಾವು ಓದಿಗಾಗಿ ಕಳಿಸಬಾರದಿತ್ತು' ಇಂದು ಅಂದುಕೊಂಡರು. ಆದರೆ ವಿಷಯ ಅವರ ಕೈಯಲ್ಲಿತ್ತಾ? ಬೇಡವೆಂದರೆ ಅಯ್ಯರ್ ಒಪ್ಪುತ್ತಿದ್ದರಾ?

ಗೋಡೆಗೊರಗಿ ನಿಂತವರು ಹಾಗೆಯೇ ಕುಸಿದು ಕೂತರು. ಬಂದ ದಾಕ್ಷಾಯಣಿ ಗೊಂಬೆಯಂತೆ ಪಿಳಿಪಿಳಿ ಕಣ್ಣುಗಳನ್ನು ಬಿಟ್ಟಳು. ಇದು ನಿತ್ಯದ ದೃಶ್ಯವಾಗಿತ್ತು.

"ಅಮ್ಮ..." ಎಂದಕೂಡಲೇ ಕಣ್ಣೊರೆಸಿಕೊಂಡ ಆಕೆ "ಅಣ್ಣನ್ನ ಕೂಗ್ಹೋಗು, ಈಗ್ಲಾದ್ರೂ ಊಟ ಮಾಡ್ಲಿ" ದಡಬಡಿಸಿಕೊಂಡು ಮೇಲೆದ್ದರು.

ಹಿತ್ತಲ ಬಾವಿಯ ಕಟ್ಟೆಯ ಮೇಲೆ ಕೂತಿದ್ದ ಗಾಂಡೀವಿ ಎಲ್ಲಾ ಕೇಳಿದ್ದ. ದಿನವು ಕೇಳುತ್ತಿದ್ದ. ದಿನದಿಂದ ದಿನಕ್ಕೆ ತಂದೆಯ ಮಾತುಗಳಲ್ಲಿ ಕಾವೇರುತ್ತಿದ್ದನ್ನ ಗುರ್ತಿಸಿದ್ದನೇ ವಿನಹ ಕಮ್ಮಿಯಾಗುತ್ತದೆಯೆನ್ನುವ ಅವನಲ್ಲಿನ ವಿಶ್ವಾಸವನ್ನು ಕಡಿಮೆ ಮಾಡಿತ್ತು ನಿಮಿಷಗಳು ಗಂಟೆಗಳು ದಿನಗಳು.

ದಾಕ್ಷಾಯಣಿ ಅವನ ಕೈ ಹಿಡಿದುಕೊಂಡಳು. "ಅಮ್ಮ ಕರೀತಾಳೆ. ಈಗ ನೀನು ಊಟ ಬೇಡಾಂದ್ರೆ ಅಮ್ಮ ಉಪವಾಸ ಇದ್ಬಿಡ್ತಾಳೆ" ಎಂದಳು. ಅವಳ ಸ್ವರದಲ್ಲಿನ ತೇವ ಗುರ್ತಿಸಿ ನಕ್ಕ. ಆ ನಗುವಿನಲ್ಲಿ ನಿಸ್ಸಹಾಯಕತೆ ಇತ್ತೋ, ದುಃಖವಿತ್ತೋ, ಅಂತು ಒಣ ನಗು. ಜೀವಂತಿಕೆ ಇರಲಿಲ್ಲ. ಸ್ವಲ್ಪಮಟ್ಟಿಗಾದರೂ ಮೇಲೆದ್ದ.

ದಢಾರನೆ ಹಗ್ಗಕ್ಕೆ ಕಟ್ಟಿದ್ದ ತಾಮ್ರದ ಬಿಂದಿಗೆಯನ್ನು ಒಳಕ್ಕೆ ಇಳಿಸಿ ಒಂದು ಕೊಡ ನೀರು ಸೇದಿ ಮುಖ, ಕೈಕಾಲು ತೊಳೆದುಕೊಂಡು ಬಂದು ಊಟಕ್ಕೆ ಎಲೆಯ ಮುಂದೆ ಕೂಡುವ ಮುನ್ನ ತಾಯಿಗೊಂದು ಮಣೆ ಇಟ್ಟು ಎಲೆ ಹಾಕಿ ನೀರಿಟ್ಟ.

"ಅಮ್ಮ, ಇನ್ನೊಂದ್ಸಾತು ಬೇಡ. ಒಂದ್ಸಲ ಬಡ್ಸಿ ನೀನೂ ಕೂತ್ಕೊಂಡ್ಬಿಡು. ಮಾತಾಡ್ತಾ ಒಂದು ನಾಲ್ಕು ತುತ್ತು ಜಾಸ್ತಿನೇ ತಿಂತೀನಿ" ಎಂದ ಸ್ವಲ್ಪ ಗೆಲುವನ್ನು ತಂದುಕೊಂಡೆ.

ಆಕೆನೂ ಕೂತರು. ಯಾಕೋ ಪ್ರತಿಯೊಂದು ತುತ್ತಿಗೂ ತಾಯಿ ನೀರು ಕುಡಿಯುತ್ತಿರುವುದು ಅವನ ಗಮನಕ್ಕೆ ಬಂತು.

"ಅಮ್ಮ, ನಮ್ಮ ಬಾವಿ ನೀರು ಎಂದಾದ್ರೂ ಮುಗಿದಿದ್ದು ಗೊತ್ತಾ?" ಕೊಳಂಬುನಲ್ಲಿ ಅನ್ನ ಕಲೆಸುತ್ತ ಕೇಳಿದಾಗ ಅಕೆ ನಸು ನಗುವಿನಿಂದ ತಲೆಯಾಡಿಸಿದರು. "ಇಲ್ಲ ಕಣ್ಣಾ, ನಿನ್ನ ಪಾಟಿ ಕೂಡ ಹೇಳೋರು. ಒಮ್ಮೆ ಬರ ಬಂದಾಗ ನೀರು ಕಡ್ಮೆ ಆಗಿತ್ತೇ ವಿನಹ ಮುಗಿದಿದ್ದಿಲ್ಲಾಂತ" ಎಂದರು.

"ಈಗ ಮುಗಿದ್ರೆ ಪವಾಡ ಅಲ್ವಾ! ನಂಗೆ ಡೌಟು. ನೀನು ಕುಡ್ಯೋ ನೀರು ನೋಡಿದ್ರೆ ಬೇಗ ಮುಗ್ದ್ಹೋಗುತ್ತೆ" ಎನ್ನುತ್ತ ಅರ್ಥಪೂರ್ಣ ನಗೆ ಬೀರಿದ. ನೋವಿನ ಮಹಾಪೂರವೇ ಹರಿದು ಬಂದಂತಾಯಿತು.

ಅಲಮೇಲು ಗಂಟಲು ಕಟ್ಟಿತು. ಮಾತು ಹೊರಡಲಿಲ್ಲ. ಉಳಿದ ಅನ್ನದ ಸಮೇತ ಎಲೆಯನ್ನು ಹಿತ್ತಲಲ್ಲಿ ಎಸೆದು ಬಂದರು.

"ನೀನು ನೆಮ್ದಿಯಿಂದ ಊಟ ಮಾಡು" ಅವನ ಪಕ್ಕವೇ ಕೂತರು ಮೊಸರಿನ ಪಾತ್ರೆ ಮುಂದಿಟ್ಟುಕೊಂಡು "ಮನೆಯಲ್ಲಿ ಹಿರಿಯರು ಇರ್ಬೇಕು. ನಿಮ್ಮಜ್ಜಿನೋ, ತಾತನೋ ಇದ್ದಿದ್ರೆ ಒಂದಿಷ್ಟು ಬುದ್ಧಿ ಹೇಳೋರು ನಿಮ್ಮಪ್ಪನಿಗೆ. ಈಗ ಅವ್ರದ್ದೇ ಮಾತು. ನಾನೊಂದು ತಿಳಿವಳಿಕೆ ಇಲ್ದ ಹೆಂಗಸರು. ಎಷ್ಟು ಹೇಳಿದ್ರೂ ಅಷ್ಟೆ" ಅಳು ಒತ್ತಿಕೊಂಡು ಬಂದು ಕೈಯನ್ನು ಬಾಯಿಗೆ ಅಡ್ಡವಾಗಿ ಹಿಡಿದರು.

ಆಮೇಲೆ ಅನ್ನ ಇಳಿಯಲಿಲ್ಲ ಗಾಂಡೀವಿಗೆ. ಎದ್ದು ಹೋಗಿ ಕೈ ತೊಳೆದುಬಿಟ್ಟ.

ಮತ್ತೆ ಬಾವಿಯ ಕಟ್ಟೆ ಮೇಲೆ ಹೋಗಿ ಕುಳಿತ. ಬೇಕಾದಷ್ಟು ಜಮೀನು, ತೋಟವಿತ್ತು. ನಾಲ್ಕು ಸಂಸಾರ ತಿನ್ನುವಷ್ಟು ಆದಾಯವಿತ್ತು. ಆರ್ಥಿಕವಾಗಿ ಪರದಾಡಬೇಕಿರಲಿಲ್ಲ. ಮನೆ, ತೋಟ, ಜಮೀನು ನೋಡಿಕೊಂಡು ಊರಿನಲ್ಲೇ ಇದ್ದುಬಿಡೋಣವೆಂದು ನಿಶ್ಚಯಿಸಿದ್ದ. ಆದರೆ ತಂದೆ ಅವನನ್ನ ಸ್ವೀಕರಿಸಬೇಕಿತ್ತು. ಮಾಡಿದ ತಪ್ಪು ಮಹಾಪರಾಧವೆಂದು ಪರಿಗಣಿಸಿ ಅವನ ಮುಖ ಕಂಡರೆ ಬೇರೆ ಕಡೆ ಮುಖ ತಿರುಗಿಸುವ ಅವರು ತನ್ನನ್ನು ಕ್ಷಮಿಸಿಯಾರೇ ಎನ್ನುವ ಸಂದೇಹ ಅವನಲ್ಲಿ ದಿನದಿನಕ್ಕೆ ಮೊಳೆದು ಮರವಾಗುತ್ತಿತ್ತು.

ಸದಾ ಮಗನನ್ನು ತಮ್ಮ ಜೊತೆಯಲ್ಲಿ ಕೂಡಿಸಿಕೊಂಡು ಊಟ ಮಾಡುತ್ತಿದ್ದ ಅಯ್ಯರ್ ರಥಸಪ್ತಮಿ ದಿನ ಜೊತೆಯಲ್ಲಿ ಎಲೆ ಹಾಕಿದಾಗ ಕೂತಿದ್ದವರು ಮಣೆ ಬಿಟ್ಟು ಎದ್ದರು. "ಮೊದ್ಲು ಅವ್ನ ಊಟ ಮುಗೀಲೀ, ಆಮೇಲೆ ಮಾಡ್ತೀನಿ. ಎಂದೂ ಇನ್ಮೇಲೆ ನನ್ನೊತೆಯಲ್ಲಿ ಅವ್ನಿಗೆ ಎಲೆ ಹಾಕ್ಬೇಡ. ನಿನ್ನ ಮುದ್ದು ಮಗನಿಗೆ ಕೂಡ್ಸಿ ಬಡ್ಸಿ ನಂತರ ನಂಗೆ ಊಟ ಹಾಕು" ತಾಕೀತು ಮಾಡಿದ್ದರು. ಜೊತೆಗೆ ಅಂದು ಇಡೀ ದಿನ ಉಪವಾಸ. ಹೆಂಡತಿಯ ಬಲವಂತ ಹೆಚ್ಚಾದಾಗ ರೇಗಿದ್ದರು.

"ಇಂಥ ಮಗನ ಜನ್ಮಕ್ಕೆ ಹೊಣೆಯಾದ ತಪ್ಪಿಗೆ ಪ್ರಾಯಶ್ಚಿತ್ತ"

ಅಂದು ಅವನನ್ನು ಇಡಿಯಾಗಿ ಕತ್ತರಿಸಿ ಗಟಾರಕ್ಕೆಸೆದಂತಾಗಿತ್ತು. ಮಗನೇ ತಮ್ಮ ಸಂಪೂರ್ಣ ಜಗತ್ತೆಂದು ಮಮತೆ ತೋರುತ್ತಿದ್ದ ತಂದೆಯ ನಿಷ್ಠೂರ ನುಡಿಗಳಿಗೆ ತತ್ತರಿಸಿಹೋಗಿದ್ದ. ಗಾಂಡೀವಿ ಮತ್ತು ಅವನ ತಂದೆಯ ನಡುವಿನ ಅಂತರ ದಿನದಿನಕ್ಕೆ ಹೆಚ್ಚುತ್ತಿದ್ದುದು ಮನೆಯವರಲ್ಲಿ ಮಾತ್ರವಲ್ಲ ಆಳುಕಾಳುಗಳಿದ್ದರೂ ತಿಳಿದಿತ್ತು. ಒಂದು ದಿನದಲ್ಲಿ ಹತ್ತಾರು ಸಲ ಮಗನ ಸುದ್ದಿ ಮಾತಾಡುತ್ತಲೋ, ಪ್ರಶಂಸಿಸುತ್ತಲೋ ಇದ್ದವರು ಇಂದು ಅಪ್ಪಿತಪ್ಪಿ ಅವನ ವಿಷಯ ಮಾತಾಡುತ್ತಿರಲಿಲ್ಲ. ಎಲ್ಲರ ಗುಮಾನಿಗೆ ಇದು ಒಂದು ಕಾರಣ.

ತೋಟಕ್ಕೆ ಹೋಗಿ ಆಗ ತಾನೆ ಹಿಂದಿರುಗುತ್ತಿದ್ದ ಗಾಂಡೀವಿಯನ್ನು ಒಳಗಿನ ಮಾತುಗಳು ತಡೆದು ನಿಲ್ಲಿಸಿದವು.

"ಇವತ್ತು ಸಾಕ್ಷರತೆ ಕಾರ್ಯಕ್ರಮಕ್ಕೆ ಬಂದ ಜಿಲ್ಲಾಧಿಕಾರಿಗಳು ಕೂಡ ಗಾಂಡೀವಿ ವಿಷ್ಯ ಪ್ರಸ್ತಾಪಿಸಿ ನಾಲ್ಕಾರು ಸಹಾನುಭೂತಿ ಮಾತುಗಳನ್ನಾಡಿದರು. ಎಲ್ಲಿಗೆ ಬಂತು ನೋಡು ಈ ಅಯ್ಯರ್ ಮಾನ ಮರ್ಯಾದೆ. ದಯವಿಟ್ಟು ನಿನ್ಮಗನನ್ನ ಊರು ಬಿಟ್ಟು ಹೋಗೋಕ್ಹೇಳು. ಇಲ್ಲ ಅವಮಾನ ತಾಳಲಾರ್ದೇ ನಾನೇ ಎಲ್ಲಾದ್ರೂ ಆತ್ಮಹತ್ಯೆ ಮಾಡ್ಕೊಂಡ್ಬಿಡ್ತೀನಿ" ಎಂದರು. ಆ ಸಮಯದಲ್ಲಿ ಅವರ ಕಂಠ ಕಂಪಿಸುತ್ತಿತ್ತು. ಎಚ್ಚರ ತಪ್ಪುವಷ್ಟು ಆವೇಗದಿಂದ ಭುಸುಗುಡುತ್ತಿದ್ದರು.

ಮುಂದಿಟ್ಟ ಹೆಜ್ಜೆಗಳನ್ನು ಹಿಂದಕ್ಕೆಳೆದುಕೊಂಡ ಗಾಂಡೀವಿ.

ತೋಟಕ್ಕೆ ವಾಪಸ್ಸು ಬಂದವನು ಒಂಟಿಯಾಗಿ ಕೂತ. ಸಮಾಜ, ಮಾನ, ಮರ್ಯಾದೆಗೆ

ಮನುಷ್ಯ ಎಷ್ಟು ಅಂಜುತ್ತಾನೆ. ಸ್ವಂತ ಮಕ್ಕಳು, ಸಂಬಂಧಗಳಿಗಿಂತ ಅದಕ್ಕೆ ಹೆಚ್ಚು ಮನ್ನಣೆ ಕೊಡುತ್ತಾನೆ. ಯಾಕೆ? ಸಮಾಜದ ಬಗ್ಗೆ ಅವನಿಗೆ ಇರುವುದು ಪ್ರೀತಿ, ಆದರಾಭಿಮಾನಗಳಲ್ಲ, ಭಯ... ಬರೀ ಭಯ!

ನಿಧಾನವಾಗಿ ಕತ್ತಲು ಆವರಿಸತೊಡಗಿತು. ಕತ್ತಲು ತನ್ನನ್ನು ಪೂರ್ತಿ ನುಂಗುತ್ತಿದೆಯೆನಿಸಿತು ಗಾಂಡೀವಿಗೆ. ಎಷ್ಟು ಕತ್ತಲು ಮುಸುಕಿದರೇನು. ಅವನ ಕಣ್ಣಲ್ಲಿ ಬೆಳಕಿತ್ತು. ಆ ಬೆಳಕಲ್ಲಿ ಜಗತ್ತಿನ ಚರಾಚರವನ್ನು ನೋಡಲಿಲ್ಲ.

"ಅಣ್ಣ, ನಿನ್ನ ಎಲ್ಲೆಲ್ಲಿ ಹುಡ್ಕಿದೆ ಗೊತ್ತಾ?" ದಾಕ್ಷಾಯಣಿ ಅವನ ತೋಳಿಗೆ ಮುಖ ಉಜ್ಜಿ ಅಳತೊಡಗಿದಳು. "ಅರರೇ, ಏನಾಯ್ತು, ಈ ಚಿನ್ನದ ಗೊಂಬೆಗೆ?" ಕೆನ್ನೆ ಸವರಿದ. ಒಬ್ಬಳೇ ಒಡಹುಟ್ಟಿದವಳು. ಅತಿಯಾದ ಪ್ರೇಮ. ಎಳೆತನದ ಸ್ನೇಹದ ಸಿಂಚನ.

ಮತ್ತಷ್ಟು ಅತ್ತ ನಂತರವೇ ಸಮಾಧಾನಗೊಂಡಿದ್ದು. ಕಣ್ಣೊರೆಸಿದ. ನೋಟವೆತ್ತಿ ಅಣ್ಣನನ್ನು ನೋಡಿ ಮತ್ತೆ ಕಣ್ಣಲ್ಲಿ ನೀರು ತುಂಬಿಕೊಂಡಳು. "ಅಮ್ಮ ತುಂಬ ಅಳ್ತಾ ಇದ್ದಾಳೆ" ಸ್ವರದಲ್ಲಿ ದುಃಖದ ದಟ್ಟವಾದ ಛಾಯೆ. ಅದಕ್ಕೆ ಪೂರ್ಣ ಕಾರಣ ತಾನು! ಮಾಡದ ಅಪರಾಧಕ್ಕೆ ಶಿಕ್ಷೆ, ಬಿಕ್ಕಳಿಸಿ ಬಿಕ್ಕಳಿಸಿ ಅಳಬೇಕೆನಿಸಿತು. ಆ ಅಳುವಿನಿಂದ ಪ್ರಯೋಜನ?

ತಂಗಿಯೊಂದಿಗೆ ಮನೆಯ ಕಡೆಗೆ ಬಂದವನು ನಿಂತ ತಂದೆಯ ಬೆದರಿಕೆ ನೆನಪಾಯಿತು. ಅದು ಬೆದರಿಕೆಯಲ್ಲ. ಅವರೆದೆಯಾಳದ ನೋವಿನ ತೀವ್ರತೆ.

"ದಾಕ್ಷಾಯಣಿ, ನೀನ್ಹೋಗು ಬರ್ತೀನಿ" ಎಂದ. ಮುಂದೆ ಹೆಜ್ಜೆ ಎತ್ತಿಡಲು ಕಷ್ಟವೆನಿಸಿತು. "ನೀನು ಬರ್ಬೇಕು, ಅಮ್ಮಂಗೆ ನೀನೇ ಸಮಾಧಾನ ಹೇಳ್ಬೇಕು" ಪಟ್ಟು ಹಿಡಿದಳು. ಎಳೆದೊಯ್ದಳು ಜೊತೆಯಲ್ಲಿ.

ನಡುಮನೆಯಲ್ಲಿ ನಿಂತ ತಾಯಿಯನ್ನು ನೋಡಿದವನು ಪಾತಾಳಕ್ಕೆ ಇಳಿದ. ಸುಂದರವಾದ ರೂಪು, ಆರೋಗ್ಯವಂತ ಮೈಕಟ್ಟು. ಎರಡು ಕದಡಿತ್ತು ನೀರೊಳಗಿನ ಚಿತ್ರದಂತೆ ಅವನೆದೆಯೊತ್ತಿ ಉಸಿರಾಡುವುದು ಕಷ್ಟವೆನಿಸಿತು.

"ಬಾ ಊಟ ಮಾಡು. ಅದೆಲ್ಲೋದೆ. ನಿಮ್ಮಪ್ಪ ವಿಚಾರಿಸಿದ್ರು" ಎಂದರು. ಆಕೆಯ ಸ್ವರದಲ್ಲಿನ ಜೀವಂತಿಕೆ ಸಂಪೂರ್ಣವಾಗಿ ಸತ್ತಿತ್ತು. ಅದು ಉಡುಗಿಹೋಗುವ ಮುನ್ನ ಹೊರ ಹೋಗಬೇಕಿತ್ತು. ತುಂಬ ದೂರ. ಬಹಳಷ್ಟು ದೂರ ಇವರುಗಳಿಂದ.

ನೇರವಾಗಿ ಹಿತ್ತಲಿಗೆ ಹೋಗಿಬಿಟ್ಟ. ಆ ಬಾವಿ ಕಟ್ಟೆ. ಅಲ್ಲಿ ಉಸಿರಾಡುವ ಮರಗಳು, ಅವುಗಳಲ್ಲಿ ವಾಸ ಮಾಡಿ ಚಿಲಿಪಿಲಿಗುಟ್ಟುವ ಹಕ್ಕಿಗಳು– ಇವೆಲ್ಲ ಅವನ ಚಿಕ್ಕಂದಿನ ಒಡನಾಡಿಗಳು. ಅತ್ಯಂತ ಪ್ರಿಯವಾದ ಸ್ಥಳ. ಅವನು ಹಗಲಿನ ವೇಳೆ ಓದುತ್ತಿದ್ದುದು, ಬರೆಯುತ್ತಿದ್ದುದು ಬಾವಿಯ ಸುತ್ತ ಹಾಸಿದ್ದ ಹಾಸುಗಲ್ಲುಗಳ ಮೇಲೆಯೇ.

ಬಿಸಿಯಾದ ಎರಡೇ ಎರಡು ತೊಟ್ಟು ಕಂಬನಿಯ ಬಿಂದುಗಳು ಕೆನ್ನೆಯ ಮೇಲಿಂದ ಉರುಳಿದವು. 'ಛೆ' ಮುಖ ಪಕ್ಕಕ್ಕೆ ತಿರುಗಿಸಿದ.

"ಕಣ್ಣಾ..." ತಾಯಿಯ ಸ್ವರ. ತಟ್ಟನೆ ಅಂಗೈನಿಂದ ಕಣ್ಣುಗಳನ್ನು ತಿಕ್ಕಿಕೊಂಡು ಬಾವಿಯ ಕಟ್ಟೆಯಿಂದ ಇಳಿದವನು ತಾಯಿಯ ಎರಡು ಕೈಗಳನ್ನು ಹಿಡಿದುಕೊಂಡು ಬಂದು ಬಾವಿಯ ಸುತ್ತಲಿನ ಕಲ್ಲು ಹಾಸಿನ ಮೇಲೆ ಕೂಡಿಸಿ ತಾನು ಕೂತ. ನಾಲಿಗೆ ಹೊರಳದು. ಹೇಳಬೇಕೆಂದ ಮಾತುಗಳು ಗಂಟಲಲ್ಲೆ ಕೂತವು. ಹೇಗೆ... ಹೇಗೆ... ಹೇಗೆ ಹೇಳುವುದು?

"ಕಣ್ಣಾ..." ಆಕೆಯ ಸ್ವರ ನಡುಗಿತು. ಕಣ್ಣೀರು ಜಾರದಂತೆ ರೆಪ್ಪೆಗಳ ನಡುವೆ ಹುದುಗಿಸಿಟ್ಟರು. "ಅಪ್ಪ ಬೈಯ್ದಾ್ರಂತ ತಾನೇ! ನಿನ್ಮೇಲೆ ತುಂಬ ಆಸೆಗಳ್ನ ಇಟ್ಕೊಂಡಿದ್ರು. ಈ ಮನೆ, ಮನೆತನಕ್ಕೆ ಇನ್ನಷ್ಟು ಹೆಚ್ಚಿನ ಗೌರವ. ಮರ್ಯಾದೆ ಸಿಗಬೇಕು. ಸಿಗುತ್ತೆ ಅನ್ನೋ ವಿಶ್ವಾಸ ಅವ್ರದಾಗಿತ್ತು. ನಿರಾಶೆಗೆ ಏನೇನೋ ಮಾತಾಡ್ತಾರೆ" ಬಹಳ ಕಷ್ಟದಿಂದ ಹೇಳಿದರು.

ತಾಯಿಯನ್ನೇ ನೋಡಿ ನಸುನಕ್ಕ. ಮತ್ತೆ ಮತ್ತೆ ತನ್ನ ಪ್ರಾಮಾಣಿಕತೆಯ ಬಗ್ಗೆ ಹೇಳಿಕೊಳ್ಳುವುದು ಬೇಡವೆನಿಸಿತು.

"ಸದ್ಯಕ್ಕೆ ಅಪ್ಪನ ಕಣ್ಣಿಂದ ಈ ಮನೆಯಿಂದ ಸ್ವಲ್ಪ ದಿನವಾದ್ರೂ ಬೇರೆ ಕಡೆ ಹೋಗ್ಬೇಕೆನಿಸಿದೆ. ಸ್ವಲ್ಪ ದಿನ ಮಾತ್ರ. ಅಥ್ವಾ ಅಪ್ಪನ ಪ್ರಕಾರ ಈ ಮನೆತನದ ಮಾನ, ಮರ್ಯಾದೆ ಹೆಚ್ಚೋಂಥ ಕೆಲ್ಸ ಮಾಡಿದಾಗ" ಸ್ಪಷ್ಟವಾಗಿ ಹೇಳಿದ. ಈಗ ಅವನ ದನಿ ನಡುಗಲಿಲ್ಲ. ಕಂಠದಲ್ಲಿ ದೃಢತೆ ಇತ್ತು. ಮನದಲ್ಲಿ ತೀರ್ಮಾನ ಗಟ್ಟಿಯಾಗಿತ್ತು.

ಅಲಮೇಲು ಭಯ, ಆತಂಕ, ಆವೇಶದಿಂದ ಮಗನ ಎರಡು ಕೈಗಳನ್ನ ಹಿಡಿದುಕೊಂಡರು. "ಅಯ್ಯೋ, ಬೇಡ ಕಣೋ! ನಿಮ್ಮಪ್ಪನ ಕೋಪ ಎಷ್ಟು ದಿನ? ತಾನಾಗಿ ಸಮಾಧಾನದ ಸ್ಥಿತಿಗೆ ಬರ್ತಾರೆ" ಎಂದರು. ಆಕೆಯು ಆ ನಂಬಿಕೆ ಕಳೆದುಕೊಂಡುಬಿಟ್ಟಿದ್ದರು. ಮಗನ ಸಂತೈಯಿಸಲು ಆಡಿದ ಮಾತುಗಳಷ್ಟೆ; ತಲೆಯಾಡಿಸಿದ.

"ನಾನು ಎದುರಿಗಿದ್ದಷ್ಟು ದಿನ ಅದು ಪ್ರಜ್ವಲಿಸುತ್ತಲೇ ಇರುತ್ತೆ" ಎಂದವನು ಅತ್ಯಂತ ಸಂಯಮದಿಂದ ತನ್ನ ನಿರ್ಧಾರ ತಿಳಿಸಿದ. "ಒಂದಷ್ಟು ದಿನವಷ್ಟೆ, ನೀನು ಕೊರಗ್ಬಾರ್ದು. ಆಶೀರ್ವಾದ ಸಾಕು. ನೋಡೋಣ. ನಾನು ತೀರಾ ಮಗು. ಬದುಕಿನ ವಿಸ್ತಾರ ಇನ್ನೂ ಅಳೆಯಬೇಕಿದೆ."

ಒಂದಷ್ಟು ಅತ್ತರು. ಒಬ್ಬನೇ ಮಗನನ್ನು ದೂರ ಮಾಡಿಕೊಳ್ಳಲು ಆಕೆ ಸಿದ್ಧರಿಲ್ಲ. ಆದರೆ ಗಂಡನ ಮನಸ್ಥಿತಿ, ಇಂದು ಅಂದ ಮಾತಿನಿಂದ ಚಲಿಸಿಹೋಗಿದ್ದರು.

ತಾಯಿಯ ಕೈಯಲ್ಲಿ ತುತ್ತು ಹಾಕಿಸಿಕೊಂಡು ಎದ್ದವನು ಬಟ್ಟೆ ಬರೆ, ಪುಸ್ತಕಗಳನ್ನು ಮಾತ್ರ ಜೋಡಿಸಿಕೊಂಡ. ಬರಿಗೈಯಲ್ಲಿ ಹೊರಡಲು ತೀರ್ಮಾನಿಸಿದ್ದ.

ದೇವರ ಮನೆಯಲ್ಲಿ ಕೂತು ಅಳುತ್ತಿದ್ದ ಅಲಮೇಲು ಹೊರಗೆ ಬಂದವರು "ಇದ್ನ ಇಟ್ಕೋ" ಮಗನ ಕೈ ತೆರೆದು ಅಂಗೈಯಲ್ಲಿಟ್ಟರು. ಸದಾ ಆಕೆಯ ಬೆರಳಿನಲ್ಲಿ ಬಿಗಿಯಾಗಿ ಕೂರುತ್ತಿದ್ದ ಚಿನ್ನದ ಉಂಗುರ. ಗಾಬರಿಯಾದ. ಕೈ ತಿರುಗಿಸಿ ಬೆರಳು ನೋಡಿ ಬೆಚ್ಚಿದ್ದ.

ಇಡೀ ಮಾಮೂಲಿಗಿಂತ ಮೂರು ಪಟ್ಟು ಊದಿತ್ತು. ಉಂಗುರವಿದ್ದ ಜಾಗ ಪೂರ್ತಿ ರಕ್ತದಿಂದ ಹೆಪ್ಪುಗಟ್ಟಿ ಕೆಂಪಗಾಗಿತ್ತು.

"ಏನು ಮಾತಾಡ್ಬೇಡ. ಇದು ಪೂರ್ತಿ ನಂದೇ. ತಾತ ಒಂದು ಹಾಡ್ನೋ ಪೋಟಿ ಇಟ್ಟಿದ್ರು. ಅಂದು ಗೆದ್ದ ಉಂಗುರ ಪೂರ್ತಿ ನಂದೇ ಅಲ್ವಾ! ಅದ್ರ ಮೇಲಿನ ಅಧಿಕಾರ ಕೂಡ ನನ್ನದಾಗಿರುತ್ತೆ. ನಿಂಗೆ ಸಮಯಕ್ಕೆ ಬೇಕಾಗುತ್ತೆ" ಎಂದರು.

ಆರ್ಥಿಕವಾಗಿ ಆಕೆ ಪರಾವಲಂಬಿ. ಹಣ, ಚಿನ್ನ, ಬೆಳ್ಳಿ, ತೋಟ, ಜಮೀನು ಎಲ್ಲಾ ಇರಬಹುದು. ಆದರೆ ಏನು ಕೊಡಲೂ ಸ್ವತಂತ್ರಳಲ್ಲ.

ಹೃದಯ ಕಿತ್ತು ಬಾಯಿಗೆ ಬಂದಂತಾಯಿತು ಗಾಂಡೀವಿಗೆ. ಒಂದೆರಡು ನಿಮಿಷ ಕಂಡರೆ ತನ್ನ ನಿಲುವು ಬದಲಾಗಿ ಇಲ್ಲೇ ನಿಂತು ಮನೆಯ ಆರೋಗ್ಯಪೂರ್ಣ ವಾತಾವರಣವನ್ನು ಎಲ್ಲಿ ಹಾಳು ಮಾಡುವನೋ ಎಂದು ಹೆದರಿದ. ತುಟಿಗಳು ಅಲುಗಿದವು. ಏನು ಹೇಳಲೂ ಸಮರ್ಥನಾಗಲಿಲ್ಲ.

"ಹೋಗ್ಬಾ ಕಣ್ಣಾ. ನಿಂಗೆ ದೇವರು ಒಳ್ಳೇದು ಮಾಡ್ಲಿ" ತೆರೆದ ಅವನ ಅಂಗೈಯನ್ನು ಮುಚ್ಚಿ "ಬೇಗ್ಬಾ..." ಎಂದವರೆ ಒಳಗೆ ಹೋಗಿಬಿಟ್ಟರು.

ಜೋರಾಗಿ ಓದುತ್ತಿದ್ದ ದಾಕ್ಷಾಯಣಿಯ ಕೋಣೆಯ ಮುಂದೆ ಕೆಲವು ಕ್ಷಣ ನಿಂತು ಹೊರಟುಬಿಟ್ಟ.

ದೀಪಗಳು ಮರೆಯಾಗಿ ಕತ್ತಲೆಯಲ್ಲಿ ಕರಗಿಹೋದ.

* * *

ಬಸ್ಸಿನಿಂದ ಇಳಿದ ಗಾಂಡೀವಿ ಅತ್ತಿತ್ತ ನೋಡಿದ. ಅಂದು ಹಾಸ್ಟಲ್‌ಗೆ ಸೇರಲು ಬಂದಾಗ ತಂದೆ ಜೊತೆಯಲ್ಲಿದ್ದರು. ಆಳು ಮಗ ಅವನ ಲಗೇಜು ಹೊತ್ತು ಬಂದಿದ್ದ. ಅಂದು ಕೂಡ ನೋವು, ಅಳುಕು, ಉತ್ಸಾಹ, ಹುಮ್ಮಸ್ಸು ಜೀವನದ ಬಗ್ಗೆ ಹಲವು ಕನಸುಗಳು ಇದ್ದವು. ಇಂದು ತೀರಾ ಒಂಟಿ. ನಿರ್ಜನ ಪ್ರದೇಶದಲ್ಲಿ ನಿಂತಂತಾಯಿತು. ದಟ್ಟ ಜನಸಂದಣಿಯ ನಡುವೆಯೂ.

ಬಟ್ಟೆ ಬರೆಗಳ ಜೊತೆ ಸೂಟ್‌ಕೇಸ್‌ನಲ್ಲಿ ಕೆಲವು ಪುಸ್ತಕಗಳು ಇದ್ದವು. ನೂರು ಚಿಲ್ಲರೆಯಷ್ಟು ಹಣ ಮಾತ್ರ ಷರಟಿನ ಜೇಬಿನಲ್ಲಿದ್ದುದು. ಅಂದಿನ ಹಾಗೆ ಸಾವಿರಾರು ಅವನ ಕೈಗಿತ್ತು ಬ್ಯಾಂಕಿನಲ್ಲಿ ಖಾತೆ ಆರಂಭಿಸಿ ಹಣ ಜಮಾ ಮಾಡುವ ತಂದೆ ಜೊತೆಯಲ್ಲಿರಲಿಲ್ಲ.

ಬಸ್ ಸ್ಟಾಪ್‌ನ ಮೂಲೆಯಲ್ಲಿ ಬಂದು ನಿಂತ. ನಿಮಿಷಕ್ಕೊಂದರಂತೆ ಬಸ್ಸುಗಳು ಬಂದು ನಿಲ್ಲುತ್ತಿದ್ದವು. ಜನ ಭರ್ತಿಯಾಗಿ ಅವು ತಮ್ಮ ಸ್ಥಾನಗಳನ್ನು ಖಾಲಿ ಮಾಡಿದಾಗ ಮತ್ತೊಂದು ಬಸ್ಸು ಅದರ ಸ್ಥಾನ ಆಕ್ರಮಿಸುತ್ತಿತ್ತು. ಬದುಕಿನ ಗತಿಗೆ ಇದು ಕೂಡ ಒಂದು ನಿದರ್ಶನವೆನಿಸಿತು.

"ಸಾರ್, ರೂಮು ಬೇಕಾ? ಸಿಟಿಗೆ ಹೊಸಬ್ರಂತೆ ಕಾಣ್ತೀರಾ?" ಕತ್ತು ತೂರಿಸುತ್ತ ಒಬ್ಬ ವ್ಯಕ್ತಿ ಪಾಚಿಗಟ್ಟಿದ ತನ್ನ ಸಮಸ್ತ ಹಲ್ಲುಗಳನ್ನ ಪ್ರದರ್ಶಿಸಿದಾಗ ಎಲ್ಲಾ ಧೈರ್ಯವನ್ನು ಒಟ್ಟುಗೂಡಿಸಿದ "ನನ್ನ ಫ್ರೆಂಡ್‌ಗೋಸ್ಕರ ಕಾಯ್ತಾ ಇದ್ದೀನಿ. ಗುಲ್ಬರ್ಗ ಬಸ್ಸು ಬರ್ಬೇಕಿದೆ" ಎಂದ. ಆ ವ್ಯಕ್ತಿ ಮತ್ತಷ್ಟು ಆಳವಾಗಿ ನೋಡಿದ ಇವನನ್ನು. "ಬಂತಲ್ಲ ಗುಲ್ಬರ್ಗ ಬಸ್ಸು. ಹತ್ತು ನಿಮಿಷಗಳ ಮೊದ್ಲು. ತುಂಬ ಡಿಪ್ರೆಸ್ಡ್ ಆಗಿ ಕಾಣ್ತೀರಾ. ಬನ್ನಿ ಸರ್..." ನೇರವಾಗಿ ಸೂಟ್‌ಕೇಸಿಗೆ ಕೈ ಹಾಕಿದಾಗ ಒರಟಾಗಿ ತಳ್ಳಿದ "ಯೂ, ಈಡಿಯಟ್..." ಅವುಡುಕಚ್ಚಿ ಕಣ್ಣು ಕೆಂಪಗೆ ಮಾಡಿ ನೋಡಿದಾಗ ಗೊಣಗುತ್ತ ಕಣ್ಮರೆಯಾದ. ಇನ್ನು ಅಲ್ಲಿ ನಿಲ್ಲುವುದು ಸೂಕ್ತವೆನಿಸಲಿಲ್ಲ.

ಹೆಜ್ಜೆಗಳನ್ನು ಎಳೆದು ಹಾಕುತ್ತ ಹೋಟಲ್‌ಗೆ ಬಂದವನು ಕಾಫೀಗೆ ಆರ್ಡರ್ ಮಾಡಿ ಸಿಂಕ್‌ನಲ್ಲಿ ಮುಖಕ್ಕೆ ತಣ್ಣೀರು ಸಿಂಪಡಿಸಿಕೊಂಡ. ಮುಜುಗರ ಕಡಿಮೆಯಾಯಿತಷ್ಟೆ.

ಬರೀ ಇಡ್ಲಿ, ವಡೆ ತಿಂದು ಕಾಫೀ ಕುಡಿದು ಹೊರಬಂದ. ಹಾಸ್ಟಲ್ ತೆರವು ಮಾಡಿ ಆಗಿತ್ತು. ಶ್ಯಾನುಭೋಗ್, ಮಿಕ್ಕವರು ಎಲ್ಲೋ ಊರಿಗೆ ಹೊರಟು ಹೋಗಿದ್ದಾನೇನೋ. ನೆನಪಾದದ್ದು ಅಲಂಕಾರ್. ಅವನ ಮೈನ ನರಗಳು ಸೆಟೆದುಕೊಂಡು ರಕ್ತನಾಳಗಳಲ್ಲಿ ವೇಗವಾಗಿ ಪ್ರವಹಿಸಿತು ರಕ್ತ.

"ಅವ್ನ ಕೆರಿಯರ್ ಹಾಳು ಮಾಡ್ತೀನಿ" ಎಂದ ಅಲಂಕಾರ್ ಮಾತನ್ನು ಹೇಳಿದವನು ಇನ್ನೊಬ್ಬ ಸ್ಟೂಡೆಂಟ್ "ಬಿ ಕೇರ್‌ಫುಲ್, ಗಾಂಡೀವಿ. ಅಂಥ ಜನ ತಮ್ಮ ಫ್ಯೂಚರ್ ಕಡೆ ಗಮನಹರಿಸೋಲ್ಲ. ಇನ್ನೊಬ್ರ ಕಡೆ ಅವ್ರ ವಕ್ರದೃಷ್ಟಿ"

ನಂತರ ಆಗಾಗ ಸಿಕ್ಕುತ್ತಿದ್ದ ಅಲಂಕಾರ್ ಸಹಜವಾಗಿ ಅವನೊಂದಿಗೆ ಮಾತಾಡುತ್ತಿದ್ದರಿಂದ ಎಲ್ಲಾ ಮರೆತು ತನ್ನ ಓದು, ಪರೀಕ್ಷೆ ಇಂಥದ್ದರಲ್ಲಿ ಮಗ್ನವಾಗಿದ್ದ.

ಅಂದು ಅವಮಾನಿತವಾಗಿ ಹತಾಶೆಯಿಂದ ಪ್ರತಿಭಟಿಸಿ ಪೋಲೀಸರೊಂದಿಗೆ ಹೊರಗೆ ಬಂದಾಗ ತನ್ನ ಹಿಂಡಿನೊಂದಿಗೆ ನಿಂತಿದ್ದ ಅಲಂಕಾರ್ ಕೇಕೆ ಹಾಕಿಕೊಂಡು ನಕ್ಕಿದ್ದ. ಆ ನಗುವಿನ ಹಿಂದೆ ಇದ್ದಿದ್ದೇನು? ಅಂದು ಅರ್ಥೈಸಿಕೊಳ್ಳುವ ಸ್ಥಿತಿಯಲ್ಲಿರಲಿಲ್ಲ. ಇಂದು... ಗಾಂಡೀವಿಯ ಮುಷ್ಟಿ ಬಿಗಿಯಾಯಿತು.

'ಅಲಂಕಾರ್, ಖಂಡಿತ ನಿನ್ನ ಸುಮ್ನೆ ಬಿಡ್ಬಾರ್ದು. ಓದಿಗೋಸ್ಕರ ಕಾಲೇಜಿಗೆ ಬರೋ ನನ್ನಂಥ ವಿದ್ಯಾರ್ಥಿಗಳು ನಾಶವಾಗಿ ಬಿಡ್ತಾರೆ' ಹಲ್ಮುಡಿಯನ್ನು ಬಿಗಿಯಾಗಿ ಕಚ್ಚಿಡಿದ.

ಅವನ ಜೇಬಿನಲ್ಲಿರೋ ಹಣದಲ್ಲಿ ರೂಮಿಗೆ ಅಡ್ವಾನ್ಸ್ ಕೂಡ ಕೊಡಲು ಸಾಧ್ಯವಿರಲಿಲ್ಲ. ಆಗ ನೆನಪಾದದ್ದು ಸಂಪತ್. ಆಟೋ ಹತ್ತಿ ಆ ಕಾಂಪೌಂಡ್‌ನ ಬಳಿ ಇಳಿದ.

ಇವನನ್ನು ನೋಡಿದ ಕೂಡಲೆಯೇ ಸಂಪತ್‌ನ ಪಕ್ಕದ ರೂಮಿನಲ್ಲಿ ವಾಸವಾಗಿದ್ದ ಡಿಸೋಜಾ "ಯಾವಾಗ್ಬಂದ್ರಿ. ನಿಮ್ಮನ್ನ ನೋಡಿ ತುಂಬ ದಿನವಾಯ್ತು. ಸಂಪತ್ ಈಗ ತಾನೇ ಹೊರ್ಗಡೆ ಹೋದ. ನನ್ನ ರೂಮಿನಲ್ಲಿರಿ ಅವ್ನು ಬರೋವರ್ಗೂ" ಕೀ ಕೊಟ್ಟು ಹೋದ. ಇವನಿಗೆ ಮಾತಾಡಲು ಅವಕಾಶ ಕೊಟ್ಟಿರಲಿಲ್ಲ.

ಕ್ಷಣ ಯೋಚಿಸಿದ. ಸುತ್ತಾಡಿ ಸಾಕಾಗಿದ್ದ. ದಣಿವಾರಿಸಿಕೊಳ್ಳಲು ಒಂದಿಷ್ಟು ನೆರಳಿನ ಅಗತ್ಯವಿತ್ತು. ಹೆಜ್ಜೆಗಳು ಭಾರವೆನಿಸಿತು. ಎಳೆದು ಎಳೆದು ಅವನ ರೂಮು ತಲುಪಿದ್ದ. ಸಂಪತ್ ರೂಮು ತೆಗೆದಿತ್ತು. ಸಣ್ಣ ಗಡ್ಡಧಾರಿ ಯುವಕ ಅತ್ಯಂತ ಮಧುರವಾಗಿ ರಫಿಯ "ಓ ದುನಿಯಾಕೆ ರಖ್‌ವಾಲೇ' ಬೈಜುಬಾವ್ರಾ ಚಿತ್ರದ್ದು ತನ್ನದೇ ಧಾಟಿಯಲ್ಲಿ ಹಾಡುತ್ತಿದ್ದ. ಇವನನ್ನು ನೋಡಿದ ಕೂಡಲೇ ಎದ್ದು ಬಂದು ಕೈ ಹಿಡಿದ. "ನೀವು ಗಾಂಡೀವಿ ಅಲ್ವಾ! ನಿಮ್ಮ ರೂಪು, ನಿಲುವು, ಠೀವಿ ಎಲ್ಲಾ ಹೇಳಿ ಹೇಳಿ ಒಂದು ಪ್ರತಿಮೆ ಮಾಡಿ ನನ್ಮುಂದೆ ನಿಲ್ಸಿಬಿಟ್ಟಿದ್ದಾನೆ. ಈ ಜನ್ಮದಲ್ಲಂತೂ ಮರ್‍ಯೋಕ್ಕಾಗೋಲ್ಲ. ಬನ್ನಿ... ಬನ್ನಿ..." ಅವನ ಸೂಟ್‌ಕೇಸ್ ಕಿತ್ತು ಒಯ್ದುಬಿಟ್ಟ ಸರಳವಾಗಿ.

ರೂಮು ಅಂದು ಇದ್ದಂತೆಯೇ ಇತ್ತು. ಸದಾ ಹಾಸಿರುತ್ತಿದ್ದ ಚಾಪೆ ಮತ್ತೆ ಒಂದಿಷ್ಟು ಮಾಸಲು ಬಣ್ಣಕ್ಕೆ ತಿರುಗಿತ್ತು. ಅದರ ಮೇಲೆ ಹರಡಿದ್ದ ಪುಸ್ತಕ, ಪೇಪರ್ ಟವಲು ಇತರೇ ವಸ್ತುಗಳನ್ನೆಲ್ಲ ಒಂದು ಕಡೆ ಇಟ್ಟ.

"ಕೂತ್ಕೊಳ್ಳಿ... ಕೂತ್ಕೊಳ್ಳಿ. ಐ ಯಾಮ್ ಆಲ್‌ಸೋ ಯುವರ್ ಫ್ರೆಂಡ್ ಅಂತ ತಿಳ್ಕೊಂಡ್ರೆ ಸಾಕು" ಎರಡು ಅಂಗೈಗಳನ್ನು ಉಜ್ಜಿದವನು "ನನ್ನ ಸ್ವೀಟ್‌ನೇಮ್ ಸೂರಿ. ಸಂಪಿಗೆಯ ಗೋವಿಂದಭಟ್ಟರ ಮಗ ಸೂರ್ಯನಾರಾಯಣಭಟ್ಟ ಅಂತ... ಎಸ್.ಜಿ. ಸೂರ್ಯನಾರಾಯಣ ಭಟ್ಟ ಅಂತ. ನಾನು ಮೊದ್ಲು ತೆಗ್ದು ಹಾಕಿದ್ದು ಭಟ್ಟ ಅನ್ನೋದ್ನ. ಈ ಜಾತಿ, ಧರ್ಮ ಸೂಚಿಸೋ ಪದಗಳೆಂದರೆ ನಂಗಿಷ್ಟವಿಲ್ಲ. ಆಮೇಲೆ ಇನ್ನಷ್ಟು ತುಂಡು ಮಾಡ್ದೆ. ಈಗ ಬರೀ ಸೂರಿ ಅಂತ ಏಕವಚನ, ಬಹುವಚನ ಅಂಥದ್ದೇನಿಲ್ಲ. ಎರ್‍ಡು ವರ್ಷದ ಮಗುವಿನಿಂದ ಹಿಡ್ದು ಸಾಯೋ ಮುದ್ಕನವರ್‍ಗೂ ಕೂಗಬಹುದಾದ ಹೆಸರು" ಒಂದೇ ಸಮ ಬಡಬಡಿಸಿದಾಗ ಬಾಯಿ ಬಿಟ್ಟುಕೊಂಡು ನೋಡಿದ ಗಾಂಡೀವಿ. ತೀರಾ ಸಣಕಲು ದೇಹ. ಮಾಸಲು ಬಿಳಿಯ ಬಣ್ಣ ಅಂದರೆ ಎಣ್ಣೆಗೆಂಪು ಅನ್ನುವಷ್ಟು. ಉತ್ಸಾಹವಾಗಿ ಮಾತಾಡಿದರೂ ಕಣ್ಣುಗಳಲ್ಲಿನ ವಿಷಾದ ಎದ್ದು ಕಾಣುತ್ತಿತ್ತು.

ನಿಂತೇ ಇದ್ದ ಗಾಂಡೀವಿಯನ್ನ ಬಲವಂತವಾಗಿ ಕೂಡಿಸಿ ಒಂದು ಲೋಟ ಹಿಡಿದು ಹೊರಗೆ ಹೋದ. ಐದು ನಿಮಿಷದಲ್ಲಿ ಹಾಲಿಡಿದು ಬಂದು ಹೀಟರ್ ಮೇಲೆ ನೀರಿಟ್ಟ ಕಾಯಲು.

"ಎರ್‍ಡು ನಿಮಿಷದಲ್ಲಿ ಟೀ ರೆಡಿಯಾಗಿಬಿಡುತ್ತೆ" ಎರಡು ಕೈಗಳನ್ನು ಒಸೆಯುತ್ತ ಅಲ್ಲೇ ನಿಂತವನನ್ನು "ಇಲ್ಬನ್ನಿ ಸೂರಿ..." ಕರೆದವನು ಮುಗುಳ್ನಕ್ಕ. "ಎಲ್ಲಾ ನೀವೇ ಮಾತಾಡ್ಬಿಟ್ರೆ. ನಂಗೆ ಮಾತಾಡೋಕೆ ಅವಕಾಶ ಕೊಡ್ಲಿಲ್ಲ. ನಾನು ಗಾಂಡೀವಿನೇ ಅಲ್ಲ."

ಮತ್ತಷ್ಟು ದೀರ್ಘವಾಗಿ ನೋಡಿದವನು "ನಾನು ನಂಬೋಲ್ಲ. ನೀವೇ ಗಾಂಡೀವಿ. ಸಖತ್ತಾಗಿ ವರ್ಣಿಸಿ ನಿಮ್ಮ ಒಂದು ಪಿಕ್ಚರ್ ನನ್ಮುಂದೆ ಇಟ್ಟುಬಿಟ್ಟಿದ್ದಾನೆ. ಸಂಪತ್ ಟೀ ತಂದ್ಬಿಡ್ತೀನಿ ಮೊದ್ಲು" ಎಂದ ಸೂರಿ ಮತ್ತೊಂದು ಹಾಡು ಶುರು ಮಾಡಿದ.

ಸಕ್ಕರೆ ಸಾಲದ ಕಷಾಯದ ತರಹ ಟೀ. ನಾಲಿಗೆಗೆ ಹೊಸ ಅನುಭವ ಒಗ್ಗಿಸಿಕೊಳ್ಳಬೇಕಾದ ಅಗತ್ಯವಿತ್ತು ಮುಂದೆ ಬದುಕಲು. ನಿಧಾನವಾಗಿ ಕುಡಿದಿಟ್ಟ. ಆವರೆಗೂ ನಿಂತೇ ಇದ್ದ

ಸೂರಿ. ದಾನವಾಗಿ ಮೊಪೆಡ್ ಕೊಡಿಸಿದ ಗಾಂಡೀವಿ ಶ್ರೀಮಂತ ಮಾತ್ರವಲ್ಲ. ಹೃದಯವಂತ ಕೂಡ.

"ಯಾಕೆ ನಿಂತೇ ಇದ್ದೀರಾ, ಕೂತ್ಕೊಳ್ಳಿ" ಹೇಳಿದ ಗಾಂಡೀವಿ. ಅವನು ಉಟ್ಟ ಧೋತಿ ಎರಡು ಕಡೆ ಹರಿದಿದ್ದನ್ನು ಗಮನಿಸಿದ. ಸಂಕೋಚದಿಂದ ಮುದುಡಿ ಗೋಡೆಯಂಚಿಗೆ ಕೂತ ಸೂರಿ. ಏನು ಅನ್ನಿಸಿತೋ ಎದ್ದು ಹೊರಗೆ ಹೋದವನು ಹತ್ತು ನಿಮಿಷವೇನು ಅರ್ಧ ಗಂಟೆಯಾದರೂ ಬರಲಿಲ್ಲ.

ಅಲ್ಲಿಂದ ಪೇಪರ್ ಪುಸ್ತಕಗಳ ಮೇಲೆ ಕಣ್ಣಾಡಿಸತೊಡಗಿದ ಬಹಳ ಹೊತ್ತು. ಹೇಗೆ? ಹೇಗೆ? ಆತ್ಮಹತ್ಯೆ ಮಾಡಿಕೊಂಡುಬಿಟ್ಟರೆ. ಜೇಬಿನಲ್ಲಿದ್ದ ಹಣ ಎಣಿಸಿದ ಮತ್ತೊಮ್ಮೆ. ಸಾಯಲು ಸಾಕಾಗಬಹುದೇನೋ?

ಒಂದು ಒಂದೂವರೆ ಗಂಟೆಯ ನಂತರ ಬಂದ ಸಂಪತ್ ಅವನ ಎರಡು ಕೈಗಳನ್ನು ಹಿಡಿದುಕೊಂಡು ಕಣ್ಣೀರು ಸುರಿಸುತ್ತ "ನಿಂಗೆ ಆ ರೀತಿ ಆಗ್ಬಾರ್ದಿತ್ತು. ಪ್ರೀ ಪ್ಲಾನ್ಡ್... ಮೊದ್ಲೇ ಒಂದು ಸಿದ್ಧ ಯೋಜನೆ ರೂಪಿಸಿಕೊಂಡು ಕಾರ್ಯಗತ ಮಾಡಿದ್ದಾರೆ.

ಗಾಂಡೀವಿ ಮುಖದಲ್ಲಿ ಆತ್ಮವಿಶ್ವಾಸ ತುಳುಕಿಸುತ್ತ "ಆಲ್‌ರೈಟ್. ಹೇಗೋ ಎಂತೋ ನಾನಂತೂ ತಪ್ಪಿತಸ್ಥನ ಸ್ಥಾನದಲ್ಲಿ ನಿಂತು ಅವಮಾನದ ಜೊತೆ ಶಿಕ್ಷೇನು ಅನುಭವಿಸಿದ್ದಾಯ್ತು. ಹೋಗ್ಲಿ ಬಿಡು. ನೀನು ಹೇಗಿದ್ದಿ?" ಸ್ನೇಹದಿಂದ ಅವನ ಭುಜದ ಮೇಲೆ ಕೈಯಿಟ್ಟ, ಪೂರ್ತಿ ಅವಕಾಶ ಕೊಟ್ಟ ಮಾತಾಡಲು ಅವನಿಗೆ.

ಬಹಳಷ್ಟು ಹೇಳಿಕೊಂಡ ಸಂಪತ್. ಅದೇ ಬಡತನದ ಬವಣೆ. ನಾಲ್ಕಾರು ಸಲ ಅಲಂಕಾರ್ ಸಿಕ್ಕಿ ಹಂಗಿಸಿದ್ದನ್ನ ಹೇಳಿಕೊಂಡ.

"ಅವನದ್ದೇ ಪಿತೂರಿ. ಥರ್ಡ್‌ಕ್ಲಾಸ್ ಬ್ರೂಟ್. ಹಾಕೋದು ಬೆಲೆಬಾಳೋ ಬಟ್ಟೆಗಳು. ಜೇಬಿನಲ್ಲಿ ನೋಟಿನ ಕಂತೆಗಳು. ಆದ್ರೂ ಜನ ಹತ್ತಿರ ಸೇರಿಸದ ಕೆಟ್ಟ ವಾಸನೆಯ ಸಸ್ಯ" ಅವನ ಬಗ್ಗೆ ಅಸಹ್ಯ ತೋಡಿಕೊಂಡ ಸಂಪತ್.

ಮೌನವಹಿಸಿದ ಗಾಂಡೀವಿ. ದೀರ್ಘ ಮೌನ. ಅವನ ಮುಂದೆ ಎರಡು ದಾರಿಗಳಿದ್ದವು. ಅಲಂಕಾರ್ ಸದೆಬಡಿದು ಪೂರ್ತಿ ಜೈಲು ಕಂಬಿಗಳ ಹಿಂದೆ ಹೋಗಬೇಕು. ಅಂದಿನ ತನ್ನ ಮನೆಯ ಚಿತ್ರ ಕಲ್ಪಿಸಿಕೊಂಡ. ಸ್ಮಶಾನದಂತೆ ಗೋಚರಿಸಿತು. ಅಲ್ಲಿ ಯಾರೂ ಇಲ್ಲ. ದಟ್ಟ ಕತ್ತಲು. ಅದರ ನಡುವೆ ಆಕ್ರಂದನ ಕೇಳಿಸುತ್ತಿತ್ತು. ಬೆವತುಬಿಟ್ಟ ಪೂರ್ತಿ.

"ಗಾಂಡೀವಿ..." ಭುಜದ ಮೇಲೆ ಕೈಯಿಟ್ಟ. "ಯಾಕೆ... ಯಾಕೆ, ಅವ್ನ ಸಹವಾಸ ಬೇಡ. ಅಲಂಕಾರ್ ನೆನ್ನೆ ಸಂಜೆ ಕೂಡ ನಿನ್ನ ವಿಚಾರಿಸ್ದ. ಈಗ್ಲೂ ನಿನ್ಮೇಲೆ ಅವ್ನಿಗೆ ದ್ವೇಷ ಇರೋ ಹಾಗೇ ಕಾಣುತ್ತೆ. ಯಾಕೆ, ಏನು ಅಂಥ ಯೋಚಿಸ್ದೆ. ಪ್ರಯೋಜನವಿಲ್ಲವೆನಿಸ್ತು. ಅವನೊಬ್ಬ ಹುಚ್ಚುನಾಯಿ ಅಷ್ಟೆ" ಎಂದ ಸಂತೈಯಿಸುವ ದನಿಯಲ್ಲಿ.

ರಾತ್ರಿ ಮಲಗಿದ ಗಾಂಡೀವಿ ಬಹಳ ಹೊತ್ತು ನಿದ್ರಿಸಲಿಲ್ಲ. ಓದುತ್ತಿದ್ದ ಸಂಪತ್ ಅತ್ತ ನೋಡಿದಾಗ ಮೈನ ನರಗಳೆಲ್ಲ ಕ್ರೋಧದಿಂದ ಪಟಪಟ ಎಂದಿತು. ಕ್ರೋಧ, ಕೋಪ

ಅಡಗಿ ಕಣ್ಣಲ್ಲಿ ನೀರು ತುಂಬಿಕೊಂಡಿತು.

ತಾಯಿ, ತಂದೆಯರ ಕಣ್ಣು ಬೆಳಕಲ್ಲಿ ಬೆಳೆದ ಸಾತ್ವಿಕ ಯುವಕ. ಕೋಪ, ಹೊಡೆದಾಟ ಗೊತ್ತಿರಲಿಲ್ಲ. ನೈಮೀಪುರದಲ್ಲಿ ಅಂಥದ್ದೇನಾದರೂ ನಡೆದಾಗ ಬೈಯ್ದು ಬುದ್ಧಿ ಹೇಳುತ್ತಿದ್ದರು ಅವನ ತಂದೆ. ಅವರುಗಳ ಅಹವಾಲುಗಳನ್ನು ಕೇಳುವಾಗ ತಂದೆಗೆ ಸ್ವಲ್ಪ ಸಮೀಪ ನಿಲ್ಲುತ್ತಿದ್ದ. ದಾಯಾದಿ, ಜಮೀನು, ಹೆಣ್ಣಿನ ಸಂಬಂಧಗಳ ಹೊಡೆದಾಟಗಳೇ ಹೆಚ್ಚು.

ಮಲಗಲಾರದೆ ಎದ್ದು ಕೂತಾಗ ಕುಡಿಯುವ ನೀರು ಬಗ್ಗಿಸಿಕೊಂಡು ಬಂದು ಅವನ ಮುಂದಿಡಿದ ಸಂಪತ್.

"ಯಾಕೋ ನಿನ್ಮನಸ್ಸಿನ ರೀತಿ ನಾರ್ಮಲ್ ಆಗಿಲ್ಲ. ಊರಿನ ಏನಾದ್ರೂ ಗಲಾಟೆ ಆಯ್ತ?" ಮೆಲ್ಲಗೆ ಕೇಳಿದ. ಇದುವರೆಗೂ ಮನೆಯ ಸಂಗತಿಯನ್ನು ಎಂದೂ ಹೇಳಿರಲಿಲ್ಲ ಗಾಂಡೀವಿ ಅವನಿಗೆ.

"ಅಂಥದ್ದೇನಿಲ್ಲ!" ನೀರು ಇಸುಕೊಂಡು ಕುಡಿದು ಮಲಗಿದ. ತಲೆಯ ಕೆಳಗಿನ ಒರಟು ದಿಂಬು ಒತ್ತುತ್ತಿತ್ತು.

ಸಂಪತ್ ಲೈಟು ಆರಿಸಿ ಮಲಗಿಕೊಂಡ. ಸರಿಯಾಗಿ ಗಾಳಿ, ಬೆಳಕು ಇಲ್ಲದ ರೂಮಿನಲ್ಲಿ ಗಾಂಡೀವಿ ಉಳಿದಿದ್ದನೆಂದರೆ ಅವನಿಗೆ ಆಶ್ಚರ್ಯ. ಉಳ್ಳವರಿಗೆಂದೇ ನಿರ್ಮಿಸಿದ ಹಾಸ್ಟೆಲ್‌ನಲ್ಲಿ ಉಳಿದಿಕೊಂಡಿದ್ದು ಗಾಂಡೀವಿ. ಮಂಚ, ಕುರ್ಚಿ, ಟೇಬಲ್ ಮಂಚಕ್ಕೊಂದು ಸೊಳ್ಳೆ ಪರದೆಯ ಸೌಲಭ್ಯವಿತ್ತು. ಇಬ್ಬರಿಗೆ ಕೊಡ ಮಾಡಿದ್ದರೂ ವಿಶಾಲವಾಗಿತ್ತು ರೂಮು. ದೊಡ್ಡ ಕಿಟಕಿ. ಅದಕ್ಕೊಂದು ಪರದೆ. ಸ್ವಲ್ಪ ಕೂಡ ಅಂದರೆ ಆ ರೂಮುಗೂ ಈಗ ಮಲಗಿರೋ ಕೋಣೆಗೂ ಭೂಮಿಗೂ ಆಕಾಶಕ್ಕೂ ಇರುವಷ್ಟು ಅಂತರ. ಹೇಗೆ ನಿದ್ದೆ ಬಂದೀತು? ನೊಂದುಕೊಂಡ ಸಂಪತ್.

ಬೆಳಿಗ್ಗೆ ಇವನಿಗೆ ಎಚ್ಚರವಾಗೋ ವೇಳೆಗೆ ಗಾಂಡೀವಿ ಸ್ನಾನ ಮುಗಿಸಿ ಬಂದಿದ್ದ. ಕಟ್ಟುಮಸ್ತಾದ ಆರೋಗ್ಯಪೂರ್ಣ ದೇಹವನ್ನು ಕಂಡಾಗ ಕ್ಷಣ ಅವನಿಗೆ ಮೈಮರೆಯುವಂತಾಯಿತು.

"ತಣ್ಣೀರಿನಲ್ಲಿ ಸ್ನಾನ ಮಾಡಿದ್ಯಾ? ರಾಮ... ರಾಮ... ಒಂದಿಷ್ಟು ನೀರು ಕಾಯ್ಸಿ ಕೊಡ್ತಾ ಇದ್ದೆ" ಎಂದ ಮುಖ ಸಪ್ಪಗೆ ಮಾಡುತ್ತ ಸಂಪತ್. ಟವಲಲ್ಲಿ ಮೈಯೊರೆಸುತ್ತಿದ್ದ ಗಾಂಡೀವಿ ನಸುನಕ್ಕ "ಡೋಂಟ್ ವರೀ. ನಂಗೆ ತಣ್ಣೀರು ಸ್ನಾನದ ಅಭ್ಯಾಸವಿದೆ."

ಸೂರಿ ಇನ್ನೂ ನಿದ್ರಿಸುತ್ತಿದ್ದ. ಇವರಿಬ್ಬರ ನಿಶ್ಚಿಂತೆ ಗಾಂಡೀವಿಗೆ ಇಲ್ಲ. 'ಮುಂದೇನು, ಮುಂದೇನು?' ಮನೆಯಿಂದ ಹೊರಬಂದಿದ್ದು ನೀರಿನಿಂದ ಹೊರಬಿದ್ದ ಮೀನಿನ ಸ್ಥಿತಿ. ಚಡಪಡಿಕೆಯೊಂದಿಗೆ ಮೀನಿನ ಜೀವ ತಣ್ಣಗಾಗುತ್ತೆ. ಆದರೆ ಗಾಂಡೀವಿ... ಬರೀ ತಣ್ಣಗಾಗಿಬಿಡುವುದೇ?

ಸ್ನಾನ ಮುಗಿಸಿ ಬಂದ ಸಂಪತ್ "ಹೊರಗಡೆ ಹೋಗೋಣ" ಸರಸರನೆ ಉಡುಪು ಧರಿಸಿ ಸಿದ್ಧವಾದ. ಇಂದು ಪಾಠದ ಮನೆಗೆ ಕೂಡ ಚಕ್ಕರ್.

ಹೋಟಲ್‌ನಲ್ಲಿ ತಿಂಡಿ ಮುಗಿಸಿ ಇಬ್ಬರೂ ಹೊರಬಿದ್ದರು. ಗಾಂಡೀವಿ ಮನಸ್ಸಿಗೆ ಸಮಸ್ತವನ್ನ ಕಳೆದುಕೊಂಡಂತಾಯಿತು. ತಾಯಿಯ ಮಮತೆಯ ಅಂತಃಕರಣ! ಕಣ್ತುಂಬಿ ಸುತ್ತಲದೆಲ್ಲ ಮಸುಕು ಮಸುಕಾಯಿತು.

"ಶ್ಯಾನುಭೋಗ್‌ನ ನೋಡಿದ್ಯಾ?" ಕೇಳಿದ ಎಲ್ಲೋ ನೋಡುತ್ತ. ಒಂದೆರಡು ನಿಮಿಷ ಬಿಟ್ಟು ಹೇಳಿದ ಸಂಪತ್. "ಅಲಂಕಾರ್ ಬೈಕ್ ಮೇಲೆ ಒಂದೆರಡ್ಸಲ ನೋಡ್ದೇ. ಬಹುಶಃ ನನ್ನ ಗುರುತಿಸಿಲ್ಲ."

ಪ್ರಶ್ನಾರ್ಥಕವಾಗಿ ಸಂಪತ್‌ನ ಮುಖ ನೋಡಿದ. ಒಂದೆರಡು ಸಲ ಸಂಪತ್‌ನ ತನ್ನೊಂದಿಗೆ ಕರೆದೊಯ್ದಿದ್ದ ರೂಮಿಗೆ ಶ್ಯಾನುಭೋಗ್ ಇದ್ದಾಗಲೇ. ಇಬ್ಬರಲ್ಲಿ ಒಳ್ಳೆಯ ಪರಿಚಯವೆ. ಗುರುತಿಸಲಿಲ್ಲವೆಂದರೆ ಅರ್ಥವೇನು?

"ಎಲ್ಲೋ ಮರೆತಿರಬಹುದ್ದು" ಎಂದ ಮನದ ಭಾವವನ್ನು ತೋರಿಸಿಕೊಳ್ಳಲು ಇಚ್ಛಿಸದೆ. "ನಂಗೇನು ಹಾಗೆ ಅನ್ನಿಸ್ಲಿಲ್ಲ. ಉತ್ಪ್ರೇಕ್ಷೆ ಮಾಡ್ದ ಅಥವಾ ಹಾಗೆ ನಟಿಸ್ದ. ಶುರು ಶ್ಯಾನುಭೋಗ್‌ನಿಂದ್ಲೇ ಆಗಿದ್ದು. ಕಡೆಗೆ ಶಿಕ್ಷೆ ನಿಂಗಾಯ್ತು" ಅಂದವನು ನಾಲಿಗೆ ಕಚ್ಚಿಕೊಂಡ.

ಕ್ಷಣ ಅವನ ಕಣ್ಣುಗಳು ಬೆಂಕಿಯನ್ನು ಉಗುಳಿದರು ಗಾಂಡೀವಿ ತಣ್ಣಗಾದ. ಮಾಡದ ಅಪರಾಧಕ್ಕೆ ಶಿಕ್ಷೆ. ಬರೀ ಅವನೊಬ್ಬನಿಗೆ ಮಾತ್ರ ಶಿಕ್ಷೆಯಲ್ಲ. ಇಡೀ ಅವನ ಕುಟುಂಬ ಅನುಭವಿಸುತ್ತಿತ್ತು, ಶುಭ್ರವರ್ಣದಲ್ಲಿ ಇದೊಂದು ಕಳಂಕದ ಮಚ್ಚೆ.

"ಸಾರಿ, ಎಕ್ಸ್‌ಟ್ರೀಮ್ಲಿ ಸಾರಿ... ಏನೇನೋ ಮಾತಾಡ್ಬಿಟ್ಟೆ" ಸಂಪತ್ ಕ್ಷಮೆ ಯಾಚಿಸಿದ. ನೋವು ಬೆರೆತ ವ್ಯಂಗ್ಯ ನಗೆ ಗಾಂಡೀವಿಯ ತುಟಿಯನ್ನು ಅಲಂಕರಿಸಿತು. "ಗೋ ಟು ಹೆಲ್, ನಿನ್ಮಾತಿನಲ್ಲಿ ಏನೂ ತಪ್ಪಿಲ್ಲ. ಸರಳವಾಗಿ ಸಾತ್ವಿಕವಾಗಿ ಬದುಕಿದ ಕುಟುಂಬದಿಂದ ಬಂದವನು. ಆದರೆ ನನ್ನ ರಕ್ತ ಕುದಿಯುತ್ತ ಇದೆ. ವಿಷ್ಯ ತಿಳಿದಂದಿನಿಂದ ನಮ್ಮಪ್ಪ ನೋವು, ಅವಮಾನವನ್ನು ನಮ್ಮಮ್ಮನ ಮೇಲೆ ಕಾರಿ ಜರ್ಝರಿತರನ್ನಾಗಿ ಮಾಡಿ ಬಿಟ್ಟಿದ್ದಾರೆ. ನೋ... ನೋ..." ಎರಡು ಕೈಯಲ್ಲಿ ತಲೆಯನ್ನಿಡಿದುಕೊಂಡ. ಲಾವಾರಸದಂತೆ ಕುದಿಯುತ್ತಿದ್ದ.

ಪದೇ ಪದೇ ಕೋಪಿಸಿಕೊಳ್ಳುವವರು ಮುಂಗೋಪಿಗಳು. ಕಡಿಮೆ ಅಪಾಯಕಾರಿಗಳು. ಆದರೆ ಸಾತ್ವಿಕ ಕೋಪ ತೀರಾ ಅಪಾಯಕಾರಿ. ರಾಮನ ಕೋಪ ಇಡೀ ರಾವಣನ ಕುಲ ವೈಭವವನ್ನೇ ಧ್ವಂಸ ಮಾಡಿತು. ಅವಮಾನಗೊಂಡ ಕೃಷ್ಣನ ಸಾತ್ವಿಕ ಕೋಪ ಇಡೀ ಕೌರವ ಪಾಳಯವನ್ನೆ ನಾಶ ಮಾಡಿತು. ಇದು ಪುರಾಣ. ಇತಿಹಾಸ ಕೂಡ ಇದಕ್ಕಿಂತ ಭಿನ್ನವಾಗಿಲ್ಲ.

ಬಹಳ ಹೊತ್ತು ಯೋಚಿಸಿದ. ಆಳಕ್ಕೆ ಇಳಿದು ಚಿಂತಿಸಿದಷ್ಟು ಮಾನಸಿಕ ಸ್ಥಿತಿ ಸಮತೋಲನವನ್ನು ಕಳೆದುಕೊಂಡಿತು.

* * *

ಗಾಂಡೀವಿ ಶೂನ್ಯದಲ್ಲಿ ದೃಷ್ಟಿ ನೆಟ್ಟು ಬಹಳ ಹೊತ್ತು ಕೂತಿದ್ದ. ಮುಂದೇನು?

ಬದುಕುವ ಮಾರ್ಗದ ಜೊತೆ ನೈಮಿಪುರದಲ್ಲಿ ತಮ್ಮ ಮನೆಗೆ ಅಂಟಿದ್ದ ಮಸಿಯನ್ನು ತೊಡೆದುಹಾಕಬೇಕು. ಸಾಧ್ಯವೆ? ಅಸಾಧ್ಯ ಎನ್ನುವ ಪದಕ್ಕೆ ಮಾತ್ರ ಅರ್ಥ ಹುಡುಕಲು ಹೋಗಬಾರದು. ಈ ಪ್ರದೇಶದಲ್ಲಿ ಒಂದು ಗಂಟೆಯಿಂದ ಕೂತಿದ್ದರು.

"ಹೋಗೋಣ ಗಾಂಡೀವಿ" ಮೇಲೆದ್ದ ಸಂಪತ್.

ನೆಲದಲ್ಲಿದ್ದ ನೋಟವನ್ನು ಮೇಲಕ್ಕೆತ್ತಿದ ಗಾಂಡೀವಿ "ನೀನ್ಹೋಗು ಸಂಪತ್, ನಾನ್ಬರ್ತೀನಿ" ಎಂದ. ಅವನು ಹೆದರಿದ. ಮೇಲ್ನೋಟಕ್ಕೆ ಏಟು ತಿಂದ ಸಾಧು ಪ್ರಾಣಿಯಂತಿದ್ದರೂ ಅವಮಾನ ಸ್ನೇಹಿತನನ್ನು ಹೆಬ್ಬುಲಿಯನ್ನಾಗಿಸಿದೆಯೆಂದು ಅವನ ಅನುಮಾನ.

"ಬೇಡ, ಆಗ್ಲೇ ಊಟದ ವೇಳೆ ಆಯ್ತು. ಒಂಟಿಯಾಗಿ ಇಲ್ಲಿ ಕೂತು ಏನ್ಮಾಡ್ತೀಯಾ! ಪ್ಲೀಸ್... ಏಳು" ಗೆಳೆಯನ ರೆಟ್ಟೆ ಹಿಡಿದುಕೊಂಡ. ಬಹಳ ಬಲವಂತದ ನಂತರವೇ ಹೊರಟಿದ್ದು ಗಾಂಡೀವಿ.

ಸಂಪತ್ ಸ್ಥಿತಿ ಗೊತ್ತು. ಅವನಿಗೆ ಭಾರವಾಗಲು ಇಷ್ಟವಿಲ್ಲ. ರೂಮಿನ ಬಳಿಗೆ ಬರುವ ವೇಳೆಗೆ ಒಬ್ಬ ಸ್ಟೂಡೆಂಟ್ ಕಾದು ನಿಂತಿದ್ದ.

"ನಿಮ್ಮ ರೂಮಿನಲ್ಲಿ ಖಾಲಿ ಇದೇಂತ ಗೊತ್ತಾಯ್ತು. ನಾನು ಬರಬಹುದಾ?" ಗೇಟಿನ ಬಳಿಯೇ ಬಂದಿದ್ದಕ್ಕೆ ಕಾರಣ ಹೇಳಿದ. ಸೂರಿ ಹಿಂದಿನ ದಿನ ವ್ಯಾಖ್ಯಾನಿಸಿದ್ದ. "ನನ್ನ ಶಿಷ್ಯ ಅಲ್ಲ. ಫ್ರೆಂಡ್ ಅಂದ್ಕೋ. ಈ ರೂಮಿನಲ್ಲಿರೋ ಎಬಿಲಿಟಿ ಇದೆ. ನಾನೆಲ್ಲ ಮಾತಾಡಿದ್ದೀನಿ. ಒಂದಿಷ್ಟು ಅಡ್ವಾನ್ಸ್ ಕೊಡೋಕು ಸಿದ್ಧವಾಗಿದ್ದಾರೆ. ಬೇರೆ ಯಾರ್ಗೂ ಹೇಳೋದ್ಬೇಡ."

"ನನ್ನ ಫ್ರೆಂಡ್ ಸೂರಿ ಬೇರೆ ಯಾರ್ಗೋ ಪ್ರಾಮಿಸ್ ಮಾಡಿದ್ದಾನೆ. ಬಹುಶಃ ಅವ್ನು ಅಕಸ್ಮಾತ್ ಬರ್ಲಿಲ್ಲಾಂದ್ರೆ ನೋಡೋಣ" ಅಲ್ಲಿಂದಲೇ ಅವನನ್ನು ಹಿಂದಕ್ಕೆ ಕಳುಹಿಸಿದ.

ಬೀಗ ತೆಗೆದ ನಂತರವೇ ಉಸುರಿದ್ದು "ಇಬ್ರಿಗೇಂದ್ರೆ ಈ ರೂಮು ಜಾಸ್ತೀನೇ. ಇನ್ನೊಬ್ನ ಜೊತೆ ಷೇರ್ ಮಾಡಿಕೊಳ್ಳೋದು. ಹಿಂದೆ ಇದ್ದೋನು ಖಾಲಿ ಮಾಡಿ ಒಂದ್ತಿಂಗ್ಳು ಆಯ್ತು. ಸೂರಿ ಸ್ಥಿತೀನು ಚೆನ್ನಾಗಿಲ್ಲ. ಒಟ್ಟಿನಲ್ಲಿ ಈ ರೂಮುಗಳಲ್ಲಿರೋದು ಒಂದಲ್ಲ ಒಂದು ರೀತಿಯ ಪರದಾಟ" ಒಂದು ತರಹ ನುಡಿದ.

ಬಟ್ಟೆ ಕೂಡ ಬದಲಾಯಿಸದೆ ಚಾಪೆಯ ಮೇಲೆ ಆರಾಮವಾಗಿ ಕಾಲು ಚಾಚಿಕೊಂಡು ಕೂತುಬಿಟ್ಟ ಗಾಂಡೀವಿ. ಮನೆಯ ಚಿತ್ರ ನೆನಪಿಸಿಕೊಂಡ. ಈ ವೇಳೆಗೆ ತಂದೆಯ ಕೋಪ ಇಳಿದು ಮೆತ್ತಗಾಗಿರಬೇಕು. ಅಮ್ಮ ಅತ್ತು ಅತ್ತು ಸೊರಗಬಹುದು. ದಾಕ್ಷಾಯಣಿ ... ಹತ್ತಿರ ಕೂತು ಬಿಕ್ಕಿದಂತಾಯಿತು. ಕಣ್ಣೊರೆಸಬೇಕಾದ ಕೈ ಬಹಳ ದೂರ.

ಹೊರಗೆ ಹೋದ ಸಂಪತ್ ಏನೋ ಹಿಡಿದು ಬಂದ. "ತರಕಾರಿ ಬೆಲೆನೂ ಯದ್ವಾತದ್ವಾ" ಮುಂದೆ ಸುರಿದುಕೊಂಡು ಮೂಲಂಗಿ ಅದರ ಸೊಪ್ಪನ್ನು ಹೆಚ್ಚಿ ಪಾತ್ರೆಗೆ ತುಂಬಿ ಹೀಟರ್ ಮೇಲಿಟ್ಟ.

"ಸೂರಿ ಎಲ್ಹೋಗ್ತಾನೆ?" ಕೇಳಿದ ಗಾಂಡೀವಿ. "ಎಲ್ಲೋ ಹೋಗ್ತಾನೆ. ಎಂ.ಎಸ್ ಸಿ. ಫಸ್ಟ್ ಕ್ಲಾಸ್. ಏನು ಪ್ರಯೋಜವಿಲ್ಲ. ಕ್ಲಾಸ್ ಬಂದ ಕೂಡ್ಲೇ ಅಪ್ಪಪ್ಪ ಚಿಕ್ಕಪ್ಪ ಕೆಲ್ಸ ಸಿಕ್ಕೇ ಬಿಡ್ತು ಅನ್ನೋ ಖುಷಿಯಲ್ಲಿದ್ರಂತೆ. ಏನೂ ಪ್ರಯೋಜನವಾಗ್ಲಿಲ್ಲ. ಮನೀ, ರೆಕಮಂಡೇಷನ್ ಎರ್ಡು ಇಲ್ದ ವ್ಯಕ್ತಿ. ಮನೆಯಲಿ ಬೈಗುಳ ತಿಂದು ಹೊರಬಿದ್ದ. ಇಲ್ಲಿ ಕೆಲ್ಸದ ಹುಡುಕಾಟ ಹೀಗೇ ನಡೆದಿದೆ. ಬೆಳಿಗ್ಗೆ ಎದ್ದ ಕೂಡ್ಲೇ ಸ್ನಾನ ಮುಗ್ಸಿ ಹೋಗ್ತಾನೆ. ಸಂಜೆ, ರಾತ್ರಿ ಬರ್ತಾನೆ. ಮೂಡ್ ಇದ್ದಾಗ ಚೆನ್ನಾಗಿ ಮಾತಾಡ್ತಾನೆ. ಇಲ್ದಿದ್ರೆ ಮಲಗಿರ್ತಾನೆ" ಹೇಳಿದ.

ಸೂರಿಯ ಶರೀರದಲ್ಲಿನ ಎಲುಬು ಗೂಡೆಲ್ಲ ಕಾಣುತ್ತಿತ್ತು. ಸಹಾನುಭೂತಿಯಿಂದ ಗಾಂಡೀವಿಯ ಹೃದಯ ದ್ರವಿಸಿತು. ನೈಮೀಪುರದಿಂದ ಹೊರಬಿದ್ದ ನಂತರವೇ ಬದುಕು ಎಷ್ಟು ವೈವಿಧ್ಯಮಯವಾಗಿದೆಯೆಂದು ಅವನಿಗೆ ಕಂಡಿದ್ದು.

"ಕಾಲೇಜು, ಟ್ಯೂಷನ್..." ಕೇಳಿದ ಗಾಂಡೀವಿ.

ಅಕ್ಕಿ ನೆನೆಯಲು ನೀರು ಹಾಕಿಟ್ಟ. "ಎಲ್ಲಾ ಕ್ಯಾನ್ಸಲ್ ಇಂದಿನ ಮಟ್ಟಿಗೆ" ಎಂದು ಅವನ ಬಳಿ ಬಂದು ಕೂತವನು "ಒಮ್ಮೆ ಯಾಕೆ ಪ್ರಿನ್ಸಿಪಾಲರನ್ನ ನೋಡ್ಬಾರ್ದು. ಸೆಲ್ಯುಷನ್ ಸೂಚಿಸ್ಬಹ್ದು. ಮತ್ತೆ ಕಾಲೇಜು, ಹಾಸ್ಟಲ್, ಓದು ಬಿಜಿಯಾಗ್ತೀಯಾ" ಬಹಳ ಮೆಲ್ಲಗೆ ನುಡಿದ.

ಮೂರು ವರ್ಷ ಕಾಲೇಜಿನಿಂದ ಡಿಬಾರ್ ಮಾಡಿದ್ದರು. ಒಂದು ರೀತಿಯಲ್ಲಿ ವ್ಯಾಸಂಗದ ಇತಿಶ್ರೀ. ಆ ಘಟನೆಯ ನಂತರ ಮುಂದೆ ಓದಬೇಕೆನ್ನುವ ವಿಷಯವಾಗಲೀ ಭವಿಷ್ಯದ ಬಗ್ಗೆ ಅದ್ಭುತವಾದ ಕನಸಾಗಲೀ ಕಂಡಿರಲಿಲ್ಲ.

ದೀರ್ಘವಾಗಿ ಉಸಿರೆಳೆದು ದಬ್ಬಿದ ಗಾಂಡೀವಿ. ಎರಡು ಕೈಗಳನ್ನು ಬೆಸೆದು ತಲೆಯ ಹಿಂದಕ್ಕೆ ಇಟ್ಟು ಒರಗಿದ ಗೋಡೆಗೆ ಬಿದ್ದ ಬೆಂಕಿ ಆವರಿಸಿಕೊಂಡು ಇಡಿಯಾಗಿ ಅವನ ಭವಿಷ್ಯವನ್ನೇ ನುಂಗಿಬಿಟ್ಟಿತ್ತು.

"ಆ ಯೋಚ್ನೆಯೇನು ಇಲ್ಲ" ಎಂದ ಅನ್ಯಮನಸ್ಕನಾಗಿ.

ಅಡಿಗೆ ಮಾಡಲು ಎದ್ದು ಹೋದ ಸಂಪತ್ ಪದೇ ಪದೇ ಹಿಂದಕ್ಕೆ ತಿರುಗಿ ನೋಡಿದ ಗೆಳೆಯನ ಮುಖವನ್ನೆ. ಬರೀ ಮೊಪೆಡ್ ಕೊಡಿಸಿದ ಎಂದ ಮಾತ್ರಕ್ಕಲ್ಲ. ಅವನ ವರ್ತನೆ ಮಾತು. ಎಲ್ಲಾ ಒಂದು ರೀತಿ ಮೆಚ್ಚಿಗೆಯಾಗಿತ್ತು. ಒಮ್ಮೆ ಹೋಟೆಲ್‌ನಲ್ಲಿ ಊಟ ಮಾಡುವ ಸಮಯದಲ್ಲಿ ಅವನ ಅಮ್ಮನ ಕೈನ ರಸಗವಳ ಪುಳಿಯೋಗರೆ, ಕೊಳಂಬುಗಳ ರುಚಿಯನ್ನು ಮಾತಿನ ವರಸೆಯಲ್ಲಿ ಹೇಳಿದ್ದ. ಅದಕ್ಕೆ ಸ್ವಲ್ಪ ಸನಿಹವಾದ ಅಡಿಗೆಯನ್ನು ಕೂಡ ಮಾಡಿ ಬಡಿಸಲು ಸಾಧ್ಯವಿಲ್ಲ ಅವನಿಂದ.

ತಟ್ಟೆ ಹಾಕಿದ ನಂತರ ಎದ್ದ ಗಾಂಡೀವಿ "ಸೂರಿ, ಎಷ್ಟೊತ್ತಿಗೆ ಬರ್ತಾನೆ?" ಕೇಳಿದ ಮರುಕದಿಂದ. ಅವನ ಬಗ್ಗೆ ಸಹಾನುಭೂತಿ. "ಹೇಗ್ಹೇಳ್ಲಿ. ಅವ್ನಿಗೆ ಬರೋಕೆ ಸಮಯವಿಲ್ಲ. ಯಾವಾಗ್ಲೋ ಬರ್ತಾನೆ. ಕೈಯಲ್ಲಿ ಕಾಸಿಲ್ಲ. ಕೆಲ್ಸವಿಲ್ಲ. ಸಂಪಾದ್ನೆ ಇಲ್ಲ. ಹುಚ್ಚನ ತರಹ" ಎನ್ನುತ್ತ ಅನ್ನದ ಪಾತ್ರೆ ಹಿಡಿದು ಬಂದ. ಸಂಪತ್ ತರುತ್ತಿದ್ದುದು ಕಡಿಮೆ ದರದ ದಪ್ಪ

ಅಕ್ಕಿಯೇ. ಊಟಕ್ಕೆ ಪಲ್ಯ, ತುಪ್ಪ, ಹಪ್ಪಳ, ಸಂಡಿಗೆ ಅಂಥದ್ದೇನಿಲ್ಲ.

ಹೊಟ್ಟೆಯಲ್ಲಿ ಹಸಿವಿತ್ತು. ಊಟದಲ್ಲಿ ರುಚಿ ಕಾಣದಿದ್ದರೂ ತಿಂದ. ಜೇಬಿನಲ್ಲಿ ಹಣವಿರುತ್ತಿತ್ತು. ಅವನಿದ್ದುದ್ದು ಕಾಸ್‌ಟ್ಲಿ ಹಾಸ್ಟಲ್‌ನಲ್ಲಿ. ಒಂದೇ ತರಹದ ರುಚಿಯಾದರೂ ಅಡಿಗೆಗೆ ಒಳ್ಳೆ ಪದಾರ್ಥಗಳನ್ನು ಉಪಯೋಗಿಸುತ್ತಿದ್ದರು.

ಅದೂ ಇದು ಮಾತಿನ ನಡುವೆ ರೂಮಿನ ಬಾಡಿಗೆ ಮಿಕ್ಕ ಖರ್ಚುಗಳನ್ನು ವಿಚಾರಿಸಿಕೊಂಡ. ಅಡ್ವಾನ್ಸ್, ಬಾಡಿಗೆ, ಊಟದ ಹಣ ಯಾವುದು ಕೊಡದೆ ಉಳಿದುಕೊಳ್ಳುವುದು ಸರಿಯಲ್ಲವೆನಿಸಿತು ಸದ್ಯದ ಸ್ಥಿತಿಯಲ್ಲಿ.

"ಒಂದಿಷ್ಟು ಹೊರಗಡೆ ಹೋಗ್ಬರ್ತೀನಿ. ಸಂಪತ್" ಮೇಲಕ್ಕೆದ್ದ. ಅವನು ಭಯದಿಂದ ಕೈ ಹಿಡಿದ "ಬೇಡ, ಯಾಕೋ ನಿನ್ನ ಮನಸ್ಥಿತಿ ಸರಿಯಿಲ್ಲ ಹಾಗೂ ಒಂಟಿಯಾಗಿ ಹೋಗೋದು ಮತ್ತಷ್ಟು ತಪ್ಪು" ಭಯವಿತ್ತು ಅವನ ದನಿಯಲ್ಲಿ

"ಅಂಥದ್ದೇನಿಲ್ಲ. ಬೇಗ ಬಂದ್ಬಿಡ್ತೀನಿ" ಭುಜ ತಟ್ಟಿದ.

ಸಂಪತ್ ರೂಮಿನಲ್ಲಿ ಉಳಿಯಲಾದರೂ ಹಣದ ಅಗತ್ಯವಿತ್ತು. ಹತ್ತಾರು ವಿದ್ಯಾರ್ಥಿಗಳು ಅವನಿಂದ ಸಾಲ ಪಡೆದಿದ್ದರು. ಕೆಲವರು ಕೊಟ್ಟ ನೆನಪು ಮಿಕ್ಕವರು ಕೋಡಬೇಕು. ಕೊಟ್ಟಾರೆಂಬ ಭರವಸೆ ಇಲ್ಲ. ಕೇಳುವ ಮನಸ್ಸಿಲ್ಲ. ಅಂಥ ಸ್ವಭಾವವಲ್ಲ.

ಗುಪ್ತ ಹೋಟೆಲ್‌ನ ಮುಂಭಾಗದಲ್ಲಿ ಒಂದು ಬೀಡಾ ಅಂಗಡಿ ಇತ್ತು. ಕೆಲವು ವಿದ್ಯಾರ್ಥಿಗಳಿಗೆ ಅವನಲ್ಲಿ ದೋಸ್ತಿ. ಬೀಡಾ ತಿನ್ನುವಷ್ಟರ ಮಟ್ಟಿನದು ಮಾತ್ರವಲ್ಲ. ತೀರಾ ಹಣ ಅಗತ್ಯವೆನಿಸಿದಾಗ ಅವನಿಂದ ಪಡೆಯುತ್ತಿದ್ದರು. ಮತ್ತೆ ಕೊಡುತ್ತಿದ್ದರು. ಒಮ್ಮೆ ಶ್ಯಾನುಭೋಗ್ ಇವನು ಹೋದಾಗ ಹಣ ಪಡೆದಿದ್ದ ಅವನು.

"ಸದ್ಯಕ್ಕೆ ಎರ್ಮಜನ್ಸಿ ಬ್ಯಾಂಕ್ ಇವ್ನು. ಒಂದಷ್ಟು ಬಡ್ಡಿಯೊಂದಿಗೆ ಹಿಂದಿರುಗಿಸಿದ್ರೆ ತಗೋತಾನೆ. ವಸೂಲಿ ವಿಷ್ಯದಲ್ಲು ಕಟ್ಟುನಿಟ್ಟು. ನೋ ಪ್ರಾಬ್ಲಮ್. ಬೀಡಾ ಅಂಗಡಿ ನೆಪಕ್ಕೆ. ಒಂದು ರೀತಿಯಲ್ಲಿ ಲೇವಾದೇವಿ ಅಂಗ್ಡೀ" ನಕ್ಕಿದ್ದ.

ಒಮ್ಮೆ ಅವನನ್ನ ಭೇಟಿಯಾಗುವುದೆಂದುಕೊಂಡ. ಜೀವನದಲ್ಲಿ ಮೊದಲ ಸಲ ಸಾಲ ಕೇಳಲು ಹೊರಟಿದ್ದ. ಕೊಡುತ್ತಿದ್ದ,ಕೊಟ್ಟ ನೆನಪುಗಳ ನಡುವೆ ಬೆಳೆದಿದ್ದ. ಈಗ ನಿಂತಿದ್ದು ಸಂದಿಗ್ಧ ಸ್ಥಿತಿ.

ನಾಚಿಕೆ, ಸಂಕೋಚದಿಂದ ಹೊರಗೆ ಅಡಿಯಿಟ್ಟ. ಮಾಡದ ಅಪರಾಧಕ್ಕಾಗಿ ಮನ ಮರುಗುತ್ತಿತ್ತು. ಕುದಿಯುತ್ತಿತ್ತು. ಎಲ್ಲಿ ತನ್ನ ಗುರ್ತಿಸುತ್ತಾರೋ ಎನ್ನುವ ಭಯ. ಇವೆಲ್ಲದರ ನಡುವೆ ಯಾವುದೋ ಧೈರ್ಯ. ನಿರ್ಧಾರಗಳು ಅವನನ್ನು ನಿಲ್ಲಿಸಲು, ಹೋರಾಟಕ್ಕೆ ಅಣಿ ಮಾಡಲು ಪ್ರಯತ್ನಿಸುತ್ತಿದ್ದವು.

ಆ ಹೋಟಲ್ ಮುಂದೆ ಒಂದೆರಡು ಸಲ ಓಡಾಡಿದ. ಇದೆಲ್ಲ ತನ್ನಿಂದ ಆಗದೆನ್ನಿಸಿತು. ಆತ್ಮಹತ್ಯೆ ಎಲ್ಲಕ್ಕಿಂತ ಸುಲಭವೆನಿಸಿತು.

"ಕ್ಯಾ ಸಾಬ್... " ಹುಡುಕಿದ ಬಳ್ಳಿ ಕಾಲಿಗೆ ತೊಡರಿದಂತೆ ಕೇಳಿದ್ದು ಅವನನ್ನೆ"

ಯಾವಾಗ್ಬಂದ್ರಿ ಊರಿಂದ? ನೀವು ಶ್ಯಾನುಭೋಗ್ ಜೊತೆ ಕಾಣ್ಲಿಲ್ಲ. ಓದೋದ್ಬಿಟ್ಟು ಬಹಳ ಓಡಾಟ ನಡ್ಸಿದ್ದಾನೆ" ನಗುವಿನೊಂದಿಗೆ ಬೀಡಾ ಜಗಿದ ಹಲ್ಲುಗಳನ್ನು ಪ್ರದರ್ಶಿಸಿದ. ಬರೀ ನಗು ಬೀರಿದ ಗಾಂಡೀವಿ.

"ನಿನ್ಹತ್ರ ಒಂದಿಷ್ಟು ಮಾತಾಡೋದಿತ್ತು" ಎಂದ ಉಸಿರನ್ನು ಮೇಲಕ್ಕೆಳೆದುಕೊಳ್ಳುತ್ತ. "ನನ್ಹತ್ರ..." ಅವನಿಗೆ ಆಶ್ಚರ್ಯವೇ. ಅತ್ತಿತ್ತ ನೋಡಿ ಪಕ್ಕಕ್ಕೆ ಕರೆದೊಯ್ದು ಅವನೇ "ಏಷ್ಯ ತಿಳ್ದು ಮನಸ್ಸಿಗೆ ನೋವಾಯ್ತು. ಕಾಪಿ ಮಾಡೋದೊಂದು ದೊಡ್ಡ ವಿಷ್ಯನಾ! ಏಯ್ ಬಿಡಿ... ಬಿಡಿ. ಈಗೆಲ್ಲ ವಿದ್ಯಾರ್ಥಿಗಳ್ನ ನೋಡ್ತಾ ಬಂದವ್ನು" ಎನ್ನುತ್ತ ಪಕ್ಕಕ್ಕೆ ಹೋಗಿ ತಾಂಬೂಲದ ರಸ ಉಗಿದು ಬಂದ.

ಇಂಚಿಂಚಾಗಿ ಭೂಮಿ ಅವನನ್ನು ನುಂಗುತ್ತಿದೆಯೆನಿಸಿತು. ಇದಕ್ಕಿಂತ ನಿಂತ ನೆಲ ಬಿರುಕಾಗಿ ಒಳಕ್ಕೆ ಹೋಗಿಬಿಡಬೇಕೆನಿಸಿತು. ತಂದೆಯ ಕುದಿತ, ನೋವು ಅರ್ಥವಾಯಿತು ಪೂರ್ತಿಯಾಗಿ. ಕೋಪಕ್ಕಿಂತ ಅವನಲ್ಲಿ ಮೂಡಿದ್ದು ಅನುಕಂಪ. ಇಡೀ ಊರಲ್ಲಿ ತಲೆಯೆತ್ತಿ ನಡೆದವರು. ಆ ಕಿರೀಟಕ್ಕೆ ಮಗನೊಂದು ಗರಿಯಾಗುತ್ತಾನೆಂದು ನಂಬಿದ್ದರೆ ವಿನಃ ಇಂಥ ಊಹೆ ಕೂಡ ಸಾಧ್ಯವಿರಲಿಲ್ಲ. ಆಘಾತಗೊಂಡಿದ್ದರು.

ಕಷ್ಟದಿಂದ ನುಂಗಿಕೊಂಡು ಕೈಯಲ್ಲಿದ್ದ ಕಾಸ್ಲೀ ವಾಚ್‌ನ ಬಿಚ್ಚಿ ಅವನ ಕೈಯಲ್ಲಿಟ್ಟ. "ನಂಗೆ ಒಂದಿಷ್ಟು ಹಣ ಬೇಕು. ಎಷ್ಟು ಕೊಡೋಕೆ ಸಾಧ್ಯವೋ ಅಷ್ಟು ಕೊಡು" ಎಂದ. ಅವನ ದನಿ ಕಂಪಿಸುತ್ತಿತ್ತು.

ವಾಚ್, ಅವನ ಮುಖವನ್ನು ಬದಲಿಸಿ ಬದಲಿಸಿ ನೋಡಿದ. ಹೋಟೆಲ್‌ಗೆ ಬಂದ ವಿದ್ಯಾರ್ಥಿಗಳೆಲ್ಲ ಅಂದರೆ ಹೆಚ್ಚು ಕಡಿಮೆ ಅವನ ಬಳಿ ಬೀಡಾಗೆ ಬರುತ್ತಿದ್ದರೂ ಕೆಲವರು ಸಿಗರೇಟು, ಚಾಕಲೇಟು ಅಂಥದ್ದು ಖರೀದಿಸುತ್ತಿದ್ದರು. ಹಣವಿಲ್ಲದ್ದಾಗ ಸಾಲವಾಗಿ ನಿಲ್ಲುತ್ತಿತ್ತು. ಆಮೇಲೆ ಕೊಡುತ್ತಿದ್ದರು. ಎಂದೂ ಇವು ಮೂರನ್ನು ಖರೀದಿಸಿರಲಿಲ್ಲ ಗಾಂಡೀವಿ. ಒಮ್ಮೆ ಶ್ಯಾನುಭೋಗ್ ಒಂದು ಬೀಡಾ ಖರೀದಿಸಿ ನಕ್ಕಿದ್ದ. "ನಮ್ಮ ಗಾಂಡೀವಿಗೆ ಯಾವ್ದೇ ಅಭ್ಯಾಸವಿಲ್ಲ. ಸಾಲ ಮಾಡೋದು ಕೂಡ. 'ಶಭಾಷ್ ಬೇಟಾ' ಎಂದುಕೊಂಡಿದ್ದ. ಇಂದು...

"ಎಷ್ಟು ಬೇಕಾಗಿತ್ತು?" ಕೇಳಿದ.

"ಇಷ್ಟೂಂತ ಏನಿಲ್ಲ. ಎಷ್ಟು ಕೊಡ್ಬಹುದೋ ಅಷ್ಟು ಕೊಡು" ಎಂದ. ಕಾಲೇಜಿಗೆ ಸೇರಿಸಲು ಬಂದಾಗ ಅವನ ತಂದೆ ಕರೆದೊಯ್ದು ವಾಚ್‌ನ ಕೊಡಿಸಿದ್ದರು. ಬೆಲೆ ಗೊತ್ತು. ಇಷ್ಟೇ ಬೇಕೂಂತ ಡಿಮ್ಯಾಂಡ್ ಮಾಡಲಾರ.

ಬೀಡಾ ಅಂಗಡಿಯವನಿಗೆ ಏನು ಅನ್ನಿಸಿತೋ "ಎಷ್ಟು ಬೇಕೋ ಅಷ್ಟು ತಂಗೊಂಡ್ಹೋಗಿ. ಟು ಪರ್ಸೆಂಟ್ ಬಡ್ಡಿ. ಅಸಲು ನಿಧಾನವಾದ್ರೂ ಬಡ್ಡಿ ಮಾತ್ರ ಚುಕ್ತಾ ಆಗ್ಬೇಕು" ಜೇಬಿನಿಂದ ನೋಟುಗಳನ್ನು ತೆಗೆದು ಎಣಿಸತೊಡಗಿದ.

"ಸದ್ಯಕ್ಕೆ ಆ ತರಹ ಬೇಡ. ವಾಚ್‌ನ ಬೆಲೆ ಕೊಡಿ" ಎಂದ. ನೋಟುಗಳನ್ನು ಕೈಯಲ್ಲಿಡಿದು ಗಾಂಡೀವಿ ಮುಖ ದಿಟ್ಟಿಸಿದ. ಮುಖದ ತೇಜಸ್ಸಿಗೆ ಮಂಕು ಕವಿದಿದ್ದರೂ

ತೇಜಸ್ಸು ಮರೆಯಾಗುವಂಥದ್ದಲ್ಲ. ನೋಟುಗಳನ್ನು ಎಣಿಸದೆಯೆ ಅವನ ಕೈಯಲ್ಲಿಟ್ಟ. "ಥ್ಯಾಂಕ್ಸ್. ತುಂಬ ಹೆಲ್ಪ್ ಆಯ್ತು" ಅವನು ಕೂಡ ಎಣಿಸುವ ಕಷ್ಟ ತೆಗೆದುಕೊಳ್ಳದೆ ಜೇಬಿನಲ್ಲಿಟ್ಟುಕೊಂಡ.

ಹತ್ತು ಹೆಜ್ಜೆ ಹೋದ ಗಾಂಡೀವಿ ಹಿಂದಕ್ಕೆ ಬಂದು "ಮತ್ತೊಂದು ವಿಷ್ಯ ಅಗತ್ಯವೆನಿಸದಿದ್ರೆ ವಾಚ್ ನಿನ್ಹತ್ರ ಇರ್ಲಿ. ನೀನು ಕೊಟ್ಟ ಇಂದಿನ ಹತ್ತರಷ್ಟು ಅದ್ಕೂ ಅಧಿಕವಾದ ಹಣ ಕೊಟ್ಟು ಪಡೀತೀನಿ, ಅವಕಾಶ ಕೊಟ್ರೆ" ಎಂದ. ಅವನ ಕಣ್ಣಲ್ಲಿ ಅಪಾರವಾದ ದೃಢತೆ ಇತ್ತು. ವಾಚ್‌ಗೆ ಇಷ್ಟು ಬೆಲೆಯೆಂಬ ನಿಗದಿ ಇದೆ. ಆದರೆ ಅವನ ಮನದಲ್ಲಿ ಅದಕ್ಕಿರುವ ಬೆಲೆಯೇ ಬೇರೆ.

ಬೀಡಾ ಅಂಗಡಿಯ ರೆಹಮಾನ್ ಮಾತಾಡಲಿಲ್ಲ. ಅದನ್ನು ನಿರೀಕ್ಷಿಸಲಿಲ್ಲ ಗಾಂಡೀವಿ ಕೂಡ.

ರೂಮಿಗೆ ಗಾಂಡೀವಿ ಬಂದಾಗ ಪಕ್ಕದ ರೂಮುಗಳಲ್ಲಿರುವವರೆಲ್ಲ ಮುಂದಿನ ಜಾಗದಲ್ಲಿ ಕೂತು ಹರಟೆಯೊಡೆಯುತ್ತಿದ್ದವರು ನಿಶ್ಶಬ್ದವಾದರು. ಅಲ್ಲಿ ವಾಸಿಸುವವರು ತೀರಾ ಸಾಮಾನ್ಯ ಬಡತನ ರೇಖೆಯಿಂದ ಸ್ವಲ್ಪ ಮೇಲಿರುವ ಜನ. ಅಂತು ಸದಾ ತಾಪತ್ರಯಗಳ ನಡುವಿನ ಜನಗಳು. ಮಾತುಕತೆಗಳು ಕೂಡ ಆ ಮಿತಿಯಲ್ಲಿಯೇ.

ಕಾಲು ಚಾಚಿಕೊಂಡು ಕೂತಿದ್ದ ಸಂಪತ್ ಮೇಲೆದ್ದ. ಪೂರ್ತಿ ಮಲಗಿ ಆಕಾಶದಲ್ಲಿ ನಕ್ಷತ್ರಗಳನ್ನು ಎಣಿಸುವಂತೆ ಕಂಡ ಸೂರಿ ಎದ್ದು ಕೂತ ದಢಕ್ಕನೆ. ಅವನ ಹೊಟ್ಟೆಯಲ್ಲಿ ಅಸಾಧ್ಯವಾದ ಹಸಿವಿನ ಇಲಿಗಳ ಓಡಾಟ.

"ಒಂದ್ಸಲ ಅನ್ನದ ಪಾತ್ರೆಯ ಮುಚ್ಚಳ ತೆಗೆದ್ರೆ ಆರಿಹೋಗುತ್ತೆ. ಗಾಂಡೀವಿ ಬಂದ್ಮೇಲೆ ಊಟ" ಎಂದು ರೇಗಿಕೊಂಡೇ ಹಾಕಿದ ತಟ್ಟೆಯನ್ನು ಎತ್ತಿಟ್ಟಿದ್ದ ಸಂಪತ್. ನಿಸ್ಸಹಾಯಕತನ ತೆಪ್ಪಗಾಗಿಸಿತ್ತು ಅವನನ್ನು.

ಇನ್ನ ಸದ್ಯಕ್ಕೆ ಊಟ ಮಾಡಬಹುದೆಂಬ ನೆಮ್ಮದಿ. "ಗುಡ್‌ನೈಟ್ ಎವ್ವೆರಿ ಬಡೀ. ಇನ್ನ ಊಟ ಮಾಡೋಕೆ ಪರ್ಮಿಷನ್ ಸಿಕ್ಕಿದೆ" ಪಂಚೆಯನ್ನೆತ್ತಿ ಮೊಣಕಾಲಿನ ಮೇಲೆ ಕಟ್ಟಿಕೊಂಡ.

'ಬರೀ ಹಲೋ', ಎಂದು ರೂಮಿನೊಳಕ್ಕೆ ಹೋದ ಗಾಂಡೀವಿ. ಹಳಬರು ಒಂದಿಬ್ಬರು ಇದ್ದರು. ಅವರ ಜೊತೆ ಕೆಲವರು ಹೊಸಬರು ಕೂಡಿಕೊಂಡಿದ್ದರು. ಅದೇ ಸ್ಥಿತಿ ಅಬ್ಬರ. ಬದಲಾವಣೆಗಳಿಲ್ಲ.

ಅವಸರವಸರವಾಗಿ ಮೂರು ತಟ್ಟೆಗಳನ್ನಿಟ್ಟ, ಚೆಂಬು, ಲೋಟಗಳನ್ನಿಟ್ಟು ಕೂತುಬಿಟ್ಟ. ಮುಖದ ಮೇಲಿದ್ದ ಗಡ್ಡ, ಮೀಸೆ ಅವನನ್ನು ಸೋಮಾರಿಯಾಗಿ ಕಾಣುವಂತೆ ಮಾಡಿತ್ತು.

ಅನ್ನ, ಸಾಂಬಾರ್‌ನ ಪಾತ್ರೆಗಳನ್ನು ತಂದಿಟ್ಟ ಸಂಪತ್ "ಬೇಗ್ಬಾ, ಗಾಂಡೀವಿ. ನಮ್ಮ ಸೂರಿ ಪಾತ್ರೆಗಳ್ನ ತಿನ್ನೋ ಮೊದ್ಲು" ನಗೆಯಾಡಿದ. ಹಸಿವಿರಲಿಲ್ಲ ಗಾಂಡೀವಿಗೆ "ನಂದು ಊಟ ಆಯ್ತು. ನೀವು ಮಾಡಿ" ಷರಟನ್ನು ಬಿಚ್ಚಿ ಮೊಳೆಗೆ ತಗುಲಿ ಹಾಕಿ ತುಂಬಿಟ್ಟ.

ಒಂದು ಲೋಟದ ನೀರನ್ನು ಕುಡಿದ ಪೂರ್ತಿಯಾಗಿ.

ಯಾಕೋ ನಿಜವೆನಿಸಲಿಲ್ಲ ಸಂಪತ್‌ಗೆ. ಮೆಲ್ಲಗೆ ಬಂದು ಅವನ ಮುಂದೆ ನಿಂತ. "ಪ್ಲೀಸ್, ಊಟ ಮಾಡು. ನಾವು ನಿನಗೋಸ್ಕರ ಕಾದ್ವಿ. ಈಗಿನ ಅಡ್ಗೆ ಸ್ವಲ್ಪ ಬೆಟರ್. ತಿನ್ನೋಕೆ ನಿಂಗೆ ಕಷ್ಟವಾದ್ರೂ ನಂಗೆ ಕಂಪನಿ ಕೊಡು" ಆರ್ದ್ರತೆಯಿಂದ ಕೇಳಿದ.

ಸಂಪತ್ ಕೈ ಹಿಡಿದುಕೊಂಡ ಗಾಂಡೀವಿ "ಖಂಡಿತ ಬೇಡ, ನನ್ನ ಊಟವಾಯ್ತು. ಈಗ ನೀವುಗಳು ಊಟ ಮಾಡಿ" ಎಂದು ಮನವೊಲಿಸಿದ.

ಊಟ ಪ್ರಾರಂಭವಾಗಿದ್ದು ಮುಗಿದಿದ್ದು ಗೊತ್ತಾಗಲಿಲ್ಲ. ಪಾತ್ರೆಗಳು ಪೂರ್ತಿ ಖಾಲಿ. ಇವನೊಬ್ಬ ಜೊತೆಗೂಡಿದ್ದರೆ- ಯೋಚಿಸಿ ಚಿಂತಿತನಾದ. ನೋಡಿ, ಓದಿ ಅನುಭವಕ್ಕೆ ಬಂದದ್ದಕ್ಕಿಂತ ಸ್ವಂತ ಆ ಪರಿಸ್ಥಿತಿಯಲ್ಲಿದ್ದಾಗ ಆಗುವ ಅನುಭವವೇ ಬೇರೆಯೆನಿಸಿತು. ಈಗ ಅವರುಗಳ ಸ್ಥಿತಿಗಿಂತ ಅವನದು ಕೂಡ ಭಿನ್ನವಲ್ಲ.

ಸೂರಿ ಚಾಪೆ, ಹೊದ್ದಿಗೆ ಹೊರಗೊಯ್ದು ಮಲಗಿದ. ಕೋಣೆಗಳ ಮುಂಭಾಗದಲ್ಲಿ ಜಾಗವಿದ್ದುದರಿಂದ ಕೆಲವರು ಅಲ್ಲೇ ಮಲಗುತ್ತಿದ್ದುದು. ಅದಕ್ಕೆ ಮಾಲೀಕರ ತಕರಾರು ಇಲ್ಲದಿದ್ದರೂ ಜೋರು ಮಾತುಕತೆಗೆ ವಿರೋಧವಿತ್ತು, ನಿಷೇಧಿಸಲಾಗಿತ್ತು.

ಸೂರಿ ಹೊರಗಿನಿಂದಲೇ ಕೂಗಿದ "ಈ ರೂಮಿನಲ್ಲಿರೋಕೆ ಕಂಪ್ಲಿಯ ನಾರಾಯಣ್ ಬಂದಿದ್ದಾನೆ. ಅಡ್ವಾನ್ಸ್ ಹಣ ಕೂಡ ಕೊಟ್ಹೋಗಿದ್ದಾನೆ. ಜೇಬಿನಲ್ಲಿದೆ ತಗೊಂಡ್ಬಿಡು."

ಸೂರನ್ನು ನೋಡುತ್ತ ಮಲಗಿದ್ದ ಗಾಂಡೀವಿ ಎದ್ದು ಕೂತ. "ಸಂತಪ್, ಸದ್ಯಕ್ಕೆ ನಾನು ಇಲ್ಲೇ ಇರ್ತೀನಿ. ಅಂದ್ರೆ ಈ ರೂಮಿನ ಮೂರನೆ ವ್ಯಕ್ತಿ ಭರ್ತಿಯಾದಂಗೆ" ಉಸುರಿದವನು ಬೀಡಾ ಅಂಗಡಿಯವನು ಕೊಟ್ಟಿದ್ದ ನೋಟುಗಳನ್ನು ಬಲವಂತವಾಗಿ ಅವನ ಕೈಯೊಳಗೆ ತುರುಕಿದ. "ಅಡ್ವಾನ್ಸ್ ಅಂದ್ಕೋ ಮಿಕ್ಕಿದ್ನ ಕಾಲ ಹೇಳ್ಬೇಕು. ಏನು ಕೇಳ್ಬೇಡ. ಹಣ ಹಿಂದಿರುಗಿಸೋ ಪ್ರಯತ್ನ ಮಾಡಿದ್ರೆ ಬೇರೆ ಯೋಚ್ನೆ ಮಾಡ್ಬೇಕಾಗುತ್ತೆ. ನೀನು ಓದ್ಕೋ..." ಮಲಗಿಬಿಟ್ಟ.

ಅಂದು ಪರೀಕ್ಷೆ ರೂಮಿನಲ್ಲಿ ಅನುಭವಿಸಿದ ಅವಮಾನ, ಭುಗಿಲೆದ್ದ ಸಿಟ್ಟನ್ನು ನೆನಪು ಮಾಡಿಕೊಂಡ. ಪೇಪರ್‌ನ ವಶಪಡಿಸಿಕೊಂಡು ಸಹಿ ಪಡೆಯಲು ಯತ್ನಿಸಿದ ಅಧಿಕಾರಿಗಳನ್ನು ಎಳೆದಾಡಿಬಿಟ್ಟಿದ್ದ ಆವೇಶ, ದುಃಖದಿಂದ. ಅಂಥ ಒಂದು ಯೋಚನೆ ಕೂಡ ಅವನ ಮನದಲ್ಲಿ ಸುಳಿಯಲು ಸಾಧ್ಯವಿರಲಿಲ್ಲ. ವಿದ್ಯೆಯ ಬಗ್ಗೆ ಅವನಲ್ಲಿ ಅತ್ಯಂತ ಪವಿತ್ರವಾದ ಭಾವನೆ ಇತ್ತು.

ನಿದ್ರಿಸಲಾಗಲಿಲ್ಲ. ಸಂಪತ್ ಬೆಡ್ ಲ್ಯಾಂಪ್ ಆರಿಸಿದ ನಂತರ ಹಸಿವೆನಿಸಿತು. ತಾಯಿಯ ನೆನಪಿನಿಂದ ಧೃತಿಗೆಟ್ಟ. ಕಣ್ಣೀರು ಚಿಮ್ಮಿತು.

"ರಾತ್ರಿ ಊಟಾನೇ ಊಟ. ನಿಧಾನವಾಗಿ ಮಾಡು. ಇಷ್ಟು ಕಡ್ಮೆ ಊಟ ಮಾಡಿದ್ರೆ ಹೇಗೆ? ಹಗಲಿನದು ಹೇಗೋ ನಡೆಯುತ್ತೆ. ರಾತ್ರಿ ಹೊಟ್ಟೆ ತುಂಬಿರದಿದ್ರೆ ಹಸಿವಾಗಿ ಸಂಕ್ಟ ಶುರುವಾಗಿ ನಿದ್ದೆ ಸರ್‍ಯಾಗಿ ಮಾಡಲಾಗದು" ಹತ್ತಿರ ಕೂತು ತಾಯಿ ಹೇಳಿದಂತಾಯಿತು.

ತುಟಿ ಕಚ್ಚಿಡಿದು ಕಣ್ಣೊರೆಸಿಕೊಂಡ. 'ಅಮ್ಮ, ನಿನ್ನ ಕಣ್ಣಾ ಉಪವಾಸ ಮಲ್ಗಿದ್ದಾನೆ.' ಬಹುಶಃ ಈ ಕೂಗು ಅಲ್ಲಿಗೆ ಹೋಗಿ ಮುಟ್ಟಿದ್ದರೆ ತಾಯಿ ಒಡಲಿಗೆ ಬೆಂಕಿ ಬೀಳುತ್ತಿತ್ತು.

ಹಸಿವಿನ ಶಕ್ತಿಯ ಅರಿವಾಯಿತು. ನೀರು ಕುಡಿಯಬೇಕೆನಿಸಿದರೂ ಏಳಲಿಲ್ಲ. ಸದ್ಯಕ್ಕೆ ಇವು ಅಪರೂಪವಲ್ಲ. ಅಭ್ಯಾಸ ಮಾಡಿಕೋಬೇಕು. ವ್ಯಕ್ತಿ ಗಟ್ಟಿಯಾಗಲು ಇವೆಲ್ಲ ಬೇಕು. ಹೊಟ್ಟೆಯನ್ನು ನೆಲಕ್ಕೆ ಹಾಕಿ ಮಲಗಿದ.

ಆತ್ಮಹತ್ಯೆ ಮಾಡಿಕೊಳ್ಳುವುದು ಸುಲಭ. ಬದುಕುವಷ್ಟು ಕಷ್ಟವಲ್ಲ. ನಾಣ್ಯ ಚಿಮ್ಮಿದಂತೆ ಈ ಅಭಿಪ್ರಾಯ ಹತ್ತೇ ನಿಮಿಷದಲ್ಲಿ ಬದಲಾಯಿತು. ಆದರೆ ಛಲ, ಅಲಂಕಾರ್‌ಗೆ ಒಂದು ಏಟು ಕೊಡಬೇಕು. ತಾನು ತಪ್ಪಿತಸ್ಥನಲ್ಲವೆಂದು ತಂದೆ ತಿಳಿಯಬೇಕು.

ಮನದಲ್ಲಿ ದೃಢತೆ ಮೂಡಿದಾಗ ಆರಾಮಾಗಿ ನಿದ್ರಿಸಿದ.

* * *

ಸದ್ಯಕ್ಕೆ ಸೂರಿಯ ವಿಳಾಸ ಸಂಪತ್ ರೂಮುದು ಪೋಸ್ಟ್ ಮ್ಯಾನ್ ತಂದು ಕೊಟ್ಟ ಕವರ್‌ನ ಅವನ ಮುಂದೆ ಹಾಕಿದ.

"ನಿಂಗೆ ಇಂಟರ್‌ವ್ಯೂಗೆ ಬಂದಿದೆ" ಹೇಳಿದ ಅಷ್ಟೇನು ಇಂಟರೆಸ್ಟ್ ತೋರದೆ. ಕುಕ್ಕರಗಾಲಿನಲ್ಲಿ ಕೂತು ಹಳೆಯ ಪೇಪರ್‌ಗಳನ್ನು ನೋಡುತ್ತಿದ್ದ ಸೂರಿ ಆ ಕವರ್‌ನತ್ತ ಕೈ ಚಾಚಲಿಲ್ಲ.

"ನಂಗೆ ಕೆಲ್ಸ ಸಿಗೋಲ್ಲ. ಇಂಟರ್ವ್ಯೂ ನಾಟಕದಲ್ಲಿ ಪಾತ್ರ ವಹಿಸಿ ಸಾಕಾಗಿದೆ. ಸಂದರ್ಶನವಿಲ್ದೇ ಯಾರಾದ್ರೂ ಕೆಲ್ಸ ಕೊಟ್ರೆ ಹೋಗಿ ಜಾಯಿನ್ ಆಗ್ತೀನಿ" ಎಂದವ ತನ್ನ ಓದನ್ನು ಮುಂದುವರಿಸಿದ. ಅವನಿಗೆ ಫ್ರೆಶ್ ನ್ಯೂಸ್, ಓಲ್ಡ್ ಸುದ್ದಿ ಅಂಥದ್ದೇನಿಲ್ಲ. ವೇಳೆ ಕಳೆಯಲು ಓದುತ್ತಿದ್ದ. ವಾರದ ಹಿಂದಿನ ಪೇಪರ್ ಕೂಡ ಮುಂದೆ ಹಾಕಿಕೊಂಡು ಕೂಡುತ್ತಿದ್ದ.

ಸಂಪತ್ ಮುಖ ಒಂದು ತರಹ ಮಾಡಿ ತನ್ನ ಪಾಡಿಗೆ ತಾನು ಹೋದ.

ಗಾಂಡೀವಿ ಅವನ ಭುಜದ ಮೇಲೆ ಕೈಯಿಟ್ಟ. "ನಿರಾಶೆ ಯಾವಾಗ್ಲೂ ಒಳ್ಳೇದಲ್ಲ. ವ್ಯಕ್ತಿ ಆಪ್ಟಿಮಿಸ್ಟ್ ಆಗ್ಬೇಕು. ಆಶಾವಾದಿಯಾಗ್ಬೇಕು. ಆಗ ಬದ್ಕಿಗೆ ಒಂದು ಅರ್ಥ ಸಿಗುತ್ತೆ" ಹೇಳಿದ. ಈ ನಾಲ್ಕು ದಿನದ ಚಿಂತನೆ ಬೆಳೆಸಿತ್ತು ಅವನನ್ನ. ಅಂದು ಆದ ಅನ್ಯಾಯಕ್ಕೆ ಆಗಬೇಕು ಪ್ರತೀಕಾರ. ಅಲಂಕಾರ್ ಅಂಥವರಿಗೆ ಪಾಠ ಕಲಿಸಬೇಕು. ದೃಢ ನಿರ್ಧಾರ ಕೈಗೊಂಡಿದ್ದ.

"ಡಿಯರ್ ಫ್ರೆಂಡ್, ನಂದು ಬಹಳ ಕೆಟ್ಟ ಅನುಭವಗಳು. ಛೆ, ಏನಿದೆ ಬದುಕಿನಲ್ಲಿ? ಯಾಕೆ ಬದ್ಕಬೇಕು? ಹುಳ, ಹುಪ್ಪಟೆ, ಜಂತುಗಳಂತೆ, ಸಮಾಜಕ್ಕೆ, ಭೂಮಿಗೆ ಭಾರ" ಗಳಗಳ ಅತ್ತ. ಸೂರಿಯ ನಗು, ಅಳುವಿನಲ್ಲಿ ಯಾವುದೇ ವ್ಯತ್ಯಾಸ ಕಾಣಲಾಗಲಿಲ್ಲ ಗಾಂಡೀವಿಗೆ. ಅಳು, ನಗು ಒಂದೇ ನಾಣ್ಯದ ಎರಡು ಮುಖಗಳು. ಆದರೆ ಎರಡರ ನಡುವಿನ ವ್ಯತ್ಯಾಸವಿರಬೇಕು.

ಕಣ್ಣೀರು ತೊಡೆದ ಗಾಂಡೀವಿ "ನಗು, ಅಳುವಿನ ಮಧ್ಯೆ ವ್ಯತ್ಯಾಸ ಉಳೀಬೇಕು, ಸೂರಿ. ನೀನು ಖಂಡಿತ ಇಂಟರ್‌ವ್ಯೂಗೆ ಹೋಗ್ಬಾ. ನಮ್ಮ ಮೂವರಲ್ಲಿ ಸ್ವಲ್ಪ ಕ್ವಾಲಿಫೈಡ್ ನೀನೇ" ಧೈರ್ಯ ತುಂಬಿದ. ಭರವಸೆಯ ಮಾತುಗಳನ್ನಾಡಿದ. ಆಮೇಲೆ ಹೇಗೆ ಸಾಧ್ಯವಾಯಿತು ಎಂದು ಯೋಚಿಸಿದ ಕೂಡ.

ಮರುದಿನ ಸಂಪತ್, ಗಾಂಡೀವಿ ಕೂಡಿಯೇ ಸೂರಿಯನ್ನು ರೆಡಿ ಮಾಡಿದರು. ಅವನು ಕೆಮಿಸ್ಟ್ರಿಯಲ್ಲಿ ಎಂ.ಎಸ್‌ಸಿ ಮಾಡಿದ್ದು. ಒಂದು ಕಾಲದಲ್ಲಿ ಸೂಪರ್‌ಬ್ರೈನ್. ಈಗ ಅದಕ್ಕೆ ಧೂಳು ಹಿಡಿದಿತ್ತು. ಸ್ವಲ್ಪ ಜಾಡಿಸಿದರೆ ಫಳಪಳ ಹೊಳೆಯುತ್ತೆ.

ಇದ್ದ ಎರಡು ಷರಟು, ಪ್ಯಾಂಟ್‌ಗಳನ್ನು ತಿರುವಿ ಮುರುವಿ ನೋಡಿದ. ಬಣ್ಣ ಕಳೆದುಕೊಂಡವು. ಅರ್ಧಂಬರ್ಧ ಆಯಸ್ಸು ಮುಗಿದವು.

ಸೂಟ್‌ಕೇಸ್‌ನಲ್ಲಿದ್ದ ತನ್ನ ಬಟ್ಟೆಗಳನ್ನು ಗಾಂಡೀವಿ ತೆಗೆದುಕೊಟ್ಟ. "ಸ್ವಲ್ಪ ಸಡಿಲವಾಗುತ್ತೇನೋ. ಮ್ಯಾನೇಜ್ ಮಾಡ್ಕೋಬಹ್ದು. ಟೀಪುಟಾಪ್ ಅನ್ನಿಸದಿದ್ರೂ ಫ್ಯಾಷನ್ನಾಗಿ ಕಾಣುತ್ತೆ" ಕನ್ವಿನ್ಸ್ ಮಾಡಿದ. ಹಿಂಜರಿದ ಸೂರಿ.

"ಬೇಡ, ಗಾಂಡೀವಿಯವ್ರೆ... ನಾನೊಬ್ಬ ದುರಾದೃಷ್ಟ ಜಾತ್ಕದವ್ನು. ನಿಮ್ಮ ಬಟ್ಟೆ ತೊಟ್ಟು ಅದ್ಕೇ ಆ ಕಳಂಕ ಅಂಟಿಸೋಕೆ ಇಷ್ಟವಿಲ್ಲ" ಮುಖ ಕಿವಿಚಿ ಗೋಡೆಯ ಕಡೆ ತಿರುಗಿಕೊಂಡ.

ಭುಜದ ಮೇಲೆ ಕೈಯಿಟ್ಟ ಗಾಂಡೀವಿ ಅವನನ್ನು ತನ್ನ ಕಡೆ ತಿರುಗಿಸಿಕೊಂಡ. "ನಮ್ಗಿಂತ ವಯಸ್ಸಿನಲ್ಲಿ, ಎಜುಕೇಷನ್‌ನಲ್ಲಿ ಸೀನಿಯರ್. ಬಹುವಚನದ ಪ್ರಯೋಗ ನಂಗೆ ಇಷ್ಟವಾಗೋಲ್ಲ. ಇದ್ನ ತೊಟ್ಕೊಂಡ್ ಇಂಟರ್‌ವ್ಯೂ ಅಟೆಂಡ್ ಮಾಡು. ನಗು ಬೇಡ" ಸ್ವಲ್ಪ ಅಧಿಕಾರದ ಸ್ವರದಲ್ಲಿಯೇ ಹೇಳಿದ್ದು.

ಕೆಟ್ಟ ಹಟ ಬಲ್ಲ ಸಂಪತ್ ತನ್ನ ಪಾಡಿಗೆ ತಾನಿದ್ದ. ರೂಂಮೇಟ್ ಆಗಿ ಸೇರಿಕೊಂಡ ಸೂರಿ ಅವನಿಗೆ ಸಮಸ್ಯೆಯಾಗಿದ್ದ. ಒಂದು ರೀತಿ ಗಂಟಲಲ್ಲಿ ಸಿಕ್ಕಿಕೊಂಡ ಉಗುಳು. ನುಂಗಲು ಸಾಧ್ಯವಿಲ್ಲ. ಉಗುಳಲು ಮನ ಒಪ್ಪದು.

ಅಂತೂ ಸೂರಿ ಸರ್ವ ಅಲಂಕಾರದೊಂದಿಗೆ ಹೊರಟ. ಈಚೆಗೆ ವೀಕ್ ಆಗಿದ್ದ. ಎರಡೊತ್ತು ಅನ್ನ ಹಾಕಿಬಿಟ್ಟರೆ ಸಾಕು ಎನ್ನುವ ಮಟ್ಟಿಗೆ ಬಂದಿದ್ದ.

ಕಾಲೇಜಿಗೆ ಹೊರಟಾಗ ಜೊತೆಗೆ ಹೊರಟ ಗಾಂಡೀವಿ ಅರ್ಧ ದಾರಿಯಲ್ಲಿಯೇ ಬೀಳ್ಗೊಟ್ಟ. "ಒಂದಿಷ್ಟು ಕೆಲ್ಸ ಇದೆ. ಮುಗ್ಸಿಕೊಂಡು ಮಧ್ಯಾಹ್ನದ ವೇಳೆಗೆ ರೂಮಿಗೆ ಹೋಗ್ತೀನಿ" ಎಂದವ ಅಲ್ಲೇ ನಿಂತ.

ಹತ್ತು ಹೆಜ್ಜೆ ಮುಂದೆ ಹೋದವ ಹಿಂದಕ್ಕೆ ಬಂದ ಸಂಪತ್ "ಒಂದ್ಸಲ ಪ್ರಿನ್ಸಿಪಾಲರ್ನ ಭೇಟಿ ಮಾಡೋಣ್ವಾ?" ಮೌನವಾದ. ಗಾಂಡೀವಿ ತಲೆ ಅಡ್ಡಡ್ಡ ಆಡಿಸಿದ. ಪ್ರತಿಭಟನೆಯ ನಂತರ ಅಂದು ಪ್ರಿನ್ಸಿಪಾಲರ ಕಾಲು ಹಿಡಿದಿದ್ದ. ಅವನ ಪ್ರಾಮಾಣಿಕತೆ ಗೊತ್ತಿದ್ದರೂ ಆ ಕ್ಷಣ ಕಲ್ಲಾಗಿದ್ದರು.

"ಬೇಡ ಸಂಪತ್, ಕಾಲೇಜಿಗೆ ಸೇರೋ ಮೊದ್ಲು ಅಲ್ಲಿನ ವಾತಾವರಣ, ಸರಸ್ವತಿಯ ಮಂದಿರದ ಬಗ್ಗೆ ಅದ್ಭುತವಾದ ಕನಸುಗಳು ಇದ್ವು. ದಿನ ಕಳೆದಂತೆ ಕಡ್ಮೆಯಾದ್ರೂ ಅಂದು ಸಾಯುವ ಸ್ಥಿತಿಗೆ ಬಂದು ಪೂರ್ತಿ ಉಸಿರು ನಿಂತುಹೋಯ್ತು. ಓದೋ ಅಪೇಕ್ಷೆ ಇಲ್ದೇ ಟೈಮ್‌ಪಾಸ್‌ಗಾಗಿ ಕಾಲೇಜಿಗೆ ಹೋಗೋ ವಿದ್ಯಾರ್ಥಿಗಳಲ್ಲಿ ನಾನೊಬ್ಬ ಆಗ್ಲಾರೆ. ಸಮಾಜದ ಋಣ, ದೇಶದ ಋಣ ತೀರಿಸಲಾರ್ದ ನಿರುಪಯೋಗಿ" ಹಲ್ಮುಡಿಯನ್ನು ಕಚ್ಚಿಡಿದ.

ಪ್ರತಿಷ್ಠೆ, ಮರ್ಯಾದೆ ಮನೆತನದ ಬಗೆಗಿನ ಅಪಾರವಾದ ಅಭಿಮಾನವಿದ್ದರೂ ಮನುಷ್ಯರಾಗಿ ಬದುಕಿದ್ದ ಕುಟುಂಬ. ಕೆಡುಕೆನಿಸದ ಜನ. ನ್ಯಾಯ, ನೀತಿಯ ಪಾಠ ಹೇಳಿ ಬೆಳೆಸಿದ್ದರು ಮಗನನ್ನು.

"ನೀನ್ಹೋಗು... ಸಂಪತ್" ಭುಜ ತಟ್ಟಿದವನು ಅಭಿಮುಖವಾದ ದಾರಿ ಹಿಡಿದ. ಎರಡು ದಿನದ ಹಿಂದಿನ ಕ್ಲಾಸಿಫೈಡ್ ಪ್ರಕಟಣೆಯ ಕಾಲಂನಲ್ಲಿ ಒಂದು ಪ್ರಕಟಣೆ ನೋಡಿದ. ವಾಂಟೆಡ್ ಡ್ರೈವರ್ 'ಸ್ಫುರದ್ರೂಪಿಯಲ್ಲದ ಮೂಗ ಯುವಕನಾಗಿರಬೇಕು. ಓದು, ಬರಹವಿಲ್ಲದಿದ್ದರೂ ಪರವಾಗಿಲ್ಲ. ಮಾತು ಬರದಿದ್ದರೂ ಕಿವಿ ಚುರುಕಾಗಿರಬೇಕು. ಆಕರ್ಷಕವಾದ ಸಂಬಳ' ಮೊದಲು ನಗು ಬಂತು. ನಂತರ ಕ್ಯೂರಿಯಾಸಿಟಿ ಬೆಳೆಯಿತು. ಎಲ್ಲಾಕ್ಕಿಂತ ಹೆಚ್ಚಾಗಿ ಕೆಲಸದ ಅಗತ್ಯ ಅವನಿಗಿತ್ತು.

ಆದರೆ ಸ್ಫುರದ್ರೂಪ ಸಮಸ್ಯೆಯಾಗಿ ಕಂಡಿತು. 'ನಮ್ಮ ಗಾಂಡೀವಿ ಎದೆ ಹರವು ಎಷ್ಟು ವಿಶಾಲವಾಗಿದೆ. ಎತ್ತರಕ್ಕೆ ಸಮವಾದ ಮೈಕಟ್ಟು. ಎಲ್ಲಿ ದೃಷ್ಟಿಯಾಗುತ್ತೋ ಅನ್ನೋ ಭಯ' ಅಮ್ಮನ ಮಾತುಗಳು. ಎಣ್ಣೆ ಹಚ್ಚಿಕೊಂಡು ಬರೀ ಮೈಯಲ್ಲಿದ್ದಾಗಲೆಲ್ಲ ತಂದು ಟವಲು ಹೊದ್ದಿಸುತ್ತಿದ್ದರು.

ಎರಡು ದಿನದಿಂದ ಶೇವ್ ಮಾಡಿರಲಿಲ್ಲ. ಮುಖದ ಆಕರ್ಷಣೆಯನ್ನು ಸ್ವಲ್ಪ ಕಡಿಮೆ ಮಾಡಿರುತ್ತದೆಯೆಂದುಕೊಂಡ. ಅದೇ ಕೆಲವು ಸಂದರ್ಭಗಳಲ್ಲಿ ಅದೇ ಆಕರ್ಷಣೆಯಾಗುತ್ತದೆಯೆಂದು ಅವನಿಗೆ ಗೊತ್ತಿಲ್ಲ. ಇಸ್ತ್ರಿ ಮಾಡಿದ ಬಟ್ಟೆಯನ್ನು ತೊಟ್ಟಿರಲಿಲ್ಲ.

ಆ ಕಟಿಂಗ್ ಹಿಡಿದು ವಿಳಾಸ ಪತ್ತೆ ಮಾಡಿದ. ದೊಡ್ಡ ಬಂಗ್ಲೆ, ಮುಂದಿನ ಕಾಂಪೌಂಡ್‌ನಲ್ಲಿ ನಾಲ್ಕು ಆಲ್ಸೇಷಿಯನ್ ನಾಯಿಗಳು ಓಡಾಡುತ್ತಿದ್ದವು. ಗಾರ್ಡನ್ ಬಹಳ ಆಕರ್ಷಣೀಯವಾಗಿ ಕಂಡಿತು. ಅತ್ತಿಂದಿತ್ತ ಇತ್ತಿಂದತ್ತ ಓಡಿಯಾಡಿ ಗೂರ್ಖನ ಗಮನ ಸೆಳೆದ. ಹತ್ತಿರಕ್ಕೆ ಕರೆದು ವಿಚಾರಿಸಿದಾಗ ಸನ್ನೆಯಿಂದ ಬಂದ ಕೆಲಸ ಹೇಳಿದ.

"ಮೂಗ ಆದ್ರೂ ಕಿವಿ ಕೇಳಿಸುತ್ತೆ. ಅಂದ್ರೆ ಮಾತು ಆಕಸ್ಮಿಕವಾಗಿ ಹೋಗಿದ್ಯೋ" ವಿಚಾರಿಸಿದ. ಈ ಎರಡು ದಿನದಿಂದ ಸಾಕಷ್ಟು ಜನ ಬಂದು ವಾಪಾಸಾಗಿ ಹಿಂದಿರುಗಿದ್ದರು.

ಕಾದಿರುವಂತೆ ಹೇಳಿ ವಾಚ್‌ಮನ್ ವಿಚಾರಿಸಲು ಹೋದ. ಕೆಲಸ, ಸಂಪಾದನೆ ಎಷ್ಟು ಕಷ್ಟವೆಂಬ ಅನುಭವ ಕೆಲವೇ ದಿನಗಳಲ್ಲಿ ಬಂದಿತ್ತು. Walk-in-interview ಕಾಲಂನ ದಿನ ನೋಡುತ್ತಿದ್ದ. ವಿದ್ಯಾಭ್ಯಾಸ ಪೂರ್ತಿಯಾಗಿಲ್ಲ. ಯಾವುದೇ ಕೈಕೆಲಸದಲ್ಲಿ ಪರಿಣಿತ ಇಲ್ಲ ಕೂಡ. ಪೂರ್ತಿ ವ್ಯವಹಾರ ಅವನ ತಂದೆಯೇ ನೋಡುತ್ತಿದ್ದರಿಂದ ಆ

ವಿಷಯದಲ್ಲಿ ಕೂಡ ಗಾಂಡೀವಿ ಕೂಸು.

ಷರಟು, ಪ್ಯಾಂಟನ್ನು ಸ್ವಲ್ಪ ಮಡಚಿಕೊಂಡ ಸ್ವಲ್ಪ ಶಿಸ್ತಾಗಿ ಕಾಣದಿರಲಿಯೆಂದು. ಹತ್ತು ನಿಮಿಷದ ನಂತರವೇ ಬಂದಿದ್ದು ವಾಚ್‌ಮನ್. ಹೋಗುವಂತೆ ತಿಳಿಸಿದ.

ವಿಶಾಲವಾದ ಕಾಂಪೌಂಡ್‌ನಲ್ಲಿ ದೊಡ್ಡ ಮನೆ ಎನ್ನುವುದಕ್ಕಿಂತ ಬಂಗ್ಲೆ. ಹೊರಗಿನ ಬೋರ್ಡ್ ನೋಡಿಯೇ ಗ್ರಾನೈಟ್ ವ್ಯಾಪಾರಿಯೆಂದು ಅರ್ಥವಾಗಿತ್ತು.

ಹೊರಗಡೆ ಇದ್ದ ಸಮವಸ್ತ್ರದ ಕೆಲಸಗಾರ ಕರೆದೊಯ್ದು ಪಕ್ಕದ ದಿವಾನ್‌ಖಾನೆಗೆ. ನೆಲಕ್ಕಿಂತ ಹತ್ತು ಹದಿನೈದು ಇಂಚಿನ ಕುಷನ್‌ಮೆತ್ತೆಯ ಮೇಲೆ ಹೊಳೆಯುವ ಡಾಮಸ್‌ದ ಮೇಲ್ಪದರ ಗೋಡೆಯಂಚಿಗೆ ಚಚ್ಚೌಕದ ದಿಂಬುಗಳು ಇದ್ದರೆ ಪಕ್ಕಕ್ಕೆ ಕೈಯೂರಲು ಉದ್ದನೆಯ ದಿಂಬುಗಳು. ಅಂತು ದಿವಾನ್‌ಖಾನೆಯನ್ನು ಅತ್ಯಂತ ಆಕರ್ಷಣೀಯವಾಗಿ ರೂಪಿಸಿದ್ದರು.

ಹೀಗೇ ನಿಂತು ಅದೆಲ್ಲ ಅವನಿಗೆ ಅಭ್ಯಾಸವಿಲ್ಲ. ಆಗ ಅವನಿಗೆ ನೆನಪಾದದ್ದು ಪಾಂಡವರ ಅಜ್ಞಾತವಾಸ. ಅಂದು ಗಾಂಡೀವಿಯ ಜೊತೆ ನಾಲ್ಕು ಜನ ಸಹೋದರರಿದ್ದರು. ಆದರೆ ತಾನು ಒಂಟಿ. ಒಂಟಿಯಾಗಿಯೇ ಎಲ್ಲವನ್ನೆದುರಿಸಬೇಕು.

ಐದು ನಿಮಿಷದ ತರುವಾಯ ಒಬ್ಬ ವ್ಯಕ್ತಿ ಬಂದ. ಬಹುಶಃ ನಲವತ್ತರ ಇಂಚು ಮುಂಚು ವಯಸ್ಸು. ತೀರಾ ತೆಳುವು, ಸದೃಢವು ಅಲ್ಲದ ಆಕರ್ಷಕ ಮೈಕಟ್ಟು. ಬಿಳುಪು, ಕೆಂಪು ಬೆರೆತ ಬಣ್ಣ. ಉತ್ತಮ ಅಭಿಪ್ರಾಯ ಮೂಡುವಂಥ ವ್ಯಕ್ತಿತ್ವವೇ. ಆದರೆ ಕಣ್ಣುಗಳಲ್ಲಿ ಬೆಳಕು ಶುಭ್ರವೆನಿಸಲಿಲ್ಲ. ಏನೋ ಇದೆ... ಏನೋ ಇದೆ. ಏನೆಂದು ಸ್ಪಷ್ಟವಾಗದೇ ಹೋಯಿತು.

ಕೈ ಕಟ್ಟಿದ. ಅಷ್ಟೊಂದು ವಿನಯವೇನು ವ್ಯಕ್ತವಾಗಲಿಲ್ಲ ಗಾಂಡೀವಿ ಮುಖದ ಮೇಲೆ.

ಮೆತ್ತೆಯ ಮೇಲೆ ಆಸೀನನಾದ ಮೇಲೆ ಅಡಿಯಿಂದ ಮುಡಿಯವರೆಗೂ ಒಮ್ಮೆಲೆ ನೋಟ ಹರಿಸಿದ. ವ್ಯಕ್ತಿಯ ಕಣ್ಣುಗಳಲ್ಲಿ ಅತಿಯಾದ ತೀಕ್ಷ್ಣತೆ ಹೊರಹೊಮ್ಮಿತು.

"ಮಾತು ಬರೋಲ್ವಾ?" ಕೇಳಿದ. ಇಲ್ಲವೆಂದು ತಲೆಯಾಡಿಸಿದೆ. ಕಿವಿ ಕೇಳುತ್ತ ಇನ್ನೊಂದು ಪ್ರಶ್ನೆ. ಕೇಳುತ್ತದೆಯೆಂದು ತಲೆದೂಗಿದ. "ನಿಮ್ತಂದೆ, ತಾಯಿ ಎಲ್ಲಿ?" ಮತ್ತೊಂದು ಪ್ರಶ್ನೆ ದೂರದಲ್ಲಿದ್ದಾರೆಂದು ಸನ್ನೆಯಿಂದ ತಿಳಿಸಿದ. ಓದು ಬರಹದ ಬಗ್ಗೆ ವಿಚಾರಿಸಿದ.

"ಡ್ರೈವಿಂಗ್ ಬರುತ್ತಾ?" ಬರುತ್ತೆ ಎನ್ನುವಂತೆ ತಲೆದೂಗಿದವನು ಲೈಸನ್ಸ್ ಇಲ್ಲವೆಂದು ತಿಳಿಸಿದ. ಇವನು ಸರಿಯಾದ ವ್ಯಕ್ತಿಯೆನಿಸಿರಬೇಕು ಮಂಜುನಾಥ್‌ಗೆ.

"ಅದೆಲ್ಲ ನಾನು ಮಾಡ್ಸಿಕೊಡ್ತೀನಿ. ನಿಷ್ಟೆಯಿಂದಿರ್ಬೇಕು. ಸಂಬಳದ ಜೊತೆ ಊಟ, ತಿಂಡಿ, ಇರೋಕೆ ಜಾಗ ಎಲ್ಲಾ ಸಿಗುತ್ತೆ. ಯಾವೊತ್ನಿಂದ ಕೆಲ್ಸಕ್ಕೆ ಬರ್ತೀಯಾ?" ವಿಚಾರಿಸಿದರು.

ಎರಡು ಬೆರಳೆತ್ತಿ ಎಂಟು ದಿನ ಬೇಕೆಂದ. ತೀರಾ ವಯಸ್ಸಾದ ಮುದುಕ ಒಬ್ಬ ಇಲ್ಲಿ

ಇದ್ದಾನೆಂದು. ಅವನನ್ನು ಊರಿಗೆ ಕಳುಹಿಸಬೇಕೆಂದು ಎಲ್ಲಾ ಭಾವಾಭಿನಯದಿಂದಲೇ ತಿಳಿಸಿದ.

ಅಷ್ಟರಲ್ಲಿ ಒಬ್ಬ ಹೆಣ್ಣು ಮಗಳು ಬಂದಳು. ಅಂತು ಮೂವತ್ತು ದಾಟಿದ ವಯಸ್ಸು. ಫಿಗರ್‌ನ ಚೆನ್ನಾಗಿ ಕಾಪಾಡಿಕೊಂಡಿದ್ದರಿಂದ ಯುವತಿಯಂತೆ, ಏರು ಜವ್ವನೆಯಂತೆ ಕಾಣುತ್ತಿದ್ದಳು. ಎದೆಯ ಮಾಟ ಸಂಪತ್ತೆನಿಸಿತ್ತು. ಇಡೀ ದೇಹಕ್ಕೆ. ಅವರಿಬ್ಬರು ಮಾತಾಡಿಕೊಂಡಿದ್ದು. ಇಂಗ್ಲಿಷ್‌ನಲ್ಲಿ. ಅವನ ಇಡೀ ವ್ಯಕ್ತಿತ್ವ ಅವರು ಅರ್ಥ ಮಾಡಿಕೊಂಡಂತೆ ಅಳೆದಿದ್ದರು. ವಿದ್ಯಾಭ್ಯಾಸವಿಲ್ಲದ 'ಬಡವ ದೂರದ ತಮಿಳುನಾಡಿನ ಒಬ್ಬ ಬಡ ಕುಟುಂಬದ ಮಗ. ಕೂಲಿನಾಲಿ ಜೀವನ. ಈಗ ಅಜ್ಜಿಯೊಬ್ಬಳು ಇದ್ದಾಳೆ. ಅವಳನ್ನ ಊರಿಗೆ ಕಳಿಸುವ ಇರಾದೆ. ಅದಕ್ಕೆ ಎಂಟು ದಿನ ಬೇಕೆಂದ' ಎಂದು ಗಂಡನಾದವನು ಹೆಂಡತಿಗೆ ವಿವರಿಸಿದ.

ಅಂತೂ ಕೆಲಸಕ್ಕೆ ಬರುವಂತೆ ಸೂಚಿಸಿದರು. ಇದು ಗಾಂಡೀವಿಯ ಅಜ್ಞಾತವಾಸದ ಮೊದಲ ಮೆಟ್ಟಿಲು.

* * *

ಇಂಟರ್‌ವ್ಯೂ ಮುಗಿಸಿಕೊಂಡು ಸೂರಿ ಬಂದಾಗ ಭಾರಿ ಡಲ್ಲಾಗಿದ್ದ. ದೇವದಾಸ್ ಫಿಲಂ ಹೀರೋನಂತೆ ಹಾಡುತ್ತಿದ್ದ ನೋವಿನ ದನಿಯಲ್ಲಿ.

ಓದುತ್ತಿದ್ದ ಸಂಪತ್ ಒರಟಾಗಿ ಪುಸ್ತಕವಿಟ್ಟು "ಶುರುವಾಯ್ತು. ಇವ್ನ ಪ್ಯಾಥರ್ ಸಾಂಗ್. ಮಹಾರಾಯ ನಿನ್ನೊಂದಿಗೆ ನಾನು ಹಾಡೋ ಹಾಗೆ ಮಾಡ್ಬೇಡ. ದಯವಿಟ್ಟು ರೂಮು ಖಾಲಿ ಮಾಡ್ಬಿಡು" ಕೈಗಳನ್ನ ಜೋಡಿಸಿದ.

'ಹರ, ಶಿವ' ಎನ್ನದೆ ಕಣ್ಮುಚ್ಚಿಕೊಂಡು ಚಾಪೆಯ ಮೇಲೆ ಉರುಳಿದ ಸೂರಿ ಬಿಕ್ಕಿ ಬಿಕ್ಕಿ ಅಳತೊಡಗಿದಾಗ ಬಂದ ಗಾಂಡೀವಿ ಗಾಬರಿಯಾದ.

"ಸೂರಿ, ಏನಾಯ್ತು?" ಸನಿಹದಲ್ಲಿ ಕೂತು ಆತಂಕದಿಂದ ಕೇಳಿದ. ಅವನ ಅಳುವೇನು ನಿಲ್ಲಲಿಲ್ಲ. ಗಾಂಡೀವಿ ಸಂಪತ್ ಕಡೆ ನೋಡಿದ. "ಅಂಥದ್ದೇನಿರೋಲ್ಲ. ಇಂಟರ್‌ವ್ಯೂಗೆ ಹೋಗ್ಬಂದ್ನಲ್ಲ. ಇದೆಲ್ಲ ಮಾಮೂಲಿ" ಒಂದು ಚೊಂಬು ನೀರು ತಂದು ಅವನ ಪಕ್ಕದಲ್ಲಿಟ್ಟು ಹೋದ.

"ನೀರು ಕುಡೀ" ಭುಜ ತಟ್ಟಿದ.

ಗಟಗಟ ಕುಡಿದ ನೀರನ್ನು ಮರುಕ್ಷಣ ವಾಂತಿ ಮಾಡಿಕೊಂಡ. ಕಣ್ಣಲ್ಲಿ ತುಂಬಿಕೊಂಡ ನೀರು ಕೆನ್ನೆಯ ಮೇಲೆ ಹರಿಯಿತು. ಸಂಕಟದಿಂದ ಒದ್ದಾಡಿ ಹೋದ ಗಾಂಡೀವಿ.

"ನಿನ್ನ ಬಟ್ಟೆಯಲ್ಲ ಹಾಳಾಯ್ತು!" ನೊಂದ ದನಿಯಲ್ಲಿ ನುಡಿದ. ಗಾಂಡೀವಿ ಅವನ ಬಾಯಿ, ಕುತ್ತಿಗೆಯಲ್ಲ ಒರೆಸಿ "ಡೋಂಟ್ ಬಿ ಸಿಲ್ಲಿ. ಮೊದ್ಲು ಬಟ್ಟೆ ಬದಲಾಯ್ಸು" ಸಹಾನುಭೂತಿಯ ದನಿಯಲ್ಲಿ ಹೇಳಿದ. ತೀರಾ ಗುಳಿ ಬಿದ್ದ ಕಣ್ಣುಗಳು ಅವನ ಚಿಂತಾಜನಕ ಕತೆಯನ್ನು ಉಸುರಿತು.

ಸ್ವಲ್ಪ ಸಮಯದ ನಂತರ ಸಂಪತ್ ಮೂರು ತಟ್ಟೆ ಹಾಕಿದಾಗ ಎರಡನ್ನು ಎತ್ತಿಟ್ಟು

ಸೂರಿ ಕಡೆ ತಿರುಗಿದ.

“ಸೂರಿ, ನೀನು ಊಟ ಮಾಡ್ಬಿಡು. ನಾವಿಬ್ರೂ ಹೊರ್ಗಡೆ ಹೋಗ್ತೀವಿ. ಅಲ್ಲೇ ಏನಾದ್ರೂ ತಿಂತೀವಿ” ಎಂದವನು ಕಣ್ಸನ್ನೆಯಿಂದಲೇ ಸಂಪತ್‌ನ ಎಬ್ಬಿಸಿಕೊಂಡು ಹೊರಗೆ ಬಂದ.

ಮಿಕ್ಕ ಕೋಣೆಗಳಿಗೆ ಬೀಗವಿತ್ತು. ಆಶ್ಚರ್ಯದಿಂದ ಗೆಳೆಯನ ಮುಖ ನೋಡಿದ. “ಏಕಾಏಕಿ ಎಲ್ಲಾ ಖಾಲಿ ಮಾಡ್ದಂಗೆ ಕಾಣುತ್ತೆ. ಏನು ವಿಷ್ಯ?” ಕೇಳಿದ. ವೇದನೆಯಿಂದ ಮುಖ ಕಿವಿಚಿದ ಸಂಪತ್ ತಲೆಯಾಡಿಸಿದ ಇಲ್ಲವೆಂದು.

“ಎಲ್ಲಾ ಸಂಬಳಗಳಾಗಿದೆ. ಊರು, ಬಾರ್, ಫಿಲಂ ಅದೂ ಇದೂ ಓಡಾಟವಿರುತ್ತೆ ತಾರೀಖು ಹತ್ತರವರೆಗೆ. ನಂತರ ಮಾಮೂಲಿಯಷ್ಟೆ. ಈಗ ನಾವೆಲ್ಲಿ ಹೊರ್ಗಡೆ ಊಟಕ್ಕೆ ಹೋಗೋದು? ಸೂರಿ ಪೂರ್ತಿ ಊಟ ಮಾಡಿ ಪಾತ್ರೆಗಳ್ನ ತೊಳೆದಿಟ್ಟುಬಿಟ್ಟಿರುತ್ತಾರೆ. ಅವ್ನ ಹೊಟ್ಟೆಯಲ್ಲಿ ಭೂತ ಹೊಕ್ಕಿದೆ. ಅವನನ್ನ ಹೊರ ಹಾಕ್ದಿದ್ರೆ ನನ್ನ ಒಂದು ದಿನ ತಿಂದು ಹಾಕ್ಬಿಡ್ತಾನೆ” ಮುಖ ತಿರುವಿದ ಸಂಪತ್. ಒಂದು ರೀತಿಯಲ್ಲಿ ಹೊರೆಯಾಗಿದ್ದ ಅವನಿಗೆ ನೂರು ಕೆ.ಜಿ. ಮೂಟೆಯನ್ನು ಬೆನ್ನು ಮೇಲೆತ್ತಿ ಚಡಪಡಿಸುತ್ತಿದ್ದ ವ್ಯಕ್ತಿಯ ಮೇಲೆ ಇನ್ನೂ ಐವತ್ತು ಕೆ.ಜಿ. ಹೇರಿದಂತಾಗಿತ್ತು ಅವನ ಇರುವು.

ಅರ್ಥವಾಗಿತ್ತು ಗಾಂಡೀವಿಗೆ. ಗೆಳೆಯನ ಕೈಯನ್ನು ತನ್ನ ಕೈಯಲ್ಲಿ ತಗೊಂಡು “ಬೇಡ, ಸೂರಿಯ ವಿಷ್ಯದಲ್ಲಿ ಅಷ್ಟೊಂದು ಕಠಿಣವಾಗೋದ್ಬೇಡ. ಬಹಳ ನೊಂದಿದ್ದಾನೆ” ಎಂದ ಅವನ ಕಣ್ಣಲ್ಲಿ ದೃಷ್ಟಿ ನೆಟ್ಟು.

ಸಂಪತ್ ಮುಖದ ಗೆಲುವು ಪೂರ್ತಿಯಾಗಿ ಇಂಗಿ ಸುರುಟಿಹೋದ ವಿಳೆಯದೆಲೆಯಂತಾದ. ನೋಟ ಕೆಳಗೆ ಹಾಕಿದ. “ನಾನು ಹೆಲ್ಪ್‌ಲೆಸ್. ನೀನು ತೆಗ್ಸುಕೊಟ್ಟ ಮೊಪೆಡ್ ಉಳ್ಸಿಕೋಬೇಕೂಂತ ವಿಶ್ವ ಪ್ರಯತ್ನ ಮಾಡ್ದೇ. ಸಾಧ್ಯವಾಗ್ಲಿಲ್ಲ. ಈಗ ನನ್ನ ಸ್ಥಿತಿ ನಿಂಗೆ ಅರ್ಥವಾಗಿರ್ಬೇಕಲ್ಲ” ಕಣ್ಣುಜ್ಜಿ ಕೆಂಪಗೆ ಮಾಡಿಕೊಂಡ.

ಬಂದ ದಿನವೇ ಮೊಪೆಡ್ ಇಲ್ಲದ್ದು ಅವನ ಅರಿವಿಗೆ ಬಂದಿತ್ತು. ಕೇಳಿರಲಿಲ್ಲ. ಕೇಳುವ ಅಗತ್ಯ ಕಂಡಿರಲಿಲ್ಲ ಕೂಡ.

“ನಂಗೆಲ್ಲ ಅರ್ಥವಾಗುತ್ತೆ” ಅವನ ಕೈಯನ್ನು ಮುಷ್ಟಿಯಲ್ಲಿಡಿದು ಬಲವಾಗಿ ಅಮುಕಿದ. ಅದರಲ್ಲಿ ಭರವಸೆ, ಆಶ್ವಾಸನೆಯೆಲ್ಲ ಇತ್ತು. “ನಿಂಗೆ ಯಾರಾದ್ರೂ ಡ್ರೈವರ್ ಗೊತ್ತಾ? ತೀರಾ ಸೀನಿಯರ್ ಆಗಿದ್ರೆ ಒಳ್ಳೇದು” ಒಂದು ಯೋಜನೆ ಹಾಕಿದ್ದ. ಶತಾಯ ಗತಾಯ ಕಾರ್ಯರೂಪಕ್ಕೆ ತರಬೇಕೆಂಬ ಹಟ.

ಯೋಚಿಸಿದ ಸಂಪತ್ ನೆನಪಿನಲ್ಲಿ ಇಣಕಿತು ಹತ್ತಿರದ ಗ್ಯಾರೇಜ್‌ನ ಪಾಷಾ. ವಯಸ್ಸಾದ ವ್ಯಕ್ತಿ. ಕಣ್ಣು ನೋಟ ಕೂಡ ಅಷ್ಟೊಂದು ಪರ್ಫೆಕ್ಟಾಗಿರಲಿಲ್ಲ. ಈಚೆಗೆ ಗ್ಯಾರೇಜ್‌ನಲ್ಲೇ ಇರುತ್ತಾ ಇದ್ದ. ಅವನ ವಿಷಯ ಪೂರ್ತಿ ತಿಳಿಸಿದ.

“ಈಗ್ಯಾಕೆ ಡ್ರೈವರ್?” ಕೇಳಿದ ಸಂಪತ್.

ಏನೂ ಹೇಳಲು ಇಚ್ಛಿಸಲಿಲ್ಲ ಗಾಂಡೀವಿ "ಯಾವಾಗ್ಲಾದ್ರೂ ಹೇಳ್ತೀನಿ" ಮೆಟ್ಟಿಲು ಇಳಿದು ಕೆಳಗೆ ಹೋದ."

ಪಾಷಾನ ಹಿಡಿದು ತನಗೆ ಎರಡು ದಿನ ಮಾತ್ರ ಡ್ರೈವಿಂಗ್ ಹೇಳಿಕೊಡಬೇಕೆಂದು ಒತ್ತಾಯಿಸಿದ. ಹಣದ ಆಸೆ ತೋರಿಸದ ನಂತರವೇ ಅವನು ಬಗ್ಗಿದ್ದು. ಆದರೂ ಗೊಣಗಿಕೊಂಡ.

ರೂಮಿಗೆ ಬರುವಾಗ ಬರೀ ಬಾಳೆಹಣ್ಣು ಹಿಡಿದು ಬಂದ. ಪುಸ್ತಕವಿಡಿದು ಸಂಪತ್ ಕೂತಿದ್ದರೆ ಸೂರಿ ಮಲಗಿದ್ದ.

"ಸಾರಿ, ಸ್ವಲ್ಪ ಲೇಟಾಯ್ತು!" ಎನ್ನುತ್ತ ಸಂಪತ್ ಮುಂದೆ ಆರು ಪಚ್ಚ ಬಾಳೆಹಣ್ಣುಗಳನ್ನಿಟ್ಟ, "ಪ್ಲೀಸ್, ಸ್ವಲ್ಪ ಅಡ್ಜೆಸ್ಟ್ ಮಾಡ್ಕೋ" ಭುಜದ ಮೇಲೆ ಕೈಯೂರಿದ. ಅವನ ಕಣ್ಣುಗಳಲ್ಲಿ ಕೃತಜ್ಞತೆ, ಅಭಿಮಾನ ಬೆರೆತ ಭಾವ. "ಐಯಾಮ್ ವೆರಿ ಲಕ್ಕಿ. ನಿನ್ನ ಸ್ನೇಹ ನನ್ನ ಪಾಲಿಗಂತೂ ತೀರಾ ಅಮೂಲ್ಯ" ಎಂದವನು ಹೊರಗೆ ಕರೆದೊಯ್ದು ಪಿಸುಗುಟ್ಟಿದ.

"ಹತ್ತು ನಿಮಿಷಕ್ಕೆ ಮೊದ್ಲು ಶ್ಯಾನುಭೋಗ್ ನಿನ್ನ ಹುಡುಕ್ಕೊಂಡ್ ಬಂದಿದ್ದ. ಹೊರ್ಗಡೆ ಅವ್ನಿಗಾಗಿ ಅಲಂಕಾರ್ ಕಾದಿದ್ದ. ಅವರಿಬ್ಬರದು ತೀರಾ ಕ್ಲೋಸ್ ಫ್ರೆಂಡ್‌ಶಿಪ್ ಅಂತ ಕಾಣುತ್ತೆ. ಯಾಕೆ ಬಂದಿದ್ದ?" ಅನುಮಾನದ ಜೊತೆ ಅಲ್ಪಸ್ವಲ್ಪ ಆತಂಕವೂ ಇದ್ದಿದ್ದು ಅರಿವಾಯಿತು ಅವನಿಗೆ.

"ನಾನು ಬಂದಿರೋದು ತಿಳಿದಿರಬಹ್ದು. ರೂಮ್‌ಮೇಟ್ ಜೊತೆಗೆ ಒಂದಿಷ್ಟು ಫ್ರೆಂಡ್‌ಶಿಪ್ ಇತ್ತು ಕೂಡ. ನಂಗೂ ನೋಡ್ಬೇಕೂಂತ ಅನ್ನಿಸ್ತು. ಹೋಗ್ಲಿಲ್ಲ. ಸಾಧ್ಯವಾದ್ರೆ ನಾಳೆ ನೋಡ್ತೀನಿ" ಎಂದ. ಭಯದಿಂದ ಅವನ ಕೈ ಹಿಡಿದುಕೊಂಡ ಸಂಪತ್. ಬೇಟೆಗಾಗಿ ಎಡೆತಾಕುವ ಚಿರತೆಯಂತೆ ಕಂಡಿದ್ದ ಅಲಂಕಾರ್.

ಗಾಂಡೀವಿಯ ಎರಡು ಕೈಗಳನ್ನು ಹಿಡಿದುಕೊಂಡ "ಪ್ಲೀಸ್, ನೀನು ಸದ್ಯಕ್ಕೆ ಹುಡ್ಕಿಕೊಂಡು ಹೋಗೋದೇನ್ಬೇಡ. ಅಲಂಕಾರ್ ಏಟು ತಿಂದ ಚಿರತೆಯಂತೆ. ಯಾಕೋ ಏನೋ ನಿನ್ಮೇಲೆ ಅವ್ನಿಗೆ ಇನ್ನಷ್ಟು ಸೇಡು ಇದೆಯೆನಿಸುತ್ತೆ" ಎಂದ. ಈ ಮಾತು ಒಪ್ಪಲು ಸಿದ್ಧನಿಲ್ಲದಿದ್ದರೂ ಅಂಥ ಅನುಮಾನವಂತು ಇತ್ತು.

ನೇರವಾಗಿ ಅವನೆಂದು ಅಲಂಕಾರ್‌ಗೆ ಸೇಡು ಬಯಸಿರಲಿಲ್ಲ. ಅನವಶ್ಯಕವಾಗಿ ಎದುರು ಹಾಕಿಕೊಂಡಿರಲಿಲ್ಲ. ಆದರೆ ಅನವಶ್ಯಕವಾಗಿ ತಲೆ ಬಗ್ಗಿಸುವ ಜಾಯಮಾನ ಅವನದಲ್ಲ. ಇದಿಷ್ಟೇನಾ? ಅಲ್ಲವೆನಿಸಿತು.

ಆರಡಿಯಷ್ಟು ಎತ್ತರವಿದ್ದ ಅಲಂಕಾರ್ ಸಣ್ಣಗೆ ಸಪೂರಾಗಿದ್ದ. ಕ್ರಾಪ್, ಗಡ್ಡ ಮೀಸೆ ಯಾವುದರಲ್ಲೂ ಅಚ್ಚುಕಟ್ಟಿರಲಿಲ್ಲ. ತೊಡುವ ಬಟ್ಟೆಯಿಂದಲೋ, ಬಳಸುವ ವೆಹಿಕಲ್‌ಗಳಿಂದಲೋ ಹೀರೋ ಪಟ್ಟ ಪಡೆದುಕೊಂಡಿದ್ದ. ಕೆಲವು ಹುಡುಗಿಯರಿಗಂತೂ ಅಚ್ಚುಮೆಚ್ಚು.

ಆದರೆ ಸ್ವಲ್ಪ ಗಾಂಡೀವಿಯ ಪ್ರವೇಶದಿಂದ ವಿಷಯ ಅಡ್ಡ ತಿರುಗಿತ್ತು. ಕೆಲವರು

ಅವನ ಸವಿ ಮಾತುಗಳು, ಒಳ್ಳೆಯ ನಡತೆಯನ್ನು ಮೆಚ್ಚುತ್ತಿದ್ದರು. ವಿದ್ಯಾರ್ಥಿನಿಯರಿಗೆ ಅವನೆಂದರೆ ಇಷ್ಟ. ಮೀಸೆ, ಗಡ್ಡ, ವಿಪರೀತ ಹೇರ್ ಸ್ಟೈಲ್ ಇಲ್ಲದ ಕ್ರಾಪ್ ಕೂಡ ಮೆಚ್ಚಿಗೆಗೆ ಒಂದು ಕಾರಣ ಇರಬಹುದು. ಬ್ರಿಲಿಯಂಟ್ ವಿದ್ಯಾರ್ಥಿನಿಯರು ಓದಿನಲ್ಲಿ ಮುಂದಿದ್ದ ಅವನನ್ನು ಇಷ್ಟಪಡುವುದು, ತಾವಾಗಿ ಮಾತಾಡುವುದು, ಪಾಠಗಳ ಬಗ್ಗೆ ಚರ್ಚಿಸುವುದು ಒಂದು ಸಕಾರಣ.

ಅಲಿಸ್ಕೇರ್ ಮೆಕ್‌ಲೀನ್, ಹ್ಯಾಡ್ಲೀ ಚೇಸ್ ಪುಸ್ತಕಗಳನ್ನ ಓದಿ ಸ್ಟೀರಿಯೋ ಮೇಲೆ ಪಾಶ್ಚಾತ್ಯ ಹಿಟ್ ಸಂಗೀತಕ್ಕೆ ಕುಣಿಯುತ್ತ ವಿದೇಶ ವ್ಯಾಮೋಹದಲ್ಲಿದ್ದ ವಿದ್ಯಾರ್ಥಿಗಳಿಗಿಂತ ವಿಭಿನ್ನವಾಗಿ ನಿಲ್ಲುತ್ತಿದ್ದ ಅವನನ್ನು ಕೆಲವು ವಿದ್ಯಾರ್ಥಿನಿಯರು ಹೆಚ್ಚು ಹೆಚ್ಚು ಇಷ್ಟಪಡುತ್ತಿದ್ದರು. ಇದೊಂದು ಪ್ರಮುಖ ಕಾರಣ ಗಾಂಡೀವಿಯನ್ನು ದ್ವೇಷಿಸಲು ಅಲಂಕಾರ್‌ಗೆ.

ಆದರೆ ನೈತಿಕವಾಗಿ ಬಲವಾಗಿದ್ದ ಅವನನ್ನ ಬಗ್ಗು ಬಡಿಯಲು ಹಿಂಜರಿಯುತ್ತಿದ್ದ. 'ಹೀ ಈಸ್ ಜೀನಿಯಸ್. ನಮ್ಮ ಕಾಲೇಜಿಗೆ ರ್‍ಯಾಂಕ್' ಒಬ್ಬ ವಿದ್ಯಾರ್ಥಿ ಮೆಚ್ಚಿ ಗಾಂಡೀವಿಯ ಬಗ್ಗೆ ನುಡಿದ ಮಾತುಗಳು.

ಅಲಂಕಾರ್‌ಗೆ ಹಣ ಬಲವಿತ್ತು. ಜನ ಬಲವಿತ್ತು. ಅವನನ್ನು ರಕ್ಷಿಸಿಕೊಳ್ಳಲು ಒಂದು ಪಡೆ ಇತ್ತು. ಅವನು ಮೆರೆತಕ್ಕೆ ಹೆಚ್ಚು ಪ್ರಾಮುಖ್ಯತೆ ಕೊಡುತ್ತಿದ್ದ. ಗಾಂಡೀವಿ ತನ್ನ ಹಿಂಬಾಲಕ ಆಗಬೇಕು. ಸುತ್ತಮುತ್ತ ಇರಬೇಕು. ಇದೊಂದು ಕನಸು. ಅದು ನನಸಾಗಲು ಸಾಧ್ಯವಿಲ್ಲವೆಂದು ದಿನಗಳು ಗಟ್ಟಿ ಮಾಡತೊಡಗಿದಾಗ ತೀರಾ ವಿಚಲಿತನಾಗಿದ್ದ. ಇಡೀ ವಿದ್ಯಾರ್ಥಿ ಸಮೂಹದ ದೃಷ್ಟಿಯಲ್ಲಿ. ಸಮಾಜದ ಮುಂದೆ ಅಪರಾಧಿಯಾಗಿ ತಲೆ ತಗ್ಗಿಸಬೇಕು. ಅದಕ್ಕೊಂದು ಯೋಜನೆಯನ್ನೆ ಸಿದ್ಧಪಡಿಸಿದ.

* * *

ಅಯ್ಯರ್ ಆಗ ತಾನೇ ಸಂಧ್ಯಾವಂದನೆ, ದೇವರ ಪೂಜೆ ಮುಗಿಸಿಕೊಂಡು ಹೊರಬರುವ ವೇಳೆಗೆ ಭಾವ, ನಾದಿನಿಯ ಪ್ರವೇಶವಾಗಿತ್ತು. ಎಂದಿನ ಪ್ರಸನ್ನತೆ ಇರಲಿಲ್ಲ ಅವರ ಮುಖದಲ್ಲಿ. ಯಾವುದೋ ಮಬ್ಬು ಆವರಿಸಿದಂತೆ. ಅದು ಪ್ರೀತಿ, ಸಂಬಂಧ, ಆತ್ಮೀಯತೆ ಮುಚ್ಚಿಹಾಕಿದಂತೆ.

"ಒಂದು ಪತ್ರ ಕೂಡ ಇಲ್ಲ. ದಿಢೀರಾಗಿ ಬರೋಕೆ ಪ್ರಬಲವಾದ ಕಾರಣವಿರುತ್ತೆ" ಹಾಸ್ಯವಾಗಿ ಹೇಳಿದರು ಮನದ ವೇದನೆ, ಅನುಮಾನ, ನೋವನ್ನು ನುಂಗಿಕೊಳ್ಳುತ್ತ.

ಆತನ ಮುಖದಲ್ಲಿ ಪ್ರಸನ್ನತೆ ಮೂಡಲಿಲ್ಲ.

ಮತ್ತಷ್ಟು ಗಂಟಾಕಿದ ಮುಖವನ್ನು. ಏನೋ ಭಯಂಕರವಾದುದ್ದು ನಡೆದು ಹೋಗಿದೆಯೆನ್ನುವ ದಟ್ಟವಾದ ಛಾಯೆ ಅವರ ಕಣ್ಣುಗಳಲ್ಲಿತ್ತು. ಮಹೇಶ್ವರಿ ಸಪ್ಪಗೆ ನಿಂತಿದ್ದರು ತಲೆತಗ್ಗಿಸಿ.

ವಿಷಯ ಇಂಥದ್ದೇ ಎಂದು ವಿವರಿಸುವ ಮುನ್ನ ಅರಿವಾಗಿತ್ತು ಅಯ್ಯರ್‌ಗೆ. ಅವರಿಗಿಂತ ಸಾತ್ವಿಕವಾಗಿ ಮಾನ, ಮರ್ಯಾದೆಯೆಂದು ಬದುಕಿದ ಜನ. ತನ್ನ ಸ್ಥಿತಿಯೇ

ಅವರದೆಂದುಕೊಂಡರು.

"ಅಲಮೇಲು, ಯಾರ್ಬಂದಿದ್ದಾರೆ ನೋಡು" ಹೆಂಡತಿಗೆ ಕೂಗಿ ಹೇಳಿದ ಅಯ್ಯರ್ "ಸುಭದ್ರ ಬರ್ಲಿಲ್ವಾ?" ಅಷ್ಟು ಕೇಳಿ ಹೊರಗೆ ಹೋದರು. ಕಸಿವಿಸಿಯಿಂದ ಒದ್ದಾಡಿ ಹೋದರು. ಗಾಂಡೀವಿಯ ತಂದೆಯೆಂಬ ಗೌರವ, ಹೆಮ್ಮೆ, ಅಭಿಮಾನದಿಂದ ಬೀಗುತ್ತಿದ್ದ ವ್ಯಕ್ತಿ ಅವನ ಸಲುವಾಗಿ ತಲೆ ಬಗ್ಗಿಸಬೇಕಿತ್ತು.

ದಾಪು ಹೆಜ್ಜೆಗಳನ್ನು ಹಾಕುತ್ತ ತೋಟದ ಕಡೆ ಹೋದರು.

ಮಧ್ಯಾಹ್ನ ಮೂರರ ನಂತರವೇ ಮರಳಿದ್ದು. ಮನೆ ಪೂರ್ತಿ ತಣ್ಣಗಿತ್ತು. ಹೆಂಗಸರು ಎದುರು ಬದುರಾಗಿ ಕೂತಿದ್ದವರು ಒಂದೇ ಬಾರಿಗೆ ಎದ್ದರು ತಟ್ಟನೆ. ಅಲಮೇಲು ಅಡಿಗೆ ಮನೆಗೆ ಹೋದರೆ ಮಹೇಶ್ವರಿ ಮತ್ತಷ್ಟು ಸೆರಗೊದ್ದರು.

ಒಂದು ಮಾತು ಕೂಡ ಆಡದೆ ಬಟ್ಟೆ ಬದಲಾಯಿಸಿ ಹಿತ್ತಲಿಗೆ ಹೋದರು. ಬಾವಿಯಿಂದ ಒಂದು ಕೊಡ ನೀರು ಸೇದಿಯೆ ಮುಖ ಕೈಕಾಲು ತೊಳೆಯುವ ಪದ್ಧತಿ ಅವರದು.

ಊಟ, ತಿಂಡಿ ಮುಗಿಸಿದ ನಂತರವೇ ಹಜಾರಕ್ಕೆ ಹೋಗಿ ಕೂತು ಅಡಿಕೆಲೆ ಮೆಲ್ಲತೊಡಗಿದ್ದು. ಮಹೇಶ್ವರಿ, ಸಚ್ಚಿದಾನಂದ ಬಂದ ಉದ್ದೇಶ ಸದುದ್ದೇಶವಾಗಿರಲಾರದೆಂದು ಕೊಂಡರು.

ಮಹೇಶ್ವರಿ ಅನುಮಾನಿಸುತ್ತ ಪ್ರಸ್ತಾಪಿಸಿದರು ವಿಷಯವನ್ನ. "ಸುಭದ್ರೆಗೆ ಒಳ್ಳೆ ಸಂಬಂಧಗಳು ಬರ್ತಾ ಇದೆ" ಮುಂದೆ ಹೇಳಲು ಧೈರ್ಯವಾಗಲಿಲ್ಲ.

ನೋಟವೆತ್ತಿದ ಅಯ್ಯರ್ ಕಣ್ಣುಗಳಲ್ಲಿ ಬೆಂಕಿ ಇದ್ದರೂ ತಕ್ಷಣ ತಣ್ಣಗಾದರೂ ಒಳಗೊಳಗೇ ಹೊಗೆಯಾಡಿತು. ಕೆಂಡಗಳ ಮೇಲೆ ಸುರಿದ ನೀರಿನಂತೆ.

"ಇದೇನು ಹೊಸ ವಿಷ್ಯ?" ಎನ್ನುತ್ತ ಇನ್ನೆರಡು ವೀಳೆದೆಲೆಗಳನ್ನು ಬಾಯಿಗೆ ತುರುಕಿಕೊಂಡರು. ಆಕೆ ಧೈರ್ಯ ತಂದುಕೊಂಡರು ಸ್ವಲ್ಪ. ಗಂಡಸರು ಎದುರಾಗಿ ಮಾತಿನ ಕಾವು ಹೆಚ್ಚುವುದು ಬೇಕಿರಲಿಲ್ಲ ಮಹೇಶ್ವರಿಗೆ.

ಬಲವಂತವಾಗಿ ಉಗುಳು ನುಂಗಿದರು. "ಹೇಗೆ ಹೊಸದಾಗುತ್ತೆ. ಸಿಟಿಗಳಲ್ಲಿನ ಹೆಣ್ಣು ಮಕ್ಕ ಮದ್ವೆಯ ವಿವಾಹಕ್ಕೆ ನಾನಾ ಕಾರಣಗಳು ಇರುತ್ತೆ. ಸುಭದ್ರ ಮದ್ವೆಗೆ ಅಂಥದ್ದೇನಿಲ್ಲ. ಒಂದ್ಮದ್ವೇಂತ ಮುಗ್ಸಿದ್ರೆ ನಮ್ಗೆ ನಿಶ್ಚಿಂತೆ. ನೀವೇ ಮುಂದೆ ನಿಂತ್ಕೋಬೇಕು" ಅಷ್ಟು ಹೇಳುವ ವೇಳೆಗೆ ಸಾಕಾದರು ಮಹೇಶ್ವರಿ.

ಹೆಂಡತಿಯ ಕಡೆ ನೋಡಿದರು ಅಯ್ಯರ್. ರಾಹುಗ್ರಸ್ತವಾಗಿತ್ತು. ತೀರಾ ಸೊರಗಿದ ಮುಖದಲ್ಲಿ ಕಿಂಚಿತ್ ರಕ್ತವಿರಲಿಲ್ಲ.

"ನಾನು ನಿಂತುಕೊಳ್ದೇ ಮದ್ವೆ ಹೇಗೆ ಆಗುತ್ತೆ? ಈ ವರ್ಷ ಬೇಡ, ಮುಂದಿನ ಚೈತ್ರಕ್ಕೆ ಇಟ್ಕೊಳ್ಳೋಣ ಲಗ್ನಾನ" ಬಿಗುವು ಬಿಡದಂತೆ ಹೇಳಿದರು ಅಯ್ಯರ್. ವರ್ಷಗಳ ಹಿಂದೆಯೇ ನಿಶ್ಚಯವಾಗಿತ್ತು ಗಾಂಡೀವಿ, ಸುಭದ್ರ ವಿವಾಹದ ಬಗ್ಗೆ.

ಮಹೇಶ್ವರಿ, ಅಲಮೇಲು ಕಡೆ ನೋಡಿದರು. ಈಗಾಗಲೇ ವಿಷಯ ಆಕೆಯ ಕಿವಿಯ ಮೇಲೆ ಹಾಕಿ ಆಗಿತ್ತು. ಗಂಡನಿಗೆ ಸುತಾರಾಂ ಮಗಳನ್ನು ಗಾಂಡೀವಿಗೆ ಕೊಡುವ ಇಚ್ಛೆ ಇಲ್ಲವೆಂದು.

ಮೌನ ಆವರಿಸಿತು ದಟ್ಟವಾಗಿ. ಅಯ್ಯರ್ ಹೆಡ್ಡರಲ್ಲ. ತಂದೆಯಾಗಿ ತಾನೇ ಮಗನ ವಿಷಯದಲ್ಲಿ ಅಷ್ಟೊಂದು ಕಠಿಣವಾಗಿರುವಾಗ ಅವರು ಆ ರೀತಿ ಯೋಚಿಸುವುದರಲ್ಲಿ ತಪ್ಪಿಲ್ಲವೆನ್ನುವ ಭಾವ ಅವರದು. ಆದರೂ ಇದು ಪ್ರತಿಷ್ಠೆಯ ಪ್ರಶ್ನೆಯಾಗಿತ್ತು. ಊರವರು, ನೆಂಟರು ಎಲ್ಲರಿಗೂ ತಿಳಿದಿದ್ದ ವಿಷಯ ಈಗ ಎಡವಟ್ಟಾದರೆ ತಮ್ಮ ಮನೆಯ ಮರ್ಯಾದೆ ಪೂರ್ತಿ ಮಣ್ಣಾಗುತ್ತದೆಯೆನ್ನುವ ಭಯ ಅವರದು.

ಆ ವೇಳೆಗೆ ಸಚ್ಚಿದಾನಂದ್ ಕೂಡ ಬಂದದ್ದು. ಮಹೇಶ್ವರಿ, ಅಲಮೇಲು ಇಬ್ಬರು ಎದ್ದಾಗ ಅಯ್ಯರ್ ಕೂಡುವಂತೆ ಇಬ್ಬರಿಗೂ ಸನ್ನೆ ಮಾಡಿದರು.

"ಯಾಕೆ. ಎದ್ದಿರಿ? ಬಾರಯ್ಯ ನಿಂಗೋಸ್ಕರನೇ ಕಾಯ್ತಾ ಇದ್ದೆ. ಏನು ದಿಢೀರ್ ಮದ್ವೆ ಪ್ರಸ್ತಾಪ?" ಎಂದರು. ಅಯ್ಯರ್ ಘರ್ಷಣೆಗೆ ಇಳಿಯದೆ ರಾಜಿಯಾಗಲು ನಿಶ್ಚಯಿಸಿದ್ದರು.

ಹೆಂಡತಿಯ ಕಡೆ ಒಮ್ಮೆ ನೋಟವರಿಸಿದರು ಸಚ್ಚಿದಾನಂದ್. "ಹೇಳಿದ್ದೀನಿ' ಎನ್ನುವಂತೆ ಆಕೆ ತಲೆಯಾಡಿಸಿದರು.

"ಹೌದೌದು, ಬೆಳ್ದ ಹುಡ್ಗಿಯಲ್ವಾ! ಒಳ್ಳೆ ಸಂಬಂಧ ಬಂದಿದೆ. ಜಾತಕಾನುಕೂಲವಿದೆ. ಶಿವಶಂಕರ್ ಅಯ್ಯರ್‌ದು ಒಳ್ಳೆ ಮನೆತನ. ಹುಡ್ಗ ಕೂಡ ಐ.ಎ.ಎಸ್. ಆಫೀಸರ್. ಒಳ್ಳೆ ಹೆಸರಿದೆ. ಇಷ್ಟಕ್ಕಿಂತ ಮತ್ತೇನ್ಬೇಕು ಹೆಣ್ಣು ಹೆತ್ತವ್ರಿಗೆ. ದಿನ ಕೂಡ ನಿಶ್ಚಯವಾಗಿದೆ" ನೇರವಾಗಿಯೇ ಕಣಕ್ಕೆ ಇಳಿದರು. ಅಯ್ಯರ್ ನಿಶ್ಶಸ್ತ್ರಿಯರೆಂಬ ಭಾವ ಅವರದು.

ವಿಳೆದೆಲೆ, ಅಡಿಗೆ ಮೆಲ್ಲುತ್ತಿದ್ದವರು ನಿಲ್ಲಿಸಿದ ಅಯ್ಯರ್ ಕಣ್ಣು ಕೆಂಪಗೆ ಮಾಡಿದರು. "ಬಹಳ ಧೈರ್ಯ ಮಾಡಿದ್ದೀರಾ! ಸುಭದ್ರ, ಗಾಂಡೀವಿ ಮದ್ವೆ ಎಂದೋ ನಿಶ್ಚಯವಾದುದ್ದು. ಈಗ ಬೇರೊಬ್ರ ಜೊತೆಯಲ್ಲಿ ಅಸಂಭವ" ಕೆಂಪಗೆ ಕಾದ ಕಬ್ಬಿಣದ ಸಲಾಕೆಗಳಂತೆ ತೂರಿ ಬಂದವು ಅವರ ಮಾತುಗಳು.

"ಅಯೋಗ್ಯನಿಗೆ ನನ್ಮಗ್ಳನ ಕೊಡೋಲ್ಲ. ಮಾಡ್ದ ತಪ್ಪಿಗೆ ತಲೆಮರೆಸಿಕೊಂಡಿರೋ ಅವನ್ನ ನನ್ನ ಅಳಿಯಾಂತ ಎಂದೂ ಒಪ್ಪಿಕೊಳ್ಳಲಾರೆ. ನಂಗೆ ನಂದೇ ಆದ ಮಾನ, ಮರ್ಯಾದೆಗಳು ಇವೆ ಸಮಾಜದಲ್ಲಿ. ಇಲ್ಲಿಗೆ ಮಾತು ಮುಗೀತು. ನಿಮ್ಮ ಮೇಲೇನು ಬೇಸರವಿಲ್ಲ. ನೀವುಗಳೇ ಬಂದು ನಿಂತು ಮದ್ವೆ ನಡ್ಸಿಕೊಡಿ" ಹೇಳಿ ಮುಗಿಸಿದ ನಂತರದ ತಣ್ಣನೆಯ ಆಹ್ವಾನ.

ಅವಮಾನವನ್ನು ನುಂಗಲು ಅಯ್ಯರ್ ಬಹಳ ಕಷ್ಟಪಟ್ಟರು. ಅವರ ಅಡಿಕೆ ತೋಟ ಪೂರ್ತಿ ನಾಶವಾದರೂ ಕುಸಿಯರು. ಭತ್ತದ ಪೈರು ಕೊಚ್ಚಿಹೋದರೂ ಲೆಕ್ಕವಿಡಲಾರರು. ಪ್ರಾಣಕ್ಕಿಂತ ಅವರಿಗೆ ಮರ್ಯಾದೆ, ಮನೆತನದ ಪ್ರತಿಷ್ಠೆ ಹೆಚ್ಚು.

"ಮಹೇಶ್ವರಿ ಹೊರಟುಬಿಡು. ಎಷ್ಟೋ ಕೆಲ್ಸಗಳು ಬಾಕಿ ಉಳಿದಿವೆ" ಎಂದು ಹೆಂಡತಿಗೆ ಹೇಳಿಯೇಬಿಟ್ಟರು. ಸಚ್ಚಿದಾನಂದ್. ವಿಷಯ ಮುಟ್ಟಿಸಿಯಾಗಿತ್ತು. ವಾದ ವಿವಾದ ಬೇಕಿರಲಿಲ್ಲ. ಮಗನಿಂದ ಅನುಭವಿಸುತ್ತಿದ್ದ ಶಿಕ್ಷೆಯ ಬಗ್ಗೆ ಮರುಕವಿತ್ತು. ಹಾಗೆಂದು ಮಗಳ ಬದುಕು ಬಲಿ ಕೊಡಲಾರರು.

ಕೂತಲ್ಲಿ ವಿಗ್ರಹವಾಗಿದ್ದರು ಅಯ್ಯರ್.

ಹೊರಬಂದ ಅಲಮೇಲು ಹೆತ್ತ ಕರುಳು ಸುಮ್ಮನಿರಲು ಬಿಡಲಿಲ್ಲ. "ಪೇಪರ್‌ನಲ್ಲಿ ಬಂದ ವಿಷ್ಯವೆಲ್ಲ ಸುಳ್ಳು. ಅವ್ನು ಯಾವಾಗ್ಲೂ ಒಂದನೇ ನಂಬರ್‌ನಲ್ಲಿ ಪಾಸಾಗ್ತ ಇದ್ದೋನು. ಅವನ್ಯಾಕೆ ಕಾಪಿ ಮಾಡ್ತಾನೆ?" ಎಂದರು. ಸಚ್ಚಿದಾನಂದ್ ವ್ಯಂಗ್ಯ ನಗೆ ಬೀರಿದರು.

"ಯಾವ ತಾಯಿಗೂ ತನ್ನ ಮಕ್ಳು ಕೆಟ್ಟವರಾಗಿ ಕಾಣೋಲ್ಲ. ಎಷ್ಟೋ ವಿದ್ಯಾರ್ಥಿಗಳು ಇಲ್ಲಿಲ್ವಾ! ಇವ್ರಿಗೆ ಯಾರಾದ್ರೂ ದಾಯಾದಿಗಳು ಇದ್ರಾ? ಇಂಥವ್ನ ನಂಬಿ ಹೆಣ್ಣು ಕೊಡೋಕ್ಕಾಗುತ್ತ?" ದನಿಯೇರಿಸಿದರು. ಅವರಿಗೆ ಸೋದರಳಿಯನ ಮೇಲೆ ಪ್ರೀತಿ ಇತ್ತು. ಅದಕ್ಕೆ ಮೀರಿದ ಅಂತಃಕರಣ, ಮಗಳ ಭವಿಷ್ಯದ ಚಿಂತೆ.

ಅಯ್ಯರ್ ಒಂದು ಮಾತು ಕೂಡ ಆಡಲಿಲ್ಲ. ಅವರೆದೆಯಲ್ಲಿ ಅಗ್ನಿಕುಂಡ ಉರಿಯುತ್ತಿತ್ತು. ಇನ್ನೊಬ್ಬರು ಮಗನ ಬಗ್ಗೆ ಆಡುವುದನ್ನು ಸಹಿಸಲಾರರು.

"ಅಲಮೇಲು, ಒಳಗಡೆ ಹೋಗು" ಹೇಳಿದರು ಅಧಿಕಾರದ ಸ್ವರದಲ್ಲಿ. ಆಕೆ ಕೋಣೆಗೆ ಹೋಗಿ ಬಾಗಿಲು ಹಾಕಿಕೊಂಡರು.

ದಾಕ್ಷಾಯಣಿಯೊಬ್ಬಳು ಮಾತ್ರ ಅವರ ಹಿಂದೆ ಬಂದವಳು ಮಹೇಶ್ವರಿ ಕೈ ಹಿಡಿದು ಬಿಕ್ಕಳಿಸಿದಳು. "ಅತ್ತೆ, ಅಣ್ಣ ತುಂಬ ತುಂಬ ಒಳ್ಳೆಯೋನು. ಸುಭದ್ರ ನನ್ನ ಅತ್ತಿಗೆ."

ಮೆಲ್ಲಗೆ ಕೈ ಸರಿಸಿ ದಾಕ್ಷಾಯಣಿಯ ಕಣ್ಣೊರೆಸಿ "ಮದ್ವೆಗೆ ಕರ್ರ್ಯೋಕೆ ಬರ್ತೀವಿ" ಅಷ್ಟೇ ಹೇಳಿದ್ದು.

ಅವರುಗಳು ಹೋಗುತ್ತಿರುವುದನ್ನು ನೋಡುತ್ತ ದಾಕ್ಷಾಯಣಿ ನಿಂತಿದ್ದಳು. ಒಂದು ರೀತಿಯಲ್ಲಿ ಈ ಮನೆಯ ಬಾಗಿಲು ಅವರ ಪಾಲಿಗೆ ಮುಚ್ಚಿದಂತೆಯೇ!

ಹೊರಗೆ ಬಂದ ಅಲಮೇಲು ಗಂಡನ ಕೋಣೆಗೆ ಹೋಗಿ ಕಣ್ಣೀರು ಸುರಿಸಿದರು.

"ಒಂದ್ಮಾತು ಆಡ್ಲಿಲ್ಲ ಹೆತ್ತ ಮಗನ ಪರವಾಗಿ. ಏನಂಥ ಮಹಾಪರಾಧ ಮಾಡಿದ್ದು? ಮನಗ ಮಾತಿಗಿಂತ ಲೋಕದ ಮಾತೇ ದಿಟ. ಇಷ್ಟಕ್ಕಾಗಿಯ ಈ ಸಂಬಂಧಗಳು. ಛಿ..." ದಢಾರನೆ ರೂಮಿನ ಬಾಗಿಲು ದೂಡಿ ಹೊರಗೆ ಹೋದರು ಆಕೆ. ಆರದಂಥ ಬೆಂಕಿ ಆಕೆಯ ಎದೆಯಾಳದಲ್ಲಿ. ದಾಕ್ಷಾಯಣಿಗಿಂತ ಸುಭದ್ರ ಒಂದಿಷ್ಟು ಹೆಚ್ಚು ಎನಿಸುವಷ್ಟು ಪ್ರೀತಿ, ಮಮತೆ.

ಎಲ್ಲೋ ಇರುವ ಮಗನಿಗಾಗಿ ರೋದಿಸಿದರು. ಎಲ್ಲಿದ್ದಾನೆ? ಅವರಿಗೆ ಗೊತ್ತಿಲ್ಲ. ಗಾಂಡೀವಿ ಭವಿಷ್ಯದ ಬಗ್ಗೆ ಭಯವಾದರೂ ಸುಖವಾಗಿರಲಿ, ಕ್ಷೇಮವಾಗಿರಲಿ, ಸಮಾಜಕ್ಕೆ

ಅವನಿಂದ ಒಳ್ಳೆಯದಾಗಲಿಯೆನ್ನುವ ತುಂಬು ಮನದ ಹಾರೈಕೆ ಸಪ್ತ ಸಮುದ್ರಗಳ ಆಚೆ ಇದ್ದರೂ ಅವನನ್ನು ತಲುಪುತ್ತಿತ್ತೇನೋ. ಅಷ್ಟೊಂದು ಶಕ್ತಿ ಇತ್ತು ಆ ಮಾತೃ ಹೃದಯಕ್ಕೆ.

* * *

ಭಾನುವಾರ ಸಂಪತ್ ಕೂಡ ಬಿಡುವಾಗಿದ್ದ. ಬಟ್ಟೆಗಳೆಲ್ಲ ನೆನೆಸಿಟ್ಟ. ಅದರಲ್ಲಿ ಗಾಂಡೀವಿದು ಇತ್ತು. ಗೌರವ, ಅಕ್ಕರೆ ಅವನ ಮೇಲೆ. ಏನೇ ಅವನ ಕೆಲಸಗಳಿದ್ದರೂ ಮುಂದಾಗುತ್ತಿದ್ದ. ಅಕ್ಕಪಕ್ಕದ ರೂಮುಗಳು ಪೂರ್ತಿ ಖಾಲಿ.

ಪ್ಲಾಸ್ಟಿಕ್ ಚೀಲವಿಡಿದು ಬಂದ ಸೂರಿ "ಎಲ್ಲಾ ತರಕಾರಿ ಬೆಲೆನು ಗಗನಕ್ಕೇರಿದೆ. ನೀನು ಕೊಟ್ಟ ಪೈಸಾಗೆ ಸಿಕ್ಕಿದ್ದಿಷ್ಟು" ಮೂರು ಹಾಗಲಕಾಯನ್ನು ತೆಗೆದು ಸಂಪತ್ ಮುಂದಿಡಿದಾಗ ಹಣೆ ಗಟ್ಟಿಸಿಕೊಂಡ ಅವನು.

"ಮಹರಾಯ, ನೀನ್ಹೇಗೆ ಎಂ.ಎಸ್‌ಸಿ. ಕ್ಲಾಸ್ ಬಂದ್ಯೋ. ಬದ್ಕಿನಲ್ಲಂತೂ ಫೈಲ್. ಮತ್ತೇನು ಸಿಕ್ಲಿಲ್ವಾ, ನಿಂಗೆ. ನಾನು ಮಾಡೋ ಅನ್ನಕ್ಕೆ ಹಾಗಲಕಾಯಿ ಗೊಜ್ಜು." ಅವನ ಕೈಯಿಂದ ಅದನ್ನ ಕಿತ್ತುಕೊಂಡವನು ಒಳಗೆ ಹೋದ. ಎರಡು ನಿಮಿಷದಲ್ಲಿ ಬಂದ.

"ಏನು ಕಲ್ಲಿನ ಹಾಗೆ ನಿಂತ್ಬಿಟ್ಟಿದ್ದೀಯಾ! ಒಂದಿಷ್ಟು ಆ ಬಟ್ಟೆ ಒಗ್ದು ಹಾಕು. ಇದ್ನ ಏನ್ಮಾಡಿದ್ರೆ ಸರ್ಹೋಗುತ್ತೋ ನೋಡ್ತೀನಿ" ಕೂಗಿ ಹೇಳಿದ.

ಸೂರಿ ಬಾಡಿಗೆಯಲ್ಲಿ ಷೇರ್ ಮಾಡಿಕೊಳ್ಳುವುದಿರಲಿ ಅವನ ಅನ್ನದಲ್ಲಿ ಪಡೆದುಕೊಂಡಿದ್ದ ಸಂಕೋಚದಿಂದ. ಇನ್ನೊಂದು ಹೊಟ್ಟೆಯನ್ನು ತುಂಬುವಂಥ ಸಾಮರ್ಥ್ಯ ಸಂಪತ್‌ಗೆ ಇರ್ಲಿಲ್ಲ. ಎಷ್ಟೋ ಸಲ ಸ್ಪಷ್ಟವಾಗಿ ಹೇಳಿದ್ದ ಸೂರಿಗೆ. ಪ್ರತಿಕ್ರಿಯೆ ಸೊನ್ನೆ. ಸಪ್ಪಗಾಗುತ್ತಿದ್ದ. ಪರಿಸ್ಥಿತಿಗಳು ಅವನಲ್ಲಿನ ಸೂಕ್ಷ್ಮ ಸಂವೇದನೆಯನ್ನೇ ನಾಶ ಮಾಡಿತ್ತು ಅಥವಾ ಆ ಪ್ರಯತ್ನದಲ್ಲಿತ್ತು. ಎಲ್ಲಕ್ಕಿಂತ ಗಾಂಡೀವಿ ಅವನ ಪರ ಇದ್ದ.

ಗಾಂಡೀವಿ ಬಂದಾಗ ತುಟಿಗಳ ನಡುವೆ ಸಿಗರೇಟು ಕಚ್ಚಿಯೇ ಬಟ್ಟೆ ಒಗೆಯುತ್ತಿದ್ದ ಸೂರಿನ ನೋಡಿ ಅವನ ಮುಖದಲ್ಲಿ ನೋವಿನ ನಗೆ ಇಣಕಿತು.

ಬಟ್ಟೆ ಕಿತ್ತುಕೊಂಡು "ನಿನ್ಕೆಲ್ಸ ಮುಗ್ಸು. ಇವನ್ನ ನಾನು ಮುಗಿಸ್ತೀನಿ" ಅವನನ್ನ ಪಕ್ಕಕ್ಕೆ ಸರಿಸಿದಾಗ ಹೆದರಿದ ಸೂರಿ "ನನ್ನ ಈಗ್ಲೇ ಒದ್ದು ಓಡ್ಸಿಬಿಡ್ತಾನೆ. ಪ್ಲೀಸ್..." ಎಂದಾಗ ಸುಮ್ಮನಿರುವಂತೆ ಸನ್ನೆ ಮಾಡಿ ತಾನೇ ಬಟ್ಟೆ ಒಗೆಯತೊಡಗಿದ.

ಅತ್ಯಂತ ಸಂತೋಷದಿಂದ ಸಿಗರೇಟು ಸೇದಿ ಹೊಗೆ ಬಿಡತೊಡಗಿದ್ದ ಸೂರಿ ಈಗ ಸ್ವರ್ಗದ ಕೊನೆಯ ಮೆಟ್ಟಿಲಿನಲ್ಲಿದ್ದ. ಇಂಥ ಸಂತಸ ಕೂಡ ಅಪರೂಪವೇ. ತರಕಾರಿಯಲ್ಲಿ ಒಂದು ರೂಪಾಯಿ ಉಳಿಸಿಟ್ಟುಕೊಂಡಿದ್ದ. ಒಂದು ಕಾಲದ ಪ್ರತಿಭಾವಂತ ವಿದ್ಯಾರ್ಥಿ. ಆದರ್ಶದ ಗಣಿ.

"ಕಣ್ಣಾ... ಕಣ್ಣಾ..." ಎಲ್ಲಿಂದಲೋ ಬಂದ ದನಿ ಅಪ್ಪಳಿಸಿದಂತಾಯಿತು. ಸುತ್ತಲೂ ಹರಿಸಿದ ನೋಟ. ನೈಮಿಷಪುರದಲ್ಲಿರುವ ತಾಯಿ ಇಲ್ಲಿಗೆ ಹೇಗೆ ಬರಲು ಸಾಧ್ಯ? ಭ್ರಾಂತಿ... ಭ್ರಮೆ ಎರಡೂ ಅಲ್ಲವೆನಿಸಿತು. ಹೃದಯಾಳದಲ್ಲಿ ನಿಂತ ಕರೆ. ಸದಾ ಅವನನ್ನು

ಸಂಬೋಧಿಸುತ್ತಿದ್ದುದು ಕಣ್ಣಾ... ಕಣ್ಣಾ... ಎಂದೇ. ಮುದ್ದಿಗೋ ಮಮತೆಗೋ ಊರಿನಲ್ಲಿ ಅದೇ ಹೆಸರು ಶಾಶ್ವತವಾಗಿತ್ತು. ತೋಟದಲ್ಲಿ ಕೆಲಸ ಮಾಡುವ ಆಳುಕಾಳುಗಳು ಕೂಡ 'ಕಣ್ಣಪ್ಪ... ಕಣ್ಣಪ್ಪ' ಎಂದು ಕೂಗುತ್ತಿದ್ದರು.

ನಡುವೆ ಸುಭದ್ರಳ ನೆನಪಾಗಿ ಸ್ತಬ್ಧನಾಗಿಬಿಟ್ಟ. ಬದುಕಿಗೆ ನಿಶ್ಚಯವಾದ ಹುಡುಗಿ. ಬೇರೊಂದು ಹುಡುಗಿಯ ಬಗ್ಗೆ ಕನಸು ಕಾಣುವ ಹಾಗಿರಲಿಲ್ಲ. ಇಷ್ಟವಾದವಳು. ಹೃದಯದಲ್ಲಿ ನಿಂತವಳು. ಮುಂದೇನು? ತಂದೆಯ ಸ್ವರೂಪ. ಸ್ವಭಾವಕ್ಕಿಂತ ಭಿನ್ನವಾದ ವ್ಯಕ್ತಿಯೇನಲ್ಲ ಅವರು. ಸಚ್ಚಿದಾನಂದ್ ನಿರ್ಧಾರ, ನಿರ್ಣಯಗಳ ಬಗ್ಗೆ ಹೆದರಿದ. ಇವೆಲ್ಲದರ ನಡುವೆ ಸುಭದ್ರ ಏನು?

"ಮೈ ಗಾಡ್, ಗಾಂಡೀವಿ" ಬಂದ ಸಂಪತ್ ಅವನ ಕೈಯೊಳಗಿನ ಬಟ್ಟೆಯನ್ನು ಕಿತ್ತುಕೊಂಡ. ಅವನ ಕೆಂಗಣ್ಣಿಗೆ ಸಿಕ್ಕಿಬಿದ್ದಿದ್ದು ಸೂರಿ. ಒಂದೇ ಸಿಗರೇಟನ್ನು ಮೂರು ಸಲ ಹಚ್ಚಿ, ಆರಿಸಿ ಇನ್ನ ಸೇದುವ ಆನಂದದಲ್ಲಿಯೇ ಇದ್ದ. "ಅಂತು ಪರ್ವಾಗಿಲ್ಲ. ಸಿಗರೇಟಿಗಾದ್ರೂ ಹಣ ಸಂಪಾದಿಸ್ಕೋತೀಯಾ!" ವ್ಯಂಗ್ಯವಾಡಿದ.

ಸಂಪತ್‌ನ ಸುಮ್ಮನಾಗಿಸಿದ ಗಾಂಡೀವಿ "ಅಂಥ ಮಾತು ಬೇಡ. ಬದ್ಕು ಒಂದು ಪಾತ್ರೆಯಂತೆ. ವ್ಯಕ್ತಿಯನ್ನು ಅದರದರ ಆಕಾರಕ್ಕೆ ಅನುಗುಣವಾಗಿ ರೂಪಿಸ್ತಾ ಹೋಗುತ್ತೆ. ಅದ್ನ ಮೀರಿ ಬೆಳ್ಯೋದು ಕಷ್ಟವಾಗುತ್ತೆ."

ಹಾಗಲಕಾಯಿ ಗೊಜ್ಜು, ಮುದ್ದೆ ಅನ್ನ, ತುಪ್ಪ, ಹಾಲು, ಮೊಸರು, ಗಟ್ಟಿ ಕೊಳಂಬುನಲ್ಲಿ ಉಂಡು ಅಭ್ಯಾಸವಿದ್ದ ಗಾಂಡೀವಿಗೆ ತಿನ್ನಲು ಕಷ್ಟವಾಗಬಹುದು. ಸಂಪತ್‌ಗೆ ಅಭ್ಯಾಸವಿತ್ತು. ಹೊಟ್ಟೆ ತುಂಬಲು ಏನು ಬೇಕಾದರೂ ತಿನ್ನುವ ಸ್ಥಿತಿ ಸೂರಿದು.

ತಟ್ಟೆಗಳಿಗೆ ಬಡಿಸಿದ ಸಂಪತ್ "ನಿನ್ಕೈಯಲಾಗೋಲ್ಲ ಬಿಡು ಗಾಂಡೀವಿ. ಬರೀ ಮಜ್ಜಿಗೆ ಅನ್ನ ಸಾಕು. ನನ್ನ ಗೊಜ್ಜುನಲ್ಲಿ ಊಟ ಮಾಡಿದ್ರೆ ಬಹುಶಃ ನಾಲಿಗೆನ ಈ ಜನ್ಮದಲ್ಲಿ ತೊಳ್ಯೋಕ್ಕಾಗೋಲ್ಲ" ಎಂದ ಬೇಸರದ ದನಿಯಲ್ಲಿ. ಐದು ರೂಪಾಯಿ ಕೊಟ್ಟು ಕಳಿಸಿದ್ದ. ಕನಿಷ್ಟ ಸೊಪ್ಪಾದರೂ ತಂದರೆ ಹೇಗೋ ಹೊಟ್ಟೆ ತುಂಬ ಊಟ ಮಾಡೋಣ ಎನ್ನುವ ಇರಾದೆ ಇತ್ತು. ಅವನಿಗಂತೂ ಪೂರ್ತಿ ಸಿಡಿಮಿಡಿ.

ಸೂರಿ ತಾನೆ ಎರಡು ಸೌಟು ಗೊಜ್ಜನ್ನು ಅನ್ನದ ಮೇಲೆ ಸುರಿದುಕೊಂಡ. ಕಹಿ, ಖಾರ ಎರಡೇ ಇದ್ದಿದ್ದು. ಇದಕ್ಕೂ ಮೀರಿದ ಹೊಟ್ಟೆ ಹಸಿವಿತ್ತು ಅವನಲ್ಲಿ. ಎರಡನ್ನ ಬೆರೆಸಿಕೊಂಡು ತಿನ್ನತೊಡಗಿದ.

ಒಂದು ತುತ್ತು ಕಲೆಸಿ ಬಾಯಿಗಿಟ್ಟುಕೊಂಡ ಸೂರಿ ಬಲವಂತದಿಂದ ನುಂಗಲು ಪ್ರಯತ್ನಿಸಿದ. ಆಕಾಶ, ಭೂಮಿ ಒಂದಾದಂತಾಯಿತು. ನಾಲಿಗೆ, ಗಂಟಲು ಒಂದೇ ಉರಿ. ಲೋಟ ನೀರು ಕುಡಿದಿಟ್ಟ. ಗಂಟಲು, ನಾಲಿಗೆಯಲ್ಲಿನ ಕಹಿಗೆ ಚಡಪಡಿಸಿಹೋದ. ಕಣ್ಣಲ್ಲಿ ನೀರು ಕಾಣಿಸಿಕೊಂಡಿತು. ಮಜ್ಜಿಗೆ ಸುರಿದುಕೊಂಡ. ತಿನ್ನಲಾಗಲಿಲ್ಲ.

ಸಂಪತ್ ಅವನ ತಟ್ಟೆಯೊಳಗಿನ ಅನ್ನವನ್ನೊಯ್ದು ಚೆಲ್ಲಿ ಬಂದ. ಸೂರಿ ಮಾತ್ರ ತನ್ನ ಪಾಡಿಗೆ ತಾನು ತಿನ್ನುತ್ತಿದ್ದ. ಇದಕ್ಕೆಲ್ಲ ಅತೀತನಾಗಿದ್ದನೇನೋ ಅವನು.

ಒಂದು ಸ್ಪೂನ್ ಸಕ್ಕರೆ ತಂದು ಗಾಂಡೀವಿಯ ಬಾಯಿಗೆ ಹಾಕಿದ. "ಸಾರಿ ಗಾಂಡೀವಿ. ಅದ್ಕೇ ನಾನು ಬೇಡ ಅಂದಿದ್ದು. ನಮ್ಮ ಊಟಕ್ಕೆ ಯಾವ್ದೇ ಟೇಸ್ಟ್ ಇರೋಲ್ಲಾಂತ... ಹಾಗಲಕಾಯಿ ತಂದಿದ್ದು ಪುಣ್ಯಾತ್ಮ. ಅಂತು ನಿಂಗೆ ವಿಶ್ವರೂಪ ದರ್ಶನವಾಗಿರ್ಬೇಕು" ಎಂದ ನೋವನ್ನು ನುಂಗುತ್ತ.

ನೂರು ಮೆಟ್ಟಿಲುಗಳ ಮೇಲಿದ್ದ ವ್ಯಕ್ತಿ ಏಕಾಏಕಿ ಕೆಳ ಮೆಟ್ಟಲಿಗೆ ಇಳಿದಾಗ ಅಲ್ಲಿನ ಅನುಭವ ಸ್ವಲ್ಪ ಬೇರೆಯೇ. ಅಲ್ಲಿ ನಿಂತು ವೀಕ್ಷಿಸಿದಾಗಲೇ ಸಮಾಜದ ಸಂಪೂರ್ಣ ಪರಿಚಯ. ಕ್ಷೀರ ಸಮುದ್ರವನ್ನು ಕಡೆದಾಗಲೇ ಅಮೃತಕ್ಕೆ ಮುನ್ನ ಹಾಲಾಹಲ ಹುಟ್ಟಿದ್ದು. ಭಗವದ್ಗೀತೆಯ ಹುಟ್ಟಿಗೆ ಕುರುಕ್ಷೇತ್ರವೇ ಪ್ರಶಸ್ತವಾದ ಸ್ಥಳವಾಯಿತು. ಒಬ್ಬನ ಮೂರ್ಖತನ, ಉದ್ಧಟತನದಿಂದ ಹದಿನೆಂಟು ಅಕ್ಷೋಹಿಣಿ ಸೈನ್ಯ ಭೂಗತ.

"ಗಾಂಡೀವಿ..." ಎಚ್ಚರಿಸಿದ ಸಂಪತ್.

ನಾಲಿಗೆಯ ಕಹಿ ಪೂರ್ತಿ ತೊಡೆದು ಹೋಗದಿದ್ದರೂ ನೀರು, ಸಕ್ಕರೆ ಅದರ ತೀಕ್ಷ್ಣತೆಯನ್ನು ಅಷ್ಟಿಷ್ಟು ಕಡಿಮೆ ಮಾಡಿತ್ತು. "ಪ್ಲೀಸ್, ಸ್ವಲ್ಪ ಸೂರಿನ ನೋಡು" ಎಂದ ಗಾಬರಿಯಿಂದ. ಅವನ ಊಟ ಮಾತ್ರ ಆರಾಮಾಗಿ ಸಾಗಿತ್ತು. ಸಹಾನುಭೂತಿ ಹೆಪ್ಪುಗಟ್ಟಿತು ಗಾಂಡೀವಿಯ ಮನದಲ್ಲಿ.

ಸೂರಿ ನಿದ್ದೆ ಹೋದ ನಂತರ ಸಂಪತ್, ಗಾಂಡೀವಿ ಹೊರಗೆ ಬಂದರು. ಹುಣ್ಣಿಮೆಯ ನಂತರ ದಿನ ಪ್ರಶಾಂತವಾಗಿತ್ತು. ಆಕಾಶದಲ್ಲಿ ಚಂದ್ರನಿದ್ದ. ಗಗನ ಒಂದು ರೀತಿಯಲ್ಲಿ ಶುಭ್ರವಾಗಿತ್ತು.

ಒತ್ತು ಕೂದಲಿನ ಸುಂದರವಾದ ಕ್ರಾಪ್ ಗಿಡ್ಡವಾಗಿತ್ತು. ಎರಡು ದಿನದ ಗಡ್ಡವಿದ್ದ ಬೇರೆಯ ತೆರನಾಗಿ ಗೋಚರಿಸುತ್ತಿದ್ದ. ತಡೆದುಕೊಂಡಿದ್ದವನು ಪ್ರಸ್ತಾಪಿಸಿದ.

"ಗಡ್ಡ, ಕ್ರಾಪ್..." ತೀರಾ ಸಂಕೋಚವಿತ್ತು ಅವನ ದನಿಯಲ್ಲಿ. ಆರಾಮಾಗಿ ನಕ್ಕುಬಿಟ್ಟ ಗಾಂಡೀವಿ "ಸೇವಿಂಗ್ಸ್‌ಗೆ, ಮಂತ್ಲಿ ಒಂದ್ಸಲ ಹೋಗ್ಬೇಕಿತ್ತು ಸೇವಿಂಗ್ ಸೆಲೂನ್‌ಗೆ. ಈಗ ಮೂರು ತಿಂಗ್ಳಾದ್ರೂ ಅಡ್ಜಸ್ಟ್ ಮಾಡ್ಕೋಬಹ್ದು. ನಂಗೆ ಲಾಭ ಅವ್ನಿಗೆ ನಷ್ಟ" ಗಡ್ಡದ ಮೇಲೆ ಕೈಯಾಡಿಸಿದ.

ವಿಷಾದ ಇಣಕಿತು ಸಂಪತ್ ಮುಖದ ಮೇಲೆ. ಒಮ್ಮೆ ಒಂದು ಕಾಸ್ಲಿ ರೆಸ್ಟೋರೆಂಟ್‌ಗೆ ಹೋಗಿದ್ದರು. ಅಲ್ಲಿ ಜೊತೆಯಾದವರು ಮೂವರು. ನಾಲ್ಕನೇ ಟೇಬಲ್ಲಿನಲ್ಲಿ ತಿನ್ನುತ್ತಿದ್ದ ಶ್ಯಾನುಭೋಗ್ ಮತ್ತು ಅವನ ಸ್ನೇಹಿತರು ಬಿಲ್ ನಿಶ್ಚಿಂತೆಯಿಂದ ಇವನ ಟೇಬಲ್ಲು ಮೇಲಿಟ್ಟು ಹೋದಾಗ ಕನಿಷ್ಟ ಮುಖ ಕೂಡ ಬಾಡಿಸದೆ ಅವರುಗಳ ಬಿಲ್ಲನ್ನು ತೆತ್ತು ಬರುವಂಥ ಧಾರಾಳತನ, ಶ್ರೀಮಂತಿಕೆ ಎರಡೂ ಇತ್ತು.

ಈಗಿನ ಸ್ಥಿತಿ ಸಂಪತ್‌ನ ಕಣ್ಣಲ್ಲಿ ನೀರಾಡಿತು. ಊರಿನಲ್ಲಿ ಏನೋ ನಡೆದಿದೆ. ಬಹುಶಃ ಹಿಂದಕ್ಕೆ ಹೋಗಬಾರದೆಂಬ ನಿಶ್ಚಯದಿಂದ ಬಂದಿದ್ದಾನೇನೋ! ಹೆದರಿದ ಕೂಡ.

"ಒಂದ್ಮಾತು ಕೇಳ್ಲಾ. ನನ್ನ ಪರಿಸ್ಥಿತಿ ನಿನ್ನದಲ್ಲ. ಜಿ.ಕೆ. ಚೆಸ್ಟರ್‌ಟನ್ ಎಂಬ ಆಂಗ್ಲ ಬರಹಗಾರ ಓದುವ ಪುಸ್ತಕಗಳ ಬಗ್ಗೆ ಒಂದ್ಮಾತು ಹೇಳಿದ್ದಾನೆ. ಅದು ನಮ್ಮ ಓದಿಗೂ ಅನ್ವಯಿಸುತ್ತೆ. ಪುಸ್ತಕವನ್ನು ಓದಲು ಹಾತೊರೆಯುವವನಿಗೂ, ಬೇಸರವನ್ನು ಕಳೆಯಲೆಂದು ಓದಲು ಪುಸ್ತಕ ಬೇಕೆನ್ನುವವನಿಗೂ ವ್ಯತ್ಯಾಸವಿದೆ. ಮೊದಲನೆಯದಾಗಿ ಪುಸ್ತಕ ಅದನ್ನ ಓದಬೇಕೆನ್ನುವ ಕಾತರ. ಎರಡನೆಯವನಿಗೆ ಓದು ಮುಖ್ಯ. ಪುಸ್ತಕ ಯಾವುದಾದರೂ ಆಯಿತು. ನಿನ್ನ, ನನ್ನ ಮಧ್ಯದ ಓದಿನ ವ್ಯತ್ಯಾಸ ಇದೇ. ನಿನ್ನ ಹಾತೊರಿಕೆ ಜ್ಞಾನ ಬೆಳೆಸಿಕೊಳ್ಳಲು. ನನ್ನ ಕಾತುರ, ಆತುರ ಊಟಕ್ಕಾಗಿ, ಹೊಟ್ಟೆಗಾಗಿ. ನನ್ನ ಓದಿಗಿಂತ ನಿನ್ನ ಓದು ಮುಖ್ಯ. ಆದರೆ..." ಮುಂದಿನ ಮಾತುಗಳನ್ನು ನುಂಗಿಕೊಂಡ.

ಜೋರಾಗಿ ನಕ್ಕುಬಿಟ್ಟ ಗಾಂಡೀವಿ. ಮಾತುಗಳು ಸ್ವಾರಸ್ಯವಾಗಿತ್ತು. ಹೊಟ್ಟೆ ತುಂಬಿದ ಜನ ಬಡಬಡಿಸಬಹುದು. ಮೊದಲು ವ್ಯಕ್ತಿಗೆ ಮುಖ್ಯವಾಗುವುದು 'ಅನ್ನವೇ.'

ಏನು ಕೇಳಬೇಕೆಂದುಕೊಂಡಿದ್ದಾನೆಂದು ಅರ್ಥವಾಗಿತ್ತು ಗಾಂಡೀವಿಗೆ. ಎಲ್ಲ ಹೇಳಲಾರ. ಮನದ, ಹೃದಯದ ಮಾತುಗಳು ಬಾಯಿಗೆ ಬರಬೇಕಾದರೆ ಅಂಥ ಪದಗಳು ಅಗತ್ಯವಿತ್ತು.

"ಸದ್ಯಕ್ಕೆ ಊರಿಗೆ ಹೋಗೋ ಯೋಚ್ನೆ ಇಲ್ಲ. ಇಲ್ಲೇ ಇರ್ಬೇಕು. ನನ್ನ ಊರಿನಲ್ಲಿ ಆ ಘಟನೆಯ ನೆರಳನ್ನು ತೊಡೆದುಹಾಕ್ಬೇಕು. ಉತ್ತಮವಾದುದ್ದು ಏನನ್ನಾದ್ರೂ ಸಾಧಿಸ್ಬೇಕು. ನಂತರವೇ ನಮ್ಮಪ್ಪನಿಗೆ ಮುಖ ತೋರಿಸೋದು. ಅವರ್ಗೂ ನಾನು ಜೀವದಿಂದಿರಬೇಕು. ಈಗ ನಂಗೂ ಕೂಡ ಅನ್ನವೇ ಮುಖ್ಯ ಬದ್ಕಲು" ಒಂದು ತರಹ ನಕ್ಕ. ವಿಷಯದ ಪೂರ್ಣ ವಿವರ ನೀಡದಿದ್ದರೂ ಒಂದು ಸ್ಪಷ್ಟ ಚಿತ್ರ, ನಿಲುವು, ನಿರ್ಣಯ ಬಿಡಿಸಿಟ್ಟಿದ್ದ ಸ್ನೇಹಿತನ ಮುಂದೆ.

ಸಂಪತ್ ಬಾಯಿಂದ ಮಾತುಗಳು ಹೊರಡಲಿಲ್ಲ. ಎಷ್ಟು ಆದರ್ಶ ಹೊತ್ತು ಕಾಲೇಜಿನ ಮೆಟ್ಟಲು ಹತ್ತಿದ್ದ ಗಾಂಡೀವಿ ಬಗೆಗಿನ ಸಹಾನುಭೂತಿಯಿಂದ ಅವನೆದೆ ಮಂಜಾಯಿತು.

ತಟ್ಟನೆ ಸಂಪತ್ ಕೈ ಹಿಡಿದುಕೊಂಡ. "ನಂಗೊಂದು ಕೆಲ್ಸ ಸಿಕ್ಕಿದೆ. ನಾಳೆ ಜಾಯಿನ್ ಆಗ್ಬೇಕು. ಆಗಾಗ... ಪುರಸತ್ತಾದಾಗ ಬಂದ್ಹೋಡ್ತೀನಿ. ಪ್ಲೀಸ್ ಸೂರಿನ ಎಲ್ಲು ಕಳಿಸ್ಬೇಡ. ಬಹುಶಃ ಆತ್ಮಹತ್ಯೆ ಮಾಡ್ಕೊಂಡ್ರೂ ಹೆಚ್ಚಲ್ಲ. ಅವ್ನ ಭಾಗದ ಖರ್ಚು ನಂಗಿರ್ಲಿ" ತುಂಬು ಆತ್ಮವಿಶ್ವಾಸದಿಂದ ಹೇಳಿದ. ನಿಬ್ಬೆರಗಾದ ಸಂಪತ್ ಕಣ್ಣಲ್ಲಿ ಮಾತ್ರ ಗಾಬರಿ.

"ಎಲ್ಲಿ ಕೆಲ್ಸ?" ಕಾತರದ ಪ್ರಶ್ನೆ.

"ಸದ್ಯಕ್ಕೆ ಅದೆಲ್ಲ ಕೇಳ್ಬೇಡ. ಏನು ಕೆಲ್ಸ, ಎಲ್ಲಿ ಕೆಲ್ಸಾಂತ ಏನೂ ಹೇಳೋಲ್ಲ. ಒಂದು ರೀತಿ ಅಜ್ಞಾತವಾಸ. ಅದ್ಕೆ ಮುನ್ನ ಒಂದ್ಸಲ ಅಲಂಕಾರ್‌ನ ಮೀಟ್ ಮಾಡ್ಬೇಕು. ಇನ್ನೊಬ್ಬ ಸ್ಟೂಡೆಂಟ್ ಬದ್ಕು ಹಾಳಾಗ್ಬಾರ್ದು. ಆ ರೀತಿ ಕಲೀಸ್ಬೇಕು ಅವ್ನಿಗೆ ಬುದ್ಧಿ". ಅವನ ಸ್ವರದಲ್ಲಿ ಖಿನ್ನತೆಗೆ ಮೀರಿದ ಕೋಪವಿತ್ತು. ದ್ವೇಷವಿರಲಿಲ್ಲ. ಹುಡುಗಾಟದವ ಎಂದು ತಿಳಿದಿದ್ದ. ಇಂಥ ಕಹಿ ಇತ್ತೆಂದು ತಿಳಿದಾಗ ದಿಗ್ಭ್ರಮಿತನಾಗಿದ್ದ.

ಆತಂಕಗೊಂಡ ಸಂಪತ್ "ಬೇಡ, ಬೇಡ... ಅವ್ನ ಹಿಂದೆ ಹೆಚ್ಚು ಕಡ್ಮೇ ತಿರುಗೋರು

ಪ್ರೊಫೆಷನಲಿಸ್ಟ್ ರೌಡಿಗಳು. ಹುಚ್ಚು ನಾಯಿಗಳ ತರಹ. ಮೇಲೆ ಬಿದ್ರೆ... ಮೈಕೈಯೆಲ್ಲ ಗಾಯ ಮಾಡುತ್ತೆ. ಪ್ಲೀಸ್ ಅಂಥ ಕೆಟ್ಟ ಧೈರ್ಯ ಬೇಡ, ಒಂದಿಷ್ಟು ಕಾಲ ಕಾಯ್ಬೇಕಾಗುತ್ತೆ. ಈ ಚುನಾವಣೆಯಲ್ಲಿ ಅವನಪ್ಪ ಗೆದ್ದಿದ್ದಾನೆ" ಮನವೊಲಿಸಲು ಪ್ರಯತ್ನಿಸಿದ, ತಲೆದೂಗಿದ.

ಒಂಟಿಯಾಗಿಯೇ ಅವನನ್ನು ಎದುರುಗೊಳ್ಳಬೇಕು. ಸದೆಬಡಿಯಬೇಕು. ಅದಕ್ಕೆ ಮುಂದಿನ ಒಂದು ಯೋಜನೆ ಇತ್ತು. ಅವನ ನಿರಪರಾಧಿತ್ವ ಬಗೆಗಿನ ಸಿಂಧುತ್ವ.

"ಡೋಂಟ್ ವರೀ ಸಂಪತ್, ನಾನು ಬೆಳೆದಿದ್ದು ನಿರಭ್ರ, ನಿರ್ಮಲ, ಸಾತ್ವಿಕ ಗಂಭೀರ ಪರಿಸರದಲ್ಲಿ. ಆ ಛಾಯೆ ನನ್ಮೇಲೆ ಇದ್ದೇ ಇರುತ್ತೆ. ಅದು ನಿನ್ನ ಭಯಕ್ಕೆ ಒಂದು ಕಾರಣ. ನನ್ನ ತಾತನ ದೃಢತ್ವ ನನ್ನಲ್ಲಿದೆ. ಮನೋಬಲ. ಆತ್ಮಶಕ್ತಿಯ ಜೊತೆ ತೋಳ್ಬಲ ಕೂಡ ಇದೆ. ಮಿದುಳು ಕೂಡ ಟಾಪ್ ವನ್. ಇವೆಲ್ಲ ಒಂದಕ್ಕೊಂದು ಸಹಕಾರ ನೀಡುತ್ತೆ. ಅವುಗಳ ನಡುವಿನ ಅನ್ಯೋನ್ಯತೆ ಕಾಪಾಡ್ಕೋಬೇಕು" ಅರ್ಥಗರ್ಭಿತವಾಗಿ ನುಡಿದ.

ಸಂಪತ್ ಕೇಳಿದ ಮನಸಿಟ್ಟು. ತಟ್ಟನೆ ಏನು ಅರ್ಥವಾಗಲಿಲ್ಲ.

ಒಂದು ಎಚ್ಚರಿಕೆ ನೀಡಿದ ಅವನಿಗೆ "ನಿಂಗೆ ಅಜ್ಞಾತವಾಸಾಂತ ಮೊದ್ಲೇ ಹೇಳಿದ್ದೀನಿ. ನನ್ನ ಸುದ್ದಿ ತಿಳಿದಿರೋಷ್ಟು ಯಾರ್ಗೂ ಹೇಳ್ಬೇಡ. ಅಕಸ್ಮಾತ್, ನಮ್ತಂದೆ ಬಂದ್ರೂ ಗೊತ್ತಿಲ್ಲಾನ್ನು. ನನ್ನ ಯೋಚ್ನೆ ಮುಗ್ಯೋವರ್ಗೂ ಯಾರ್ನ ಕೂಡ ಮೀಟ್ ಮಾಡೋಲ್ಲ."

ಸಂಪತ್ ಒಪ್ಪಿಗೆ ಸೂಚಿಸಿದ. ಆದರೆ ತನ್ನಿಂದ ಕೂಡ ಗಾಂಡೀವಿ ಅಜ್ಞಾತವಾಗಿರುವುದು ಅವನು ಇಷ್ಟಪಡಲಿಲ್ಲ.

"ನಂಗೆ ಒಬ್ನಿಗಾದ್ರೂ ತಿಳ್ಸು. ನಂಗ್ಯಾಕೋ ಭಯ" ಎಂದ. ಸ್ನೇಹಿತನ ಆತಂಕಕ್ಕೆ ಮುಗುಳ್ನಕ್ಕ. "ಆಗಾಗ ಬಂದು ಭೇಟಿ ಮಾಡ್ತೀನಿ. ಖಂಡಿತ ನನ್ನ ನಂಬು. ಬಿಲೀವ್ ಮಿ"

ಮಲಗಿದ ಸ್ವಲ್ಪ ಹೊತ್ತಿನ ನಂತರ ನಿದ್ರಿಸಿಬಿಟ್ಟ ಸಂಪತ್. ಕಣ್ಣು ಬಿಗಿಯಾಗಿ ಮುಚ್ಚಿಕೊಂಡರೂ ಅವನ ಬಳಿ ಸುಳಿಯಲಿಲ್ಲ ನಿದ್ದೆ. ಗಾಂಡೀವಿ ಇಡೀ ರಾತ್ರಿ ಜಾಗರಣೆ ಮಾಡಿದ. ನಾಳೆಯಿಂದ ಅವನ ಅಜ್ಞಾತವಾಸ. ಅದು ಕೆಲವು ದಿನಗಳಲ್ಲಿ, ಕೆಲವು ವಾರಗಳಲ್ಲಿ, ಹಲವು ತಿಂಗಳಲ್ಲಿ ಮುಗಿಯಬಹುದು ಅಥವಾ ವರ್ಷಗಳೆ ಬೇಕಾಗಬಹುದು. ಅದಕ್ಕೆ ಸಿದ್ಧವಾಗಿದ್ದ.

* * *

ಎಂಟು ದಿನದಲ್ಲಿ ಎಕ್ಸ್‌ಪರ್ಟ್ ಡ್ರೈವರ್ ಆಗಿದ್ದ ಗಾಂಡೀವಿ. ಅದನ್ನು ಒಂದು ತಪಸ್ಸು ಎಂದು ಭಾವಿಸಿ ಕಲಿತಿದ್ದ. ವೆಹಿಕಲ್‌ನ ಹೃದಯದಿಂದ ಹಿಡಿದು ಅದರ ಅವಯವಗಳ ಸಂಪೂರ್ಣ ಮಾಹಿತಿ ಪಡೆದಿದ್ದ. ಇಲ್ಲಿ ಕೂಡ ಪ್ರಾಮಾಣಿಕವಾಗಿರುವುದು ಬೇಕಿತ್ತು ಅವನಿಗೆ.

ಎರಡು ದಿನ ಮಂಜಯ್ಯ ಅವನನ್ನು ಸ್ಟೇರಿಂಗ್ ವ್ಹೀಲ್ ಮುಂದೆ ಕೂಡಿಸಿ ಊರೆಲ್ಲ ಓಡಾಡಿದ ನಂತರ ಡ್ರೈವಿಂಗ್ ಲೈಸೆನ್ಸ್ ಮಾಡಿಸಿಕೊಟ್ಟರು. ಅವರದು ಸಣ್ಣಮಟ್ಟಿನ

ಗ್ರಾನೈಟ್ ಬಿಜಿನೆಸ್. ಅಂದರೆ ಆರು ಜನ ಬಿಜಿನೆಸ್‌ನಲ್ಲಿ ಅವರೊಬ್ಬ ಪಾರ್ಟನರ್ ಅಷ್ಟೆ. ಆದರೂ ವ್ಯವಹಾರತಜ್ಞ, ಸೂಕ್ಷ್ಮಮತಿ.

ಇದೊಂದು ರೀತಿಯ ಹಿಂಸೆಯೇ ಗಾಂಡೀವಿಗೆ. ಮನೆಯಲ್ಲಿ ರಾಜನಂತೆ ತಂದೆ, ತಾಯಿಯರ ಅಕ್ಕರೆಯಲ್ಲಿ ಬೆಳೆದವ. ದೀನಾವಸ್ಥೆ ತಿಳಿಯದು ಅವನಿಗೆ. ಕೊಟ್ಟಿದನ್ನ ವಿನಹ ಪಡೆದಿದ್ದಿಲ್ಲ. ಗದ್ದೆ, ತೋಟದಲ್ಲಿ ಕೆಲಸ ಮಾಡುವ ಆಳುಗಳು ಇದ್ದರು. ಈಗಿನ ಅವನ ಸ್ಥಿತಿಯಲ್ಲಿ ಪೂರ್ತಿ ಬದಲಾವಣೆ.

ಕಾರೊರೆಸುತ್ತ ನಿಂತಿದ್ದವನನ್ನು ಮಂಜಯ್ಯ ಕರೆದು "ಹೋಗಿ ಊಟ ಮಾಡು" ಹೇಳಿದ. ಬೇಡವೆಂದು ಸನ್ನೆಯಿಂದಲೇ ತಿಳಿಸಿದ. ಬರೀ ಸಾರು, ಹುಳಿ, ಕೊಳಂಬುಗಳ ನಡುವೆ ಬೆಳೆದವನಿಗೆ ಇವರ ಮನೆಯ ಊಟ ರುಚಿಸದು. ತುಪ್ಪ, ಎಣ್ಣೆ, ತರಕಾರಿಗಳ ಧಾರಾಳ ಬಳಕೆ ಇದ್ದರೂ ರುಚಿ, ವಾಸನೆಯೊಂದು ಇಷ್ಟವಾಗದು ಅವನಿಗೆ. ಇವೇನು ಇಲ್ಲದ ಸಂಪತ್ ಮಾಡುತ್ತಿದ್ದ ರುಚಿ ಇಲ್ಲದ ಅನ್ನ, ಸಾರು ಇಷ್ಟವಾಗುತ್ತಿತ್ತು ಅವನಿಗೆ.

"ಯಾಕೆ?" ಮಂಜಯ್ಯ ಏನೂ ದನಿಯೇರಿಸಲಿಲ್ಲ. ಕೆಲವು ದಿನಗಳ ಒಡನಾಟದಲ್ಲಿ ಅವರಿಗೆ ಇಷ್ಟವಾಗಿದ್ದ. ಹೊಟ್ಟೆಬಾಕನಲ್ಲ. ಕಾಮ್, ಸೈಲೆಂಟ್, ತನ್ನ ಕೆಲಸವೇಷ್ಟೋ ಅಷ್ಟೆ. ಇನ್ನೊಂದು ವಿಷಯಕ್ಕೆ ಕುತೂಹಲಕ್ಕಾಗಿಯಾದರೂ ಕಣ್ಣು ಹಾಯಿಸನು.

ಏನೂ ಇಲ್ಲವೆಂದು ತಲೆಯಾಡಿಸಿದಾಗ ನಕ್ಕರು ಜೋರಾಗಿ "ಹಿಟ್ಟು ರೊಟ್ಟಿ ಅಂಥದ್ದೇನಾದ್ರೂ ಬೇಕಾ? ನಾನ್‌ವೆಜ್ ಮನೆಯಲ್ಲಿ ಮಾಡೋ ಪದ್ಧತಿ ಇಲ್ಲ. ಆದ್ರೂ ಆಗಾಗ ಕ್ಯಾರಿಯರ್‌ನಲ್ಲಿ ಬರುತ್ತೆ. ನಿಂಗೂ ಸಿಗುತ್ತೆ."

ಅವರ ಊಹೆ ಈ ಕಡೆ ಇತ್ತು. ಹಿಂದೆ ಇದ್ದ ಡ್ರೈವರ್ ಶುದ್ಧ ಕುಡುಕ. ಸಂಜೆಯಾದರೆ ಬಾಟಲು ಜೊತೆ ಫ್ರೆಂಡ್‌ಶಿಪ್. ಆಗ ನಾಲಿಗೆ ಹಿಡಿತದಲ್ಲಿರೋಲ್ಲ. ಈ ವರ್ಷದಲ್ಲಿಯೇ ಆರು ಜನ ಡ್ರೈವರ್‌ನ ಬದಲಿಸಿ ಸೋತು ಅವನಿಗೆ ಇರಬೇಕಾದ ಲಕ್ಷಣ. ಅರ್ಹತೆಯ ಒಂದು ಚಾರ್ಟ್‌ನ ತಯಾರಿಸಿ ಪ್ರಕಟಣೆ ಕೊಟ್ಟಿದ್ದರು.

ಒಂಬತ್ತರ ಸುಮಾರಿಗೆ ಎರಡು ದೊಡ್ಡ ಕ್ಯಾರಿಯರ್‌ಗಳು ಫೈವ್ ಸ್ಟಾರ್ ಹೋಟಲಿನಿಂದ ಇವನ ಕಾರಿನ ಮೂಲಕವೇ ಮನೆಗೆ ಬಂತು. ಏನೋ ಪಾರ್ಟಿ ಇರಬೇಕೆಂದುಕೊಂಡ. ಹತ್ತರ ಹೊತ್ತಿಗೆ ಇವನ ಕಾರು ಒಂದು ಗೆಸ್ಟ್‌ಹೌಸ್‌ಗೆ ಹೋಗಿ ಒಬ್ಬ ವ್ಯಕ್ತಿಯನ್ನು ಕರೆತಂದಿತು. ಮಂಜಯ್ಯ ಕೂಡ ಜೊತೆಯಲ್ಲಿ ಬಂದಿದ್ದ.

ಮಂಜಯ್ಯ ನಯ, ವಿನಯದ ಜೊತೆ ನಾಜೂಕಿನ ಮಾತುಗಳ ಪ್ರದರ್ಶನ ಮಾಡಿದ. ತೀರಾ ಬೇಕಾದ ಜನವೆಂದುಕೊಂಡ ಗಾಂಡೀವಿ. ಮತ್ತೊಮ್ಮೆ ಕಾರನ್ನೊರೆಸುವಾಗ ಹೊರಬಂದ ಮಂಜಯ್ಯ.

"ಗೇಟ್‌ಗೆ ಬೀಗ ಹಾಕಿ, ಕಾರು ಲಾಕ್ ಮಾಡಿ ಊಟ ಮಾಡಿ ಮಲಕ್ಕೋ ಹೋಗು" ಹೇಳಿದಾಗ ಅಷ್ಟು ಮಾಡಿ ಮುಗಿಸಿ ಹಿಂದಿನ ಔಟ್‌ಹೌಸ್‌ಗೆ ಬಂದ.

ಅದರಲ್ಲಿದ್ದುದು ಎರಡು ಕೋಣೆ. ಒಂದು ಇವನ ಉಪಯೋಗಕ್ಕೆ. ಇನ್ನೊಂದು

ಮಂಜಯ್ಯನ ಮನೆಯಲ್ಲಿ ಹತ್ತು ವರ್ಷದಿಂದ ಕೆಲಸ ಮಾಡಿಕೊಂಡಿರುವ ನಾರಾಯಣನದು. ಬಂಗ್ಲೆಯಲ್ಲಿಯೇ ಇರುತ್ತಿದ್ದ, ಉಳಿಯುತ್ತಿದ್ದ. ಅದರಿಂದ ಅದು ಪೂರ್ತಿ ಇವನ ಸಾಮ್ರಾಜ್ಯವೇ ಅಂದುಕೋಬೇಕು.

ಹೂಜಿಯಲ್ಲಿದ್ದ ನೀರನ್ನು ಬಗ್ಗಿಸಿಕೊಂಡು ಕುಡಿದ ಗಾಂಡೀವಿ ಚಾಪೆಯ ಮೇಲೆ ಒರಗಿಸಿಟ್ಟ ಹಾಸಿಗೆಗೆ ಒರಗಿ ಕಾಲು ಚಾಚಿದ. ಕಣ್ಣು ಮುಚ್ಚಿದರೆ ಒಂದು ರೀತಿಯ ದಟ್ಟವಾದ ಕತ್ತಲು.

"ಮೂಗ, ವೇಲು ಎನ್ನುತ್ತಲೇ" ಬಂದ ನಾರಾಯಣ್ ಒಂದು ದೊಡ್ಡ ಕ್ಯಾರಿಯರ್ ತಂದಿದ್ದ. "ಇಂದು ಪುಷ್ಕಳವಾಗಿ ಊಟ ಮಾಡ್ಬಹುದು. ದಿನನಿತ್ಯ ಅರೆ ಹೊಟ್ಟೆ ಊಟ ಮಾಡ್ತಾ ಇದ್ದೆ. ಹೋಗಿ ಬೇಗ ಕೈ ತೊಳ್ದು ಬಾ" ಎಂದ. ಅವನ ಸ್ವರದಲ್ಲಿದ್ದುದು ವಿಪರೀತ ಹರ್ಷ. ಊಹಿಸಲಾಗಲಿಲ್ಲ ಗಾಂಡೀವಿಯಿಂದ.

ಕೈಕಾಲು ತೊಳೆದು ಬಂದ. ಇಲ್ಲಿ ಒಂದು ಚೆಂಬಿನಲ್ಲಿ ಮುಗಿಯೋದು ಅಲ್ಲಿ ಎರಡು ಮೂರು ಬಿಂದಿಗೆಯಾದರೂ ಬೇಕಿತ್ತು. ಪ್ರತಿದಿನ, ಪ್ರತಿ ಸಲವು ಬಾವಿಯಿಂದ ಸೇದಿಯೇ ಕೈಕಾಲು ತೊಳೆಯುವ ಅಭ್ಯಾಸ. ಗಂಟಲು ಕಟ್ಟಿ ಎದೆ ಭಾರವಾಯಿತು ಕೆಲವು ನಿಮಿಷ.

ಎಲ್ಲಿಂದ.... ಎಲ್ಲಿಗೆ? ವಿಚಿತ್ರವೆನಿಸಿತು. ಬಕೆಟ್‌ನಲ್ಲಿನ ನೀರನ್ನು ಸಂಪೂರ್ಣವಾಗಿ ಕಾಲುಗಳ ಮೇಲೆ ಸುರಿದುಕೊಂಡು ಒಳಗೆ ಕಾಲಿಟ್ಟಾಗ ಗಪ್ಪೆಂದು ವಾಸನೆಯೊಡೆಯಿತು.

ಚಿಕನ್, ಚಿಕನ್ ಖಬಾಬ್, ಫಿಶ್ ಫ್ರೈ, ಸೂಪು ಎಲ್ಲಾ ಮುಂದಿಟ್ಟುಕೊಂಡು ಕೂತ ನಾರಾಯಣ ಊಟ ಆರಂಭಿಸಿಬಿಟ್ಟಿದ್ದ.

"ಬೇಗ್ಬಾ... ಒಳ್ಗೆ ಸ್ವಲ್ಪ ಕೆಲ್ಸ ಇದೆ" ಮೂಳೆಯನ್ನು ಚೀಪುತ್ತ ಕರೆದ. ಸ್ವಾದಿಷ್ಟ ಆಹಾರ ತಿನ್ನುವ ಆತುರ. "ವೇಲು, ನಿಂಗೆ ಇಷ್ಟು ಸಾಕಾ? ಹಿಂದೆ ಇದ್ದ ಡ್ರೈವರ್ ಕ್ಯಾರಿಯರ್ ಕಿತ್ಕೊಂಡ್‌ಬಿಡ್ತಾ ಇದ್ದ" ಅವನನ್ನ ಬೈಯ್ದುಕೊಳ್ಳತೊಡಗಿದ. ಊಟ ಮುಗಿಯಲೀ, ಆಮೇಲೆ ಮಾಡುವುದಾಗಿ ಸನ್ನೆ ಮಾಡಿದ ಗಾಂಡೀವಿ ಹೊರಗೆ ಬಂದು ನಿಂತು ಆಕಾಶವನ್ನು ನೋಡತೊಡಗಿದ.

ಈ ಬಂಗ್ಲೆಯ ಕಾವಲಿಗೆ ಇದ್ದುದು ನಾಲ್ಕು ನಾಯಿಗಳು. ಮುಂದೆ ಎರಡು, ಹಿಂದೆ ಎರಡು ನಾಯಿಗಳನ್ನು ಕಟ್ಟುತ್ತಿದ್ದವು. ಹಿಂದೆ ಇವನನ್ನು ಕಂಡು ಅಬ್ಬರಿಸುತ್ತಿದ್ದ ಅವು ಪ್ರೀತಿ ತೋರುತ್ತಿದ್ದವು ಈಗ. ಆಳೆತ್ತರದ ಎರಡು ಗಂಡು, ಎರಡು ಹೆಣ್ಣು ಆಲ್ಸೇಷಿಯನ್ ನಾಯಿಗಳು.

ಒದ್ದೆ ಕೈಯಿಂದ ತೋಳು ತಟ್ಟಿದಾಗಲೇ ನೋಟ ಇಳಿಸಿದ್ದು "ನಂದು ಆಯ್ತು. ನೀನು ಮುಗ್ಸು. ಸಾಲ್ಲಿಲ್ಲಾಂದ್ರೆ... ಇನ್ನಷ್ಟು ತರ್ತೀನಿ. ಉಳಿದಿದ್ದೆಲ್ಲ ನಾಯಿಗಳ ಪಾಲೇ" ಗೊಣಗುತ್ತ ಮೂತಿಯೊರೆಸಿಕೊಂಡು ಹೋದ.

ಒಳಗೆ ಹೋದ ಗಾಂಡೀವಿ ಮುಚ್ಚಿದ ಕ್ಯಾರಿಯರ್‌ನ ಎಳೆದುಕೊಂಡು ಕೂತ. ಅನ್ನ

ಪರಬ್ರಹ್ಮ ಸ್ವರೂಪ' ಅದನ್ನ ತಿನ್ನೋವಾಗ ಶ್ರದ್ಧೆ, ಭಕ್ತಿ ಇರಬೇಕು. ಪರಿಪಾಠವಾದ ರೂಢಿ.

ಬಿಚ್ಚಿ ಅನ್ನ ತಟ್ಟೆಗೆ ಸುರಿದುಕೊಂಡು, ಸಾರಾಗಿ ಕಂಡ ಕೋಳಿ ಸೂಪನ್ನು ಸುರಿದುಕೊಂಡ. ಕಣ್ಮುಚ್ಚಿ ಧ್ಯಾನಿಸಿ ಕೈಯನ್ನು ಮುಂದಕ್ಕೆ ತಗೊಂಡು ಹೋದವನು ಬೆಂಕಿ ಮುಟ್ಟಿದಂತೆ ಹಿಂದಕ್ಕೆ ತಗೊಂಡ. ಪ್ರಾಣಿಗಳ ಆಕ್ರಂದನ ದೂರದಲ್ಲಿ ಎಲ್ಲೋ ಕೇಳಿದಂತಾಯಿತು. ಅದು ಸಮೀಪಿಸಿ ಅವನ ಸುತ್ತಲೂ ಜಮಾಯಿಸಿದಂತಾಯಿತು.

ಕಣ್ಮುಚ್ಚಿ ಕೈ ಮುಗಿದು ಎದ್ದುಬಿಟ್ಟ. ಇಡೀ ತಟ್ಟೆಯನ್ನೊಯ್ದು ನಾಯಿಯ ಮುಂದಿಟ್ಟು ಬಂದ. ಮಧ್ಯಾಹ್ನ ಊಟ ಕೂಡ ಸರಿಯಿರಲಿಲ್ಲ. ಹಸಿವಿನ ಸಂಕಟವಿತ್ತು ಹೊಟ್ಟೆಯಲ್ಲಿ. ಅದು ಬಾಧೆಯಾಗಿ ಮಾರ್ಪಡುವ ಮುನ್ನ ಒಂದಾದ ಮೇಲೊಂದರಂತೆ ನಾಲ್ಕು ಲೋಟ ನೀರು ಕುಡಿದ. ಅದೆಲ್ಲ ಒಟ್ಟಿಗೆ ಬಾಯಿಗೆ ಬಂದಂತಾದಾಗ ಕೂತುಬಿಟ್ಟ ಒಂದು ಕಡೆ.

ಇಡೀ ಆಹಾರದ ಭಾಗವನ್ನೆಲ್ಲ ಆವರಿಸಿಕೊಂಡಿದ್ದು ನೀರು. ಎದ್ದರೆ ಹೊಟ್ಟೆಯಲ್ಲಿ ನೀರು ಕುಲುಕಾಡಿದಂತಾಯಿತು. ಹಾಸಿಗೆ ಹಾಸೋ ತಂಟೆಗೆ ಕೂಡ ಹೋಗದೆ ಸುತ್ತಿಟ್ಟಿದ್ದ ಹಾಸಿಗೆಯ ಮೇಲೆ ತಲೆ ವಾಲಿಸಿ ಕಣ್ಮುಚ್ಚಿದ.

ಮುಗ್ಧ ಮುಖದ ಸುಭದ್ರ ಬಂದು ಎದುರಿಗೆ ನಿಂತಂತಾಯಿತು. ತನಗಾಗಿ ಕಾದು ನಿಂತ ಕನ್ಯೆ. ಈಗೇನಾದರೂ ಪೂರ್ಣ ಚಿತ್ರ ಬದಲಾಗಿದ್ದರೆ, ಗಾಬರಿಯಿಂದ ಎದ್ದು ಕೂತ. ಮೈನ ರಕ್ತ ಬಿಸಿಯಾಯಿತು. ಕೋಪ ಕೆಂಪಾಗಿ ಕಣ್ಣನ್ನ ಆವರಿಸಿತು. ಮೈ ಸೆಟೆದು ಮುಷ್ಟಿ ಬಿಗಿಯಾಯಿತು.

"ವೇಲು ತಗೋ, ಒಂದಷ್ಟು ಕುಡ್ದು... ನಂಗೊಂದಿಷ್ಟು ಉಳ್ಸಿಡು. ತೀರ ವಿದೇಶಿ. ಒಳ್ಳೆ... ಪಾರ್ಟಿ..." ಏನೋ ಹೇಳಿಕೊಂಡು ಅವನ ಮುಂದೆ ಬಾಟಲಿಟ್ಟ.

ಆವೇಶದ ಸ್ಥಿತಿಯಲ್ಲಿದ್ದವನು ಇಡೀ ಬಾಟಲು ತಗೊಂಡು ಗಂಟಲಿಗೆ ಬಗ್ಗಿಸಿಕೊಂಡ. ನಾಲಿಗೆಯಿಂದ ಲಾವಾರಸದಂತೆ ಸುಡುತ್ತ ಗಂಟಲಿಗೆ ಇಳಿದಾಗ ಬೆಂಕಿ 'ಅಮ್ಮ...' ಎರಡು ಕೈಗಳಿಂದ ಕಿವಿಗಳನ್ನು ಮುಚ್ಚಿಕೊಂಡು ಕಿರಿಚಿದ. ಜೋರಾಗಿ ಬೀಸಿದ ಗಾಳಿಗೆ ರಪ್ಪೆಂದು ಬಾಗಿಲು ಮುಚ್ಚಿಕೊಂಡು ಸ್ವರ ಹೊರಹೋಗದಂತೆ ತಡೆದು ವರುಣ ಉಪಕಾರವೆಸಗಿದ್ದ.

ಬೆಳಿಗ್ಗೆ ನಾರಾಯಣ ಬಂದು ಎಚ್ಚರಿಸಿದಾಗಲೇ ಎಚ್ಚರವಾದುದ್ದು. ಅಂದರೆ ನಸುಕಿನ ಸುಮಾರು ಐದರಿಂದ ಆರು ಗಂಟೆಯ ಒಳಗಿನ ವೇಳೆ.

ಬಾಟಲು ಅವನ ಕೈಯಲ್ಲಿತ್ತು. "ಎಲ್ಲಾ ಕುಡ್ದು ಮುಗಿಸಿದ್ಯಾ? ಅದು ಎಲ್ಲಾದ್ರೂ ಹಾಳಾಗ್ಲಿ. ಯಜಮಾನ್ರು ಕರೀತಾ ಇದ್ದಾರೆ. ಬೇಗ ಮುಖ ತೊಳ್ಕೊಂಡ್ಬಾ" ಅವಸರದಿಂದ ಹೇಳಿ ಹೋದ.

ತಲೆ ಇನ್ನೂ 'ಧಿಂ' ಎನ್ನುತ್ತಿತ್ತು. ಹೊಟ್ಟೆಯಲ್ಲಿ ಎಂತಹುದೋ ಕುಲುಕಾಟ. ಸಾವರಿಸಿಕೊಂಡು ಬಚ್ಚಲ ಮನೆಗೆ ಹೋದವನು ತುಂಬಿಟ್ಟಿದ್ದ ಎರಡು ಬಕೆಟ್ ನೀರನ್ನು ತಲೆಯ ಮೇಲೆ ಸುರಿದುಕೊಂಡು ಬಂದು ಬೇಗ ರೆಡಿಯಾದ. ಜೀವನದಲ್ಲಿ ಮೊದಲ

ಸಲ ಕುಡಿದಿದ್ದ. ಲೋಕಕ್ಕೆ, ಸಮಾಜಕ್ಕೆ ದೊಡ್ಡ ತಪ್ಪಾಗಲಾರದು. ಆದರೆ ಅಯ್ಯರ್, ಅಲಮೇಲುಗೆ ಗೊತ್ತಾದರೆ, ಎರಡು ಶವಗಳು ತೊಲೆಗೆ ನೇತಾಡುವುದನ್ನು ಕಲ್ಪಿಸಿಕೊಂಡು ಬೆಚ್ಚಿದ.

ಎರಡು ನಿಮಿಷದಲ್ಲಿ ಕಾರು ಬಳಿಗೆ ಧಾವಿಸಿದ್ದ. ಸವಾರಿ ಹೊರಗೆ ಚಿತ್ರೈಯಿಸಿರಲಿಲ್ಲ. ಕನ್ನಡಕ ಹಾಕುತ್ತಿದ್ದ. ಒಂದಷ್ಟು ಗಡ್ಡ ಬೆಳೆದಿತ್ತು. ಅಜ್ಞಾತವಾಸದಲ್ಲಿನ ಮುಖ್ಯ ಬದಲಾವಣೆಗಳು.

ಹೊರಗೆ ಬಂದ ಮಂಜಯ್ಯ ತಲುಪಿಸಬೇಕಾದ ಜಾಗ ತಿಳಿಸಿ "ವಿನಯದಿಂದ ವರ್ತಿಸು. ಕೊಟ್ಟಷ್ಟು ಮಾತ್ರ ಇಸ್ಕೋ. ಇನ್ಮೊಂದ್ಮಾತ್ಬೇಡ" ಎಚ್ಚರಿಸಿ ಒಳಗೆ ಹೋದ.

ರಾತ್ರಿ ಬಂದ ವ್ಯಕ್ತಿ ಹೊರಗೆ ಬಂದ. ತೀರಾ ಉತ್ಸಾಹ. ಉಲ್ಲಾಸದಿಂದಿರುವಂತೆ ಕಂಡ. ಮಂಜಯ್ಯ ಮತ್ತು ಅವನ ಹೆಂಡತಿ ಜೊತೆಯಲ್ಲಿ ಬಂದರೂ ಆಕೆಯೊಬ್ಬಳು ಮುಂಬಾಗಿಲ ಬಳಿ ನಿಂತಳು. ಕಾರಿನವರೆಗೂ ಬಂದು ಬೀಳ್ಕೊಟ್ಟಿದ್ದು ಮನೆಯ ಯಜಮಾನ ಮಾತ್ರ.

ಸೆಲ್ಯೂಟ್ ಹೊಡೆದು ಡೋರ್ ಹಾಕಿದ.

ಹಂಸಗಮನೆಯಂತೆ ಚಲಿಸಿ ಬಾಣದಂತೆ ಮುನ್ನುಗ್ಗಿತು. ಹಿಂದೆ ಕೂತ ವ್ಯಕ್ತಿಗೆ ಡ್ರೈವರ್ ಬಗ್ಗೆ ತಿಳಿಸಿದ್ದರಿಂದ ಮಾತನಾಡಿಸಲು ಹೋಗಲಿಲ್ಲ.

ಇಳಿಯುವ ಮುನ್ನ ಕೈತಟ್ಟಿ ನೂರರ ಒಂದು ನೋಟನ್ನು ಗಾಂಡೀವಿ ಕೈಯಲ್ಲಿಟ್ಟ ವ್ಯಕ್ತಿ. ಪ್ರತಿಕ್ರಿಯಿಸಲಿಲ್ಲ. 'ಕೊಟ್ಟಷ್ಟು ಇಸ್ಕೋ' ಯಜಮಾನನ ಆಣತಿ. ಜೇಬಿನಲ್ಲಿಟ್ಟುಕೊಂಡು ಸುಮ್ಮನಾದ.

ಕಾರು ಸರ್ಕಲ್‌ಗೆ ಬಂದ. ರೆಡ್ ಲೈಟು ಹತ್ತಿಕೊಂಡಿತು. ಬ್ರೇಕ್ ಬಿತ್ತು. ಬೇರೆ ಹಿಂದಿನ ವಾಹನಗಳನ್ನು ಒತ್ತರಿಸಿಕೊಂಡು ಬಂದ ಸಿಮೆಂಟ್ ಕಲರ್ ಕಾರು ಇವನ ವೆಹಿಕಲ್ ಪಕ್ಕವೇ ನಿಂತಿತು.

ಪಕ್ಕಕ್ಕೆ ಹಾರಿದ ನೋಟ ನಿಂತಿತು. ಸ್ಟೇರಿಂಗ್ ವೀಲ್ ಹಿಡಿದ ಅಲಂಕಾರ್ ಮೇಲೆ. ಒಂದು ಕೈ ಬೆರಳುಗಳ ಮಧ್ಯೆ ಕಿಂಗ್ ಸೈಜ್ ಸಿಗರೇಟು ಉರಿಯುತ್ತಿತ್ತು. ಕ್ರಾಪ್‌ನಲ್ಲಿ ಅಷ್ಟಿಷ್ಟು ಬದಲಾವಣೆ, ಮೀಸೆ ಮತ್ತಷ್ಟು ಒತ್ತಾಗಿ ಇಡೀ ಮುಖಕ್ಕೆ ತಾನೇ ಪೌರುಷದ ಸಂಕೇತ ಎಂದು ಸಾರಿ ಹೇಳುವಂತಿತ್ತು. ಪಕ್ಕದಲ್ಲಿದ್ದ ವ್ಯಕ್ತಿ ಶ್ಯಾನುಭೋಗ್ ಎಂದು ಹೇಳಬೇಕಿರಲಿಲ್ಲ. ಹಿಂದಿನ ಸೀಟಿನ ವಿಂಡ್ ಕ್ಲೋಸ್ ಆದುದ್ದರಿಂದ ಅಲ್ಲಿರುವವರು ಯಾರೆಂದು ನೋಡಲಾಗಲಿಲ್ಲ.

ಈ ಕಡೆ ತಿರುಗುವ ಮುನ್ನ ನೋಟ ಮರಳಿಸಿದ ಗಾಂಡೀವಿ. ಬಹುಶಃ ಇತ್ತ ನೋಡಿದರೂ ತಟ್ಟನೆ ಗುರುತು ಹಿಡಿಯಲಾರ. ಶುಭ್ರವಾಗಿ ನೈಸಾಗಿರುತ್ತಿದ್ದ ಅವನ ಕೆನ್ನೆ, ಗಡ್ಡವನ್ನು ಆವರಿಸಿಕೊಂಡಿತ್ತು ಕೂದಲು. ಹಿಂದೆ ಮೀಸೆ ಇರಲಿಲ್ಲ. ಈಗ ದಪ್ಪದಾದ ಮೀಸೆ ಬಿಟ್ಟಿದ್ದ. ಹಿಂದಿನ ಮೃದುತ್ವ, ಸಾತ್ವಿಕತೆ ಅವನ ಕಣ್ಣುಗಳಲ್ಲಿ ಇರುವ ಬಗ್ಗೆ

ಗಾಂಡೀವಿಗೆ ಅನುಮಾನ. ಇನ್ನಷ್ಟು ಮತ್ತಷ್ಟು ಗಟ್ಟಿ ಆಗಿತ್ತು ಅವನೆದೆ. ತೀವ್ರವಾಗಿಯಲ್ಲದಿದ್ದರೂ ಅಲ್ಪಸ್ವಲ್ಪವಾದರೂ 'ರಿವೆಂಜ್'ನ ಹೊಗೆ ಇತ್ತು.

ನಗುವಿನ ಜೊತೆ ಒಂದು ಮಾತು ಕೇಳಿ ಬಂತು. "ಗಾಂಡೀವಿ ಊರಿಗೆ ಹೊಟು ಹೋಗಿರ್ಬೇಕು. ಇಲ್ಲೇನು ಮಾಡುತ್ತೆ ಆ ಮಗು?" ಅಲಂಕಾರ್‌ನ ಮಾತಿಗೆ ಪಕ್ಕದಲ್ಲಿರುವ ಶ್ಯಾನುಭೋಗ್ ನಗು ಕೂಡ ಸೇರಿದಾಗ ಇಳಿದು ಅವರಿಬ್ಬರನ್ನು ಎಳೆದು ಮನಸೋ ಇಚ್ಛೆ ಒದೆಯಬೇಕೆನಿಸಿತು. ಆ ಆವೇಗದಿಂದ ಚೇತರಿಸಿಕೊಳ್ಳುವ ವೇಳೆಗೆ ಹಸಿರು ದೀಪ ಹತ್ತಿ ಪಕ್ಕದಲ್ಲಿನ ಮಾರುತಿ ಮಾಯವಾಗುವುದರ ಜೊತೆಗೆ ಹಿಂದಿನ ವೆಹಿಕಲ್‌ಗಳ ಹಾರನ್‌ಗಳಿಂದ ಗಾಬರಿಯಾದ ಕ್ಷಣ. ಮರುಕ್ಷಣ ಚೇತರಿಸಿಕೊಂಡ.

ಕಾಮ್ ಆಗಿರುವ ರೋಡಿನಲ್ಲಿ ಕಾರು ನಿಲ್ಲಿಸಿ ಮುಖದ ಬೆವರನ್ನೊತ್ತಿಕೊಂಡ. ರಾತ್ರಿ ಹೊಟ್ಟೆ ಸೇರಿದ 'ಗುಂಡು' ಇನ್ನು ಅವನ ಮಿದುಳನ್ನು ತನ್ನ ಹತೋಟಿಯಲ್ಲಿಯೇ ಇಟ್ಟುಕೊಂಡಂತೆ ಕಂಡಿತು. ಎರಡು ಕೈಯಲ್ಲಿ ತಲೆ ಹಿಡಿದುಕೊಂಡ.

ಯಾಕೆ ಜನ ಕುಡಿಯುತ್ತಾರೆ? ಪ್ರಶ್ನೆ ಹಾಕಿಕೊಂಡ. ಕಷ್ಟ ಮರೆಯುವುದಕ್ಕಾಗಿ? ಸುಖವನ್ನು ಅರೆಸುವುದಕ್ಕಾಗಿ! ರಿಲ್ಯಾಕ್ಸ್‌ಗೋಸ್ಕರ. ಇವು ಮೂರರ ಒರಿಜಿನಾಲಿಟಿ ಅರ್ಥವೇನು? ಕುಡಿದವರ ಮಿದುಳು ಆ ಕ್ಷಣಗಳಲ್ಲಿ ನಿಷ್ಕ್ರಿಯ! ಶರೀರದ ಮೇಲೆ ಹತೋಟಿ ತಪ್ಪುತ್ತೆ! ಇಷ್ಟರ ನಡುವೆ ಎಂತಹ ಸುಖ? ಮಾನವನಿಗೆ ಪ್ರಬಲ ಪ್ರತಿಸ್ಪರ್ಧಿ!

ಕಾರಿನಿಂದ ಇಳಿದು ಒಂದು ಹೋಟಲ್‌ಗೆ ಹೋಗಿ ಚೆನ್ನಾಗಿ ಮುಖಕ್ಕೆ ನೀರೆರೆಚಿಕೊಂಡು ಬೇರರ್ ಹಿಡಿದು ಬಂದ ಗ್ಲಾಸ್‌ನ ನೀರನ್ನು ಕುಡಿದಿಟ್ಟು ಹೊರಗೆ ಬಂದ.

"ಈ ಧಿಮಾಕ್‌ಗೇನು ಕಡ್ಮೇ ಇಲ್ಲ" ಬೇರರ್ ಅಂದಿದ್ದು ಕೇಳಿಸಿತು. ಕರ್ಚೀಫ್‌ನಿಂದ ಮುಖವನ್ನೊರೆಸುತ್ತ ಹಿಂದಕ್ಕೆ ನಡೆದವನು ಟೇಬಲ್‌ಗೆ ನೀರು ಸಪ್ಲೈ ಮಾಡುತ್ತಿದ್ದ ಅವನ ಭುಜದ ಮೇಲೆ ಕೈಯಿಟ್ಟ. ಕತ್ತು ತಿರುಗಿಸಿದವನು ಸುಮ್ಮನಾದ. ಕಣ್ಣಲ್ಲಿಯೇ ಕೇಳಿದ. 'ಏನು ಅಂದಿದ್ದು?' ಬೆದರಿದ ಮುಖದಲ್ಲಿನ ತುಟಿಗಳು ಕಚ್ಚಿ ಕೂತವು. ಭಯ ಇಣುಕಿತು ಕಣ್ಣಲ್ಲಿ "ಸಾರಿ, ಸಾರ್..." ಎದ್ದು ಕತ್ತು ತುರಿಸಿಕೊಂಡ. ಟೇಬಲ್ಲು ಮೇಲಿರಿಸಿದ ಇನ್ನೊಂದು ಗ್ಲಾಸ್ ನೀರನ್ನು ಕುಡಿದಿಟ್ಟು ಐವತ್ತು ಪೈಸೆಯ ನಾಣ್ಯವನ್ನು ಅವನ ಜೇಬಿಗೆ ಹಾಕಿ ನಡೆದ.

ಒಳ್ಳೆಯತನ ಅನಿವಾರ್ಯ. ಬೇರೆಯವರ ತಿರಸ್ಕಾರ ಅದುವುದಿದ್ದರೆ ಭೂಗತವಾಗಿಬಿಡುವ ಅಪಾಯ ಹೆಚ್ಚು ಅಂದುಕೊಂಡ. ಕರು ಸ್ಟಾರ್ಟ್ ಮಾಡಿದ ನಂತರ ನೆನಪು ಮಾಡಿಕೊಂಡ. ಮೂಕವಾಗಿಯೇ ಪ್ರಶ್ನಿಸಿದ್ದು. ಮಾತು ಮರೆತಂತಾಗಿತ್ತು! ಮೊದಲು ಕಷ್ಟವೆನಿಸಿದ್ದು ಈಗ ಸುಲಭ.

ಕಾರು ನಿಲ್ಲಿಸಿ ಮತ್ತೊಮ್ಮೆ ಅದನ್ನೆಲ್ಲ ಒರೆಸುವ ವೇಳೆಗೆ ಬಂದರು ಮಂಜಯ್ಯ. ಜೇಬಿನಲ್ಲಿದ್ದ ನೋಟನ್ನು ಅವರ ಮುಂದಿಡಿದ. ಹುಬ್ಬೇರಿಸಿದರು. ಹಿಂದಿನ ಡ್ರೈವರ್‌ಗಳು ಅನವಶ್ಯಕವಾಗಿ ಅವರೊಂದಿಗೆ ಕೊಸರಾಡುತ್ತಿದ್ದರು ಹಣದ ಸಲುವಾಗಿ. ಅದಕ್ಕಾಗಿ ಎಚ್ಚರಿಕೆಯೇ ವಿನಹ ಅಲ್ಲೇನು ದುರುದ್ದೇಶವಿರಲಿಲ್ಲ.

"ನೀನೇ ಇಟ್ಕೋ..." ಹೇಳಿದರು.

ನೋಟು, ಅವರ ಮುಖವನ್ನು ಬದಲಿಸಿ ಬದಲಿಸಿ ನೋಡಿದ. 'ಟಿಪ್ಸ್' ಮಿಡುಕುವಂತಾಯಿತು ಅವನ ಮನ. ಸಾಕಷ್ಟು ಆಸ್ತಿಗೆ ಅವನು ವಾರಸುದಾರ. ಹಣ ಗಳಿಕೆಯ ಉದ್ದೇಶ ಅವನದಲ್ಲದಿದ್ದರೂ ಸದ್ಯಕ್ಕೆ ನೆಲೆಯೂರಲು ಊಟ, ತಿಂಡಿ ಇನ್ನಷ್ಟು ಅನಿವಾರ್ಯತೆಗಳು ಇದ್ದವು.

'ಬೇಡ...' ವೆಂದು ತಲೆಯಾಡಿಸಿದಾಗ ಮಂಜಯ್ಯ ಸಣ್ಣಗೆ ನಕ್ಕರು. "ನೀನೊಬ್ಬ ಫೂಲಿಷ್, ಹಣನ ಬೇಡಾಂತ ಇದ್ದೀಯಲ್ಲ. ಒಂದೊಂದು ಪೈಸೆಯ ಸಂಪಾದ್ನೆ ಎಷ್ಟೊಂದು ಕಷ್ಟ. ಸಮಾಜ ಮನುಷ್ಯನನ್ನ ಅಳೆಯೋದು ಕಾಸಿನಿಂದ್ಲೇ" ಭುಜ ತಟ್ಟಿ ಒಳಗೆ ಹೋದರು.

ಅವನ ಮಿತಿ ವರಾಂಡ. ಬಹುಶಃ ಅಲ್ಲಿಗೆ ಕೂಡ ಹೋಗಲು ಇಚ್ಛಿಸುತ್ತಿರಲಿಲ್ಲ. ಅವರಾಗಿ ಕರೆದರೆ ಅಲ್ಲಿ ಹೋಗಿ ನಿಲ್ಲುತ್ತಿದ್ದ.

ನಾರಾಯಣ ಕಾಫೀ ತಂದು ಕೊಟ್ಟವನು ಮೆಲ್ಲಗೆ ಅವನ ಕಿವಿಯ ಬಳಿ ಬಗ್ಗಿ "ನೀನು ಕುಡಿದಿದ್ದು ವಿದೇಶಿ. ಲೋಕಲ್‌ಗೂ ವಿದೇಶಿಗೂ ಒಂದಿಷ್ಟು ವ್ಯತ್ಯಾಸ ಇರುತ್ತೆ" ಪಿಸುಗುಟ್ಟಿದ. ರಾತ್ರಿಯ ನೆನಪು ಬಂದು ಮ್ಲಾನವದನನಾದ ಗಾಂಡೀವಿ.

ಎರಡು ಕಾರುಗಳು ಇದ್ದವು. ಒಂದು ಸ್ವಂತ ಓಡಿಸುತ್ತಿದ್ದರು ಮಂಜಯ್ಯ. ಅದರ ಮೇಲೆ ಅಪರಿಮಿತವಾದ ಅಭಿಮಾನ. ಈಚೆಗೆ ಆಗಾಗ ಆ ಕಾರು ಏರುವ ಅದೃಷ್ಟವು ಇವನದಾಗಿತ್ತು. ಮರ್ಸಿಡಿಸ್ ಬೆಂಜ್ ಓನರ್ ಪಾಲಿಗೆ ಸ್ವಂತ ಮಗುವಿನಂತೆ.

ಆಗಾಗ ರಾತ್ರಿಯ ಹೊತ್ತು ಬರುವ ನೆಂಟರಾರು? ಕುತೂಹಲ ಮೂಡಿತು ಗಾಂಡೀವಿಯಲ್ಲಿ. ಸಂದೇಹವನ್ನು ತಳ್ಳಿ ಹಾಕಿದ ಮರುಕ್ಷಣವೇ.

ಅಂದು ಬೆಳಿಗ್ಗೆಯೇ ಮಂಜಯ್ಯ ಸಂಬಳದ ಹಣವನ್ನು ಅವನ ಕೈಯಲ್ಲಿ ಹಾಕಿ "ಇವತ್ತು ನಿಂಗೆ ರಜ. ಏನಾದ್ರೂ ಎಮರ್ಜನ್ಸಿ ಇದ್ರೆ... ನಾನು ಮ್ಯಾನೇಜ್ ಮಾಡ್ಕೋತೀನಿ. ಎಲ್ಲಾದ್ರೂ ಹೋಗೋದಿದ್ರೆ ಹೋಗು" ಅಪ್ಪಣೆ ಕೊಡಿಸಿದರು. ಗರಿಗೆದರಿ ಅವನ ಮನ ಹಾರಾಡದಿದ್ದರೂ ಸೂರಿ, ಸಂಪತ್‌ನ ನೋಡಬೇಕೆನಿಸಿತು.

ಮೈನ್ ರೋಡಿಗೆ ಬಂದು ಬಿ.ಟಿ.ಎಸ್. ಬಸ್ಸು ಹಿಡಿದ. ಸಿಟಿಯಿಂದ ಬಹಳ ದೂರ ಮಂಜಯ್ಯನ ಮನೆ ಇದ್ದುದು. ಬಂಗ್ಲೆಯ ಹಿಂದೆ ಸ್ವಲ್ಪ ದೂರದಲ್ಲಿ ಅವರದೇ ಎಸ್ಟೇಟ್ ಇತ್ತು. ಬಂಗ್ಲೆ ಮತ್ತು ಎಸ್ಟೇಟ್ ಮಧ್ಯದ ಜಾಗ ಬೇರೆಯವರ ಒಡೆತನದಲ್ಲಿತ್ತು. ಅದರ ಸ್ವಾಧೀನಕ್ಕಾಗಿ ಸಣ್ಣ ಹೋರಾಟ ನಡೆಸಿದ್ದರು ಅವರು.

ಇವನನ್ನು ನೋಡಿದ ಸಂಪತ್ ದಿಗ್ಭ್ರಮೆಯಿಂದ ಸಂತೋಷದಿಂದ ತಬ್ಬಿಕೊಂಡ. "ನಂಗೆ ಭಯವಾಗಿ ಹೋಗಿತ್ತು ಗಾಂಡೀವಿ. ಬಹುಶಃ ನೋಡ್ತೀನೋ ಇಲ್ವೋ ಅನ್ನೋಷ್ಟು ಹೆದ್ರಿಕೆ. ಹೇಗಿದ್ದಿ?" ಕಣ್ಣೀರು ಸುರಿಸಿದ. ಭುಜ ತಟ್ಟಿದ. ಅವನ ಭಾವನೆಗಳು ಈಗ ಬೆಣ್ಣೆಯಷ್ಟು ಮೃದುವಾಗಿರಲಿಲ್ಲ.

"ಡೋಂಟ್ ಎಕ್ಸೈಟ್! ಇದೇನು ಸೂರಿ ಮಲ್ಗಿದ್ದಾನೆ" ಅವನತ್ತ ಗಮನವರಿಸಿದ. ಇನ್ನಷ್ಟು ಇಳಿದುಹೋಗಿದ್ದ "ಹುಷಾರಿಲ್ಲ, ಮಲ್ಗಿದ್ದಾನೆ. ಮೂರ್‍ಹೊತ್ತು ಇಷ್ಟೆ" ಬೇಸರದಿಂದ ನುಡಿದ ಸಂಪತ್. ಅವನ ಬಗ್ಗೆ ಸಾಕಾಗಿಹೋಗಿತ್ತು. ಇಲ್ಲಿಂದ ತಳ್ಳಿದರೆ ಅವನು ಬೀಳುತ್ತಿದ್ದುದು ಫುಟ್‌ಪಾತ್. ಅದರಿಂದಲೆ ಸಹಿಸಿಕೊಂಡಿದ್ದ. ಸದ್ಯಕ್ಕೆ 'ಸೂರಿಯ ಗಾರ್ಡಿಯನ್ ನಾನು' ಎನ್ನುವ ತರಹ ಮಾತಾಡಿದ್ದ ಗಾಂಡೀವಿ.

ಗಾಂಡೀವಿ ಮಲಗಿದ್ದ ಸೂರಿಯ ಬಳಿ ಹೋಗಿ ಕೂತ. "ಸೂರಿ... ಸೂರಿ...." ತೋಳಿಡಿದು ಅಲುಗಾಡಿಸಿದಾಗ ಎದ್ದು ಕೂತವನು ತಬ್ಬಿಕೊಂಡು ಅಳತೊಡಗಿದ. ಮತ್ತಷ್ಟು ಜೀರ್ಣವಾಗಿತ್ತು ಅವನ ದೇಹ. ಬರೀ ಮೂಳೆಗಳ ಸ್ಪರ್ಶ. ಗಾಂಡೀವಿಯ ಕೈಗೆ ಹೃದಯ ಕಿತ್ತು ಬಾಯಿಗೆ ಬಂದಂತಾಇತು. 'ಗ್ರೇಟ್ ಟ್ರಾಜಿಡಿ' ಅವನ ಉಸಿರು ಉಸುರಿತು.

"ವಾಟ್ ಈಸ್ ದಿಸ್ ನಾನ್ಸೆನ್ಸ್! ನಿಂಗೇನಾಗಿದೆ. ಓದಿನ ಉದ್ದೇಶ ಜ್ಞಾನಾರ್ಜನೆ. ನಿನ್ಹತ್ರ ಡಿಗ್ರಿ ಇದೆ ಎಂದ ಮಾತ್ರಕ್ಕೆ ಅದೇ ಕೆಲ್ಸ ಬೇಕೆಂಬ ಪರದಾಟವೇಕೆ? ಡಿಗ್ನಿಟಿ ಆಫ್ ಲೇಬರ್ ಕಾಂಪ್ಲೆಕ್ಸ್ ಬಿಟ್ಟು ಬದ್ಕೋ ಪ್ರಯತ್ನ ಮಾಡ್ಬಹುದಿತ್ತು" ಬುದ್ಧಿವಾದದ ಜೊತೆ ರೇಗಿದ ಕೂಡ. ಅದೇನು ಸೂರಿಯ ಮಿದುಳಿಗೆ ಹೋಗಲಿಲ್ಲ. ಅಂಥ ಸ್ಥಿತಿಯಲ್ಲಿರಲಿಲ್ಲ ಅವನು.

ಇಡೀ ದಿನ ಇಲ್ಲೇ ಇರುವುದೆಂದು ತೀರ್ಮಾನವಾಗಿದ್ದರಿಂದ, ಒಂದಿಷ್ಟು ಸೂರಿನ ಸಂತೈಯಿಸಿ ಐವತ್ತರ ಒಂದು ನೋಟನ್ನು ಸಂಪತ್ ಕೈಗೆ ಕೊಟ್ಟ.

"ಹೊರ್ಗೆ ಹೋಗೋದ್ಬೇಡ. ಮೊದ್ಲು ಏನಾದ್ರೂ ತಿಂಡಿ ತಿಂದು ಆಮೇಲೆ ಹರಟೋಣ" ಅವನನ್ನು ದಬ್ಬಿ ಸೂರಿಯ ಪಕ್ಕ ಕೂತ. "ಒಂದಿಷ್ಟು ಫ್ರೆಶ್ಶಾಗಿ ಶೇವ್ ಮಾಡ್ಕೋ...." ಪುಸಲಾಯಿಸಿ ಎಬ್ಬಿಸಿದ. ನಿಲ್ಲಲಾರದೆ ಕುಕ್ಕರಗಾಲಿನಲ್ಲಿ ಕೂತುಬಿಟ್ಟ. "ನಿತ್ರಾಣ, ನಿಲ್ಲೋಕ್ಕಾಗೋಲ್ಲ."

ಗಾಂಡೀವಿ ಅವನನ್ನ ದಿಟ್ಟಿಸಿ ನೋಡಿದ. ಸ್ಪುರದ್ರೂಪಿಯಾಗಿದ್ದ ಸೂರಿ ಕಣ್ಣು ಗುಳಿ ಬಿದ್ದು, ಕಣ್ಣುಗಳ ಸುತ್ತಲೂ ಕಪ್ಪಗಿನ ವರ್ತುಲಗಳು ಸೃಷ್ಟಿಯಾಗಿ ನಯನಗಳಲ್ಲಿ ಕಾಂತಿ ಹಿಂಗಿ ಕೆನ್ನೆಗಳು ಆಳಕ್ಕೆ ಇಳಿದು ಬರೀ ಮೂಳೆಯ ಮೇಲಿನ ಚರ್ಮದ ಹೊದ್ದಿಕೆ ಕೂಡ ಕಾಂತಿ ಕಳೆದುಕೊಂಡಿತ್ತು. ಯುವ ಜನತೆಯ ಮನೋಬಲ–ಎಲ್ಲಿಂದ ಎಲ್ಲಿಗೆ? ಸಮಾಜಕ್ಕೆ ಎಷ್ಟು ಉಪಯೋಗ. ನಾಡಿನ ಆಸ್ತಿ ಆಗಬಹುದಾಗಿದ್ದ ಮಿದುಳು, ಆರೋಗ್ಯ, ಆತ್ಮಸ್ಥೈರ್ಯ ಪೂರ್ತಿ ಶಿಥಿಲ.

"ದಿಸ್ ಈಸ್ ಟೂ ಬ್ಯಾಡ್. ಆರೋಗ್ಯನ ಯಾಕೆ ಹಾಳು ಮಾಡ್ಕೊಂಡೆ? ನಿನ್ನ ಡಿಗ್ರಿ. ಮಿದುಳಿನ ಮೂಲಕ ಕೆಲ್ಸ ಸಿಕ್ಕದಿದ್ದಾಗ ರಟ್ಟೆ ಬಲವನ್ನಾದ್ರೂ ಉಪಯೋಗಿಸ್ಕೋಬಹುದಿತ್ತು" ಎಂದವ ನೀರು ತಂದು ಕುಡಿಸಿ ಪಾತ್ರೆಗಳನ್ನ ತಡಕಾಡಿದ. ಎಲ್ಲಾ ಖಾಲಿ.... ಖಾಲಿ.... ರಾತ್ರಿ ಕೂಡ ಏನು ಮಾಡಿದ ಸುಳಿವಿಲ್ಲ. ಕಾಫೀ ಪುಡಿ, ಸಕ್ಕರೆಯ ಡಬ್ಬಿಗಳು ಕೂಡ ಖಾಲಿ.

ಕುಕ್ಕರಗಾಲಿನಲ್ಲಿ ಕೂತ ಸೂರಿ ತಲೆ ಅಡ್ಡಡ್ಡ ಆಡಿಸಿದ. "ಕ್ರಿಟಿಕಲ್ ಪೊಜಿಷನ್, ಈಗ ಸಂಪತ್‌ಗೂ ಕೆಲ್ಸ ಇಲ್ಲ. ಬಟ್ಟೆ ಅಂಗ್ಡಿಯವ್ರು ಬೇಡಾಂದರಂತೆ" ಕ್ಷೀಣ ದನಿಯಲ್ಲಿ ಹೇಳಿದ.

ನಿಂತಲ್ಲಿ ಕಲ್ಲಾದ. ಇಂಥ ಪ್ರವಾಹದ ನಡುವೆ ಲಕ್ಷ ಲಕ್ಷ ಮಂದಿ ಇದ್ದಾರೆಂದುಕೊಂಡ. ತೇಲಿ ಹೋದ ಕಡೆ ಯಾವುದೇ ಲಕ್ಷ್ಯವಿಲ್ಲ. ಹಸಿವನ ಭೂತ ಬೆನ್ನಟ್ಟಿದ ಜನ ಮೊದಲು ತಪ್ಪಿಸಿಕೊಳ್ಳಲು ಪ್ರಯತ್ನಿಸುವುದು ಅದರಿಂದ.

ಅಷ್ಟರಲ್ಲಿ ತಿಂಡಿ ಹಿಡಿದು ಬಂದ ಸಂಪತ್.

ಹತ್ತಿರದ ಯಾವುದೋ ಸಣ್ಣ ಹೋಟಲ್‌ನಿಂದ ಇಡ್ಲಿ, ಚಟ್ನಿ, ಪಲ್ಯ ಹಿಡಿದು ಬಂದಿದ್ದ. ಸಂಪತ್ ಕೂಡ ಹಿಂದಿನ ದಿನ ಕಾಲೇಜು ಕ್ಯಾಂಟಿನ್‌ನಲ್ಲಿ ಒಂದಿಷ್ಟು ತಿಂದಿದ್ದ.

ತಾನೇ ಬಿಚ್ಚಿದ ಗಾಂಡೀವಿ ತಟ್ಟೆಗಳಿಗೆ ಹಾಕಿ ಅವರ ಮುಂದಿಟ್ಟ. "ನಂದಾಯ್ತು ತಗೊಳ್ಳಿ" ಬಲವಂತ ಮಾಡಿದ. ಮಂಜಯ್ಯ ವ್ಯಾಪಾರ, ವಹಿವಾಟು ಏನೋ ಗೊತ್ತಿಲ್ಲ. ಆದರೆ ಅವನ ಊಟ, ತಿಂಡಿಯ ಕಡೆ ಗಮನವಿಟ್ಟಿದ್ದರು. ಅವರು ಊಟ ಮಾಡುವಂಥ ಊಟ, ತಿಂಡಿಯೇ ಇವನಿಗೂ ಸಿಗುತ್ತಿತ್ತು.

ಇಬ್ಬರ ಮೈಯಲ್ಲಿ ಸ್ವಲ್ಪ ಶಕ್ತಿ ಬಂದಂತಾಯಿತು.

"ಏನು ವಿಷ್ಯ?" ಕೇಳಿದ.

ಸಂಪತ್ ಸ್ವಲ್ಪ ತಲೆತಗ್ಗಿಸಿ ಅಡ್ಡಡ್ಡ ತಲೆಯಾಡಿಸಿದ ಜಿಗುಪ್ಸೆಯಿಂದ. "ನಂಗೂ ಕಾಲೇಜಿಗೂ ಹೋಗಿ ಕೋರ್ಸು ಮುಗ್ಸೋ ಇಂಟರೆಸ್ಟಿಲ್ಲ. ಜೀವನ ನಿರ್ವಹಣೆಗೆ ತುಂಬ ಕಷ್ಟವಾಗಿದೆ. ಅದ್ರ ಜೊತೆಗೆ ಕಾಲೇಜಿನಲ್ಲಿನ ರಾಜಕೀಯ. ಉಳ್ಳವರ, ಇರದವರ ನಡುವಿನ ವ್ಯತ್ಯಾಸ ಶೋಷಣೆ. ಕುಹಕ" ಕ್ರಾಪ್‌ನಲ್ಲಿ ಕೈ ಹಾಕಿ ಒರಟಾಗಿ ಕಿತ್ತ.

ಗಾಂಡೀವಿಯ ಎದೆ ಭಾರವಾಯಿತು. ಅಂದಿನ ಘಟನೆ ಅವನ ಬದುಕಿನ ಆಶೋತ್ತರಗಳನ್ನು ಮುಗಿಸಿಬಿಟ್ಟಿತ್ತು. ತನ್ನ ಪರವಾಗಿ ನ್ಯಾಯದ ಪರವಾಗಿ ಕನಿಷ್ಠ ಮಾತಾಡಲು ಕೂಡ ಯಾವ ವಿದ್ಯಾರ್ಥಿಯೂ ಮುಂದೆ ಬಂದಿರಲಿಲ್ಲ. ಒಬ್ಬ ತನ್ನ ಪರ ಮಾತಾಡಿದ್ದರೂ ತನ್ನಲ್ಲಿ ಮನೋಬಲವಾದರೂ ಹೆಚ್ಚುತ್ತಿತ್ತು.

"ನೋ, ಸಂಪತ್ ಇಂಥ ವಾದ, ನಿರ್ಣಯ ಯಾವಾಗ್ಲೂ ಒಳ್ಳೇದಲ್ಲ. ಸದ್ಯದ ಶಿಕ್ಷಣದ ವ್ಯವಸ್ಥೆ ಸರಿಯಾಗಿಲ್ಲ" ಇವನು ಪೂರ್ತಿ ಮಾಡದ ಮುನ್ನವೇ ಸಂಪತ್ ಆವೇಶದಿಂದ ನೋವನ್ನ ತೋಡಿಕೊಂಡ. ಸ್ನಾತಕ ವಿಜ್ಞಾನ ಪದವೀಧರ ಸೂರಿ ವಿಜ್ಞಾನಿಯಾಗಲು ಸಾಧ್ಯವೇ? ವಿಜ್ಞಾನ ಒಂದು ಮಹತ್ತರ ಜ್ಞಾನವೇ. ಏನು ಪ್ರಯೋಜನ? ಪದವಿಗಳು ಹೊಟ್ಟೆ ತುಂಬಿಸಲು ಒಂದು ಕೆಲಸ ಕೊಡಿಸುವುದಿಲ್ಲವಾದರೆ ಅಂಥ ಪದವಿಗಳು ಯಾಕೆ ಬೇಕು? ಹೆಚ್ಚು ವಿದ್ಯಾಭ್ಯಾಸವಿಲ್ಲದ ವ್ಯಾಪಾರಿಗಳು, ಕೈಗಾರಿಕೋದ್ಯಮಿಗಳು, ಮೆಕ್ಯಾನಿಕ್ ಕಲಿತವರು ಎಷ್ಟೋ ಆರಾಮಾಗಿದ್ದಾರೆ. ಸೂರಿ ಬದುಕಿನ ವಸಂತಗಳನ್ನು ಕಳೆದುಕೊಂಡಿದ್ದಾನೆ. ಆದ್ರೂ ಅವ್ನಿಗೊಂಡ್ಕೆಲ್ಸವಿಲ್ಲ."

ಮೌನವಾಗಿ ಆಲಿಸಿದ ಗಾಂಡೀವಿ. ಸತ್ಯದ ಪ್ರಜ್ವಲನೆ ಇತ್ತು ಸಂಪತ್ ಮಾತುಗಳಲ್ಲಿ. ಇದರಿಂದ ಏನು ಪ್ರಯೋಜನವಿಲ್ಲವಾದರೂ ಒಳಗಿನ ದಾವಾನಿಲ ಮಾತುಗಳ ರೂಪದಲ್ಲಿ ಕಕ್ಕಿ ಸಮಾಧಾನಗೊಳ್ಳಬಹುದು.

"ನಾನು ಇಲ್ಲೇ ಊಟ ಮಾಡ್ತೀನಿ" ಹೇಳಿದ ಗೋಡೆಗೊರಗಿ ಗಾಂಡೀವಿ. ಯಾವ ಮುಖದಲ್ಲಿಯಾದರೂ ಅಲಂಕಾರ್‌ನ ಒಮ್ಮೆ ಮುಖತಃ ಭೇಟಿ ಮಾಡಿ ಒಂದು ಪೆಟ್ಟು ಕೊಡಬೇಕಿತ್ತು. ತನ್ನ ಬಗೆಗಿನ ತಪ್ಪು ಭಾವ ಮಂಜಿನಂತೆ ಕರಗಿಹೋಗಬೇಕು. 'ಅಭಿಮಾನಪಡೋಂಥ ಉತ್ತಮ ಮಗನನ್ನ ಹಡೆದಿದ್ದೀನಿ' ತಾಯಿ ತಂದೆಯ ಮುಂದೆ ಹೇಳಲು ಸಮರ್ಥಳಾಗಬೇಕು. ಒಮ್ಮೆ ತಂದೆ ಅಭಿಮಾನದ ನೋಟ ಹರಿಸಬೇಕು. ಆ ಕ್ಷಣಕ್ಕಾಗಿ ಕಡೆಯವರೆಗೂ ಹೋರಾಡಬಲ್ಲ.

ಗಡಿಬಿಡಿಯಿಂದ ಓಡಾಡಿದ ಸೂರಿ ಅವನ ಬಳಿ ನಿಂತ. "ಇವತ್ತು ಒಂದು ಇಂಟರ್‌ವ್ಯೂ ಇದೆ ಸೂರಿಗೆ. ಅವ್ನಿಗಂತೂ ಇಷ್ಟವಿಲ್ಲ. ಯಾವ್ದೋ ಪ್ರೈವೇಟ್ ಫರ್ಮ್. ಅಕಸ್ಮಾತ್ ಸಿಕ್ರೂ ಹೆಚ್ಚಲ್ಲ" ಹೇಳಿದ.

ಗಾಂಡೀವಿ ಸೂರಿ ಕಡೆ ನೋಡಿದ. ಕಣ್ಣಲ್ಲಿಯೇ ದೈನ್ಯ ಪ್ರಕಟಿಸಿ ಕ್ಷಮೆ ಯಾಚಿಸಿದ. "ನೋ, ನಾನೆಂದು ಇಂಟರ್‌ವ್ಯೂಗೆ ಹೋಗೋಲ್ಲ. ನಂಗೆ ಉತ್ತರ ಹೇಳಿ ಹೇಳಿ ಅವ್ರ ಅಸಂಬದ್ಧ ಪ್ರಶ್ನೆಗಳಿಗೆ ಸಾಕಾಗಿದೆ. ಮೊನ್ನೆ ಒಂದು ಇಂಟರ್‌ವ್ಯೂನಲ್ಲಿ ಏನು ಕೇಳಿದ್ರೂ ಗೊತ್ತಾ? ಮಿಸ್ ಯೂನಿವರ್ಸ್ ಮತ್ತು ಮಿಸ್ ವರ್ಲ್ಡ್‌ನ ನಡುವಿನ ವ್ಯತ್ಯಾಸವೇನು? ಸುಶ್ಮಿತಾ ಸೇನ್ ಮತ್ತು ಐಶ್ವರ್ಯರಾಯ್ ಇವರಿಬ್ಬರಲ್ಲಿ ಹೆಚ್ಚು ಚೆಲುವೆ ಯಾರು? ಆ ಪ್ರಶ್ನೆಗಳಿಂದ ದಂಗಾಗಿಹೋದೆ. ಲಾಬ್ ಅಸಿಸ್ಟೆಂಟ್ ಆಗಿ ನೇಮಕ ಮಾಡಿಕೊಳ್ಳಲು ಸ್ನಾತಕೋತ್ತರ ವಿಜ್ಞಾನ ಪದವೀಧರನ್ನ ಆಹ್ವಾನಿಸಿ ಕೇಳಿದ್ದು ಈ ಪ್ರಶ್ನೆ. ನಂಗೆ ಆ ಪ್ರಶ್ನೆಗಳಿಗೆ ಉತ್ತರ ಗೊತ್ತಿಲ್ಲ. ಗೊತ್ತಿದ್ರೂ ಹೇಳ್ತಾ ಇರ್‍ಲಿಲ್ಲ. ಈಡಿಯಟ್ಸ್ ಅವ್ರ ರಸಿಕತೆಯ ಪ್ರದರ್ಶನ ನಮ್ಮಂಥವ್ರ ಮುಂದೆ" ಹೇಳುತ್ತ ಉರಿದುಬಿದ್ದ.

ಗಾಂಡೀವಿಗೆ ನಗು ಬಂದರೂ ನಗಲಿಲ್ಲ. ತಕ್ಷಣಕ್ಕೆ ಸೂರಿಗೆ ಒಂದು ಕೆಲಸದ ಅಗತ್ಯವಿತ್ತು. ಇಲ್ಲದಿದ್ದರೆ ಹುಚ್ಚನಾಗಿ ಮೆಂಟಲ್ ಆಸ್ಪತ್ರೆ ಸೇರುವುದೋ ಅಥವಾ ಶಿಥಿಲವಾಗಿ ಸಾವಪ್ಪುವುದೋ ನಡೆದುಹೋಗುತ್ತಿತ್ತು.

ಇಂಟರ್‌ವ್ಯೂ ಲೆಟರ್ ತೆಗೆದು ನೋಡಿದ ಗಾಂಡೀವಿ "ಗೆಟ್ ಅಪ್. ಇದೊಂದು ಪ್ರಯತ್ನ ಮಾಡೋದ್ರಲ್ಲಿ ತಪ್ಪಿಲ್ಲ" ಬಲವಂತದಿಂದ ಹೊರಡಿಸಿಕೊಂಡು ಹೊರಟ. ಸೂರಿಗೆ ತೀವ್ರವಾದ ನಿಶ್ಶಕ್ತಿ.

ಬಿಲ್ಡಿಂಗ್ ಮುಂದೆ ಇಳಿದ ಗಾಂಡೀವಿ ಎಚ್ಚರದಿಂದ ಅವನನ್ನು ಇಳಿಸಿಕೊಂಡು ಒಳಗೆ ಕರೆದೊಯ್ದ. ರಿಟನ್ ಟೆಸ್ಟ್.

ಹೊರಬಂದ ಮ್ಯಾನೇಜರ್ "ಇಲ್ಲಿ ಯಾವ್ದೇ ರೆಕಮಂಡೇಷನ್ ನಡ್ಯೋಲ್ಲ. ಎಬಿಲಿಟಿ ಇದ್ದ ಪರ್ಸನ್‌ನ ನಾವೇ ಆಯ್ಕೆ ಮಾಡ್ಕೋತೀವಿ. ಅವ್ನ ಮಿದುಳಿಗೆ ಹೊಂದೋಂಥ ಕೆಲ್ಸನ ನಾವೇ ನಿಗದಿಪಡ್ಸಿ ಸೆಲೆಕ್ಷನ್ ಲೆಟರ್ ಕಳ್ಸಿಕೊಡ್ತೀವಿ" ಹೇಳಿದ.

ಇಂಟರ್‌ವ್ಯೂಗೆ ಬಂದ ಅಭ್ಯರ್ಥಿಗಳಿಗೆಲ್ಲ ಕೊಶ್ಚನ್ ಪೇಪರ್ ಆನ್ಸರ್ ಶೀಟ್ಸ್ ಕೊಟ್ಟು ಹೋದರು. ಇವಕ್ಕೆಲ್ಲ ಉತ್ತರ ಬರೆಯಲು ಹದಿನೈದು ನಿಮಿಷಗಳು ನಿಗದಿಯಾಗಿತ್ತು. ಪ್ರತಿಯೊಬ್ಬರಿಗೂ ಬೇರೆ ಬೇರೆ ಪ್ರಶ್ನೆಗಳು.

ಸೂರಿಯ ಅನಾರೋಗ್ಯದ ವಿಷಯ ತಿಳಿಸಿ ಅವನ ಬಳಿ ಇರಲು ಪರ್ಮಿಷನ್ ಪಡೆದುಕೊಂಡ. ಮೊದಲ ಪ್ರಶ್ನೆ ಓದಿದ ಸೂರಿ ಕೈಯಾಡಿಸಿಬಿಟ್ಟ.

"ನಾನು ಹಿಸ್ಟರಿ ಸ್ಟೂಡೆಂಟ್ ಅಲ್ಲ" ಜೋಲು ಮುಖ ಮಾಡಿದ. ತಲೆಯ ಮೇಲೆ ಮೊಟಕಿ ನಂತರ ಓದಿದ 'ಅಲೆಗ್ಸಾಂಡರು ತನ್ನ ಮೂವತ್ತುಮೂರರ ಹರೆಯದಲ್ಲೆ ಸತ್ತ. ಇದಕ್ಕೆ ಪ್ರಬಲವಾದ ಕಾರಣಗಳೇನು?'

"ಬೇಗ ಬರೀ ಸೂರಿ, ಅವನ ಅತಿಯಾದ ಭೂದಾಹ, ವಿಪರೀತವಾದ ಮಹತ್ವಾಕಾಂಕ್ಷೆ. ಏಕಾಂಗಿತನ ಮರೆಯಲು ವಿಪರೀತ ಕುಡಿಯುತ್ತಿದ್ದ. ಬಿ ಕ್ವಿಕ್" ಅವಸರಿಸಿದ.

"ಮೈಕೆಲ್ ಜಾಕ್ಸನ್‌ನ ಪ್ರಸಿದ್ಧ ಧ್ವನಿಮುದ್ರಿಕೆ ಯಾವುದು?" ಎರಡನೆ ಪ್ರಶ್ನೆಗೂ ತಲೆ ಅಲ್ಲಾಡಿಸಿಬಿಟ್ಟ. "ನನ್ಕೈಲಿ ಇವಕ್ಕೆಲ್ಲ ಉತ್ತರ ಬರ್ಯೋಕ್ಕಾಗೋಲ್ಲ. ಎದ್ಹೋಗ್ತೀನಿ" ಹೊರಟವನನ್ನು ಹಿಡಿದು ಕೂಡಿಸಿದ.

"ಮೈಕೇಲ್ ಜಾಕ್ಸನ್‌ನ 'ಥ್ರಿಲ್ಲರ್' ಧ್ವನಿಮುದ್ರಿಕೆ ಅತ್ಯಂತ ಪ್ರಸಿದ್ಧವಾಗಿರೋದು. ಮೂರು ಕೋಟಿಗೂ ಹೆಚ್ಚು ಮುದ್ರಿಕೆಗಳು ಮಾರಾಟವಾಗಿದೆ" ಗಟ್ಟಿಯಾಗಿ ಅವನ ತಲೆಗೆ ಹೋಗುವಂತೆ ಹೇಳಿ ಬರೆಸಿದ.

ಮೂರನೆಯ ಮುಖ್ಯ ಪ್ರಶ್ನೆಗೆ ಅವನಿಗೆ ಉತ್ತರ ಗೊತ್ತಿತ್ತು. 'ಆಟಗಾರ ಪಿಲೆಯಾಗಲಿ ಮಾರ್ಡೊನಾ ಆಗಲಿ ನಾನು ಶಿಳ್ಳೆ ಊದುತ್ತೇನೆ. ನಾನು ಇಲ್ಲಿ ಅಂಪೈರ್' ಎಂದು ತಮ್ಮನ್ನ ಸಮರ್ಥಿಸಿಕೊಂಡ ವಿಶಿಷ್ಟ ವ್ಯಕ್ತಿ ಭಾರತದ ಚುನಾವಣಾ ಅಧಿಕಾರಿ ಟಿ.ಎನ್.ಶೇಷನ್ 'ಟೆಲಿಗ್ರಾಫ್' ಪತ್ರಿಕೆಯ ಸಂದರ್ಶನದಲ್ಲಿ ತಮ್ಮನ್ನು ಒಬ್ಬ ನಿಷ್ಠಾವಂತ ಅಂಪೈರ್‌ಗೆ ಹೋಲಿಸಿಕೊಂಡಿದ್ದರು.

ನಾಲ್ಕನೇ ಪ್ರಶ್ನೆ ತುಂಬ ಸರಳವಾಗಿತ್ತು. ಆದರೆ ಸೂರಿಗೆ ಉತ್ತರ ಗೊತ್ತಿರಲಿಲ್ಲ. 'ಭಾರತದಲ್ಲಿ ಅತಿ ದೊಡ್ಡ ವಸ್ತು ಸಂಗ್ರಹಾಲಯ ಎಲ್ಲಿದೆ?' ಮುಖ ಬೆಳ್ಳಗೆ ಮಾಡಿ ಗಾಂಡೀವಿಯೆಡೆ ನೋಡಿದ. 'ಕಲ್ಕತ್ತಾದ ಇಂಡಿಯನ್ ಮ್ಯೂಜಿಯಂ' ಉಸುರಿ ಅವನ ಸಮಸ್ಯೆ ಪರಿಹರಿಸಿದ.

ವಿಜ್ಞಾನಕ್ಕೆ ಸಂಬಂಧಪಟ್ಟ ಪ್ರಶ್ನೆಗಳಿಗೆ ಸರಳವಾಗಿ ಉತ್ತರಿಸಿದ. ಕೊನೆಯ ಎರಡು ಪ್ರಶ್ನೆಗಳಿಗೆ ತೀರಾ ಮಂಕಾದ. 'ಮನುಜ ಮತ, ವಿಶ್ವ ಪಥ' ಎಂದ ರಾಷ್ಟ್ರಕವಿ ಯಾರು? ಶ್ರದ್ಧಾವಾನ್ ಲಭತೇ ಜ್ಞಾನಂ ಅಂದರೆ ವಿದ್ಯೆ ಅಥವಾ ಜ್ಞಾನದ ಸಂಪಾದನೆಗೆ ಶ್ರದ್ಧೆ ಬೇಕು ಎಂದಿದೆ ಸರ್ವ ಶ್ರೇಷ್ಠ ಕೃತಿ ರತ್ನ. ಅದು ಯಾವುದು? ಒಂದಿಷ್ಟು ವಿವರದ ಅಗತ್ಯವಿದೆ.

"ಗೊತ್ತಿಲ್ವಾ?" ಆಶ್ಚರ್ಯದಿಂದ ಕೇಳಿದ ಗಾಂಡೀವಿ. ಅವನಿಗೆ ಗಾಬರಿ, ಆತಂಕ,

ಎರಡನ್ನು ಮೀರಿಸುವಂಥ ದಿಗ್ಭ್ರಮೆ "ಇಲ್ಲ..." ಅವನ ದನಿಯಲ್ಲಿ ಸ್ಪಷ್ಟತೆ ಇತ್ತು.

ಸಹಾನುಭೂತಿಯಿಂದ ಅವನನ್ನ ನೋಡಿದ. "ಅನ್ಯೋನ್ಯ ಮಾನವತಾವಾದಿ ರಾಷ್ಟ್ರಕವಿ ಕುವೆಂಪು. ಅವ್ರ ವಿಶ್ವ ಮಾನವ ಸಂದೇಶದ ಒಂದು ಸಾಲು. ಜ್ಞಾನದ ಬಗೆಗಿನ ಈ ವ್ಯಾಖ್ಯಾನ ಭಗವದ್ಗೀತೆಯದು. ಕುರುಕ್ಷೇತ್ರದಲ್ಲಿ ಇದರ ಹುಟ್ಟು" ವಿವರಿಸಿದವನು ಹೊರಗೆ ಬಂದುಬಿಟ್ಟ.

ಎಂ.ಎಸ್‌ಸಿ.ಯಲ್ಲಿ ಕ್ಲಾಸ್ ಪಡೆದ ವಿದ್ಯಾರ್ಥಿ ಸೂರಿ. ಕ್ಲಾಸ್ ಪಡೆದಿದ್ದ. ಸರ್ಟಿಫಿಕೇಟ್ ಇತ್ತು. ಆದರೆ ಭಾರತದಲ್ಲಿ ಹುಟ್ಟಿ ಭಗವದ್ಗೀತೆಯ ಬಗ್ಗೆ ಗೊತ್ತಿಲ್ಲ. ರಾಷ್ಟ್ರಕವಿ ಕುವೆಂಪು ಅವರ ವಿಶ್ವಮಾನವ ಸಂದೇಶ ಓದಿಲ್ಲ. ಅವೆರಡು ಎಲ್ಲರನ್ನು ತಲುಪುವದು ಯಾವಾಗ? ತಲೆ ಕೆಟ್ಟಂತಾಯಿತು ಅವನಿಗೆ.

ಕಾಂಪೌಂಡ್‌ನ ಅಂಚಿಗಿದ್ದ ಮರದ ಕೆಳಗೆ ನಿಂತು ಅದರ ರೆಂಬೆ ಕೊಂಬೆಗಳನ್ನು ದಿಟ್ಟಿಸತೊಡಗಿದ. ಮಂಜಯ್ಯ ನೆನಪಾದರು. ಗ್ರಾನೈಟ್ ಬಿಜಿನೆಸ್. ಮಾಲೀಕರಲ್ಲಿ ಇವರೊಬ್ಬ ಪಾರ್ಟನರ್. ಅದಕ್ಕಿಂತ ಅವರ ವ್ಯವಹಾರವೇ ಬೇರೆಯದಿದೆಯೆನ್ನಿಸಿತು. ಸ್ಮಗ್ಲಿಂಗ್, ಅಂಡರ್‌ಗ್ರೌಂಡ್ ಬಿಜಿನೆಸ್, ಅಂಡರ್‌ವರ್ಲ್ಡ್ ಜನರ ಸಂಪರ್ಕ ಸಹಾಯ, ಸಹಕಾರ – ಇಂಥದ್ದೇಯೆಂದು ಅರ್ಥೈಯಿಸಿಕೊಳ್ಳುವುದಾಗಲಿಲ್ಲ ಅವನಿಂದ. ಅಂತೂ ಕುತೂಹಲಕಾರಿ ಸಂಸಾರ.

ಕಾಲೆಳೆದು ಹಾಕುತ್ತ ಬಂದು ಅವನ ಮುಂದೆ ನಿಂತ ಸೂರಿ "ಹೊಟ್ಟೆಯಲ್ಲಿ ವಿಪರೀತ ಸಂಕ್ಟ. ಈ ಶರೀರದ ತೂಕನ ಕಾಲುಗಳು ಎಳೆಯಲಾರವು" ಎಂದ. ಅವನಿಗೆ ಇಂಟರ್‌ವ್ಯೂ ಬಗ್ಗ ಅನಾಸಕ್ತಿ.

ಅವನೊಂದಿಗೆ ಸಮೀಪದ ಹೋಟಲ್‌ಗೆ ನಡೆದ. ಒಂದಿಷ್ಟು ಊಟದ ಹೊತ್ತು ಮೀರಿದ್ದರೂ 'ಮೀಲ್ಸ್' ಗೆ ಆರ್ಡರ್ ಮಾಡಿ ಕೂತ. ಸೂರಿಯ ದೃಷ್ಟಿ ಶೂನ್ಯದಲ್ಲಿತ್ತು. ತಂದಿಟ್ಟ ನೀರನ್ನು ಗಟಗಟ ಕುಡಿದ.

"ಹೇಗೂ ಈ ಇಂಟರ್‌ವ್ಯೂನಲ್ಲಿ ಚೆನ್ನಾಗಿ ಮಾಡಿದ್ದೀಯ. ನಿಂಗೆ ಕೆಲ್ಸ ಸಿಕ್ಕುತ್ತೆ." ಭರವಸೆಯ ಮಾತಾಡಿದ ಗಾಂಡೀವಿ. ಅವನಲ್ಲೇನು ಉತ್ಸಾಹ ಮೂಡಲಿಲ್ಲ. ತುಟಿಯಂಚಿನಲ್ಲಿ ವ್ಯಂಗ್ಯ, ನೋವು, ನಿರಾಶೆ ಬೆರೆತ ಕಿರು ನಗುವೊಂದು ಮೂಡಿ ಮರೆಯಾಯಿತು.

ಊಟ ತಂದಿಟ್ಟ ಕೂಡಲೇ ಗಬಗಬ ಊಟ ಮಾಡತೊಡಗಿದ. ಅನ್ನ ಕಂಡು ಎಷ್ಟು ದಿನವಾಯಿತೋ ಎನ್ನುವ ಆತುರ ಕಂಡುಬಂತು ಅವನು ತಿನ್ನುವ ರೀತಿ ನೋಡಿ. ಸಂಕಟದಿಂದ ಒದ್ದಾಡಿದ ಗಾಂಡೀವಿ. ವಿಷಯ, ಪ್ರಸಕ್ತಿಗಳು ಬೇರೆಯಾದರೂ ಒಂದೇ ನಾವೆಯ ಪ್ರಯಾಣಿಕರೆನಿಸಿತು. ಇಂಥ ಯುವಕರು ಎಷ್ಟು ಮಂದಿಯೋ! ಎಲ್ಲೆಲ್ಲಿ ಹಂಚಿ ಹೋಗಿ ಕೊನೆಗೆ ಯಾವ ಮಟ್ಟ ಮುಟ್ಟುತ್ತಾರೋ. ಈ ನಿರುಪಯುಕ್ತ ಜನ ನಾಳಿನ ಸಮಾಜಕ್ಕೊಂದು ಶಾಪ. ಸರ್ಕಾರಕ್ಕೊಂದು ಸವಾಲ್. ಕೆಲವು ಘಾತುಕರ ಬಲಗೈ. ಇವರೆಲ್ಲರ ಮುಕ್ತಾಯ ದುರಂತದಲ್ಲಿ!

ಇಬ್ಬರು ಹೊರಗೆ ಬಂದರು. ಸ್ವಲ್ಪ ಕಳೆಮೂಡಿದಂತೆ ಮೈಯಲ್ಲಿ ಶಕ್ತಿ ತುಂಬಿಕೊಂಡಂತೆ ನಾಲಿಗೆಗೆ ಜೀವ ಬಂದಂತೆ ಒಂದೊಂದೇ ಮಾತು ಆಡತೊಡಗಿದ ಸೂರಿ.

ತಾಯಿಯ ಬೆರಳಿನಿಂದ ಕಷ್ಟಪಟ್ಟು ತೆಗೆದುಕೊಟ್ಟ ಉಂಗುರವನ್ನು ಮೆಕ್ಯಾನಿಕ್‌ಗೆ ಗುರುದಕ್ಷಿಣೆಯಾಗಿ ಕೊಟ್ಟು ಡ್ರೈವಿಂಗ್ ಕಲಿತಿದ್ದ. ಆ ಸಮಯದಲ್ಲಿ ಕಲ್ಲಾಗಿದ್ದ ಗಾಂಡೀವಿ ನೆನಪಾಗಿ ಅವನ ಹೃದಯ ದುಃಖದಿಂದ ಹನಿಯತೊಡಗಿತು.

ರೂಮಿಗೆ ಬಂದಾಗ ಸಂಪತ್ ಇವರಿಗಾಗಿ ಕಾದಿದ್ದ. "ಹೇಗಾಯ್ತು. ಇಂಟರ್‌ವ್ಯೂ?" ಕೇಳಿದ. ಆ ಬಗ್ಗೆ ಕೈಯಾಡಿಸಿದರು. "ಊಟ ಮಾತ್ರ ಚೆನ್ನಾಗಿತ್ತು. ಹೊಟ್ಟೆ ತುಂಬ ಊಟ ಮಾಡ್ದೇ" ಹೇಳಿದ ಸೂರಿ. ನಾಚಿಕೆ, ಸಂಕೋಚ ಅವನಿಂದ ಸ್ವಲ್ಪ ಸರಿದಿತ್ತು. ಪೂರ್ತಿ ಮರೆಯಾಗಿ ಬಿಡುವ ದಿನ ದೂರವಿಲ್ಲವೆನಿಸಿತು. ಇದೊಂದು ಬೀಭತ್ಸ್ಯದುರಂತ.

ಮತ್ತೆ ಪ್ರಶ್ನಿಸಲಿಲ್ಲ ಸಂಪತ್.

ಆರಾಮಾಗಿ ಗೋಡೆಗೊರಗಿ ಕೂತ ಗಾಂಡೀವಿ "ಬಹುಶಃ ನೀನು ಊಟ ಮಾಡಿಲ್ಲ. ಮಾಡಿದ್ದು ತಗೊಂಡ್ಬಾ. ಆರಾಮಾಗಿ ಹರಟುತ್ತ ತಿನ್ನೋಣ" ಹೇಳಿದ. ಮತ್ತೆ ಮರೆತಂತಾಗಿತ್ತು ಅವನಿಗೆ. ಈಗ ಆರಾಮಾಗಿ ಮಾತಾಡುತ್ತಿದ್ದರೆ ಸ್ವರ್ಗದಲ್ಲಿ ವಿಹರಿಸಿದಂತಿತ್ತು.

ಅನ್ನ ಮಾಡಿ ಅರಿಶಿನ ಸೇರಿಸಿ ಒಗ್ಗರಣೆ ಹಾಕಿದ್ದ ಚಿತ್ರಾನ್ನವೆಂದು. ಕೊತ್ತಂಬರಿ, ಹಸಿ ಮೆಣಸಿನಕಾಯಿಯ ಚೂರುಗಳು ಅಲ್ಲಲ್ಲಿ ಸಿಕ್ಕು. ಉಪ್ಪು ಹದವಾಗಿ ಬೆರೆತಿದ್ದರಿಂದ ತಿನ್ನಲು ಸಹನೀಯವಾಗಿತ್ತು.

"ತುಂಬ ಚೆನ್ನಾಗಿದೆ" ಮನದುಂಬಿ ಹೇಳಿದ ಗಾಂಡೀವಿ. ನಾರಾಯಣ ಧಾರಾಳವಾಗಿ ಬಡಿಸುತ್ತಿದ್ದ. ವಿಚಾರಿಸುತ್ತಿದ್ದ. ಈ ಅನ್ನದ ರುಚಿ ಆ ಊಟಕ್ಕೆ ಇರಲಿಲ್ಲ. "ಪರ್‌ಫೆಕ್ಟ್ ಕುಕ್. ಕೆಲ್ಸ ಸಿಗ್ಲಿಲ್ಲಾಂದ್ರೆ ಒಂದು ದರ್ಶಿನಿ ಶುರು ಮಾಡಿದ್ರಾಯ್ತು. ನಗೆಯಾಡಿದ. ಹಾಸ್ಯವಲ್ಲ. ವ್ಯಂಗ್ಯವಲ್ಲ. ಬದುಕಿಗೆ ಹಿಡಿದ ಕನ್ನಡಿ.

ಸೂರಿ ತಕ್ಷಣ ಪ್ರತಿಕ್ರಿಯಿಸಿದ "ಸದ್ಯ ಹಾಗಾದ್ರೂ ಇಂಟರ್‌ವ್ಯೂ ಇಲ್ದೇ ಒಂದು ಕೆಲ್ಸ ಕೊಡಿ. ನಂಗೇನು ಡಿಗ್ನಿಟಿ ಆಫ್ ಲೇಬರ್ ಇಲ್ಲ. ಅಡ್ಗೆ ಕೆಲ್ಸ ಬರ್ದಿದ್ರೆ ತಟ್ಟೆ, ಲೋಟ ತೊಳೆಯೋಂಥದ್ದು. ತಿಂಡಿ ಸಪ್ಲೈ ಅಂಥದ್ದು ಬಹಳ ಸಿನ್ಸಿಯರಾಗಿ ಮಾಡ್ತೀನಿ" ಎಂದ. ಅವನ ದನಿಯಲ್ಲಿ ಕಿಂಚಿತ್ ಆಶಾಭಾವ ಇತ್ತು. ಸದ್ಯಕ್ಕೆ ಅವನ ಹೊಟ್ಟೆ ತುಂಬಿಸುವಂಥ ಕೆಲಸ ಸಾಕಿತ್ತು.

ಹಣೆ ಗಟ್ಟಿಸಿಕೊಂಡ ಸಂಪತ್. ತಿನ್ನುತ್ತಿದ್ದ ಗಾಂಡೀವಿಯ ನೆತ್ತಿ ಹತ್ತಿ ಕಣ್ಣು, ಮೂಗಿನಲ್ಲಿ ನೀರು ತುಂಬಿಕೊಂಡಿತ್ತು. ನೆತ್ತಿ ತಟ್ಟಿದ ಸೂರಿ ತಟ್ಟನೆ ಅಂದ.

"ನಿಮ್ಮಮ್ಮ ನೆನಸ್ಕೋತಿರ್ಬೇಕು"

ಗಾಂಡೀವಿ ಎದ್ದುಬಿಟ್ಟ, ಇನ್ನ ತಿನ್ನುವುದು ಸಾಧ್ಯವಿಲ್ಲ ಅವನಿಂದ. ಸಂಜೆಯವರೆಗೂ ಅಲ್ಲೇ ಇದ್ದವ ಬೀಳ್ಕೊಟ್ಟು ಹೊರಟಾಗ ಸಂಪತ್ ಹಿಂಬಾಲಿಸಿದಾಗ ತಡೆದ.

"ಬೇಡ, ನಾನ್ಹೋಗ್ತೀನಿ" ಎಂದವ ಜೇಬಿನಲ್ಲಿದ್ದ ಹಣದಲ್ಲಿ ಒಂದೈದು ನೂರಿನ

ನೋಟುಗಳನ್ನು ತೆಗೆದು ಅವನ ಜೇಬಿನಲ್ಲಿಟ್ಟ. "ಪ್ಲೀಸ್ ಸಂಪತ್, ಓದಿನ ಬಗ್ಗೆ ವಿರಕ್ತಿ ಬೇಡ. ಅದು ನೀಡೋ ತೃಪ್ತಿ. ಸಂತೋಷಕ್ಕೆ ಯಾವ್ದೂ ಸಮನಲ್ಲ. ಪ್ಲೀಸ್ ಸೂರಿನ ನೆಗ್ಲೆಕ್ಟ್ ಮಾಡೋದ್ಬೇಡ. ಬರ್ತೀನಿ. ಆಗ ಮಾತಾಡೋಣ" ಎಂದ ಭಾರವಾದ ಹೃದಯದಿಂದ.

ಅವನೆರಡು ಕೈಗಳನ್ನ ಹಿಡಿದುಕೊಂಡ ಸಂಪತ್ "ನೀನು ಅಲಂಕಾರ್‌ಗೆ ಏನ್ಮಾಡಿದ್ದೇಂತ ನಿನ್ಮೇಲೆ ಸೇಡು ತೀರ್‍ಸಿಕೊಂಡ? ಒಂದು ದಿನ ಕೊಚ್ಚಿಹಾಕ್ಬಿಡ್ತೀನಿ" ಆವೇಶದಿಂದ ಹಲ್ಲುಗಳನ್ನ ಕಡಿದ.

"ತೀರಾ ಎಮೋಷನಲ್ ಆಗೋದ್ಬೇಡ. ಹೊಡೀ, ಬಡೀ, ಕೊಚ್ಚು, ಕೊಲ್ಲು ಇದು ತೀರಾ ಅಸಂಸ್ಕೃತಿ. ಅದಕ್ಕಾಗಿ ವಿಶ್ವವಿದ್ಯಾಲಯಗಳ ಮೆಟ್ಟಲು ಹತ್ತಬೇಕಿಲ್ಲ. ನಾನು ಕೊಡೋ ಪೆಟ್ಟಿನ ರೀತಿಯೇ ಬೇರೆ. ಬೀ ಕಾಮ್" ಭುಜ ತಟ್ಟಿದ.

"ಎಲ್ಲಿದ್ದೀಯಾ. ಏನು ಕೆಲ್ಸ?" ಕೇಳಿದ.

ಗಾಂಡೀವಿ ಮುಖ ತೀರಾ ಗಾಂಭೀರ್ಯ ಆವರಿಸಿಕೊಂಡಿತು. ಆಯ್ದುಕೊಂಡ ಅಜ್ಞಾತವಾಸ, ಬೇರೆಯವರಿಗೆ ಸುಳಿವು ನೀಡಲಾರ.

"ಪರ್ಮನೆಂಟೇನಲ್ಲ. ಸದ್ಯಕ್ಕೆ ಆ ವಿಷ್ಯ ಬೇಡ. ಆಗಾಗ ನಾನೇ ಬಂದು ಭೇಟಿ ಮಾಡ್ತೀನಿ" ಅವನನ್ನ ಅಲ್ಲೇ ತಡೆದು ಗಾಂಡೀವಿ ಹೊರಟ.

* * *

ಅಂದು ಹೋಟಲ್‌ಗೆ ಹೋದ ಕಾರು ಹಿಂದಿರುಗಿ ಬಂತು. ಯಾವುದೇ ಅತಿಥಿ ಬರಲಿಲ್ಲ. ಮಂಜಯ್ಯ ಆತುರಾತುರವಾಗಿ ಇಳಿದು ಹೋದರು ಒಳಕ್ಕೆ.

ಪೂರ್ಣ ಕತ್ತಲೆಯ ಹತ್ತರ ಸಮಯ. ನವೆಂಬರ್ ತಿಂಗಳ ಕೊನೆ. ನಡುಗಿಸುವಂಥ ಚಳಿ. ಎರಡು ದಿನದಿಂದ ಮೋಡ ಕವಿದುಕೊಂಡು ವಾತಾವರಣವನ್ನ ತೀರಾ ತಂಪಾಗಿಸಿತ್ತು.

ಕಾರಿನಿಂದ ಇಳಿದ ಗಾಂಡೀವಿ ಎರಡು ಅಂಗೈಗಳನ್ನ ಉಜ್ಜಿ ಬಿಸಿ ಮಾಡಿಕೊಂಡ. ಒಳಗಿನ ಸಂವಾದ ಅಸ್ಪಷ್ಟವಾಗಿ ಕೇಳಿಸುತ್ತಿತ್ತು. "ಗೋ ಟು ಹೆಲ್. ನಾನ್ಹೋಗೋಲ್ಲ. ಲೀವ್ ಮಿ" ದನಿಯೇರಿತ್ತು ಮೇಡಮ್‌ನವರದು. ಅಂದರೆ ಮಂಜಯ್ಯನವರ ಶ್ರೀಮತಿ ಸರಸುದು. ಆಗಾಗ ಸ್ವಾತಿ ಎನ್ನುವ ಸಂಬೋಧನೆ ಯಜಮಾನರ ಬಾಯಲ್ಲಿ ಕೇಳಿ ಬರುತ್ತಿತ್ತು. ಎರಡನೆಯದು ಪ್ರೀತಿ. ಮುದ್ದಿಗೆ ಇಟ್ಟುಕೊಂಡ ಹೆಸರಿರಬೇಕು.

"ಕೆಲವು ವಿಷ್ಯಗಳಲ್ಲಿ, ಕೆಲವರ ಬಗ್ಗೆ ಕಾಂಪ್ರಮೈಸ್ ಆಗತ್ಯ. ನಮ್ಮ ಈಗಿನ ಸ್ಥಿತಿ ಉಳ್ಸಿಕೋಬೇಕೂಂದರೆ ಕೆಲವುದಿನ ಇದೆಲ್ಲ ಅಗತ್ಯ. ನಿಂಗ್ಯಾಕೆ ಅರ್ಥವಾಗೋಲ್ಲ" ಸ್ವಲ್ಪ ಯಜಮಾನರ ದನಿ ಕೂಡ ಏರಿತು.

"ನಾನಂತು ಹೋಗೋಲ್ಲ" ಹಟವಿತ್ತು ಆಕೆಯ ದನಿಯಲ್ಲಿ. "ನಂಗೆ ಇವೆಲ್ಲ ಸಾಕಾಗಿದೆ. ಫೂಲಿಷ್... ಸ್ಯಾಡಿಸ್ಟ್, ಅವ್ನ ಕೆಟ್ಟ ಚೇಷ್ಟೆಗಳಿಗೆ ನನ್ನನ್ನ ಒಡ್ಡಿಕೊಳ್ಳಾರೆ."

ಗಂಡ ಹೆಂಡತಿಯ ಮಧ್ಯೆ ಸಣ್ಣ ಸಮರ ನಡೆದು ಫೋನ್ ಬಂದಿದ್ದರಿಂದ

ಮುಕ್ತಾಯವಾಯಿತು. ಹೊರಗೆ ಬಂದ ಮಂಜಯ್ಯ ಮೆಲುವಾಗಿ ಹೇಳಿದರು.

"ಈಗ ಹೋಗಿದ್ದೇವಲ್ಲ. ಆ ಹೋಟಲ್‌ಗೆ ಹೋಗು" ಅವರು ಪೂರ್ತಿ ಮಾಡುವ ಮುನ್ನ ನಾರಾಯಣ ಬಂದು 'ಫೋನ್' ಬಂದಿರುವ ವಿಷಯ ತಿಳಿಸಿದ. ಹತ್ತು ನಿಮಿಷದ ನಂತರ ಹೊರಬಂದ ಅವರು "ಕಾರು ಷೆಡ್‌ನಲ್ಲಿ ನಿಲ್ಸಿ, ಊಟ ಮಾಡಿ ಹೋಗಿ ಮಲಕ್ಕೋ" ತಿಳಿಸಿದರು. ಅವರಿಗೆ ಇವನು ಮೆಚ್ಚಿಗೆಯಾಗಿದ್ದ. ಹಿಂದಿದ್ದ ಡ್ರೈವರ್‌ಗಳ ಹಾಗೆ ಕುತೂಹಲವಿಲ್ಲ. ಅವನದು ಯಾವುದೇ ಬೇಡಿಕೆಗಳಿಲ್ಲ. ಹೇಳಿದಷ್ಟೇ ಕೆಲಸ. ಅದು ಅಚ್ಚುಕಟ್ಟಾಗಿ.

ಮುಂಬಯಿನ ವಾಸುದೇವ್ ಎರಡು ಪೆಗ್ ನಂತರ ಅಂದಿದ್ದರು "ಎಂಥ ಡ್ರೈವರ್‌ನ ಹಿಡಿದಿದ್ದೀಯಾ! ಹಣಕ್ಕಾಗಿ ಕಾಡೋರಿದ್ದಾರೆ. ಇವ್ನಿಗೆ ಅದ್ರ ಆಸೆನೇ ಇದ್ದಂಗಿಲ್ಲ. ರುದ್ರಾಕ್ಷಿ ಹಾಕ್ಸಿ ಹಿಮಾಲಯಕ್ಕೆ ಕಳ್ಸೋಣ" ಗಹಗಹಿಸಿದ್ದರು. ಇದೆಲ್ಲದರಿಂದ ಅವನು ಅವರ ದೃಷ್ಟಿಯಲ್ಲಿ ಮೇಲೇರಿದ್ದ.

ಕಾರನ್ನೊರೆಸಿ ಷೆಡ್‌ನಲ್ಲಿ ನಿಲ್ಲಿಸಿ ಬೀಗ ಹಾಕುವ ವೇಳೆಗೆ ಪುಟ್ಟ ಮಾರುತಿ ನಿಂತು ಯಾರನ್ನೋ ಇಳಿಸಿ ಮಾಯವಾಯಿತು.

"ನಿಮ್ಕೆಲ್ಸವೆಲ್ಲ ಆಗಿದೆ. ಸಹಿ ಹಾಕ್ಸಿ ಕೊಟ್ಟಿದ್ದೀನಿ. ಒಂದಿಷ್ಟು ಕೋ–ಆಪರೇಷನ್ ಇರ್ಲಿ" ಒಬ್ಬ ವ್ಯಕ್ತಿ ಮಂಜಯ್ಯನವರೊಂದಿಗೆ ಹೇಳಿಕೊಂಡು ಒಳಕ್ಕೆ ಹೋದ. ಇವರೆಲ್ಲ ಯಾರು?

ಜಿಜ್ಞಾಸೆಯಿಂದ ನರಳಿದರೂ ಮಿದುಳಿನಿಂದ ಆ ವಿಷಯವನ್ನು ಹೊರತಳ್ಳಿ ಔಟ್‌ಹೌಸ್‌ಗೆ ಹೋದ. ಅರ್ಧ ಗಂಟೆಯ ನಂತರ ಬಂದ ನಾರಾಯಣ್ ಕ್ಯಾರಿಯರ್ ಹಿಡಿದು.

"ನಂಗೊಂದಿಷ್ಟು ಕೆಲ್ಸ ಇದೆ. ನೀನು ಊಟ ಮಾಡ್ಕೋ" ಹೇಳಿ ಹೋದ ಅವಸರದಿಂದ. ಆ ಮನೆಗೆ ನಿಷ್ಠೆಯುಳ್ಳವನು, ಪ್ರಾಮಾಣಿಕ. ಮಂಜಯ್ಯ ಊರಿನಿಂದ ಅವನನ್ನು ಕರೆತಂದಿದ್ದ. "ಕೆಲ್ಸದವನು ಅಂತೇನಿಲ್ಲ. ಮನೆಯವ್ನೇ" ಎಂದು ಆಗಾಗ ಹೇಳಿದನ್ನ ಕೇಳಿದ್ದ ಗಾಂಡೀವಿ.

ಅತಿಥಿ ಬಂದಾಗ ಫೈವ್ ಸ್ಟಾರ್ ಹೋಟಲ್‌ನಿಂದಲೇ ಊಟದ ಕ್ಯಾರಿಯರ್‌ಗಳು ಬರುತ್ತಿದ್ದುದು. ಒಂದು ರೀತಿ ಒಗಟಿನಂತೆ ತೋರುತ್ತಿತ್ತು ಅವನಿಗೆ.

ಕ್ಯಾರಿಯರ್ ಬಿಚ್ಚುವ ಸುದ್ದಿಗೆ ಕೂಡ ಹೋಗದ ಗಾಂಡೀವಿ ಎರಡು ಲೋಟ ನೀರು ಕುಡಿದು ಆರಾಮಾಗಿ ಮಲಗಿದ. ಮುಂದೇನು? ಇದೇ ರೀತಿ ದಿನ ತಳ್ಳುವುದೇ? ಸೂಕ್ತ ಸಮಯಕ್ಕಾಗಿ ಕಾಯಬೇಕೆನಿಸಿತು.

ಒಂದು ಗಂಟೆಯ ನಂತರ ಬಂದ ನಾರಾಯಣ "ವೇಲು... ವೇಲು, ಯಾಕೆ ಊಟ ಮಾಡಿಲ್ಲ?" ತೋಳಿಡಿದು ಅಲುಗಾಡಿಸಿದ. ಎದ್ದು ಕೂತವ ಬೇಡವೆಂದು ಸನ್ನೆ ಮಾಡಿದ.

ಸ್ವಲ್ಪ ಖುಷಿಯಾಗಿದ್ದ. ಅವನು ಹೆಚ್ಚು ಇಷ್ಟಪಡುವ ಫ್ರೆಂಚ್ ವಿಸ್ಕಿ ಸಿಕ್ಕಿತ್ತು ಅನ್ನೋದಕ್ಕಿಂತ ಉಳಿಸಿಕೊಂಡಿದ್ದ. ಡ್ರಿಂಕ್ಸ್ ಬಗ್ಗೆ ಥೀಸಿಸ್ ಬರೆಯುವಷ್ಟು ಮಾಹಿತಿ ಇತ್ತು ಅವನ ಬಳಿ.

"ಬಹಳ ಟೇಸ್ಟಾಗಿದೆ, ಒಂದಿಷ್ಟು ಟೇಸ್ಟ್ ನೋಡಿಯಾಗಿದೆ. ಚಿಕನ್... ಚಿಕನ್..." ಕ್ಯಾರಿಯರ್ ಮುಚ್ಚಳ ತೆಗೆದಾಗ ಗಾಂಡೀವಿ ಮಲಗಿ ಗೋಡೆಯ ಕಡೆ ಮಗ್ಗುಲಾದ, ತಿನ್ನಲಾರ.

ಹೆಚ್ಚು ಬಲವಂತ ಮಾಡದೆ ಇಡೀ ಕ್ಯಾರಿಯರ್ ಖಾಲಿ ಮಾಡಿ ಬಾಟಲು, ಗ್ಲಾಸ್ ಹಿಡಿದುಕೊಂಡ.

"ಏಯ್ ವೇಲು. ಈಗ್ಲಾದ್ರೂ ಕಂಪನಿ ಕೊಡು" ಕೂಗಿದ. ಅಲುಗಾಡಿಸಿದ. ಏಳುವವರೆಗೂ ಬಿಡಲಿಲ್ಲ. ಗ್ಲಾಸಿಗೆ ಬಗ್ಗಿಸಿ ಅವನತ್ತ ನೀಡಿದ. 'ಬೇಡ'ವೆಂದು ಕೆಳಗೆ ಕುಕ್ಕುವಂತೆ ಇಟ್ಟ. 'ನಾನು ಕುಡ್ಯೋಲ್ಲ' ಸನ್ನೆಯಿಂದ ಹೇಳಿ ಮಲಗಿದ. ಅಂದು ಅವನು ಕುಡಿದ ನಂತರ ಅನುಭವಿಸಿದ್ದು ಮರ್ಮಘಾತುಕ ದಾರುಣ ಹಿಂಸೆ. ಮಿದುಳನ್ನು ಜಡ್ಡುಗಟ್ಟಿ ಅದರ ಎಲ್ಲಾ ಕ್ರಿಯೆಗಳನ್ನ ನಿಯಂತ್ರಿಸುವ ಅದು ಘೋರ ವಿಷವಾಗಿ ಕಂಡಿತು.

ನೈಮೀಪುರದಲ್ಲಿ ಅವರಿಗೆ ಅಂದರೆ ಅವರ ಮನೆತನದ ಬಗ್ಗೆ ಜನರಿಗೆ ವಿಪರೀತ ಗೌರವ. ಆಸ್ತಿ, ಐಶ್ವರ್ಯ, ದೊಡ್ಡಸ್ತಿಕೆಯಿಂದ ಸಂಪಾದಿಸಿದ್ದಲ್ಲ. ನೈತಿಕತೆಗೆ, ಒಳ್ಳೆಯತನಕ್ಕೆ ಸಿಕ್ಕ ಮರ್ಯಾದೆ. ತೋಟ, ಗದ್ದೆಗಳಲ್ಲಿ ಕೆಲಸ ಮಾಡುವ ಜನ ಕೂಡ ಅಯ್ಯರ್ ಬರುತ್ತಿದ್ದರೆಂದರೆ ಬೀಡಿ ಮುಟ್ಟುವ ಸಾಹಸ ಕೂಡ ಮಾಡಲಾರರು. ಹಿಂದಿನ ರಾತ್ರಿ ಕುಡಿದ ವ್ಯಕ್ತಿ ಮರುದಿನ ಅವರಿಗೆ ಮುಖ ತೋರಿಸಲು ಹಿಂಜರಿಯುತ್ತಿದ್ದ.

ಕುಡಿದ ನಾರಾಯಣ ತೊದಲತೊಡಗಿದಾಗ ಎದ್ದು ಕೂತ. ಏನೇನೋ ಹೇಳುತ್ತಿದ್ದ. ಕೆಲವು ಅಸಂಬದ್ಧ ವಿಷಯಗಳು ಇದ್ದವು. ಅಂತು ಈ ಮನೆಯಲ್ಲಿ ಎರಡು ಮಕ್ಕಳು ಇದ್ದವು. ಈಗ ಅವು ಬೋರ್ಡಿಂಗ್‌ನಲ್ಲಿದೆ ಎನ್ನುವುದು ಕೂಡ ತಿಳಿಯಿತು.

ಮಾರನೆಯ ದಿನ ಆ ವಿಷಯ ಪೂರ್ತಿ ದೃಢವಾಯಿತು. ಮಂಜಯ್ಯ ತಮ್ಮ ಹೆಂಡತಿಯ ಜೊತೆ ಮನೆ ದೇವರ ಪೂಜೆಗೆ ಹೋದಾಗ ಕಾರನ್ನು ಸರ್ವೀಸ್ ಮಾಡಿಸಿ ತಂದು ನಿಲ್ಲಿಸಿದಾಗ ಹೊರಗೆ ನಿಂತಿದ್ದ ನಾರಾಯಣ ಒಳಗೆ ಕರೆದ.

"ಔಟ್‌ಹೌಸ್‌ಗೇನು ಹೋಗ್ತೀಯಾ! ಇಲ್ಲೇ ಬಾ ಊಟಕ್ಕೆ" ಕರೆದ. ಅಂತು ಮಂಜಯ್ಯನ ನಂತರದ ಕಾರುಬಾರದಾರ ಅವನೇ. ಕೆಲವೊಮ್ಮೆ ಎರಡನೆಯ ಯಜಮಾನನಂತೆ ವರ್ತಿಸುತ್ತಿದ್ದ. "ಏಯ್ ವೇಲು. ಬಾ... ಬಾ, ಸದ್ಯ ಮಾತು ಬರ್‍ದಿದ್ರೂ ಕಿವಿಗಳು ಚುರುಕಾಗಿದೆ. ಅದು ನಿನ್ನ ಪುಣ್ಯ ಮಾತ್ರವಲ್ಲ. ಬೇರೆಯವ್ರ ಪುಣ್ಯ ಕೂಡ" ಒಳಗೆ ಹೋದ.

ವರಾಂಡ, ಒಂದಿಷ್ಟು ಮುಂದಿನ ಹಾಲ್‌ನ ಒಳಗೆ ಕಾಲಿರಿಸಿದ್ದನೇ ವಿನಹ ಒಳಗಿನ ಪೂರ್ತಿ ವೈಭವ ಕಂಡಿರಲಿಲ್ಲ. ಡೆಕೋರೇಟ್‌ಗಾಗಿಯೇ ಲಕ್ಷಾಂತರ ಸುರಿದಂತೆ ಕಂಡಿತು. ವಾಲ್ ಟು ವಾಲ್ ಕಾರ್ಪೆಟ್. ಫಳಫಳ ಹೊಳೆಯುವ ಹಿತ್ತಾಳೆಯ ವಾಚ್‌ಗಳಲ್ಲಿ ಅರಳಿ ನಿಂತ ಕೃತಕ ವಿವಿಧ ಜಾತಿಯ ಹೂ, ಎಲೆಗಳು, ಗೋಡೆಗಳನ್ನು ಅಲಂಕರಿಸಿದ್ದ ಪೈಂಟಿಂಗ್ಸ್ ಅತ್ಯಂತ ಕಲಾತ್ಮಕವಾಗಿ ಸಿಂಗರಿಸಿದ್ದರು.

ಮನೆಯ ಪ್ರತಿಯೊಂದು ಭಾಗವೂ ಫಳಪಳ ಎನ್ನುತ್ತಿತ್ತು. ನಾರಾಯಣ ಕೂಡ ಒಳ್ಳೆ ಮೂಡ್‌ನಲ್ಲಿದ್ದ. ಯಾಕೋ ಏನೋ ಡ್ರೈವರ್ ವೇಲು ಬಗ್ಗೆ ಒಳ್ಳೆಯ ಅಭಿಪ್ರಾಯ.

ಕಣ್ಣರಳಿಸಿ ನಿಂತಿದ್ದ ಗಾಂಡೀವಿಯನ್ನು ನೋಡಿ ನಗುತ್ತ "ವೇಲು, ಬಾ ಇಲ್ಲಿ..." ಕೂಗಿದ. ಹಿಂಜರಿದ. ಇಂಥ ಮುಂದುವರಿಕೆ ಮನೆಯ ಯಜಮಾನರಿಲ್ಲದಾಗ ಇಷ್ಟವಿಲ್ಲ. 'ಬೇಡ...' ಎನ್ನುವಂತೆ ತಲೆಯಾಡಿಸಿದ.

ನಾರಾಯಣ ಬಿಟ್ಟರೆ ತಾನೇ ಕೈ ಹಿಡಿದು ಎಳೆದೊಯ್ದ. ಲೋಟ, ಸ್ಪೂನ್, ತಟ್ಟೆಗಳೆಲ್ಲ ಬೆಳ್ಳಿಯವು. ಕೆತ್ತನೆ ಡೈನಿಂಗ್ ಟೇಬಲ್, ಕುರ್ಚಿಗಳು ತೀರಾ ಕಲಾತ್ಮಕ ರೂಪ ಪಡೆದಿತ್ತು.

"ಕೈ ತೊಳ್ದು ಕೂತ್ಕೋ. ಅನುಮಾನಿಸೋದ್ಬೇಡ. ನಿನ್ನಂಥ ವ್ಯಕ್ತಿಯಿಂದ ಇವೆಲ್ಲ ಪಾವನವಾಗ್ಬೇಕು. ಇಲ್ಲಿ ಬರೀ ಹಣದ ಸಂಪಾದ್ನೆಗೆ ಮಹತ್ವ" ಎಂದ ನಾರಾಯಣ ಅವನನ್ನು ಹಿಡಿದು ಛೇರ್ ಮೇಲೆ ಕೂಡಿಸಿದ.

ತೀರಾ ಭಯದ ವಾತಾವರಣವೆನಿಸಿತು ಅವನಿಗೆ. 'ಕೆಳ್ಗೇ ಕೂತ್ಕೋತೀನಿ' ಎನ್ನುವಂತೆ ದೈನ್ಯತೆಯ ಮುಖ ಮಾಡಿದಾಗ ನಾರಾಯಣನ ಕಣ್ಣುಗಳಲ್ಲಿ ಅಭಿಮಾನ ಮೂಡಿತು. 'ಸರಿ'ಯೆನ್ನುವಂತೆ ತಲೆಯಾಡಿಸಿದ.

ಎದುರುಬದುರಾಗಿ ಇಬ್ಬರು ಕೂತರು. ಗಟ್ಟಿ ಹುಳಿ, ಮೊಸರು, ಉಪ್ಪಿನಕಾಯಿಯ ಊಟ. ಲಕ್ಷಣವಾಗಿ ಹೊಟ್ಟೆ ತುಂಬ ತಿಂದ ಗಾಂಡೀವಿ. 'ಚೆನ್ನಾಗಿದೆ' ಎನ್ನುವ 'ಶಭಾಶ್‌ಗಿರಿ'ಯನ್ನು ಸನ್ನೆಯ ಮೂಲಕ ಕೊಟ್ಟ. ನಾರಾಯಣ ಉಬ್ಬಿಹೋದ. ಅವನಿಗೆ ಇಂದು ಮಾತನಾಡಬೇಕೆನಿಸಿತೇನೋ, ಈ ಮನೆಯ ಇನ್ನಷ್ಟು ವೈಭವ ತೋರಿಸಬೇಕೆಂದುಕೊಂಡ ಗಾಂಡೀವಿಯ ಕೈ ಹಿಡಿದು ಎಳೆದೊಯ್ದು ಒಂದು ಕೋಣೆಯ ಬೀಗ ಸರಿಸಿದ.

ಅತ್ಯಂತ ವಿಶಾಲವಾದ ಕೋಣೆ. ರಾಣಿಯ ಅಂತಃಪುರದಂತಿತ್ತು. ಅಮೃತಶಿಲೆಯ ಒಬ್ಬ ನಗ್ನ ಸುಂದರಿ ಸ್ನಾನ ಮಾಡುವ ಭಂಗಿಯ ಐದು ಅಡಿಯ ವಿಗ್ರಹ ಅತ್ಯಂತ ಆಕರ್ಷಕವಾಗಿತ್ತು. ಗೋಡೆಯ ಮೇಲಿನ ಕೆಲವು ಪೈಂಟಿಂಗ್ಸ್ ಸಾಂಪ್ರದಾಯಿಕವಾಗಿ ಕಂಡರೂ ಪ್ರೇಮದ ಉನ್ಮತ್ತದ ಪ್ರಣಯದ ಭಂಗಿಗಳು. 'ಮಂಜಯ್ಯ ಬಿಳಿಯ ಖದ್ದರಿನ ಪಂಚೆ, ಜುಬ್ಬಾದಲ್ಲಿ ಸರಳವಾಗಿ ಕಂಡರೂ ಮಹಾರಸಿಕ' ಎಂದುಕೊಂಡ. 'ಪರ್‍ವಾಗಿಲ್ಲ...' ಎನ್ನುವಂತೆ ನಗೆ ತುಳುಕಿಸಿದಾಗ ನಾರಾಯಣ ಹಣೆ ಗಟ್ಟಿಸಿಕೊಂಡ.

"ಅವ್ರ ರಸಿಕತೆ ಎಲ್ಲೆ ಮೀರಿಹೋಗಿದೆ. ಎಲ್ಲಿಗೆ ಮುಟ್ಟಿದೆ ಅಂದ್ರೆ... ಬೇಡ ಬಿಡು" ಒಂದು ತರಹ ಮಾತಾಡಿದ. ಬೇಸರವೋ, ವ್ಯಂಗ್ಯವೋ, ಜಿಗುಪ್ಸೆಯೋ, ಅಂತು ಅಭಿಮಾನ ಗೌರವ ಇರಲಿಲ್ಲ. ಅಂತು ಸರಳತೆಯ ಹಿಂದಿನ ವೈಭವದ ಮುಖದ ಪರಿಚಯ ಗಾಂಡೀವಿಗೆ.

ನಾಲ್ಕರ ಸುಮಾರಿಗೆ ನಾರಾಯಣ ಅವನ ಕೈಯಲ್ಲಿನ ಮ್ಯಾಗಝೀನ್ ಕಿತ್ತುಕೊಂಡ. "ನಿಂಗೆ ಚಿತ್ರಗಳನ್ನ ನೋಡೋದ್ರಲ್ಲೇ ಇಷ್ಟೊಂದು ಆಸಕ್ತಿ. ಅಕ್ಷರ ಒಂದಿದ್ರೆ ಎಷ್ಟೊಂದು ಚೆನ್ನಾಗಿತ್ತು. ಎಲ್ಲಾ... ಕರ್ಮ..." ಹಣೆ ಗಟ್ಟಿಸಿಕೊಂಡ. ದಿನಕ್ಕೆ ಒಂದೆರಡು ಸಲವಾದರೂ ಹಣೆಯ ಬಳಿ ಸರಿಯುತ್ತಿತ್ತು ಅವನ ಕೈ. ಅಭ್ಯಾಸವೇನೋ.

"ಯಜಮಾನ್ರಿಗೆ ಹೇಳಿದ್ದೀನಿ. ಒಂದಿಷ್ಟು ಎಸ್ಟೇಟ್‌ಗೆ ಹೋಗಿ ಬರೋದಿದೆ. ನಡೀ..."

ಹೇಳಿದ.

ಬಿಡುವಿನ ಸಮಯದಲ್ಲೆಲ್ಲ ಪೇಪರ್, ಪತ್ರಿಕೆಗಳನ್ನ ನೋಡುತ್ತಿದ್ದ. ಹಳೆಯ ಪೇಪರ್ ಪತ್ರಿಕೆಗಳನ್ನು ದಾಸ್ತಾನು ಮಾಡುತ್ತಿದ್ದುದು ಔಟ್‌ಹೌಸ್‌ನಲ್ಲಿಯೇ. ಇದೊಂದು ದೊಡ್ಡ ಉಪಕಾರವೇ ಆಗಿತ್ತು ಅವನ ಪಾಲಿಗೆ. ಅಜ್ಞಾತವಾಸದ ನಡುವೆಯೂ ಅಧ್ಯಯನ ಅವನ ಬೌದ್ಧಿಕ ಬೆಳವಣಿಗೆಗೆ ಮಾತ್ರ ಇದು ಸಹಾಯ ಮಾಡಲಿಲ್ಲ. ಅವನಲ್ಲಿ ಧೈರ್ಯ, ಆತ್ಮವಿಶ್ವಾಸವನ್ನು ಅಧಿಕಗೊಳಿಸಿತ್ತು. ಬರುವ ಸಮಸ್ಯೆಗಳನ್ನು ಸರಳವಾಗಿ ಎದುರುಗೊಳ್ಳುವಂಥ ಸ್ಥೈರ್ಯ ಅವನಲ್ಲಿ ಹೆಚ್ಚಿತ್ತು.

ಸಿಟಿಯಿಂದ ಒಂದೆರಡು ಕಿಲೋಮೀಟರ್ ಕಾರು ಕ್ರಮಿಸುವ ವೇಳೆಗೆ ನಾಲ್ಕು ಜನ ಯುವಕರು ಕೈ ಅಡ್ಡ ಹಿಡಿದು ನಿಲ್ಲಿಸಿದರು. ಆಮೇಲೆಯೇ ಅಲಂಕಾರ್ ಮತ್ತು ಅವನ ಮೂವರು ಸ್ನೇಹಿತರೆಂದು ಗೊತ್ತಾಗಿದ್ದು.

ವಿಂಡ್‌ನ ಬಳಿ ಬಗ್ಗಿದ ಅಲಂಕಾರ್ ಸ್ನೇಹಿತ "ಏಯ್ ಡ್ರೈವರ್ ಒಂದಿಷ್ಟು ಹೆಲ್ಪ್ ಮಾಡು. ಬೈಕ್ ಕೈ ಕೊಟ್ಟಿದೆ" ಎಂದ. ಗಾಂಡೀವಿ ನಾರಾಯಣನ ಕಡೆ ನೋಡಿದ.

"ಬೈಕ್ ಅಂಥ ವೆಹಿಕಲ್ ರಿಪೇರಿಯೇನು ಗೊತ್ತಿಲ್ಲ" ಹೇಳಿದ. ಒಂದು ಗಂಟೆಯಿಂದ ಬೈಕ್‌ನ ಸರಿ ಮಾಡಿ ಸೋತಿದ್ದ ಅವನು ತಾಳ್ಮೆ ಕಳೆದುಕೊಂಡಿದ್ದ. "ಇವ್ನಿಗೆ ಬಾಯಿಲ್ವಾ! ಎಷ್ಟು ಧಿಮಾಕು ನೋಡು. ಅವ್ನಿಗೆ ಬರ್ದಿದ್ರೆ ನೀನ್ಬಂದು ರಿಪೇರಿ ಮಾಡಿಕೊಡು" ಜೋರು ಮಾಡಿದ.

ಉಳಿದಿಬ್ಬರು ಅಲ್ಲೇ ಬಂದು ನಿಂತಾಗ ನಾರಾಯಣ್ ಕೆಳಗಿಳಿದ. "ನೋಡಿ ಸಾರ್. ಮೂಗ ಅವ್ನು. ಬಾಯಿಲ್ಲ. ಏನ್ಮಾಡ್ತಾನೆ? ನಂಗೆ ರಿಪೇರಿ ಅಂಥದ್ದೇನು ಗೊತ್ತಿಲ್ಲ. ದಯವಿಟ್ಟು ದಾರಿ ಬಿಡಿ" ಕಾರು ಹತ್ತಲು ಬಂದವನನ್ನು ಅಲಂಕಾರ್ ಹಿಂದಕ್ಕೆಳೆದ.

"ನಮ್ಮ ಮೂವರ್ನ ಸಿಟಿಗೆ ಡ್ರಾಪ್ ಕೊಡು. ಬಿಸಿಲು, ಬಾಯಾರಿಕೆಯಿಂದ ಬೇಯ್ತಾ ಇದ್ದೀವಿ" ಬಹಳ ಒರಟಾಗಿ ನಾರಾಯಣನ ಕುತ್ತಿಗೆಯ ಪಟ್ಟಿಯನ್ನು ಹಿಡಿದಿದ್ದ. ಅವನು ಬಿಡಿಸಿಕೊಳ್ಳಲಾರದೆ ಒದ್ದಾಡಿದ. ಹೊಡೆದಾಟ, ಬಡಿದಾಟ ಅವನಿಗೆ ಗೊತ್ತಿಲ್ಲ. ಬೇಕಾದರೆ ಉಪಾಯವಾಗಿ ಬೇರೆಯವರನ್ನು ಹೇಗೆ ಒಲಿಸಿಕೊಳ್ಳಬಹುದು, ಮಟ್ಟ ಹಾಕಬಹುದು ಎಂಬುದನ್ನು ಮಾತ್ರ ಯೋಚಿಸಬಲ್ಲ "ರ್ರೀ, ಬಿಡ್ರಿ... ಬಿಡ್ರಿ..." ಕೊಸರಿಕೊಳ್ಳತೊಡಗಿದ.

ವಿಂಡ್‌ನೊಳಗಿಂದ ತಲೆಯನ್ನು ಹೊರಗೆ ತೂರಿಸಿದ ಗಾಂಡೀವಿ ಏನು ಎನ್ನುವಂತೆ ಕೇಳಿದ ಸನ್ನೆಯ ಮೂಲಕ. ಜರ್ಕಿನ್ ತೊಟ್ಟು ಸ್ಟೈಲಾಗಿ ನಿಂತಿದ್ದ ಅಲಂಕಾರ್ ಕಣ್ಣುಗಳು ಕಿರಿದಾದವು. ದಪ್ಪ ಮೀಸೆ, ಗಡ್ಡ, ಕಣ್ಣಿಗೆ ಕನ್ನಡವಿದ್ದರೂ ಈ ಮುಖ ನಿಲುವಿನ ಪರಿಚಯವಿದೆಯೆನಿಸಿತು. ಆದರೆ ಬ್ರೇಕ್‌ಫಾಸ್ಟ್ ಸಮಯದಲ್ಲಿ ಐಸ್ ತುಂಡಿನೊಂದಿಗೆ ಸೇವಿಸಿದ್ದ ವಿಸ್ಕಿಯ ಅಮಲು ಪೂರ್ತಿಯಾಗಿ ಇಳಿಯದಿದ್ದರಿಂದ ಬುದ್ಧಿ, ಜ್ಞಾಪಕ ಶಕ್ತಿ ಪ್ರತಿಯೊಂದಕ್ಕೂ ಮಂಪರು ಆವರಿಸಿತ್ತು. ಸ್ಪಷ್ಟವಾಗದು ತಕ್ಷಣ.

ನಾರಾಯಣನನ್ನು ಬಿಟ್ಟು ಇವನತ್ತ ಬಂದ ಅವನ ಫ್ರೆಂಡ್ "ನಮ್ಮನ್ನ ಸಿಟಿಗೆ

ಡ್ರಾಪ್ ಮಾಡು" ಅಧಿಕಾರದಿಂದ ಹೇಳಿದ. 'ಇದು ಟ್ಯಾಕ್ಸಿಯಲ್ಲ. ಯಜಮಾನರ ಕಾರು. ಎಸ್ಟೇಟ್‌ಗೆ ಹೋಗುವುದಿದೆ' ಅತ್ಯಂತ ಫರ್‌ಫೆಕ್ಟಾಗಿ ಸನ್ನೆಯಿಂದಲೇ ಹೇಳಿದ.

ಬಹುಶಃ ಅಷ್ಟಕ್ಕೇ ಅದು ಮುಗಿದಿದ್ದರೆ, ಇಲ್ಲ ಅವರುಗಳು ರಿಕ್ವೆಸ್ಟ್ ಮಾಡಿಕೊಂಡಿದ್ದರೆ ಮುಂದಿನ ಚಿತ್ರ ಬದಲಾಗಿ ಹೋಗುತ್ತಿತ್ತು. ಮೂವರು ಅವನ ಮೇಲೇರಿ ಬಂದರು.

"ಅರೇ, ಇದೇನು ಸಾರ್... ಪಾಪ ಮಾತಿಲ್ಲದ ಮನುಷ್ಯ. ಅವನನ್ನೇಕೆ ಹೊಡೆಯೋಕೆ ಹೋಗ್ತೀರಾ! ಅಪ್ಪ ಅಮ್ಮ ತಮಿಳುನಾಡಿನಲ್ಲಿ, ದಿಕ್ಕಿಲ್ಲದ ಪರದೇಶಿ, ಸುಮ್ನೇ ಬಿಡ್ಬಿಡಿ" ಅವರುಗಳ ನಡುವೆ ನಾರಾಯಣ ಬಂದ.

ದುಷ್ಟತ್ರಯರೆನ್ನುವಂತೆ ಪಕ್ಕಕ್ಕೆ ತಳ್ಳಿಬಿಟ್ಟರು.

ಗಾಂಡೀವಿಯನ್ನೆಳೆದು ಕಾರಿನಲ್ಲಿ ಕೂಡಿಸಿದರು. "ನಡೀ, ನಮ್ಮನ್ನ ಸಿಟಿಗೆ ಬಿಟ್ಟು ಒಬ್ಬ ಮೆಕ್ಯಾನಿಕ್‌ನ ಕರ್ಕೊಂಡ್ಬಾ. ಅದ್ವರ್ಗೂ ನಮ್ಮ ಹೀರೋ ಹೊಂಡ ಕಾವಲಿಗೆ ಇರ್ಲಿ" ಅಬ್ಬರದ ನಗೆ ಬೀರಿದರು. ನಾರಾಯಣನನ್ನು ಅಲ್ಲಿಯೇ ಬಿಟ್ಟು.

ನಾರಾಯಣ ಅಲ್ಲೇ ಉಳಿದ. ಕಾರು ಮುಂದಕ್ಕೆ ಹೋಗಿ ರಿವರ್ಸ್‌ನೊಂದಿಗೆ ದೌಡಾಯಿಸಿತು ಸಿಟಿಯ ಕಡೆ. ಏಟು ಬಿದ್ದ ಮೊಣಕಾಲು, ಮೊಣಕೈನ ಸವರಿಕೊಂಡು ನಿಂತ ಶಾಪ ಹಾಕುತ್ತ 'ಯಾಕೋ ಎದ್ದ ಗಳಿಗೆ ಸರಿಯಿಲ್ಲ.'

ಕಾರು ಹೊರಳಿದ್ದು ಮಾತ್ರ ಪಕ್ಕದ ಹಾದಿಗೆ.

'ಇಲ್ಲೊಬ್ಬ ಮೆಕ್ಯಾನಿಕ್ ಇದ್ದಾನೆ' ಪಕ್ಕದಲ್ಲಿರುವವನಿಗೆ ಸೂಚಿಸಿದ. ಮೂರು ಗಂಟೆ ಬಿಸಿಲಿನಲ್ಲಿ ಕಾದ ಅವನು "ಓಕೆ, ನಮ್ಮನ್ನ ಮಾತ್ರ ಸಿಟಿಗೆ ಬಿಡೋ ಮೂಗ..." ಜೇಬಿನಲ್ಲಿ ಉಳಿದಿದ್ದ ಬ್ರಾಂದಿಯನ್ನು ಬಾಯಿಗೆ ಸುರಿದುಕೊಂಡ. ತಾತ್ಸಾರ, ದುರಹಂಕಾರದ ಪರಮಾವಧಿಯೆನಿಸಿತು.

ಆದರೆ ಹಿಂದೆ ಫ್ರೆಂಡ್ ಜೊತೆ ಕೂತ ಅಲಂಕಾರ್ ಈ ಮೂಗನ ವ್ಯಕ್ತಿತ್ವಕ್ಕೆ ತಾಳೆಯಾಗುವಂಥ ವ್ಯಕ್ತಿಯನ್ನು ನೋಡಿದ್ದುಂಟೆ? ಎಲ್ಲಿ? ತೀರಾ ಪರಿಚಿತವೇ? ಆ 'ಡೀಪ್ ಥಿಂಕಿಂಗ್'ನಲ್ಲಿದ್ದ.

ಬ್ರೇಕ್ ಬಿತ್ತು ಕಾರಿಗೆ. ಡೋರ್‌ನ ಲಾಕ್ ತೆಗೆದವನೇ ಗಾಂಡೀವಿ ಪಕ್ಕದಲ್ಲಿದ್ದವನನ್ನು ಹೊರಗೆ ತಳ್ಳಿ ಮೂತಿ, ಮುಖ ನೋಡದಂತೆ ನಾಲ್ಕು ಬಾರಿಸಿದವನು ಹಿಂದಿನ ಡೋರ್ ತೆಗೆದು ಇಬ್ಬರನ್ನ ಎಳೆದು ಹಾಕಿದವನು ಅವರು 'ಅಲರ್ಟ್' ಆಗುವ ಮೊದಲು ನಾಲ್ಕು ನಾಲ್ಕು ಬಾರಿಸಿದ. ಕೊಟ್ಟ ಏಟುಗಳು ನಾಲಕ್ಕೇ ಇರಬಹುದು. ಪೆಟ್ಟು ಮಾತ್ರ ಬಲವಾಗಿತ್ತು.

ಮೇಲೆ ಸುಡುವ ಬಿಸಿಲು, ಕೆಳಗೆ ಒರಟು ಜಲ್ಲಿಯ ಮರಳು ತುಂಬಿದ ನೆಲ. ಚೇತರಿಸಿಕೊಳ್ಳುವ ಮುನ್ನ ಕಾಣೆಯಾಗಿತ್ತು ಕಾರು.

ತಕ್ಷಣ ಎರಡೇ ಕಿಲೋಮೀಟರ್‌ಗಿಂತ ಕಡಿಮೆ ದೂರವಿದ್ದ ಹಳ್ಳಿಯ ಕಡೆ ಧಾವಿಸಿದ ಕಾರು ಒಂದೆಡೆ ನಿಂತು ಕೆಳಗಿಳಿದ ಗಾಂಡೀವಿ. ಓಡಾಡುತ್ತಿರುವವರನ್ನು ಕೂಗಿದ.

"ನಿಮ್ಮ ಹಳ್ಳಿಯ ಒಂದು ಹುಡ್ಗನಿಗೆ ಮೋಟಾರ್ ಬೈಕ್ ಡಿಕ್ಕಿ ಹೊಡೆದಿದೆ. ಬೇಗ ಹೋಗಿ" ಸುದ್ದಿ ಮುಟ್ಟಿಸಿ ಕೈ ತೊಳೆದುಕೊಂಡ.

ಸಿಟಿಯ ಹಾಗೆ ನಾಗರಿಕತೆಯ ಜನರಲ್ಲ. 'ನಮಗ್ಯಾಕೆ' ಎಂದು ಸುಮ್ಮನಿರಲು. ಮಿಂಚಿನ ವೇಗದಲ್ಲಿ ಇಡೀ ಹಳ್ಳಿಗೆ ಹಬ್ಬಿ ಜನರೆಲ್ಲ ಸೀಮೆಎಣ್ಣೆ, ಬಡಿಗೆಗಳನ್ನು ಹಿಡಿದು ಮೈನ್ ರೋಡಿಗೆ ಧಾವಿಸುವ ವೇಳೆಗೆ ನಾರಾಯಣನನ್ನು ಹತ್ತಿಸಿಕೊಂಡು ಆರಾಮಾಗಿ ಎಸ್ಟೇಟ್ ಸೇರಿಕೊಂಡಿದ್ದ ಗಾಂಡೀವಿ.

ಮರುದಿನ ಪೇಪರ್‌ನಲ್ಲಿ ಒಂದು ದೊಡ್ಡ ಸುದ್ದಿ. ಮೈನ್ ರಸ್ತೆಯಲ್ಲಿ ನಾಗೀ ಹಳ್ಳಿಯ ಒಂದು ಮಗುವಿಗೆ ಮೋಟಾರ್ ಬೈಕ್ ಡಿಕ್ಕಿಯೊಡೆದು ಮಗು ಸತ್ತಿದೆ. ಅದರ ಸವಾರರು ಕುಡಿದು ನಡೆಸುತ್ತಿದರೆನ್ನುವುದು ಗೊತ್ತಾಗಿದೆ. ಕುಪಿತ ಹಳ್ಳಿಯ ಜನ ಹೀರೋ ಹೊಂಡಕ್ಕೆ ಬೆಂಕಿ ಹಚ್ಚಿದ್ದಾರೆ. ಅಪರಾಧಿಗಳು ನಾಪತ್ತೆ. ಹುಡುಗ ಆಸ್ಪತ್ರೆಯಲ್ಲಿ ಮೃತನಾಗಿದ್ದಾನೆ. ಕೋಪಗೊಂಡ ಜನ ಪೊಲೀಸ್ ಠಾಣೆಗೆ ಮುತ್ತಿಗೆ ಹಾಕಿದ್ದಾರೆ. ಅಪರಾಧಿಗಳನ್ನು ಹಿಡಿದು ಶಿಕ್ಷೆ ವಿಧಿಸುವುದಾಗಿ ಕಮೀಷನರ್ ಭರವಸೆ ಇತ್ತು ಜನರನ್ನು ಸಾಂತ್ವನಗೊಳಿಸಿದ್ದಾರೆ. ಸವಾರರ ಪತ್ತೆಗೆ ತೀವ್ರ ತಪಾಸಣೆ ನಡೆದಿದೆ.

ಓದಿದ ಗಾಂಡೀವಿ ಮನದಲ್ಲೇ ನಕ್ಕ. ಒಂದರ್ಧ ಗಂಟೆಯ ಮೊದಲು ಒಂದು ಹೀರೋ ಹೊಂಡ ಮಗುವಿನ ಮೇಲೆ ಹಾದು ಗಾಯಗೊಳಿಸಿದ್ದು ನಿಜ. ಅವರು ತಪ್ಪಿಸಿಕೊಂಡು ಹೋಗಿದ್ದರು. ಹಿಂದೆ ಬಂದ ಲಾರಿಯ ಚಾಲಕ ತಕ್ಷಣ ಮಗುವನ್ನು ಒಯ್ದು ಆಸ್ಪತ್ರೆ ಸೇರಿಸಿದ್ದ ಮಾನವತೆಯಿಂದ. ಇದೊಂದು ಕಾಕತಾಳೀಯವಷ್ಟೆ.

ಅಂದು ಮಂಜಯ್ಯ, ನಾರಾಯಣನನ್ನು ತಮ್ಮ ಕಾರಿನಲ್ಲಿ ಕರೆದೊಯ್ಯುವ ಮುನ್ನ 'ಎಲ್ಲೂ ಹೋಗದೆ ಬಂಗ್ಲೆಯಲ್ಲಿರುವಂತೆ ಹೇಳಿ ಹೋದರು'. ಕೆಲವು ಫೈಲುಗಳನ್ನು ಹಿಡಿದು ಹೋಗಿದ್ದರು.

ಮಧ್ಯಾಹ್ನ ಎರಡರ ಸಮಯಕ್ಕೆ ಹೊರಬಂದ ಯಜಮಾನಿತಿ, ಊಟ ಮಾಡಲು ಬರುವಂತೆ ಹೇಳಿದರು. ಸಂಕೋಚದಿಂದ 'ಬೇಡ'ವೆಂದು ತಲೆ ತಗ್ಗಿಸಿದ. ಒಂದು ತರಹ ನೋಡಿದ ಆಕೆ ಸುಮ್ಮನೆ ಒಳಹೋದರು.

ಎಸ್ಟೇಟ್‌ನ ಬಂಗ್ಲೆಯ ಅಡಿಗೆಯವ ಬಂದಿದ್ದ. ಅಂದಿನ ಅಡಿಗೆಗೆ ನಾರಾಯಣ ಇದ್ದರೆ ಎಲ್ಲಾ ತಾನೇ ನಿಭಾಯಿಸಿಕೊಳ್ಳುತ್ತಿದ್ದ.

ಅವನೇ ಅರ್ಧ ಗಂಟೆಯ ನಂತರ ಬಂದವನು "ಅಡ್ಗೇನ ಕ್ಯಾರಿಯರ್‌ಗೆ ಹಾಕಿಟ್ಟಿದ್ದೀನಿ, ತಗೊಂಡ್ಹೋಗಿ ತಿನ್ನು, ನೀನು ಮೂಕನಂತಲ್ಲ. ಆದ್ರೆ ಕಿವಿ ಕೇಳುತ್ತೆ ಅಂದ್ರು ಅಮ್ಮಾವ್ರು ... ಹೇಗೆ?" ತುಂಬು ಕುತೂಹಲ ವ್ಯಕ್ತಪಡಿಸಿದ.

ನಾಲ್ಕು ತದಕಬೇಕೆನಿಸಿತು ಗಾಂಡೀವಿಗೆ. ಮೂಕಾಭಿನಯ ಎಷ್ಟು ಕಷ್ಟವೆಂದು ಅರಿವಿಗೆ ಬಂದಿತ್ತು. ಕೆಲವೊಮ್ಮೆ ನಾಲಿಗೆ ತುದಿಯವರೆಗೂ ಬಂದ ಮಾತನ್ನು ನುಂಗಿಕೊಳ್ಳುತ್ತಿದ್ದ ಅತಿಯಾದ ಪ್ರಯಾಸದಿಂದ.

ಮೂರು ಬೆರಳನ್ನು ನೆಟ್ಟಗೆ ನಿಲ್ಲಿಸಿ ಆ ವಯಸ್ಸಿನಲ್ಲಿ ಜ್ವರ ಬಂದು ಮಾತು

ಹೋಯಿತೆಂದು ತಿಳಿಸಿದ. ಅಷ್ಟರಲ್ಲಿ ಒಂದು ಕಾರು ನಿಂತು ಒಬ್ಬ ಯುವಕ ಇಳಿದು ಬಂದ ತಡೆಯುವ ಮುನ್ನ.

"ಯಾರು ಊರಿನಲ್ಲಿಲ್ಲ!" ಅಡಿಗೆಯವ ಹೇಳಿದ.

"ಎಲ್ಲೋಗಿದ್ದಾರೆ. ನಂಗೆ ಈಗ ಅವ್ಳನ್ನ ನೋಡ್ಬೇಕಿದೆ" ಬಿರುಸಿತ್ತು ದನಿಯಲ್ಲಿ. ಯಾರನ್ನ ಲೆಕ್ಕಕ್ಕೆ ಇಡದಂತೆ ಹೋಗಿಬಿಟ್ಟ. "ಸ್ವಾತಿ... ಸ್ವಾತಿ..." ಜೋರು ದನಿಯಲ್ಲಿ ಕೂಗುತ್ತಿದ್ದ ಅಧಿಕಾರದಿಂದ. ಬಹುಶಃ ಕಟ್ಟಿಕೊಂಡ ಹೆಂಡತಿಯನ್ನು ಅಷ್ಟು ಧಿಮಾಕಿನಿಂದ ಕರೆಯುವುದು ಕಷ್ಟವಿದ್ದ ಕಾಲದಲ್ಲಿ.

ಕುಕ್ ವೆಂಕಯ್ಯ ಅವನ ಹಿಂದೆ ಹೋದವನು ತಡೆದ "ಯಾರು ಇಲ್ಲ ಸಾಹೇಬ್ರೆ. ಎಲ್ಲೋ ಹೋಗಿದ್ದಾರೆ, ರಾತ್ರಿಗೋ ನಾಳೆ ಬೆಳಿಗ್ಗೆನೋ ಬರ್ತಾರೆ. ಅವ್ರು ಬಂದ್ಮೇಲೆ ಬಂದ್ನೋಡಿ" ನಯವಾಗಿ ಹೇಳಿದ.

"ನೋ... ನೋ... ಐ ವಾಂಟ್ ಹರ್" ಕೂಗಿದ, ಅರಚಿದ. ಬೆಡ್‌ರೂಂ, ಕಿಚನ್ ಎಲ್ಲಾ ಕಡೆ ಹುಡುಕಿದ್ದು ನೋಡಿ ದಂಗಾದ ಗಾಂಡೀವಿ. ಎಲ್ಲಾ ವಿಚಿತ್ರವಾಗಿ ಕಂಡಿತು.

ಸುಮ್ಮನೆ ಔಟ್‌ಹೌಸ್‌ಗೆ ಬಂದ. ಸರಸು ಅಲ್ಲಿದ್ದರು. ಕಣ್ಣುಗಳಲ್ಲಿ ಭಯ, ಕೆನ್ನೆಯ ಮೇಲೆ ಕಂಬನಿಯ ಧಾರೆ "ಪ್ಲೀಸ್ ವೇಲು, ಅವನನ್ನ ಹೇಗಾದ್ರೂ ಕಳ್ಸು" ದೈನ್ಯತೆಯಿಂದ ಕೇಳಿಕೊಂಡರು.

ಬಂಗ್ಲೆಯನ್ನು ಬಳಸಿಕೊಂಡು ಗಾಂಡೀವಿ ಮುಂದಕ್ಕೆ ಬಂದು ಒಮ್ಮೆ ಅವನ ಕಾರನ್ನು ತಲಾಷ್ ತಗೊಂಡ. ವಿದೇಶಿ ಏರ್‌ಕಂಡೀಷನರ್ ಕಾರು. ದೊಡ್ಡ ಕುಳಾನೇ. ವ್ಯವಹಾರ, ಉದ್ದೇಶ ಗೊತ್ತಿಲ್ಲದ ಜನರೊಡನೆ ಹೇಗೆ ವ್ಯವಹರಿಸುವುದು?

ಒಳಗೆ ಬಂದವನು ಕೂತಿದ್ದ ಯುವಕನ ಭುಜದ ಮೇಲೆ ಕೈಯಿಟ್ಟು 'ಕರೀತಾರೆ' ಎನ್ನುವಂತೆ ಸನ್ನೆ ಮಾಡಿದ. ಕೇಳದಿದ್ದಾಗ ಆರಾಮಾಗಿ ಎತ್ತಿ ಒಯ್ದು ಕಾರಿನಲ್ಲಿ ಹಾಕಿದ ಬಲವಾಗಿದ್ದ ಗಾಂಡೀವಿ ಕೈಯಲ್ಲಿ ಸೊಪ್ಪಾಗಿದ್ದ.

ಹತ್ತು ನಿಮಿಷಗಳ ನಂತರ ಕಾರು ಮುಂದಕ್ಕೆ ಹೋಯಿತು. ಆರಾಮಾಗಿ ಮುಂದಿನ ಗಾರ್ಡನ್‌ಗೆ ನೀರು ಹಾಯಿಸತೊಡಗಿದ. ಅವನಿಗೆ ನಗು ಬಂತು.

ಪಾಂಡವರು ತಮ್ಮ ಅಜ್ಞಾತವಾಸ ದಿನಗಳಲ್ಲಿ ಪಟ್ಟ ಬವಣೆಯೆಷ್ಟು? ಹತ್ತಾರು ಜನಕ್ಕೆ ಕೆಲಸ, ಸಂಬಳ ಕೊಡಬಲ್ಲಂಥ ವ್ಯಕ್ತಿ. ಹೊಟ್ಟೆ, ನೆಲೆಗಾಗಿ ಡ್ರೈವರ್ ಕೆಲಸ!

ಮಂಜಯ್ಯ ಬಂದಿದ್ದು ರಾತ್ರಿ. ಎಸ್ಟೇಟ್‌ನ ಕುಕ್ ಹೋದ ನಂತರ ಅವರಿಬ್ಬರ ನಡುವೆ ಜಗಳ ಶುರುವಾಯಿತು. ಮಾತಿನ ಜೊತೆ ಸರಸು ಅವರ ಅಳು ಕೂಡ ಸೇರಿತ್ತು.

"ಇವತ್ತು ವೇಲು ಅವ್ನ ಕಳಿಸದಿದ್ರೆ, ನನ್ನ ಕಿತ್ಕೊಂಡ್ ತಿಂದ್ಬಿಡ್ತಾ ಇದ್ದ" ಈ ಮಾತಿನ ನಂತರ ನಿಶ್ಯಬ್ದವಾಯಿತು. ಒಳಗೆ ಬೆಡ್‌ರೂಂನಲ್ಲಿ ಅವರಿಬ್ಬರ ಜಗಳ ಮುಂದುವರಿದಿರಬೇಕು.

* * *

ನಾಲ್ಕು ದಿನದಿಂದ ಗಾಂಡೀವಿನ ಹುಡುಕಿಕೊಂಡು ತಿರುಗುತ್ತಿದ್ದ ಸಂಪತ್, ಸೂರಿಯ ಸಹಕಾರವು ಇತ್ತು. ಎಲ್ಲೀಂತ ಅರಸುವುದು? ಹೇಗೆ ಅವನನ್ನ ಹಿಡಿಯುವುದು? ಒಂದು ಅರ್ಥವಾಗದೆ ತಲೆ ಬಿಸಿಯಾಗಿತ್ತು.

ವಿಶಾಲವಾದ ಸಿಟಿಯಲ್ಲಿ ವಿಳಾಸವಿಲ್ಲದೆ ಅವನ ಇರುವನ್ನು ಪತ್ತೆ ಮಾಡುವುದು ಹೇಗೆ? ಹುಡುಕಿದ ಬಳ್ಳಿ ಕಾಲಿಗೆ ತೊಡರಿದಂತೆ ಕಾರಿನಲ್ಲಿದ್ದ ಗಾಂಡೀವಿ ಫುಟ್‌ಪಾತ್ ಮೇಲೆ ಹೋಗುತ್ತಿದ್ದ ಸಂಪತ್ ಕಣ್ಣಿಗೆ ಬಿದ್ದ. ತೀರಾ ಕಂಗೆಟ್ಟಂಗೆ ಕಂಡ.

ಕಾರು ಪಾರ್ಕಿಂಗ್ ಆಗಿತ್ತು. ಕೀಯನ್ನು ಜೇಬಿಗೆ ಸೇರಿಸಿದವನು ಇಳಿದು ಜನರಲ್ ಸ್ಟೋರ್ ಹೊಕ್ಕು ನಿಂತಿದ್ದ ನಾರಾಯಣನ ಕೈಯಲ್ಲಿ ಬೀಗದ ಕೀ ಇಟ್ಟು 'ಅರ್ಧ ಗಂಟೆಯಲ್ಲಿ ಬರುವೆ' ಎಂದು ಸೂಚಿಸಿ ಹೆಜ್ಜೆಗಳನ್ನು ಚುರುಕುಗೊಳಿಸಿದ.

ನಾರಾಯಣನಿಗೆ ಆಶ್ಚರ್ಯ. ವೇಲು ಎಂದರೆ ತೀರಾ ಒಬೀಡಿಯಂಟ್. ಎಲ್ಲಾದರೂ ಕರೆದೊಯ್ದರೆ ಸ್ಟೀರಿಂಗ್ ವ್ಹೀಲ್ ಬಿಟ್ಟು ಕೆಳಗಿಳಿಯುತ್ತಿರಲಿಲ್ಲ. ಕಾರು ಪೋರ್ಟಿಕೋದಲ್ಲಿ ನಿಂತುಬಿಟ್ಟರೆ ಆರಾಮಾಗಿ ಔಟ್‌ಹೌಸ್ ಸೇರಿಬಿಡುತ್ತಿದ್ದ. ಬೀಡಿ, ಸಿಗರೇಟು, ಮದ್ಯ ಸೇವನೆಯಂಥ ಅಭ್ಯಾಸಗಳು ಅವನಿಗಿಲ್ಲವೆಂದು ಅರ್ಥವಾಗಿತ್ತು. ಇಂದೇಕೆ? ಊಹಿಸಿದ್ದೇ ಬೇರೆ. 'ನೇಚರ್ ಕಾಲ್' ಅಂತೂ ಮೀರಲಾರ. ಮುಗುಳ್ನಕ್ಕು ಬೇಕಾದ ಸಾಮಾನು ಪ್ಯಾಕೆಟ್‌ಗಳನ್ನು ಒಂದೊಂದಾಗಿ ಕೈಗಾಡಿಗೆ ಇರಿಸತೊಡಗಿದ.

ಬೆನ್ನಟ್ಟಿ ಸಂಪತ್‌ನ ಹಿಡಿದಾಗ ಇವನೇ ಏದುಸಿರು ಬಿಡುತ್ತಿದ್ದ. ಸಂಪತ್‌ಗಂತು ದೇವರೇ ಪ್ರತ್ಯಕ್ಷವಾದಷ್ಟು ಸಂತೋಷ.

"ಥ್ಯಾಂಕ್ ಗಾಡ್. ನಿನ್ನ ಎಲ್ಲೆಲ್ಲಿ ಹುಡ್ಕೋದು? ಪೇಪರ್ ಅಥವಾ ಟಿ.ವಿ.ಯಲ್ಲಿ ಒಂದು ಅನೌನ್ಸ್‌ಮೆಂಟ್ ಕೊಟ್ಬಿಡೋಣಾಂತ ಇದ್ದೆ" ಎಂದು ಉಸುರಿದ ಸಂಪತ್ ಕೈ ಹಿಡಿದು ಆಟೋ ಹತ್ತಿದ. ಮಧ್ಯೆ ಒಂದು ಮಾತು ಆಡಲಿಲ್ಲ ಗಾಂಡೀವಿ.

ಮೊದಲು ಮಾತುಗಳು ಹೊರಡಿಸಬೇಕಾದರೆ ಪ್ರಯಾಸವೆನಿಸಿತು. ಬಹಳ ದಿನ ತನು ಅಲ್ಲೇ ಉಳಿದರೆ ಮೂಗನಾಗಿಬಿಡಬಹುದೇನೋ ಎಂದುಕೊಂಡರೂ ತಕ್ಷಣ ತಳ್ಳಿಹಾಕಿದ. ಅರ್ಜುನ, ಗಾಂಡೀವಿ ದ್ರುಪದ ಮಹಾರಾಜನ ಮಗಳಿಗೆ ನಾಟ್ಯ ಕಲಿಸಲು ನೇಮಕಗೊಂಡಿದ್ದ. ಗಂಡು, ಹೆಣ್ಣು ಅಲ್ಲದ ಶಿಖಂಡಿ ತನ್ನ ಶೌರ್ಯ, ಪ್ರತಾಪಗಳನ್ನು ಮರೆತು, ಆದರೆ ಗಾಂಡೀವಿ ಕೈಗೆ ಬಂದ ಕೂಡಲೇ ಅತುಲ ಪರಾಕ್ರಮಿ ಅರ್ಜುನ, ಬಿಲ್ಲಿನ ಝೇಂಕಾರದಿಂದಲೇ ದುರ್ಯೋಧನ, ದುಶ್ಶಾಸನಾದಿ ಭೀಷ್ಮರನ್ನ ನಡುಗಿಸಿಬಿಟ್ಟಿದ್ದ.

ಈ ನೆನಪುಗಳಿಗೆ ಕಾರಣ ಅವನ ತಾತ. ಸದಾ ರಾಮಾಯಣ, ಮಹಾಭಾರತದ ಕೆಲವು ದೃಶ್ಯಗಳನ್ನು ಎತ್ತಿಕೊಂಡು ಕತೆ ಹೆಣೆದು ಅತ್ಯಂತ ಸ್ವಾರಸ್ಯಕರವಾಗಿ ಹೇಳುತ್ತಿದ್ದರು ಅವನ ಚಿಕ್ಕಂದಿನ ದಿನಗಳಲ್ಲಿ.

ಒಂದು ಕಡೆ ಆಟೋ ನಿಲ್ಲಿಸಿ ಹಣ ತೆತ್ತು ಗೆಳೆಯನತ್ತ ನೋಟ ಹರಿಸಿದ. "ತುಂಬ ಡಿಪ್ರೆಸ್ಡ್ ಆಗಿ ಕಾಣ್ತೀಯಾ! ಸೂರಿ ಹೇಗಿದ್ದಾನೆ?" ಕೇಳಿದ.

ಜೇಬಿನಿಂದ ಒಂದು ಇನ್ವಿಟೇಷನ್ ತೆಗೆದು ಅವನಿಗೆ ಕೊಟ್ಟ. "ಈ ಇನ್ವಿಟೇಷನ್ ನೋಡು. ಹಾಸ್ಟಲ್ ಪ್ಯೂನ್ ಕೈಗೆ ನಿನ್ತಂದೆ ಕೊಟ್ಟೋದ್ರಂತೆ. ಏನೋ... ಎಂತೋ.... ಅವ್ನು ಕಾದ ಎರಡು ದಿನದಿಂದ. ನಿನಗಾಗಿ ಎಲ್ಲಿ ಹುಡ್ಕಿಯಾನು! ಆಕಸ್ಮಿಕವಾಗಿ ನಾನು ಸಿಕ್ಕೆ... ಕೊಟ್ಟ. ಇಲ್ದಿದ್ರೆ ಅವ್ನ ಜೇಬಿನಲ್ಲೇ ಇದ್ದು ಒಂದು ದಿನ ಕಸದ ಬುಟ್ಟಿ ಸೇರ್ತಾ ಇತ್ತು"

ಗಾಂಡೀವಿಗೆ ಆಶ್ಚರ್ಯ. ಬೆಣ್ಣೆಯಷ್ಟು ಮೃದುವಾಗಬಲ್ಲ ತಂದೆ ವಜ್ರದಷ್ಟು ಕಠಿಣವೆಂದು ಅವನಿಗೆ ಗೊತ್ತು. ಯಾರದು ಈ ವಿವಾಹದ ಕರೆಯೋಲೆ? ದಾಕ್ಷಾಯಣೀದು–ಅವಳಿಗೆ ಮದುವೆಯ ವಯಸ್ಸಲ್ಲ. ತಳ್ಳಿ ಹಾಕಿದ.

ಢವಗುಟ್ಟುವ ಎದೆಯ ಬಡಿತವನ್ನು ಸಮಸ್ಥಿತಿಗೆ ತಂದುಕೊಳ್ಳಲಾರದೆ ಇನ್ವಿಟೇಷನ್ ಬಿಡಿಸಿದ. 'ಸುಭದ್ರ ವಿವಾಹ' ನಿಂತ ನೆಲೆ ಬಿರುಕು ಬಿಟ್ಟು ನುಂಗಿದಂತಾಯಿತು ಅವನನ್ನು. ಉಸಿರನ್ನು ಬಿಗಿ ಹಿಡಿದ. ಎಂದೋ ನಿಶ್ಚಯವಾದ ಲಗ್ನ. ಈ ಗಾಂಡೀವಿಯ ಮಡದಿ. ಅಯ್ಯರ್ ಸೊಸೆಯೆಂದೇ ಪರಿಚಿತಳಾದವಳು.

"ಯಾರ್ದು ಮದ್ವೆ?" ಗೆಳೆಯನ ಮುಖದ ಬಣ್ಣ ಪೂರ್ತಿ ಬದಲಾದುದ್ದನ್ನು ನೋಡಿ ಕೇಳಿದ ಸಂಪತ್. ದೀರ್ಘವಾಗಿ ಉಸಿರೆಳೆದುಕೊಂಡು ದಬ್ಬಿದ ಗಾಂಡೀವಿ. ಮುಂದೇನು? ಈಗೇನು ಮಾಡುವುದು?

"ಪ್ಲೀಸ್, ಸಂಪತ್ ಒಂದತ್ತು ನಿಮಿಷ ಒಂಟಿಯಾಗಿ ಯೋಚ್ನೆ ಮಾಡೋಕೆ ಬಿಡು" ಎಂದವ ನಡೆದು ಹೋಗಿ ದೂರದ ಪಾರ್ಕ್‌ನಲ್ಲಿ ಒಂದು ಮೂಲೆಯ ಕಲ್ಲು ಬೆಂಚಿನ ಮೇಲೆ ಕೂತ.

'ಸುಭದ್ರನ ಎಂದಿಗೂ ಬೇರೆಯವರಿಗೆ ಬಿಟ್ಟುಕೊಡಲಾರ. ಕೊಡಕೂಡದು. ಇದು ಅವನೊಬ್ಬನ ಸ್ಥಾನಮಾನ. ಮರ್ಯಾದೆ. ಮನಸ್ಸಿನ ಪ್ರಶ್ನೆಯಲ್ಲ. ಇಡೀ ಮನೆತನದ ಪ್ರತಿಷ್ಠೆಯ ಪ್ರಶ್ನೆ. ತಂದೆಯ ಗೌರವ ವಿಷಯ. ನಡೆದು ಹೋದ ಒಂದು ಸಣ್ಣ ವಿಷಯಕ್ಕಾಗಿಯೇ ತಳಮಳಿಸುತ್ತಿರುವ ತಂದೆ. ಈ ಆಘಾತದಿಂದ ಬದುಕಿ ಉಳಿದಾರೆ? ಇಲ್ಲವೆನಿಸಿತು. ಭಾವಿ ಸೊಸೆಯ ಬಗ್ಗೆ ನೂರು ಕನಸುಗಳನ್ನಿಟ್ಟುಕೊಂಡ ತಾಯಿ – ಕಂಪಿಸಿದ.

ತಂದೆ ತನಗೆ ಇನ್ವಿಟೇಷನ್ ತಲುಪಿದ್ದರ ಹಿಂದೆ ಒಂದು ಸ್ಪಷ್ಟವಾದ ಉದ್ದೇಶವಿದೆ ಎಂದುಕೊಂಡ ಕೂಡಲೇ ಕಾರ್ಯೋನ್ಮುಖನಾದ.

ಓಡುವ ಓಟದಿಂದ ಗೆಳೆಯನನ್ನು ತಲುಪಿ ಅವನ ಕೈಯನ್ನು ಬಿಗಿಯಾಗಿ ಹಿಡಿದು ಕುಲುಕಿದ. "ಥ್ಯಾಂಕ್ಯೂ ವೆರಿ ಮಚ್. ನೀನು ಮಾಡಿದ ಈ ಉಪಕಾರಕ್ಕೆ ನಾನು ಋಣಿ. ಐಯಾಮ್ ಎವರ್ ಗ್ರೇಟ್‌ಫುಲ್ ಟು ಯು. ಒಂದೆರಡು ದಿನಗಳ ನಂತರ ಸಿಕ್ತೀನಿ. ಆಗ ಎಷ್ಟು ಹೇಳೋಕೆ ಸಾಧ್ಯವೋ ನೋಡ್ತೀನಿ" ಅಲ್ಲಿಯೇ ಅವನನ್ನು ಬೀಳ್ಕೊಟ್ಟು ಆಟೋ ಹಿಡಿದು ಹೊರಟುಬಿಟ್ಟ.

ಸಂಪತ್ ಗೊಂಬೆಯಂತೆ ಸುಮ್ಮನೆ ನಿಂತ. ಅಷ್ಟೊಂದು ಉದ್ವೇಗದಿಂದ ಚಿಂತನೆ ನಡೆಸುವಂಥದ್ದು ಇನ್ವಿಟೇಷನ್‌ನಲ್ಲಿ ಏನಿತ್ತು? 'ಸುಭದ್ರ' ವಧುವಿನ ಸ್ಥಳದಲ್ಲಿ ನಮೂದಾದ

ಹೆಸರು. ತಕ್ಷಣ ಅವನಿಗೆ 'ಫ್ಲಾಷ್' ಆಯಿತು. 'ಸುಭದ್ರಾ ಅಪಹರಣ' ನಂತರ 'ಸುಭದ್ರಾ ಪರಿಣಯ' ಈ ಕಾರ್ಯದಲ್ಲಿ ಅನುವಾಗುವ ಅವಕಾಶ ತನಗೆ ಕಳುಹಿಸಿಕೊಡಲಿಲ್ಲವಲ್ಲ. ಸಂಕಟಪಟ್ಟ.

* * *

ಸಚ್ಚಿದಾನಂದ ಅಯ್ಯರ್ ಮನೆಯಲ್ಲಿ ಮದುವೆಯ ಸಂಭ್ರಮ. ಈಗಿನ ಭಾವಿ ಅಳಿಯ ಐ.ಎ.ಎಸ್. ಮಾಡಿ ಪ್ರೊಬೆಷನರಿ ಪೀರಿಯಡ್‌ನಲ್ಲಿದ್ದ. ಅವರದು ಶ್ರೀಮಂತ ಮನೆತನ. ತಂದೆ ದೊಡ್ಡ ಅಡ್ವೋಕೇಟ್. ತಾಯಿ ಸಂಗೀತ ವಿದುಷಿ. ಇಂಥ ಬೀಗರನ್ನು ಪಡೆದ ಅವರಿಗೆ ಕೋಡು ಮೂಡಿತ್ತು. ಸ್ವಲ್ಪ ವಯಸ್ಸಾದ ಹಿರಿಯರಿಗೆ ಮಾತ್ರ ನೋವಿನ ವಿಷಯ.

ಅಜ್ಜಿ ವಳ್ಳಿಯನ್ನು ಪ್ರಸ್ತಾಪಿಸಿಯೇಬಿಟ್ಟರು. "ಚಿಕ್ಕ ವಯಸ್ಸು ಸುಭದ್ರಾಗೆ. ಇನ್ನೆರಡ್ವರ್ಷ ಬಿಟ್ಟು ಮಾಡಿದ್ರಾಗಿತ್ತು" ಕಾರಣ ಸ್ಪಷ್ಟವಿತ್ತು. ಆಕೆ ಗಾಂಡೀವಿಗೂ ಪಾಟಿ. ಕಣ್ಮುಂದೆ ಬೆಳೆದ ಹುಡುಗರು. ಸಣ್ಣಪುಟ್ಟ ಕಾರಣಗಳನ್ನು ಮುಂದು ಮಾಡಿಕೊಂಡು ಮದುವೆ ಮುರಿದಿದ್ದು ಸರಿಯೆನಿಸಲಿಲ್ಲ.

"ಇಂಥ ಸಂಬಂಧ ಯಾವಾಗ್ಲಾದ್ರೂ ಸಿಕ್ಕತ್ತ. ನಾವು ಘನ ವಿದ್ವಾಂಸರ ವಂಶದಲ್ಲಿ ಹುಟ್ಟಿರ್ಬಹ್ದು. ವೇದಗಳ್ನ ಪುರಾಣಗಳ್ನ ಓದಿರ್ಬಹ್ದು. ಈಗ ಅದು ಸಾಲ್ದು. ಸಮಾಜದ ಕಣ್ಣಿಗೆ ಹೊಡ್ಯೋಂಥ ವಿದ್ಯೆ ಬೇಕು. ಐ.ಎ.ಎಸ್. ಅಂಥ ದೊಡ್ಡ ಪರೀಕ್ಷೆ ಪಾಸು ಮಾಡಿದ್ದಾನೆ. ಅದು ನಮ್ಮ ಸೌಭಾಗ್ಯ. ವಂಶಕ್ಕೆ ಕೀರ್ತಿ. ಊರಿನಲ್ಲಿ ದೊಡ್ಡ ಮರ್ಯಾದೆ" ಅವರ ಹಿರಿಮೆಯನ್ನು ಬಾಯಿ ತುಂಬ ಹೊಗಳಿದರು. ಹೆಮ್ಮೆ, ಅಭಿಮಾನ, ಗೌರವದಿಂದ ಓಡಿಯಾಡುತ್ತಿದ್ದರು ಊರಲ್ಲಿ. ಅವರಿಗೆ ಮಂತ್ರಿ ಪದವಿ ಸಿಕ್ಕಿದರೂ ಇಂಥ ಹರ್ಷ ಉಂಟಾಗುತ್ತಿರಲಿಲ್ಲ. ಸರಸ್ವತಿಯ ಉಪಾಸಕರು. ವಿದ್ಯೆ ಅವರಿಗೆ ಎಲ್ಲಕ್ಕಿಂತ ಹೆಚ್ಚು.

ದೊಡ್ಡ ಪುರಾತನ ಮನೆ. ಅರ್ಧ ಊರಿಗೆ ಚಪ್ಪರ ಹಾಕಿದಂತಿತ್ತು ತಳಿರು ತೋರಣಗಳ ವೈಭವ. ನೆಂಟರಿಷ್ಟರೆಲ್ಲ ಬಂದು ಸೇರಿದ್ದರು. ಆದರೆ ಅಯ್ಯರ್, ಅಲಮೇಲು ಸುಳಿವಿಲ್ಲ. ಬರಬಹುದೆಂಬ ನಿರೀಕ್ಷೆ. ಬರಲಾರರು ಎನ್ನುವ ಅನುಮಾನ. ಅದರೊಂದಿಗೆ ಒಂದು ಚೂರು ಆತಂಕ. ಗಲಾಟೆ ಮಾಡಿಸಬಹುದಾ? ಅಯ್ಯರ್‌ಗೆ ಮಗನ ಮೇಲೆ ಎಷ್ಟು ಪ್ರೇಮವಿತ್ತು. ಅಷ್ಟೇ ಮಮತೆ ಇತ್ತು ಸುಭದ್ರ ಬಗೆಗೆ. ಅಂಥದ್ದರಲ್ಲಿ ಅವಳ ಭವಿಷ್ಯಕ್ಕೆ ಕಂಟಕರಾಗಿ ನಿಲ್ಲಲಾರರು. ಇಂಥ ಚಿಂತೆಗಳು ಕಾಡುತ್ತಿತ್ತು. ಕಂಗೆಡಿಸುತ್ತಿತ್ತು. ಅವರ ಸಂತೋಷವನ್ನು ಹಾಳು ಮಾಡುತ್ತಿತ್ತು.

ವರಪೂಜೆ, ಬೀಗರ ದಿಬ್ಬಣದ ಸ್ವಾಗತಕ್ಕೆ ಇಡೀ ಊರೇ ನೆರೆದಿತ್ತು. ಸುಭದ್ರಳ ನಿರಂತರ ಸಾತ್ವಿಕ ವಿರೋಧಕ್ಕೆ ಯಾವುದೇ ಪ್ರತಿಫಲ ಸಿಕ್ಕಿರಲಿಲ್ಲ.

"ನೀನ್ಯಾಕೆ, ಅಣ್ಣನಿಗೆ ಹೇಳ್ಬಾರ್ದು. ನಂಗೆ ಈ ಮದ್ವೆ ಇಷ್ಟವಿಲ್ಲ" ಹಾಲು ತಂದು ಮುಂದಿಡಿದ. ತಾಯಿಯ ಮುಂದೆ ಕಣ್ಣೀರು ಹಾಕಿದಳು. ಇಡೀ ದಿನ ಉಪವಾಸವಿದ್ದಳು. ಆಕೆ ಮಗಳ ಕಂಬನಿಯೊರೆಸಿ "ಇದೆಲ್ಲ ಏನು? ಸ್ವಲ್ಪ ಹಿರಿಯರ ಬಗ್ಗೆ ಗೌರವವಿಲ್ವಾ?

ನಿನ್ನ ಭವಿಷ್ಯದ ಬಗ್ಗೆ ಒಳ್ಳೆ ರೀತಿಯಲ್ಲೇ ಯೋಚಿಸ್ತೀವಿ. ಗಾಂಡೀವಿಗಿಂತ ನೂರು ಪಟ್ಟು ಉತ್ತಮ ವರ. ಒಳ್ಳೆ ಸಂಬಂಧ" ಅದೇ ಮಾತುಗಳು. ಎಷ್ಟು ನೂರು ಸಲ ಹೇಳಿದ್ದರೋ ಇಂಥ ಸಾಂತ್ವನದ ಮಾತುಗಳನ್ನು. ಆದರೆ ಒಂದಿಂಚು ಚಲಿಸದಷ್ಟು ದೃಢತೆ ಸುಭದ್ರಳದು.

ಗಾಂಡೀವಿ ಅವಳು ಕದ್ದು, ಮುಚ್ಚಿ ಪತ್ರ ವ್ಯವಹಾರ ನಡೆಸದಿರಬಹುದು. ಏಕಾಂತವಾಗಿ ಸಂಧಿಸಿ ಚುಂಬನ, ಆಲಿಂಗನ ಅಂಥದೇನು ನಡೆಯದಿರಬಹುದು. ಇಲ್ಲಿ ಪ್ರೇಮ, ಪ್ರೀತಿಯ ತೀವ್ರತೆಗೆ ಪವಿತ್ರದ ಮುಸುಗು. ಆತ್ಮದ ಬೆಸುಗೆ, ಒಂದು ರೀತಿಯ ಸಮರ್ಪಣಾಭಾವ.

"ಹಾಲು ಕುಡೀ, ನೀನು ಉಪವಾಸ ಇರೋದ್ರಿಂದ ಮದ್ವೆಯೇನು ನಿಲ್ಲೋಲ್ಲ. ಎಲ್ಲಾ ಆದ್ಮೇಲೆ ಈಗ್ಲೂ ಇದೆಂಥ ರಾಗ" ಗೊಣಗಿಕೊಂಡು ಲೋಟ ಕುಕ್ಕಿ ಹೋದರು. ಅವರಿಗೂ ಗಾಂಡೀವಿ ಮೇಲೆ ಮಮತೆ ಇತ್ತು. ಅದನ್ನ ಮೀರಿಸುವಂಥ ಮಗಳ ಭವಿಷ್ಯದ ಚಿಂತೆ, ಊರಲ್ಲಿ ಗೌರವ.

ಬಾಗಿಲು ತಳ್ಳಿಕೊಂಡು ಬಂದ ವಳ್ಳಿಯಮ್ಮ ಅವಳ ಬಳಿ ಕೂತಾಗ ತೆಕ್ಕೆಗೆ ಬಿದ್ದು ಕಣ್ಣೀರಿಟ್ಟಳು. "ಪಾಟಿ, ನಂಗೆ ಈ ಮದ್ವೆ ಬೇಡ" ಆಕೆಯ ಹೃದಯ ಭಾರವಾಯಿತು. ಸದಾ ಮಿಂಚುತ್ತಿದ್ದ ಸುಭದ್ರ ಕಣ್ಣುಗಳಲ್ಲಿ ಒಂದು ದುರಂತ ಪ್ರೇಮದ ಕತೆ ಇತ್ತು.

"ಈಗೇನ್ಮಾಡ್ತೀಯಾ? ಗಾಂಡೀವಿ ಎಲ್ಲಿದ್ದಾನೋ ಗೊತ್ತಿಲ್ವಂತೆ. ನಿನ್ನ ಸೋದರತ್ತೆ ಒಂದೇ ಸಮ ಕಣ್ಣೀರು ಸುರಿಸ್ತಾಳೆ" ಬೆನ್ನು ಸವರಿದರು. ಏನಾದರೂ ಮಾಡುವುದು ಸಾಧ್ಯವಿತ್ತೆ?

ಅಜ್ಜಿಗೆ ಹುಷಾರಿಲ್ಲವೆಂದು ಮಂಜಯ್ಯನಿಗೆ ತಿಳಿಸಿದಾಗ, ಬೆನ್ನು ತಟ್ಟಿ ಎರಡು ಹಸಿರು ನೋಟುಗಳನ್ನು ಜೇಬಿನಲ್ಲಿಟ್ಟು "ಕಾರು ತಗೊಂಡ್ಹೋಗು. ನಾಳೆ ಸಂಜೆ ಹೊತ್ಗೆ ನೀನು ಇಲ್ಲಿರಬೇಕು. ಇರ್ತೀಯಾ ನಂಗೆ ಅಷ್ಟು ನಂಬಿಕೆ" ಕಳುಹಿಸಿಕೊಟ್ಟಿದ್ದರು. ಈ ವಿಶ್ವಾಸಕ್ಕೆ ಒಂದು ಕಾರಣವೂ ಇತ್ತು. ಆರು ಬೆಲೆ ಬಾಳುವ ವಜ್ರಗಳನ್ನು ಕೂಡಿಸಿದ್ದ ಒಂದು ರಿಂಗ್ ಹೆಂಡತಿಗೆ ಪ್ರೆಸೆಂಟೇಷನ್ ಆಗಿ ಬಂದಿತ್ತು. ಅದು ಕಳೆದ ಒಂದು ವಾರದ ನಂತರ ಕಾರಿನ ಸೀಟಿನ ಹಿಂಬದಿಯಲ್ಲಿ ಸಿಕ್ಕಿ ಅವರಿಗೆ ಕೊಟ್ಟಿದ್ದ. ಎರಡು ಲಕ್ಷಕ್ಕೂ ಮೇಲ್ಪಟ್ಟ ಬೆಲೆ ಬಾಳುವಂಥ ಉಂಗುರ. ಆ ಕ್ಷಣ ವೇಲುನ ಬುದ್ಧಿಗೇಡಿ ಎಂದುಕೊಂಡರೂ ಅಂಥ ವ್ಯಕ್ತಿ ಡ್ರೈವರ್ ಆಗಿ ಸಿಕ್ಕಿದ್ದಕ್ಕೆ ಸಂತಸಪಟ್ಟಿದ್ದರು. ಇಂಥ ವಿಶ್ವಾಸ ತೋರಲು ಇದು ಒಂದು ಕಾರಣ.

ಸಿಟಿಯಿಂದ ಹತ್ತು ಕಿಲೋಮೀಟರ್ ಹೊರಗೆ ಬರುವ ವೇಳೆಗೆ ಕಾರಿನ ಟೈರ್ ಪಂಕ್ಚರ್. ಅರ್ಧ ಗಂಟೆ ಬೇಕಾಯಿತು ಚಕ್ರವನ್ನು ಬದಲಾಯಿಸಲು ಅವನಿಗೆ. ಮರುದಿನ ಈ ವೇಳೆಗೆ ಅದಕ್ಕು ಎರಡು ಗಂಟೆ ಮೊದಲು ಮದುವೆ ಮುಗಿದುಹೋಗುತ್ತಿತ್ತು.

ಮಾವ, ಅತ್ತೆಯನ್ನು ಒಲಿಸುವ ಪ್ರಯತ್ನ ಮಾಡುವುದೋ, ಇಲ್ಲ ಒಬ್ಬಂಟಿಯಾಗಿ ಮದುವೆಯನ್ನು ನಿಲ್ಲಿಸುವುದೋ, ಇಲ್ಲ ಅಪಮಾನವನ್ನು ನುಂಗಿ ಅಕ್ಷತೆ ಹಾಕಿ ಶುಭ ಹಾರೈಸುವುದೋ? ಡ್ರೈವಿಂಗ್ ಮಾಡಲಾರದೆ ಒಂದು ಕಡೆ ನಿಲ್ಲಿಸಿದ. 'ನೋ... ನೋ...

ಏನು ತೆತ್ತಾದರೂ ಸುಭದ್ರನ ಪಡೆದುಕೊಳ್ಳಬೇಕು. ಅಯ್ಯರ್ ಅಲಮೇಲುವಿನ ಹಕ್ಕಿನ ಸೊಸೆ. ಇನ್ನೊಬ್ಬರ ಪಾಲಾಗಲು ಬಿಡಲಾರ. ದೃಢವಾದ ನಿಶ್ಚಯ ಮಾಡಿ ಕಾರು ಸ್ಟಾರ್ಟ್ ಮಾಡಿದ. ಬಾಣದಂತೆ ಮುನ್ನುಗ್ಗುತ್ತಿತ್ತು ಕಾರು.

ಒಬ್ಬ ವ್ಯಕ್ತಿ ಕಾರಿಗೆ ಅಡ್ಡ ಬಂದಾಗ ಬ್ರೇಕ್ ಒತ್ತಿದ. ಭಯಕ್ಕೇನೆ ಬಿದ್ದುಬಿಟ್ಟಿದ್ದ. ಕೈ, ಮಂಡಿ ತರಚಿತ್ತು. ಸುಧಾರಿಸಿಕೊಂಡ. ಎರಡು ಹಸಿರು ನೋಟುಗಳಲ್ಲಿ ಒಂದನ್ನು ಅವನ ಕೈಯಲ್ಲಿಟ್ಟು ಧೂಳು ಕೊಡವಿದ.

ಕಾರು ಚೆಂದೂರು ತಲುಪಿದಾಗ ಪೂರ್ತಿ ಕತ್ತಲಾಗಿತ್ತು. ಬೇರೆ ಒಂದು ಕಾರು ಈ ತರಹ ಬಂದಿದ್ದರೆ ಗಾಳಿಯೋಪಾದಿಯಲ್ಲಿ ಎಲ್ಲರಿಗೂ ತಿಳಿದು ಹೋಗುತ್ತಿತ್ತು. ಆದರೆ ಬೆಳಗಿನಿಂದ ಒಂದಾದ ಮೇಲೊಂದರಂತೆ ಕಾರು ಬರುತ್ತಿದ್ದರಿಂದ ಅತ್ತ ಲಕ್ಷ್ಯವೇನು ವಹಿಸಲಿಲ್ಲ ಜನ.

ಪೂರ್ತಿ ಕತ್ತಲು ಪೊದೆಯ ಜಾಗದಲ್ಲಿ ಕಾರು ನಿಲ್ಲಿಸಿ ಇಳಿದ. ತಾನು ಹೋಗಿ ಮಾವನನ್ನು ಎದುರುಗೊಂಡು ಪ್ರಶ್ನಿಸುವುದೇ? ಅವರೆಷ್ಟು ಗಟ್ಟಿಯೆಂದು ಅವನಿಗೆ ಗೊತ್ತು. ಒಮ್ಮೆ ಇಟ್ಟ ಹೆಜ್ಜೆಯಿಂದ ಪ್ರಾಣ ಹೋದರೂ ಹಿಂದಕ್ಕೆ ಸರಿಯಲಾರರು. ಸರಿಯಲು ಬಿಡಲಾರರು. ಭೇಟಿ ಮಾಡುವುದರಿಂದ ಪ್ರಯೋಜನಕ್ಕೆ ಬದಲಾಗಿ ಅಪಾಯವೇ ಹೆಚ್ಚೆಂದುಕೊಂಡ.

ವರನನ್ನು ಇನ್ನೊಂದು ಬಿಡಾರದಲ್ಲಿ ಇಳಿಸಿದ್ದರಿಂದ ಆದರೋಪಚಾರ. ಮಿಕ್ಕ ಕಾರ್ಯಕ್ರಮಗಳಿಗಾಗಿ ಮುಖ್ಯ ಮುಖ್ಯ ಜನರು ಅಲ್ಲಿಗೆ ಹೋಗಿದ್ದರು. ಬಂಧುಗಳ ಕನ್ಯೆಯರು, ಮಿಕ್ಕ ಹೆಂಗಳೆಯರಿಗೆ ವರನನ್ನು ನೋಡುವ ಸಂಭ್ರಮದ ಜೊತೆ ಕಾರು. ಅವರ ಶ್ರೀಮಂತಿಕೆಯನ್ನು ಅಲ್ಲಲ್ಲಿ ನಿಂತು ಲೆಕ್ಕ ಹಾಕುತ್ತಿದ್ದರು.

ಹಿತ್ತಲ ದೊಡ್ಡ ಗೋಡೆ ಹಾರಿ ಅವನು ಧುಮುಕುವುದಕ್ಕೂ ವಳ್ಳಿಯಮ್ಮ ಬರುವುದಕ್ಕೂ ಸರಿ ಹೋಯಿತು. ಆ ವಯಸ್ಸಿನ ಮಂಪರು ಕಣ್ಣುಗಳಲ್ಲಿ ಗಾಂಡೀವಿಯನ್ನು ಗುರ್ತಿಸಿ ಹೆದರಿದರು. 'ಸುಭದ್ರಾ ಹರಣ', 'ರುಕ್ಮಿಣಿ ಪರಿಣಯ' ಇದೆಲ್ಲ ಓದಿ ಕೇಳಿದ್ದವರೇ. ಯಾವುದೂ ತಪ್ಪೆನಿಸಲಿಲ್ಲ.

ಸನ್ನೆ ಮಾಡಿ ಹತ್ತಿರಕ್ಕೆ ಕರೆದವರೆ "ಬಂದು ಒಳ್ಳೇದೇ ಮಾಡ್ದೇ. ಜೊತೆಯಲ್ಲಿ ಕರ್ಕೊಂಡ್ಹೋಗು ನೈಮಿಷಪುರಕ್ಕೆ. ನಿನ್ನ ತಂದೆ ನಿಂತು ಮದ್ವೆ ಮಾಡ್ತಾರೆ. ಕಾಲಕ್ರಮೇಣ ಎಲ್ಲಾ ಸರ್ಹೋಗುತ್ತೆ. ನಾಳೆ ಬೆಳಗಿನ ಲಗ್ನದ ಸಮಯವರ್ಗೂ ಅವ್ರ ಗಮನ ಬೇರೆ ಕಡೆ ಹರಿಯುವಂತೆ ನೋಡ್ಕೋತೀನಿ. ಬೇಗ ಹತ್ತಿ ಆ ಕಡೆ ಧುಮುಕು. ನಾನು ಸುಭದ್ರಾನ ಕಳುಸ್ತೀನಿ" ಎಂದವರು ಯಾರೋ ಬಂದಿದ್ದರಿಂದ ಒಳಗೆ ಹೋದರು.

ಅರ್ಥಮಾಡಿಕೊಳ್ಳುವುದು ಒಂದೆರಡು ನಿಮಿಷ ಕಷ್ಟವಾದರೂ ದೈವಕೃಪೆಗೆ ಬೆರಗಾದ. 'ಗಾಡ್, ಥ್ಯಾಂಕ್ಸ್ ಫಾರ್ ದ ಲಾಟ್' ಧುಮುಕಿದ. "ಯಾರು?" ಕೇಳಿಸಿತು.

ಹತ್ತು ನಿಮಿಷದಲ್ಲಿ ಬಂದಳು ಸುಭದ್ರ. ಮುಖ ಸರಿಯಾಗಿ ಕಾಣದಷ್ಟು ಕತ್ತಲು. ಕೈ ಚಾಚಿದ. ಆರಾಮಾಗಿ ಆ ಕೈಯೊಳಕ್ಕೆ ಹಸ್ತವನ್ನಿಟ್ಟಳು. ಹತ್ತೇ ನಿಮಿಷದಲ್ಲಿ ಕಾರು ಅಡ್ಡ

ದಾರಿಗಳನ್ನು ಹಿಡಿದು ನೈಮೀಪರದ ಕಡೆ ದೌಡಾಯಿಸಿತು.

ಇನ್ವಿಟೇಷನ್ ಕೊಟ್ಟು ಬಂದ ದಿನದಿಂದ ಯಾರದೋ ಹಾದಿ ಕಾಯುತ್ತಿದ್ದರು. ಅವರು ಯಾರೂ ಅಲ್ಲ. ಮಗನಿಗಾಗಿ ನಿರೀಕ್ಷೆ. 'ಸುಭದ್ರ ಈ ಮನೆಯ ಸೊಸೆ' ಇದು ಲೌಕಿಕವಾದ ಮನಸ್ಸಿಗೆ ಸಂಬಂಧಪಟ್ಟಿದ್ದಲ್ಲ. ಆತ್ಮಕ್ಕೆ ಸಂಬಂಧಪಟ್ಟಿದ್ದು. ಆ ಹೆಣ್ಣು ಬೇರೆಯವರ ಮನೆ ಸೇರುವುದು ಸಮ್ಮತಿಸಲಾರರು. ಅವರ ವಿರೋಧ ಪ್ರತಿಭಟನೆ ನೀರಿನ ಮೇಲಿನ ಗುಳ್ಳೆಯಂತೆ ಎಂದು ಸುಮ್ಮನಾಗಿದ್ದರು.

ಒಂದು ಕಡೆ ಕಾರು ನಿಲ್ಲಿಸಿ ಇಳಿದ ಗಾಂಡೀವಿ. ತಣ್ಣನೆಯ ಗಾಳಿ ರಾಚಿತು ಮುಖಕ್ಕೆ. ಬೆವತ ಮುಖಕ್ಕೆ ಹಾಯೆನಿಸಿತು.

ಅಂದಿನ ವಿಷಯ, ಮನೆ, ಊರಿನ ಬಗೆಗಿನ ಸಮಾಚಾರ ತಿಳಿಸಿದ ಗಾಂಡೀವಿ "ಈಗ ನಿನ್ನ ನಿಶ್ಚಯವೇನೋ ಎಂತೋ ನನ್ನ ಹೃದಯ ಎಂದಿನಿಂದಲೋ ಸುಭದ್ರ ಗಾಂಡೀವಿಗಾಗಿಯೇ ಅನ್ನೋ ನಿರ್ಣಯಕ್ಕೆ ದಿನದ, ವಾರಗಳ, ತಿಂಗಳುಗಳ ಮಾತಲ್ಲ. ವರ್ಷಗಳ ಮುನ್ನ ನಮ್ಮಿಬ್ರ ಹೆಸರನ್ನು ಜೋಡಿಸಿದ್ದು ಹಿರಿಯರೆ. ಅಂದು ನುಡಿದ ಸಪ್ತಸ್ವರಗಳ ನಿನಾದ ಇಂದಿಗೂ ಮಿಡೀತಾ ಇದೆ ನನ್ನೆದೆಯಲ್ಲಿ. ನಾನು ನಿನ್ನ ಕಳ್ದುಕೊಳ್ಳೋಕೆ ಸಿದ್ಧವಿಲ್ಲ" ಆವೇಶದಿಂದ ಹೇಳಿದ. ಅಲ್ಲಿ ದುಃಖವಿರಲಿಲ್ಲ. ಆರ್ದ್ರತೆಯಿತ್ತು. ಬೇಡಿಕೆ ಇರಲಿಲ್ಲ. ಅಧಿಕಾರ ಛಾಪಿಸುವ ಗತ್ತು ಇತ್ತು.

ನಿಧಾನವಾಗಿ ತಲೆಯೆತ್ತಿದಳು. ಅವನ ಮಾತುಗಳಿಂದ ಸುಭದ್ರಳ ಹೃದಯದಲ್ಲಿ ಸಹಸ್ರ ಸಹಸ್ರ ದೀಪಗಳು ಹತ್ತಿಕೊಂಡು ಅವುಗಳ ಪ್ರಭೆ ಅವಳ ಕಣ್ಣುಗಳಲ್ಲಿ ಮಿಂಚಾಗಿ, ತುಟಿಯಂಚಿನಲ್ಲಿ ಕಿರುನಗುವಾಗಿ, ಕೆನ್ನೆಗಳಲ್ಲಿ ಕೆಂಪು ಸುಳಿಯಾಗಿ ಕಾಣಿಸಿಕೊಂಡಿತು. ಚಂದ್ರನ ಬೆಳಕಿನಲ್ಲಿ ಅವಳ ಮುಖ ಅನುರಾಗದ ಕಾಮನ ಬಿಲ್ಲಿನಲ್ಲಿ ಅದ್ದಿ ತೆಗೆದಂತಿತ್ತು.

ಸದಭಿರುಚಿಯ ತಾಯಿ ತಂದೆಯರ ಮಗಳು. ಸಂಪನ್ನ ಸುಸಂಸ್ಕೃತ ಮನೋಭಾವ ಅವಳದು. ಹೇಳಬೇಕೆಂದರೂ ಮಾತುಗಳು ಒಳಗೆ ಉಳಿದು ನಿವೇದಿಸಿಕೊಂಡಿದ್ದು ಕಣ್ಣುಗಳು.

"ಸುಭದ್ರ ಮಾಡದ ತಪ್ಪಿಗೆ ಶಿಕ್ಷೆ ನಾನು ಅನುಭವಿಸುತ್ತ ಇರೋದು. ಸದಾ ಅಭಿಮಾನದಿಂದ ನನ್ನ ನೋಡುತ್ತಿದ್ದ ಅಪ್ಪನ ಕಣ್ಣುಗಳಲ್ಲಿ ನೋವು, ನಿರಾಶೆ, ತಿರಸ್ಕಾರ ನಾನು ನೋಡ್ಲಾರೆ. ನೋಡಕೂಡ್ದು. ಪ್ಲೀಸ್ ..." ಎಂದ ಆರ್ದ್ರತೆಯಿಂದ.

ಹೆಚ್ಚು ಓದದ ಅಂದರೆ ಶಾಲೆ, ಕಾಲೇಜುಗಳಿಗೆ ಹೋಗಿ ತರಗತಿಗಳಲ್ಲಿ ಕೂತು ಕಲಿತವಳಲ್ಲ. ಆದರೆ ಪಟ್ಟಣಗಳಲ್ಲಿನ ಶಾಲಾ ಕಾಲೇಜುಗಳಲ್ಲಿ ಕಲಿತವರಿಗಿಂತ ವಿದ್ಯಾವಂತ.

"ಖಂಡಿತ ಆ ದಿನ ಬರುತ್ತೆ" ಎಂದಳು ತುಂಬು ವಿಶ್ವಾಸದಿಂದ. "ಥ್ಯಾಂಕ್ಯೂ ವೆರಿಮಚ್-ಸುಭದ್ರ... ಹೊತ್ತಾಯ್ತು ಬೇಗ ಕ್ವಿಕ್..." ಕಾರಿನ ಡೋರ್ ತೆರೆದ.

ಕಾರಿನ ಚಕ್ರಗಳು ವೇಗದಿಂದ ಮುಂದಕ್ಕೆ ಉರುಳಿದವು. ಚೆಂಬೂರಿನಲ್ಲಿ ಮದುಮಗಳ ತಲಾಷ್‌ಗಾಗಿ ಬಾವಿಗಳಲ್ಲಿ ಹುಡುಕುವ ಏರ್ಪಾಟಿನತ್ತ ಇದ್ದರು. ಅಜ್ಜಿ ವೆಳ್ಳಿಯಮ್ಮ ಅಲ್ಲಿನ ಜನರ ಗಮನವನ್ನು ಬೇರೆಡೆ ಸರಿದು ಅಳುತ್ತ ಕೂತಿದ್ದರು.

"ಮಾರ್ಕ್‌ಟ್ವೈನ್ ಒಂದ್ಮಾತು ಹೇಳಿದ್ದಾರೆ – ವಿದ್ಯಾಭ್ಯಾಸ ಮತ್ತು ಶಾಲಾ ಶಿಕ್ಷಣದ ಬಗ್ಗೆ I have never let my schooling with my education ಅಂತ. ನನ್ನ ವಿದ್ಯಾಭ್ಯಾಸಕ್ಕೆ ಶಾಲೆ ಅಡ್ಡಿ ಬರಲು ನಾನು ಅವಕಾಶ ಕೊಟ್ಟಿಲ್ಲ ಅಂತ. ಅಂದು ನಿನ್ನ ವಿಷ್ಯದಲ್ಲಿ ನಿಜ. ಶಾಲೆ, ಕಾಲೇಜಿಗೆ ಹೋಗದಿದ್ರೂ ನಿನ್ನ ವಿದ್ಯಾಭ್ಯಾಸಕ್ಕೇನು ಬಾಧಕವಾಗ್ಲಿಲ್ಲ" ನೆನಪಿಸಿಕೊಂಡು ಹೇಳಿದ ಈ ಮಾತುಗಳನ್ನು ಸುಭದ್ರೆಗೆ.

ನೈಮೀಪುರ ತಲುಪಿ ಮನೆಯ ಮುಂದೆ ಕಾರು ನಿಂತಾಗ ತುಳಸಿಗೆ ಕುಂಕುಮವಿಡುತ್ತಿದ್ದ ಅಲಮೇಲು ನಿಬ್ಬೆರಗಾದರು. ಬಾಯಿಂದ ಮಾತುಗಳು ಹೊರಡಲಿಲ್ಲ. ಸುಭದ್ರ, ಗಾಂಡೀವಿನ ಒಟ್ಟಿಗೆ ಕಂಡಾಗ ಆಕೆಯ ಕಣ್ಣಲ್ಲಿ ಕಂಬನಿ ತುಂಬಿಕೊಂಡು ಅಸ್ಪಷ್ಟವಾಯಿತು ಎಲ್ಲಾ.

"ಗಾಂಡೀವಿ..." ಕೂಗಿದರಷ್ಟೆ.

ನಿರೀಕ್ಷೆಯಲ್ಲಿದ್ದವರಂತೆ ಹೊರಗೆ ಬಂದ ಅಯ್ಯರ್ ಹೊದ್ದ ವಲ್ಲಿಯನ್ನು ಸೊಂಟಕ್ಕೆ ಬಿಗಿದುಕೊಂಡರು. ಇನ್ನು ಮಬ್ಬು ಕತ್ತಲು.

"ಅಲಮೇಲು ಬೇಗ್ಬಾ" ಅವಸರಿಸಿಕೊಂಡು ಒಳಗೆ ಹೋದವರೇ ಮಲ್ಲಿಗೆಯ ಚಪ್ಪರದ ಕೆಳಗೆ ಎರಡು ಮಣೆಗಳನ್ನು ತಂದು ಹಾಕಿ "ಕೂತ್ಕೊಳ್ಳಿ..." ನಿಧಾನಕ್ಕೆ ಸಮಯವಿರಲಿಲ್ಲ. ಎಲ್ಲಾ ರೆಡಿ ಮಾಡಿಟ್ಟಂತೆ ಹಾರಗಳು. ಮಾಂಗಲ್ಯದ ತಟ್ಟೆಗಳು ಹೊರಬಂತು. ಐದೇ ನಿಮಿಷದಲ್ಲಿ ತಾವೇ ಪೌರೋಹಿತ್ಯವಹಿಸಿ ಅವರಿಬ್ಬರ ಕಲ್ಯಾಣ ನೆರವೇರಿಸಿಬಿಟ್ಟರು.

ಸೊಸೆಯನ್ನ ಮನೆ ತುಂಬಿಸಿಕೊಂಡರು ತಕ್ಷಣ.

ಕಾರು ರಭಸದಿಂದ ಮುಂದಕ್ಕೆ ಹೋಯಿತು. ಸೂರ್ಯ ಬೆಳಕನ್ನು ನೀಡಲು ಮೇಲೇರಿ ಬರುತ್ತಿದ್ದ. ಎಲ್ಲಾ ನೋಡಿದ್ದಕ್ಕೆ ತಾನು ಸಾಕ್ಷಿಯೆನ್ನುವ ನಸುನಗು ಅವನಲ್ಲಿತ್ತು. ಮದುಮಕ್ಕಳಿಗೆ ಕೆಂಪಿನ ಆರತಿಯೆನ್ನುವಂತೆ ಮೇಲೇರಿ ಬಂದಿದ್ದ.

* * *

ಶ್ಯಾನುಭೋಗ್ ಕೋರ್ಸು ಕಂಪ್ಲೀಟ್ ಆಗಲಿಲ್ಲ. ಅವನ ಬುದ್ಧಿವಂತಿಕೆ, ಆಕಾಂಕ್ಷೆ ಅಲಂಕಾರ್‌ನ ಸ್ನೇಹದಿಂದ ಮಣ್ಣು ಮುಕ್ಕಿತ್ತು. ಅವನಪ್ಪ ಈ ಸಲ ಹೋದಾಗ ಯದ್ವಾತದ್ವಾ ಬೈಯ್ದು ಮನೆಯಿಂದ ಹೊರಗಟ್ಟಿದ್ದ. ಈಗ ಗಾಂಡೀವಿ. ಅವನ ಸ್ಥಿತಿ ಒಂದೇ. ಮನೆಯಿಂದ ಹೊರಬಂದಿದ್ದ ಗಾಂಡೀವಿ ತಾನಾಗಿ. ರೋಪಿಗೆ ಕೆರಳಿ ನಾಲ್ಕು ಒದ್ದು ಹೊರಗೆ ಹಾಕಿದ್ದರು ಶ್ಯಾನುಭೋಗ್ ತಂದೆ. ಭೂಮಿ ತೂಕದ ಗುಲ್ಬರ್ಗ ನೆಲದ ಗಟ್ಟಿ ಮನುಷ್ಯ. ನೀತಿ ನಿಯಮಗಳಿಗೆ ಬದ್ಧ. ಕೆಲವೊಮ್ಮೆ ಮಕ್ಕಳನ್ನು ಕೂಡ ಲೆಕ್ಕಕ್ಕಿಡಲಾರ.

ಈ ಸಲ ಸಿಟಿಗೆ ಬಂದಾಗ ಬೇಸರದ ಜೊತೆ ದಿಕ್ಕು ತೋಚದ ಭಾವನೆಗಳನ್ನು ಹೊತ್ತಿದ್ದ. ಹಳೆಯ ಗೆಳೆಯರನ್ನು ಹುಡುಕಿಕೊಂಡು ಹಾಸ್ಟಲ್‌ಗೆ ಬಂದಾಗ ಸಂಪತ್ ಸಿಕ್ಕಿದ್ದು ಆಕಸ್ಮಿಕ. ಅಂದು ಮೊಪೆಡ್ ಕೊಟ್ಟು ಇವನು ಪಾರಾಗಲು ನೆರವು ನೀಡಿದ್ದ.

ನೆನಪು ಮಾಡಿಕೊಂಡವನಂತೆ "ಹಲೋ..." ಎಂದ. ಶ್ರೀಮಂತ ಜನ, ಎತ್ತರದವರು

ಎಂದೂ ಭಾವಿಸಿದವರೊಡನೆ ಪರಿಚಯವನ್ನು ಕೂಡ ಇಷ್ಟಪಡಲಾರ. "ಹಲೋ..." ಎಂದು ಬಾರದ ನಗುವನ್ನು ಮುಖದ ಮೇಲೆ ತಂದುಕೊಂಡು ಸರಿದು ಹೋದಾಗ ಸ್ನೇಹದಿಂದ ಅವನ ಭುಜದ ಮೇಲೆ ಕೈ ಹಾಕಿದ.

ನಿಂತು ಕತ್ತು ತಿರುಗಿಸಿದ ಸಂಪತ್ ಮುಖದಲ್ಲಿ ಯಾವುದೇ ಭಾವನೆಗಳು ಅರಳಲಿಲ್ಲ. "ಗಾಂಡೀವಿ ಬಗ್ಗೆ ಏನಾದ್ರೂ ಗೊತ್ತಾ?" ಇಲ್ಲವೆಂದು ತಲೆಯಾಡಿಸಿದ. "ಬರ್ತೀನಿ. ನೋಟ್ಸ್‌ಗಾಗಿ ಬಂದಿದ್ದೆ. ಆ ಸ್ಟೂಡೆಂಟ್ ಸಿಗ್ಲಿಲ್ಲ" ಮೆಲ್ಲಗೆ ಕೈ ಸರಿಸಿ ಸರಿದು ಹೋದ. ತನಗೆ ಮಾತಾಡಿಸುವ ಇಚ್ಛೆ ಇಲ್ಲವೆಂದು ಪರೋಕ್ಷವಾಗಿ ಹೇಳಿ ಹೋದಂತಾಯಿತು.

ಹಾಸ್ಟಲ್ ಮುಂದಕ್ಕೆ ಹೋದ ಶ್ಯಾನುಭೋಗ್ ಹಳೆಯ ವಿದ್ಯಾರ್ಥಿಗಳು ಖಾಲಿಯಾಗಿ ಹೊಸ ಸ್ಟೂಡೆಂಟ್ಸ್ ತುಂಬಿಕೊಂಡಿದ್ದರು. ಪರಿಚಯವಿದ್ದ ಕೆಲವರಿದ್ದರು. ಅಂತಹ ಹಾರ್ದಿಕವಾದ ಸ್ವಾಗತವೇನು ಸಿಗಲಿಲ್ಲ. ಪಬ್ಲಿಕ್ ಟೆಲಿಫೋನ್ ಬೂತ್‌ನಿಂದ ಫೋನಾಯಿಸಿದ ಅಲಂಕಾರ್ ಮನೆಗೆ. ಹಲವು ಸಲ ಹೋಗಿದ್ದ. ಅಂಥ ಅಪರಿಚಿತ ತಾಣವೇನಲ್ಲ.

ಅವನಪ್ಪನ ಪಿ.ಎ. ಎತ್ತಿಕೊಂಡಿದ್ದು – "ಮನೆಯಲ್ಲಿ ಇಲ್ಲ. ಸದ್ಯಕ್ಕೆ ಸಿಗೋಲ್ಲ. ಪದೇ ಪದೇ ಫೋನ್ ಮಾಡಿ ಡಿಸ್ಟರ್ಬ್ ಮಾಡ್ಬೇಡಿ" ಫೋನ್ ಕುಕ್ಕಿದ. ಅವನು ಬೆಳಿಗ್ಗೆ ಬೆಳಿಗ್ಗೆಯೇ ಬೈಸಿಕೊಂಡಿದ್ದ. ಅವರ ಪುನರಾವರ್ತನೆ ಆಗಿತ್ತು ಎರಡು ಸಲ. ರೋಸಿಹೋಗಿತ್ತು ಆ ದಿನದ ಮಟ್ಟಿಗಿನ ಬದುಕು.

ಸಂಜೆ ಲಾಡ್ಜ್‌ನಿಂದ ಇವನು ಹೊರಬಂದಾಗ ಮಾರುತಿಯಿಂದ ಇಳಿದ ಅಲಂಕಾರ್ "ಅರೇ ಯಾರ್. ಇಷ್ಟು ದಿನಕ್ಕೆ ಸಿಕ್ದೇ" ತಬ್ಬಿ ವಿಶ್ವಾಸ ವ್ಯಕ್ತಪಡಿಸಿದ. ಅದೇ ಹಳೆಯ ಇಬ್ಬರು ಗೆಳೆಯರಿದ್ದರು ಅವನ ಜೊತೆಯಲ್ಲಿ.

"ನಿಂಗೊಂದು ಹ್ಯಾಪಿ ನ್ಯೂಸ್ ಹೇಳ್ಬೇಕು. ಕಾರು ಹತ್ತು" ಎಳೆದೊಯ್ದು. ಹರ್ಷದ ತರಂಗಗಳು ಚಿಮ್ಮಿತು.

ನೇರವಾಗಿ ಮನೆಗೆ ಕರೆದೊಯ್ದು "ನಿನ್ನ ಹೊರ್ಗಿನ ಆಕ್ಟಿವಿಟಿ ಆದಷ್ಟು ಕಮ್ಮಿ ಮಾಡು. ಕನ್‌ಸ್ಟ್ರಕ್ಷನ್‌ನಲ್ಲಿರೋ ಹೋಟಲ್ ಬಳಿ ಹೋಗ್ಬಾ. ಎಸ್ಟೇಟ್‌ಗೆ ಹೋಗು. ಮನೆಯಲ್ಲಿರು. ಈ ಮಿತಿಯಲ್ಲಿರ್ಲಿ ನಿನ್ನ ಓಡಾಟ. ಕೆಟ್ಟ ಜನರಾದ್ರೂ ಅಳಿಯನಾಗೋನಲ್ಲಿ ಹುಡ್ಕೋದು ಮಾತ್ರ ಒಳ್ಳೆ ಗುಣಗಳನ್ನೆ. ಮೈಂಡ್ ಇಟ್" ಎಚ್ಚರಿಸಿದ್ದರು ತಂದೆ ಮಗನನ್ನು.

ಅವಳ ವಿಶಾಲವಾದ ಬೆಡ್‌ರೂಂ ಹೊಕ್ಕವನೆ ಶ್ಯಾನುಭೋಗ್‌ನ ಎತ್ತಿ ಮೂರು ರೌಂಡ್ ಹೊಡೆಸಿ ಕೆಳಗಿಳಿಸಿದ. ಆ ಸಂತೋಷಕ್ಕೆ ಕಾರಣ ಅರಿಯಲಾಗಲಿಲ್ಲ.

"ವಿಪರೀತ ಸಂತೋಷವಾಗಿದೆ ನಿಂಗೆ. ಐ ಯಾಮ್ ಸೋ ಹ್ಯಾಪಿ"

ಶ್ಯಾನುಭೋಗ್‌ನ ಹಿಡಿದು ಕೂಡಿಸಿದ. "ನನ್ನ ಮದ್ವೆ ಫಿಕ್ಸ್ ಆಗಿದೆ. ಎಂಗೇಜ್‌ಮೆಂಟ್ ರಿಂಗ್" ಕೈಯನ್ನು ಅವನ ಮುಂದಿಡಿದ. ಫಳಫಳ ಹೊಳೆಯುತ್ತಿತ್ತು ಬೆಲೆ ಬಾಳುವ ವಜ್ರದುಂಗುರ. ಜೀವನದಲ್ಲಿ ಒಂದು ಸೆಂಟಿಲ್‌ಮೆಂಟ್ ಅವನದು. ಆದರೆ ತನ್ನ ದೌರ್ಭಾಗ್ಯ! ಪರಿತಪಿಸಿದ. "ಆ ಸಂತೋಷನ ಸೆಲೆಬ್ರೇಟ್ ಮಾಡೋಣ" ಹೇಳಿದ ಅಲಂಕಾರ್.

ಎಂಗೇಜ್‌ಮೆಂಟ್ ತರುವಾಯ ಎಷ್ಟು ಬೇಗ ಸೆಲೆಬ್ರೇಟ್ ಮಾಡಿದ್ದನೋ ಗೆಳೆಯರ ಜೊತೆ.

ಗ್ಲಾಸ್, ಬಾಟಲು ಸಪ್ಲೈಯಾದಾಗ ಶ್ಯಾನುಭೋಗ್ ನಿರಾಕರಿಸಿದ. "ಈಗ್ಬೇಡ, ಒಂದಿಷ್ಟು ಹೊತ್ತು ಮಾತಾಡೋಣ. ಕುಡ್ದು ಮೇಲೆ ಅಸಂಬದ್ಧ ಪ್ರಲಾಪಗಳು... ರಬ್ಬಿಷ್. ಈಗ ನಿನ್ನ ಹುಡ್ಗಿಯ ಬಗ್ಗೆ" ಸದ್ಯಕ್ಕೆ ಆ ಕುಡಿತವನ್ನು ಮುಂದಕ್ಕೆ ಹಾಕಿದ.

ಗಡ್ಡ ಕೆರೆದ. ಕೆನ್ನೆಯುಜ್ಜಿದ ಕ್ರಾಪ್‌ನ ಸರಿ ಮಾಡಿಕೊಂಡ ಯಾರಿಗೆ ಹೋಲಿಸಬಹುದು? ಸಿನಿಮಾ ತಾರೆಗಳ ಪಟ್ಟಿ ಮಾಡಿದ. ಕಣ್ಣು, ಎದೆಯ ಮಾಟ. ಸೊಂಟದ ಅಳತೆ ಒಂದೊಂದೇ ತಾಳೆ ಹಾಕಲು ಹೋಗಿ ಸೋತ. ಶತಃಪಥಃ ಹಾಕಿದ. ಕೈಕೈ ಹೊಸೆದ.

"ದೊಡ್ಡ ರೂಪಸಿಯೇನು ಅನ್ನಿಸ್ಲಿಲ್ಲ. ನಮ್ಮಪ್ಪನನ್ನು ಹಣದಲ್ಲಿ ಮೀರಿಸುವಂಥ ಕುಳ ಅವಳಪ್ಪ. ದಟ್ಸಾಲ್... ಮದ್ವೆಗೆ ಇಷ್ಟು ಸಾಕಲ್ಲ" ಬಹಳ ಹಗುರವಾಗಿ ಹೇಳಿದ ಅಲಂಕಾರ್. ಅವನ ಮೈಂಡ್ 'ವಿವಾಹ ವ್ಯವಸ್ಥೆ'ಯನ್ನು ಅರ್ಥ ಮಾಡಿಕೊಳ್ಳುವಷ್ಟು ಮೆಚ್ಯೂರ್ ಆಗಿರಲಿಲ್ಲ.

ಶ್ಯಾನುಭೋಗ್ ನಸುನಕ್ಕ. "ನಿಂಗೆ ಇಷ್ಟವಾಗಿದ್ರೆ ಸಾಕು. ನಿನ್ನ ಕಣ್ಣುಗಳಿಂದ ವರ್ಣಿಸು. ರೂಪಕ್ಕಿಂತ ನೋಡೋ ಕಣ್ಣು, ಪ್ರೀತಿಸೋ ಮನಸ್ಸು, ಪ್ರೇಮಿಸೋ ಹೃದಯ ಮುಖ್ಯವಾಗಿ ಬಿಡುತ್ತೆ" ಅರ್ಥಗರ್ಭಿತವಾಗಿ ವಿಶ್ಲೇಷಿಸಿದ.

ಕಾರ್ನರ್‌ನಲ್ಲಿ ಸ್ಟಾಂಡ್‌ನಲ್ಲಿದ್ದ ಫೋಟೋ ತಂದು ಅವನ ಮುಂದಿಡಿದ. "ನೋಡು, ನಂಗೇನು ಅಷ್ಟೊಂದು ಬ್ಯೂಟಿ ಆಗಿ ಕಾಣ್ಲಿಲ್ಲ" ಎಂದು ನುಡಿದ.

ಸ್ನೇಹಿತನ ನುಡಿಗಳಿಗೆ ಗಾಬರಿಯಾದ. ಸಹಾನುಭೂತಿಗೊಂಡ. ಆಗ ನೆನಪಾದದ್ದು ಗಾಂಡೀವಿ.

"ಅಲಂಕಾರ್ ನನ್ನ, ನಿನಗಿಂತ ಪೂರ್ತಿ ಡಿಫರೆಂಟ್ ಗಾಂಡೀವಿ. ಅವ್ನ ಚಿಂತನೆಯ ಮಟ್ಟ ನಾವು ಮುಟ್ಬೋಕೆ ಕೂಡ ಸಾಧ್ಯವಿಲ್ಲ. ಅವ್ನ ಅತ್ತೆಯ ಮಗ್ಳೇ ಅವ್ನಿಗೆ ನಿಶ್ಚಯವಾದ ವಧು. ಒಮ್ಮೆ ಜ್ಯೂನಿಯರ್ ಸ್ಟೂಡೆಂಟ್ ಕಾತ್ಯಾಯಿನಿಯ ವಿಷ್ಯ ಬಂತು. ಷಿ ಈಸ್ ವರಿ ಬ್ಯೂಟಿ, ಇವ್ನಿಗೋಸ್ಕರ ಬಿದ್ದು ಸಾಯೋಳು. ಎಷ್ಟೋ ಸಲ ಹಾಸ್ಟಲ್‌ಗೆ ಕೂಡ ಫೋನ್ ಮಾಡೋಳು. ಲವ್ ಲೆಟರ್ ಬಂದಾಗ ಮೌನವಾಗಿ ಹರಿದೆಸೆಯುತ್ತಿದ್ದ. ನಂಗೆ ಅಂಥ ಅವಕಾಶ ಸಿಕ್ಕಿದ್ರೆ ನಾನು ಬಿಡ್ತಾ ಇರ್ಲಿಲ್ಲ. ನಂಗೊಂದು ದಿನ ರೇಗ್ತು 'ಏನಯ್ಯ. ನಿನ್ನ ಸುಭದ್ರ ಕಾತ್ಯಾಯಿನಿಗಿಂತ ಬ್ಯೂಟೀನಾ?' ಅಂತ ಜೋರು ಮಾಡಿದ್ದೆ. ಅದ್ಕೆ ಒಂದು ದೃಷ್ಟಾಂತ ಕೊಟ್ಟಿದ್ದ. ಲೋಕ ಪ್ರಸಿದ್ಧ ಪ್ರೇಮಿಗಳಾದ ಲೈಲಾ, ಮಜ್ನು ಹೆಸರು ಕೇಳದವ್ರೇ ಇಲ್ಲ. ಪ್ರೇಮಕ್ಕೆ ಒಂದು ಸಂಕೇತ ಅವರು ಅನ್ನುವಷ್ಟು ಜನಪ್ರಿಯರು. ಮಜ್ನು ಅಪಾರವಾದ ಚೆಲುವ ಚೆನ್ನಿಗರಾಯ. ಇವನು ಮೆಚ್ಚಿದ ಹೆಣ್ಣು ಎಷ್ಟು ಚೆಲುವೆಯಾಗಿರಬೇಕೆಂಬುದು ಎಲ್ಲರ ಕುತೂಹಲ. ಇದಕ್ಕೆ ಬಾದಷಹ ಕೂಡ ಹೊರತಲ್ಲ. ಒಮ್ಮೆ ತಡೆಯಲಾಗದೆ ಬಾದಷಹ ಮಜ್ನುವನ್ನು ಕರೆಸಿ 'ಮಜನು ನೀನು ಅನ್ಯಥಾ ಭಾವಿಸ್ಬೇಡ. ನಿನ್ನ ಲೈಲಾನ ಒಮ್ಮೆ ತೋರ್ಸು' ಎಂದ. ಮಜ್ನು ತೆಪ್ಪಗೆ ಒಪ್ಪಿಕೊಂಡವನು ಮರುದಿನ ಲೈಲಾನ ಕರೆತಂದ.

ಬಾದಷಹ ಕಲ್ಪಿಸಿಕೊಂಡಂತೆ ಅಪಾರವಾದ ಚೆಲುವಿನ ರಾಶಿಯೇನಾಗಿರ್ಲಿಲ್ಲ. ತಮಾಷೆಯಾಗಿ ಬಾದಷಹ ಛೇಡಿಸಿದ 'ನನ್ನ ರಾಣೀವಾಸದ ದಾಸಿಯರು ಕೂಡ ಇವ್ಳಿಗಿಂತ ರೂಪಸಿಯರಾಗಿದ್ದಾರೆ. ನೀನು ಮೋಸ ಹೋದೆ' ಎಂದು ನಕ್ಕ.

ಆದರೆ ಮಜ್ನು ವಿಚಲಿತನಾಗಲಿಲ್ಲ.

"ಜಹಾಪನಾಹ. ನೀವು ಲೈಲಾನ ಮಜ್ನು ಕಣ್ಣಿಂದ ನೋಡಲಿಲ್ಲ. ಅದಕ್ಕಾಗಿ ತಮಗೆ ಅವ್ಳು ಚೆಲುವೆಯಾಗಿ ಕಾಣಲಿಲ್ಲ" ಸ್ಪಷ್ಟವಾಗಿತ್ತು ಅವನ ಉತ್ತರ. ಮಜ್ನು ಉತ್ತರ ಬಹಳ ಬೆಲೆಯುಳ್ಳದಾಗಿತ್ತು. ಅಂತರಂಗದ ಸಂಸ್ಕಾರಕ್ಕಾಗಿ ಅನುಗುಣವಾಗಿ ಕಣ್ಣು ಕೆಲಸ ಮಾಡುತ್ತದೆ. ಸೌಂದರ್ಯ ನೋಡುವವರ ಕಣ್ಣುಗಳಲ್ಲಿರುತ್ತದೆ" ಅಂದಿನ ಗಾಂಡೀವ ಮಾತುಗಳನ್ನು ಹೇಳಿದ ಅಲಂಕಾರ್‌ಗೆ. ಅಂದಿನ ಘಟನೆ ನೆನಪಾಯಿತು. ಎಷ್ಟು ಬುದ್ಧಿವಂತಿಕೆಯಿಂದ ಇವರನ್ನು ನಿವಾರಿಸಿಕೊಂಡಿದ್ದು ಮಾತ್ರವಲ್ಲ, ಸಿಕ್ಕಿಸಿದ್ದ ಪೋಲೀಸ್ ವಲಯದೊಳಗೆ. 'ಹೀರೋ ಹೊಂಡ' ಬೆಂಕಿಯಲ್ಲಿ ಉರಿದು ನಾಮಾವಶೇಷ ಉಳಿಸಿತ್ತು. ಕೊಟ್ಟ ನಾಲ್ಕು ನಾಲ್ಕು ಪೆಟ್ಟುಗಳಾದರೂ ನೋವು ಬಹಳ ದಿನಗಳವರೆಗೂ ಕಾಡಿತು. ಅಂದು ಬಿದ್ದ ಪೆಟ್ಟುಗಳಿಗೂ ಹಿಂದೆ ಟವಲು ಸುತ್ತಿ ಆಟದ ಮೈದಾನದಲ್ಲಿ ಬಿದ್ದ ಪೆಟ್ಟುಗಳಿಗೂ ಸಾಮ್ಯತೆ ಇತ್ತು. ಹೇಗೆ? ಡ್ರೈವರ್ ಮಾತಾಡಿರಲಿಲ್ಲ. 'ಮೂಗ'ನೆಂದು ಇನ್ನೊಬ್ಬ ವ್ಯಕ್ತಿ ಉಸುರಿದ್ದ.

ಸ್ವಲ್ಪ ಚುರುಕಾಯಿತು ಅಲಂಕಾರ್ ಮೈಂಡ್. "ಜಸ್ಟ್, ಒಂದಿಷ್ಟು ಇನ್‌ಫಾರ್ಮೇಷನ್ ಬೇಕು. ಗಾಂಡೀವಿ ಈಗ ಎಲ್ಲಿದ್ದಾನೆ?" ತೀವ್ರ ಕುತೂಹಲ ಅವನ ದನಿಯಲ್ಲಿ. ಅಂದು ಸರಿಯಾಗಿ ಗುರುತಿಸಲಾಗಿರಲಿಲ್ಲ. ವಿಸ್ಕಿಯ ಅರೆ ಮತ್ತಿನಲ್ಲಿದ್ದ.

"ವೆರಿ ಸಿಂಪಲ್, ಊರಿನಲ್ಲಿ ಇರ್ತಾನೆ. ಅವನೇನು ಕೆಲ್ಸದ ಸಲುವಾಗಿ ಓದಿಗೆ ಬಂದಿರ್ಲಿಲ್ಲ. ಅವ್ನಿಗೆ ತುಂಬ ಡಿಸ್‌ಅಪಾಯಿಂಟ್. ನಮ್ಮಂಥ ಹತ್ತು ಜನ ಓದ್ದೋಕ್ಕಿಂತ ಅವನಂಥ ಒಬ್ಬ ಓದಿದ್ರೆ ವಿದ್ಯಾವಂತನಾದ್ರೆ, ನಮ್ಮ ಹತ್ತು ಜನದ ಋಣ ತೀರಿಸ್ಬಲ್ಲ. ವೆರೀ ಸ್ಯಾಡ್" ಮುಖ ಕಿವಿಚಿದ. ಅಂದಿನ ಘಟನೆಯ ಹಿಂದೆ ಅಲಂಕಾರ್ ಕೈವಾಡವಿದೆಯೆನ್ನುವ ಅನುಮಾನ ಅವನಿಗೆ. ಪ್ರಶ್ನಿಸಲು ಮಾತ್ರ ಹಿಂಜರಿಕೆ. ಅವನ ತಾಕತ್ತಿನ ಬಗೆಗಿನ ಅಂಜಿಕೆಯೇನೋ. ಅಂದು ಮೌನವಹಿಸಿ ಪ್ರೇಕ್ಷಕನಾಗಿದ್ದ.

ಎರಡು ನಿಮಿಷ ಮೌನವಾಗಿದ್ದು ಸಿಗರೇಟು ಹಚ್ಚಿ ಅವನತ್ತ ಪ್ಯಾಕ್ ಎಸೆದ. "ಯಾಕೆ, ತೀರಾ ಡಲ್ಲಾಗಿ ಕಾಣ್ತೀಯಾ? ಎನಿಥಿಂಗ್ ರಾಂಗ್?" ಲೈಟರ್ ಸೋಕಿಸಿದ ಸಿಗರೇಟು ತುದಿಗೆ.

ಶ್ಯಾನುಭೋಗ್ ಏನು ಹೇಳಲಿಲ್ಲ. ಗೆಳೆಯರೆಂದರೆ ಅಲಂಕಾರ್‌ಗೆ ಟೈಮ್ ಪಾಸ್. ಅಲ್ಲಿ ಸ್ನೇಹಕ್ಕೆ ಯಾವುದೇ ಮಹತ್ವವಿಲ್ಲ. ಕೈ ಬಿಚ್ಚಿ ಹಣ ಖರ್ಚು ಮಾಡೋದ್ರಿಂದ ಹಿಂದೆ ಮುಂದೆ ಅಲೀತಾರೆ. ಅವರುಗಳು ಕೂಡ ಅನುಕೂಲಕ್ಕೆ ತಮ್ಮ ಖರ್ಚು ವೆಚ್ಚಗಳಿಗೆ ಬಳಸಿಕೊಳ್ಳುತ್ತಾರೆ ಇಂಥವರನ್ನು.

ಒರಟಾಗಿ ಕೆನ್ನೆಯುಜ್ಜಿದ ಅಲಂಕಾರ್ ಅವುಡುಗಳು ಬಿಗಿದುಕೊಂಡವು. "ನಂಗೆ ಅನುಮಾನ. ಗಾಂಡೀವಿ ಇಲ್ಲೇ ಇರ್ಬೇಕು" ಎಂದವ ಅಂದು ನಡೆದ ಇನ್ಸಿಡೆಂಟ್‌ನ

ವಿವರಿಸಿಬಿಟ್ಟ. ಇಂಥ ಬಿಚ್ಚು ಮನಸ್ಸು, ಮಾತು ಅವನನ್ನು ಇಕ್ಕಟ್ಟಿಗೆ ಸಿಕ್ಕಿಸುತ್ತಿತ್ತು. ಅದಕ್ಕಾಗಿ ಅವನಪ್ಪ ಉರಿದು ಬೀಳುತ್ತಿದ್ದರು.

'ಷೇಮ್ ಆನ್ ಯೂ' ಎಂದುಕೊಂಡ ಶ್ಯಾನುಭೋಗ್ ನಕ್ಕುಬಿಟ್ಟ ಜೋರಾಗಿ "ಡೋಂಟ್ ಟಾಕ್ ನಾನ್ಸೆನ್ಸ್. ಮೂಗ ಡ್ರೈವರ್‌ನಲ್ಲಿ ಗಾಂಡೀವಿನ ಹುಡ್ಕೋ ಕ್ಯೂರಿಯಾಸಿಟಿ. ಎವ್ವೆರಿಬಡಿ ಲುಕ್ಸ್ ಲೈಕ್ ಸಮ್ ಒನ್ ಎಲ್ಸ್. ಪ್ರತಿಯೊಬ್ರುಇನ್ನೊಬ್ಬರ ತರಹ ಕಾಣಿಸ್ತಾರೆ. ನಿನ್ನ ಹಾಗೆ ಅವ್ನು ಮಂತ್ರಿಯ ಮಗ ಅಲ್ದೇ ಇರ್ಬಹ್ದು. ಹಣ, ಸ್ಟೇಟಸ್ ನಿನ್ನಷ್ಟು ಇರ್ದೇ ಇರ್ಬಹ್ದು. ಶ್ರೀಮಂತ ಉಚ್ಚತಮ ಮನೆತನದ ಏಕೈಕ ಸಂತಾನ ಅವ್ನು. ನಿಂಗೆ ಕಮ್ಯುನಿಕೇಷನ್ ಜಾಸ್ತಿ. ವಿದೇಶೀ ಮದ್ಯ ಸೃಷ್ಟಿಸಿದ ಚಿತ್ರವಷ್ಟೆ ಅದು. ಗಾಂಡೀವಿ ತುಂಬ ಡಿಫರೆಂಟ್" ಎಂದು ಫ್ರಾಂಕಾಗಿ ಹೇಳಿದವನೇ ಮೇಲೆದ್ದ.

ತಳಮಳದಲ್ಲಿದ್ದ ಅಲಂಕಾರ್ ಅವನನ್ನು ಕೂಡಿಸಿಕೊಂಡ. ಇಬ್ಬರು ಸ್ನೇಹದಿಂದ ಮಾತಾಡಿದರು. ಬೇಗ ಸ್ನೇಹದ ಮಾತುಗಳಿಗೆ ಶ್ಯಾನುಭೋಗ್ ಶರಣಾಗುತ್ತಿದ್ದ. ಇದು ಅವನ ಪ್ರಮುಖ ದೌರ್ಬಲ್ಯ.

ಗೆಳೆಯನ ಕೈ ಹಿಡಿದುಕೊಂಡ ಶ್ಯಾನುಭೋಗ್ "ಡಿಯರ್ ಫ್ರೆಂಡ್. ಈಗ ನಿನ್ನ ಹೆಲ್ಪ್ ಬೇಕು ನಂಗೆ. ನಮ್ಮಪ್ಪನ ಕೋಪ ಸ್ವಲ್ಪ ಕಡ್ಮೆಯಾಗೋವರ್ಗೂ ಊರಿನ ಕಡೆ ಹೋಗೋಲ್ಲ. ನನ್ನ ಸ್ಥಿತಿ ಎಲ್ಲಾ ರೀತಿಯಲ್ಲು ಅಧ್ವಾನ" ಹೇಳಿಕೊಂಡ.

ಅರೆ ಉರಿದ ಸಿಗರೇಟನ್ನು ಆಷ್‌ಟ್ರೇನಲ್ಲಿ ಅದುಮಿ "ಡೋಂಟ್ ವರೀ. ಸದ್ಯಕ್ಕೆ ನನ್ನೊಜ್ತೆ ಇರು. ಡ್ಯಾಡಿ ಒಳ್ಳೆ ಮೂಡ್‌ನಲ್ಲಿರೋವಾಗ ನಿನ್ನ ಬಗ್ಗೆ ಮಾತಾಡ್ತೀನಿ. ಲಾಡ್ಜ್ ರೂಮಿನ ಕೀ ಡ್ರೈವರ್‌ಗೆ ಕೊಡು. ನಿನ್ನ ಲಗೇಜ್ ತರ್ಲಿ" ಹೇಳಿದ. ಅಂಥ ಭರವಸೆಯೇನು... ಅವನ ದನಿಯಲ್ಲಿ ಕಾಣಲಾಗಲಿಲ್ಲ. ಅಂಥ ವ್ಯಕ್ತಿತ್ವ ಅವನದಲ್ಲವೆಂದು ಶ್ಯಾನುಭೋಗ್‌ಗೆ ಗೊತ್ತಿತ್ತು.

ಅಂದು ಸಂಜೆ ಸಂಪತ್ ರೂಮು ಹುಡುಕಿಕೊಂಡು ಬಂದ. ತೀರಾ ಸಣ್ಣ ಕೋಣೆ. ಅಕ್ಕಪಕ್ಕದಲ್ಲಿ ಕೂಡ ರೂಮುಗಳು. ಸೂರಿ ಮಾತ್ರ ಇದ್ದ.

"ಸಂಪತ್ ಇದ್ದಾರ?" ಮಲಗಿದ್ದವನು ಪ್ರಶ್ನೆಗೆ ಎದ್ದು ಕೂತ. "ಇಲ್ಲ, ನೀವ್ಯಾರು?" ಅನಾಸಕ್ತಿಯಿಂದ ಕೇಳಿದ ಸೂರಿ. ಅವನಿಗಾಗ್ಲೇ ಜನರ ಬಗ್ಗೆ ಬೇಸರ.

ತೀಕ್ಷ್ಣವಾಗಿ ಅವನತ್ತ ನೋಡಿದ ಶ್ಯಾನುಭೋಗ್ "ಸ್ವಲ್ಪ ಸಂಪತ್‌ನ ಭೇಟಿ ಆಗ್ಬೇಕಿತ್ತು. ಅವರೇನಾದ್ರೂ ರೂಮು ಬದಲಾಯಿಸ್ದಿದ್ದಾರ?" ಎಂದ ಮೆಲುವಾಗಿ.

"ನೀವ್ಯಾರು?" ಸೂರಿಯ ಸ್ವರದಲ್ಲಿತ್ತು ಉದಾಸೀನ.

"ಸಂಪತ್ ಫ್ರೆಂಡ್" ಎಂದ ಶ್ಯಾನುಭೋಗ್.

ಆಪಾದಮಸ್ತಕ ದಿಟ್ಟಿಸಿದ ಸೂರಿ "ಎಕ್ಸ್‌ಕ್ಯೂಜ್ ಮೀ. ಅವ್ನಿಗೆ ನಿಮ್ಮಂಥ ಫ್ರೆಂಡ್ಸ್ ಇರೋಕೆ ಸಾಧ್ಯವಿಲ್ಲ. ಡೋಂಟ್ ಡಿಸ್ಟರ್ಬ್ ಮಿ" ಉರುಳಿಕೊಂಡ.

ಶ್ಯಾನುಭೋಗ್ ಕಣ್ಣುಗಳು ಕೆಂಪಾದವು. 'ಬ್ಲಡಿ ಬ್ಯಾಸ್ಟರ್ಡ್' ಕಾಲು ಅಪ್ಪಳಿಸುತ್ತ

ಹೊರಗೆ ಹೋದವನನ್ನು ಚಗ್ಗನೆ ಹೋಗಿ ಹಿಡಿದ ಸೂರಿ ತನ್ನೆಲ್ಲ ಬಲವನ್ನು ಶೇಖರಿಸಿ ರಪ್ಪೆಂದು ಬಾರಿಸಿದ ಕೆನ್ನೆಗೆ. ಇದು ಅನಿರೀಕ್ಷಿತ. ಅವನು ಹಿಂದಿರುಗಿಕೊಳ್ಳುವ ವೇಳೆಗೆ ಪಕ್ಕದ ರೂಮಿನಲ್ಲಿದ್ದ ಇನ್ನಿಬ್ಬ ಯುವಕರು ಬಂದು ಹಿಡಿದುಕೊಂಡರು.

"ಸುಮ್ನಿರಿ ಸರ್. ಸೂರಿ ಮೆಂಟಲೀ ಅಪ್‌ಸೆಟ್ ಆಗಿದ್ದಾರೆ. ಫಿಜಿಕಲಿ ತುಂಬ ವೀಕ್. ನೀವು ಕೈ ಮಾಡಿದ್ರೆ ಮರ್ಡರಾ ಕೇಸ್ ಬುಕ್ ಆಗುತ್ತಷ್ಟೆ." ಪಕ್ಕಕ್ಕೆ ಸರಿಸಿದರು. ನೆತ್ತಿಗೆ ಹತ್ತಿದ ಕೋಪ ಜರ್ರನೆ ಇಳಿದಂತಾಯಿತು ಶ್ಯಾನುಭೋಗ್‌ಗೆ. ಆದರೂ ತನ್ನ ವ್ಯಕ್ತಿತ್ವ ಕಾಪಾಡಿಕೊಳ್ಳುವ ಅಗತ್ಯ ಅವನಿಗಿತ್ತು.

"ಏನ್ರೀ, ಅರ್ಥ! ನಾನು ಬಂದಿದ್ದು ಸಂಪತ್‌ನ ನೋಡೋಕೆ. ಕೇಳ್ದ ಪ್ರಶ್ನೆಗೆ ಅಸಂಬದ್ಧ ಉತ್ತರ. ಎಷ್ಟು ಅನಾಗರಿಕವಾಗಿ ನಡ್ಕೊಂಡಿದ್ದಾರೆ" ಚುರುಗುಟ್ಟುವ ಕೆನ್ನೆಯ ಮೇಲೆ ಬೆರಳಾಡಿಸುತ್ತ ದುರುಗುಟ್ಟಿಕೊಂಡು ನೋಡಿದ. ಶಕ್ತಿ ಇದ್ದಿದ್ದರೆ ಕಣ್ಣಿಗೆ ಸೂರಿಯನ್ನು ಸುಟ್ಟುಬಿಡುತ್ತಿದ್ದ.

ಅನಿರೀಕ್ಷಿತ ಪ್ರವೇಶ ಗಾಂಡೀವಿದು. ಈಗ ಶ್ಯಾನುಭೋಗ್‌ನ ಬಿಟ್ಟು ರೂಮಿನವರು ಸೂರಿನ ಹಿಡಿದಿದ್ದರು. ಅವನು ಕೊಸರಾಡುತ್ತಿದ್ದ.

"ಸೂರಿ, ವಾಟ್ ಈಸ್ ಗೋಯಿಂಗ್ ಆನ್ ದೇರ್?" ಎಂದು ಆತಂಕದಿಂದ ಸೂರಿಯತ್ತ ಧಾವಿಸಿ ಹಿಡಿದುಕೊಂಡ. ಮಿಕ್ಕವರು ಬಿಟ್ಟರು. "ಬ್ಲಡಿ ಬ್ಯಾಸ್ಟರ್ಡ್ ಅಂತಾನೆ ಈಡಿಯಟ್" ಇವನ ಹಿಂದಕ್ಕೆ ಕೈ ತೋರಿದಾಗ ಗಾಂಡೀವಿಯ ಮೈನ ರಕ್ತ ಬಿಸಿಯಾಯಿತು. ವಿವೇಕ ಜಾಗೃತಗೊಳಿಸದಿದ್ದರೆ ಮೊದಲ ಪೆಟ್ಟಿಗೆ ತತ್ತರಿಸಬೇಕಿತ್ತು ಶ್ಯಾನುಭೋಗ್ "ಹಲೋ..." ಎಂದ ಏರು ತಗ್ಗಿಲ್ಲದ ಸ್ವರದಲ್ಲಿ.

ಸೂರಿಯನ್ನು ರೂಮಿನಲ್ಲಿ ಬಿಟ್ಟು ಬಂದ ಷರಟಿನ ತೋಳುಗಳನ್ನು ಮಡಚುತ್ತ ಬಂದವನು "ಸರ್‌ಪ್ರೈಜ್, ಇದೇನು ಇಲ್ಲಿ?" ಕೇಳಿದ. ಅವನ ವಿದ್ಯೆಯ ನಾಶಕ್ಕೆ. ತಂದೆಯ ಕನಸುಗಳ ಗೋಪುರದ ಕುಸಿತಕ್ಕೆ ಪ್ರತ್ಯಕ್ಷವಾಗಿ ಅಲ್ಲದಿದ್ದರೂ ಪರೋಕ್ಷವಾಗಿ ಇವನು ಕೂಡ ಕಾರಣದ ಒಂದು ಭಾಗ.

"ನಿನ್ನ ನೋಡೋ ಸಲುವಾಗಿ ಬಂದಿದ್ದೆ" ಎಂದವನು ಅವನ ಕೈಹಿಡಿದು "ಎಕ್ಸ್‌ಕ್ಯೂಜ್ ಮೀ ಗಾಂಡೀವಿ. ನಿನ್ನ ಬದ್ಕು ಸ್ಪಾಯಿಲ್ ಮಾಡೋದ್ರ ಜೊತೆ ನಾನು ಹಾಳಾದೆ. ಕೋರ್ಸು ಕಂಪ್ಲೀಟ್ ಆಗಿಲ್ಲ. ಈಗ ಓದೋ ಆಸಕ್ತಿ ಇಲ್ಲ. ಏನೇನೋ ಆಗೋಯ್ತು" ನಿಟ್ಟುಸಿರು ಚೆಲ್ಲಿದ ಗುಲ್ಬರ್ಗ ಜಿಲ್ಲೆಯ ಬಲಿಷ್ಟ ಗಂಡು ಕಂಗೆಟ್ಟು ಕುಸಿದಂತೆ ಕಂಡ.

ಗಾಂಡೀವಿಯೇನು ಮಾತಾಡಲಿಲ್ಲ. ಎಚ್ಚರಿಸಿದ್ದ ರೂಂಮೇಟ್ ಆಗಿದ್ದಾಗ. ಓಡಾಟದ ಆರಾಮ ಆಕರ್ಷಣೆಯಿಂದ ಹಿಂದಕ್ಕೆ ಬರಲಾರದೆ ಒಂದು ರೀತಿಯಲ್ಲಿ ಆತ್ಮಹತ್ಯೆ ಮಾಡಿಕೊಂಡಿದ್ದ. ಸ್ವಂತ ಹೊಣೆ. ಅವರಿವರತ್ತ ಬೆಟ್ಟು ಮಾಡಲಾಗದು.

"ಆರ್ ಯೂ ಫ್ರೀ? ನಂಗಾಗಿ ಒಂದರ್ಧ ಗಂಟೆ ವ್ಯಯ ಮಾಡು. ಒಂದಿಷ್ಟು ಮಾತಾಡಿ ಹಗುರ ಮಾಡ್ಕೋತೀನಿ" ರಿಕ್ವೆಸ್ಟ್ ಮಾಡಿಕೊಂಡ. ಗಾಂಡೀವಿಗೆ ಮಾತಾಡುವ ಇಚ್ಚೆ ಇಲ್ಲದಿದ್ದರೂ ನಿರಾಕರಿಸಲಾರ.

"ಓ.ಕೆ. ನಾನು ಸಂಪತ್‌ನ ನೋಡ್ಕೋಕ್ಬಂದೆ. ಒಂದಿಷ್ಟು ವಿಚಾರ್‍ಸಿಕೊಂಡ್ಬರ್ತೀನಿ" ಹಿಂದಕ್ಕೆ ಹೋದವನು ಎರಡು ನಿಮಿಷದಲ್ಲಿ ಬಂದ.

ಇಬ್ಬರು ಕೂಡಿ ಕಾರ್ನರ್‌ವರೆಗೆ ಬಂದಾಗ "ಜಸ್ಟ್ ಎ ಮಿನಿಟ್..." ಹೇಳಿ ಹೋದವನು ಬ್ರೆಡ್ ಕೊಂಡು ಒಯ್ದು ಕೊಟ್ಟು ಬಂದ.

ಇಬ್ಬರು ಆಟೋ ಏರಿದರು. ಸಿಟಿಯ ಮಧ್ಯೆಯ ಒಂದು ಗಾರ್ಡನ್ ರೆಸ್ಟೋರಂಟ್‌ಗೆ ಬಂದು ಮೂಲೆಯಲ್ಲಿ ಅಂದರೆ ತುಸು ಹಿಂದೆ ಇದ್ದ ಮರದ ಕೆಳಗಿನ ಟೇಬಲ್ಲು ಹಿಡಿದರು. ಅತ್ತಿತ್ ನೋಟ ಹರಿಸಿದ. ಮೂಗ, ಅವಿದ್ಯಾವಂತ ಡ್ರೈವರ್ ಮಂಜಯ್ಯನ ಕುಟುಂಬಕ್ಕೆ ಮಾತ್ರ ಅವನು.

ಎದುರು ಬದರಾಗಿ ಕೂತರು. ಶ್ಯಾನುಭೋಗ್ ಅವನನ್ನೇ ದಿಟ್ಟಿಸಿದ. ಬಹಳಷ್ಟು, ಇವನ ಕಲ್ಪನೆಯ ಅಳತೆಗೆ ಮೀರಿ ಬದಲಾಗಿದ್ದ ಗಾಂಡೀವಿ. ಹಾಸ್ಟಲ್‌ಗೆ ಬಂದ ಗಾಂಡೀವಿಯ ಮುಖದಲ್ಲಿ ಒಂದು ಕೂದಲು ಇರಲಿಲ್ಲ. ಈಗ ಟ್ರಿಮ್ ಮಾಡಿಸಿದ ಗಡ್ಡ, ದಪ್ಪ ಮೀಸೆ ಅವನ ಇಡೀ ವ್ಯಕ್ತಿತ್ವದ ಪುರುಷತ್ವದ ತೇಜಸ್ಸನ್ನು ಹೆಚ್ಚಿಸಿತ್ತು. ಮುಗ್ಧತೆ ಇಣಕುತ್ತಿದ್ದ ಕಣ್ಣುಗಳಲ್ಲಿ ಇಂದು ಸಿಂಹದ ಮೊನಚಿತ್ತು. ಅದಕ್ಕೆ ಒಂದು ರೀತಿಯ ಗಾಂಭೀರ್ಯದ ಮೆರಗು.

"ತುಂಬ ಬದಲಾಗಿದ್ದೀಯಾ. ಗಾಂಡೀವಿ!" ಎಂದ ದಿಟ್ಟಿಸುತ್ತಲೇ ನಸುನಕ್ಕ. ಆ ನಗೆಯಲ್ಲಿದ್ದುದ್ದೇನೆಂದು ಸ್ಪಷ್ಟವಾಗಲಿಲ್ಲ ಶ್ಯಾನುಭೋಗ್‌ಗೆ.

"ನನ್ಮೇಲೆ ಕೂಡ ನಿಂಗೆ ಬೇಸರ. ಕೋಪ ಎರ್‍ಡು ಇರ್‍ಬಹ್ದು."

ಗಾಂಡೀವಿಯ ದಮನಿಗಳಲ್ಲಿ ರಕ್ತ ಬಿಸಿಯಾಯಿತು. ತಂದೆ ಅವನನ್ನು ನೋಡುತ್ತಿದ್ದುದು ಬರೀ ಪ್ರೀತಿಯಿಂದಲ್ಲ, ಅಭಿಮಾನದಿಂದ, ಅದಕ್ಕೆ ಮೀರಿದ ಗೌರವಯುತವಾದ ಭಾವದಿಂದ. ಆದರೆ ಅವರ ಕಣ್ಣುಗಳಲ್ಲಿ ತಿರಸ್ಕಾರ ಕಂಡ ದಿನ ಭೂಮಿ ತನ್ನನ್ನ ನುಂಗಿದ್ದರೂ ಚೆನ್ನಿತ್ತೂಂತ ಯೋಚಿಸಿದ್ದ.

ಆಮೇಲಿನ ದಿನಗಳಲ್ಲಿ ಸ್ವರ್ಗದಂತಿದ್ದ ಮನೆಯಲ್ಲಿ ನರಕ. ಪದೇ ಪದೇ ತಾಯಿಯ ಕಣ್ಣುಗಳಲ್ಲಿ ಕಂಬನಿ– ಪರಿಷ್ಕಾರ ಕಾಣದೆ ಪರಿತಪಿಸಿದ್ದ.

ವೆಯಿಟರ್ ಬಂದಿದ್ದರಿಂದ ಅತ್ತ ಗಮನಹರಿಸಿದ. ಮೆನು ಕಾರ್ಡ್ ನೋಡುವಷ್ಟು ತಾಳ್ಮೆ ಇಲ್ಲ. ಮಾತು ಮರೆತವನಂತೆ ಸನ್ನೆಯಿಂದ ತಿಂಡಿಯ ಬಗ್ಗೆ ಕೇಳಿದವನು ತಟ್ಟನೆ ಎಚ್ಚೆತ್ತ.

"ಏನು ತಗೋತೀಯಾ. ನಿನ್ನ ಫೇವರೆಟ್ ಟೋಮಾಟೋ ಆಮ್ಲೆಟ್" ಕೇಳಿದ. ಮ್ಲಾನವದನನಾದ. "ಯುವರ್ ಚಾಯ್ಸ್. ಏನು ತಿಂದ್ರೂ ಕಹಿಯೇ" ತೀರಾ ಪಶ್ಚಾತ್ತಾಪದಿಂದ ನುಡಿದ ಶ್ಯಾನುಭೋಗ್. ತಂದೆ ಉಗಿದು ಹೊರಗಟ್ಟಿದ ದಿನ ಸರಿಯಾಗಿ ಜ್ಞಾನೋದಯವಾಗಿತ್ತು ಅವನಿಗೆ.

ಸಪ್ಲೈ ಮಾಡಿದ್ದನ್ನು ತುಟಿ ಬಿಚ್ಚದೇ ತಿಂದರು. ಹಿಂದಿನ ಹಾಗೆ ಅದರ ರುಚಿಯ

ಬಗ್ಗೆ ಹರಟಲಿಲ್ಲ ಶ್ಯಾನುಭೋಗ್. ಅವನು ಈಗ ಒಂದು ರೀತಿಯಲ್ಲಿ ಕೇರ್ ಆಫ್ ಫುಟ್‌ಪಾತ್. ತಾನು ಇರುವ ಆಶಯ ಕೂಡ ಕ್ಷೇಮವಲ್ಲವೆನಿಸಿತ್ತು.

"ಈಗ ಇಲ್ಲೇನು ಮಾಡ್ತಾ ಇದ್ದೀಯಾ?" ಕೇಳಿದ.

ಅವನತ್ತ ನೋಡಿ ನಕ್ಕುಬಿಟ್ಟ ಗಾಂಡೀವಿ "ಸದ್ಯಕ್ಕೆ ನಿನ್ನೆದುರಿನಲ್ಲಿದ್ದೀನಿ" ಅಷ್ಟೇ ಹೇಳಿದ್ದು. ಇನ್ನೂ ಹೆಚ್ಚಿನ ಯಾವುದೇ ಮಾತುಗಳನ್ನ ತಿಳಿಸುವುದಾಗಲಿ, ಅವನ ಬಗ್ಗೆ ಕೇಳುವುದಾಗಲಿ ಬೇಕಿರಲಿಲ್ಲ.

"ಸೂರಿ ಯಾರು?" ಕುತೂಹಲ ಅವನ ಬಗ್ಗೆ. "ತೀರಾ ರೂಢ್, ಆ ಮಹಾನುಭಾವ ಬಂದು ಹೊಡ್ದೇಬಿಡೋದಾ. ಅವ್ರುಗಳು ಬಂದು ತಡೆಯದಿದ್ರೆ ಒಂದು ಹೊಡೆದಾಟದ ಸೀನ್ ಕ್ರಿಯೇಟ್ ಆಗೋದು. ತೀರಾ ಕೋಪದ ಮನುಷ್ಯ" ಹೇಳಿದ.

ನೋವು ಇಣಕಿತು ಗಾಂಡೀವಿಯ ಮುಖದ ಮೇಲೆ. ಹಸಿವು ತಡೆಯಲಾರದೆ ಸೂರಿ ನಾಲ್ಕಾರು ಸಲ ರಕ್ತ ಕೊಟ್ಟು ಹಣ ಪಡೆದು ಹೋಟಲ್‌ಗೆ ಹೋಗಿ ಆ ಹಣ ಮುಗಿಯುವವರೆಗೂ ತಿಂದಿದ್ದ.

"ಹೌದು, ಅವ್ನಿಗೆ ಇಡೀ ಜಗತ್ತಿನ ಮೇಲೆ ಕೋಪ, ದ್ವೇಷ, ಅವ್ನು ಪ್ರೀತಿಸೋದು ಬರೀ ಆಹಾರನ ಮಾತ್ರ. ಒಂದ್ಮಾತು ಬರ್ನಾಡ್ ಷಾ ತನ್ನ ನಾಟಕದ ಪಾತ್ರಧಾರಿಯ ಬಾಯಲ್ಲಿ ಒಂದು ಮಾತು ಹೇಳಿಸುತ್ತಾನೆ. 'ಹುಲಿಗೆ ಮನುಷ್ಯನನ್ನು ಕಂಡರೆ ಪ್ರೀತಿ. ಅದರ ಬಗ್ಗೆ ವಿವರಿಸುತ್ತ 'there is no more sincere love than the love of food' ಎಂಬರ್ಥದ ಮಾತು. 'ಮನುಷ್ಯ ಹುಲಿಯ ಆಹಾರ. ಆಹಾರದ ಬಗೆಗಿನ ಪ್ರೀತಿಗಿಂತ ಹೆಚ್ಚಿನ ಪ್ರೀತಿಯುಂಟೆ?' ಹಸಿದ ಮನುಷ್ಯ ಕನಿಷ್ಟ ಹೊಟ್ಟೆಗೆ ಆಹಾರ ಕೊಡದ ಎಲ್ಲಾದರ ಮೇಲು ಅವನಿಗೆ ಕೋಪ, ಬೇಸರ. ಅವನೊಬ್ಬ ಹಸಿದ ಮನುಷ್ಯ" ಎಂದ ದುಗುಡದಿಂದ. ಶ್ಯಾನುಭೋಗ್ ಕುಳಿತಲ್ಲೇ ವಿಗ್ರಹವಾದ. ಬೋನಿನಲ್ಲಿರೋ ಸಿಂಹದ ಆಹಾರದ ಚಡಪಡಿಕೆಯಂತೆ ಕಂಡಿತು. ಮಾತುಗಳು ಹೊರಡಲಿಲ್ಲ.

ಕಾಫೀ ಕುಡಿದು ಇಬ್ಬರು ಎದ್ದರು. ಶ್ಯಾನುಭೋಗ್‌ಗೆ ಇನ್ನು ಕಸಿವಿಸಿ. ಪ್ರಸನ್ನತೆಯೇನು ಮೂಡಲಿಲ್ಲ ಗಾಂಡೀವಿ ಮುಖದ ಮೇಲೆ.

"ಏನು ಮಾತಾಡೋಕಾಗ್ಲಿಲ್ಲ" ಎಂದ ಬೇಸರದಿಂದ.

ಗಾಂಡೀವಿ ಬಲವಂತವಾಗಿ ಉಗುಳು ನುಂಗಿದ "ಬಹುಶಃ ಮಾತಾಡೋಕೆ ವಿಷ್ಯನೇ ಇರ್ಲಿಲ್ಲ. ಬಹುಶಃ ತೀರಾ ಪುರಸತ್ತು ಇದ್ದಿದ್ರೆ ರಾಜಕೀಯ, ಸಾಮಾಜಿಕ, ಶೈಕ್ಷಣಿಕ ವಿಷಯವಾಗಿ ಹರಟಬಹುದಿತ್ತು. ಬೇರೆಯವ್ರ ಬಗ್ಗೆ ವ್ಯಂಗ್ಯ ಮಾಡುತ್ತ ಇತರರ ಸಣ್ಣಪುಟ್ಟ ದೌರ್ಬಲ್ಯಗಳ ಬಗ್ಗೆ ನಗೆಯಾಡಬಹುದಿತ್ತು. ಅವರೆಡರಿಂದ ಯಾವ್ದೇ ಪ್ರಯೋಜನವಿಲ್ಲ. ಗುಡ್ ಬೈ" ಅಲ್ಲಿಯೇ ಬೀಳ್ಕೊಟ್ಟ. ಅಷ್ಟು ಹೊತ್ತು ಗಾಂಡೀವಿಯ ಮೈಮೇಲೆ ಮುಳ್ಳುಗಳು ಹರಿದಾಡಿದಂತಿತ್ತು.

ಹಿಂಬಾಲಿಸಿ ಬಂದ ಶ್ಯಾನುಭೋಗ್.

"ಮತ್ತೆ ಯಾವಾಗ ಸಿಕ್ತೀಯಾ? ನಿಂಗೆ ಕಷ್ಟ ಬೇಡ. ನಾನೇ ಬಂದು ಭೇಟಿ ಮಾಡ್ತೀನಿ. ನೀನೊಮ್ಮೆ ಮಾಡ್ದ ಉಪಕಾರಕ್ಕೆ ಜೀವನ ಪೂರ್ತಿ ನಾನು ಋಣಿಯಾಗಿರ್ಬೇಕಿತ್ತು" ಶ್ಯಾನುಭೋಗ್ ದುಗುಡದಿಂದ ಹೇಳಿಕೊಂಡ. ಮೊದಲಿನಷ್ಟು ಮೃದುವಾಗಿರಲಿಲ್ಲ ಕರಗಿಬಿಡಲು ಗಾಂಡೀವಿ.

"ಅನವಶ್ಯಕವಾಗಿ ಇಬ್ರ ವೇಳೇನೂ ವೇಸ್ಟ್. ಹೀಗೆ ಎಂದಾದ್ರೂ ಭೇಟಿಯಾಗೋಣ. ನಂಗೆ ಅನಿವಾರ್ಯವೆನಿಸಿದ್ದಾಗ ನೀನೆಲ್ಲಿದ್ರೂ ಹುಡ್ಕಿಕೊಂಡ್ಬಂದು ಭೇಟಿ ಮಾಡ್ತೀನಿ. ನಿನ್ನ ವಿಳಾಸದ ಅಗತ್ಯವಿಲ್ಲ" ಹೇಳಿದ. ಖಚಿತ ಆತ್ಮವಿಶ್ವಾಸವಿತ್ತು ಅವನ ನುಡಿಗಳಲ್ಲಿ. ಹಿಮಾಲಯ ಏರುತ್ತೇನೆ ಎಂದು ಸುಮ್ಮನಾಗುವ ಜಾಯಮಾನದವನಲ್ಲ; ಹಿಮಾಲಯವನ್ನು ಏರಿಯೇ ತೀರುತ್ತಾನೆ ಎಂದು ನಂಬಬಹುದಿತ್ತು.

ಒಂದಿಷ್ಟು ರೇಷನ್ ಹಿಡಿದೇ ಸಂಪತ್ ರೂಮಿಗೆ ಬಂದಿದ್ದು. ಹೀಟರ್ ಮೇಲೆ ಸೊಪ್ಪನ್ನು ಬೇಯಲಿಟ್ಟು ಅಲ್ಲೇ ಕೂತಿದ್ದ ಸಂಪತ್. ಊರಿನಿಂದ ಬರುತ್ತಿದ್ದ ಅಲ್ಪಸ್ವಲ್ಪ ಹಣ ಬಂದ್. 'ಏನೂ ತಿಳ್ಕೋಬೇಡ. ಮಳೆ, ಬೆಳೆ ಇಲ್ಲ. ಗೌರ್ನಮೆಂಟ್‌ನಿಂದ ಪಡೆದ ಸಾಲಕ್ಕಾಗಿ ನಿಮ್ಮಮ್ಮನ ಚೂರುಪಾರು ಬಂಗಾರ ಹೋಯ್ತು. ದಿನ ಒಪ್ಪೊತ್ತಾಗಿದೆ. ಹೇಗೋ ಗಳಿಸ್ಕೊಂಡ್ ಓದು ಮುಗಿಸ್ಕೋ. ನಿನ್ನಿಂದ ನಮ್ಗೆ ಒಳ್ಳೆ ದಿನಗಳು ಬರ್ಬೇಕು' ಅವನ ತಂದೆ ಬರೆದ ಪತ್ರ ಜೇಬಿನಲ್ಲಿ ಬೆಂಕಿಯ ಉಂಡೆಯಂತೆ ಕೂತು ದಹಿಸುತ್ತಿತ್ತು ಅವನನ್ನು. ತನ್ನಿಂದ ಅವರಿಗೆ ಒಳ್ಳೆಯ ದಿನಗಳು ಬರಲು ಸಾಧ್ಯವೇ ಎಂದು ಯೋಚಿಸುತ್ತಿದ್ದ.

ಗೆಳೆಯನ ಭುಜದ ಮೇಲೆ ಕೈಯಿಟ್ಟ. "ಬೇಗ ಅಡ್ಗೆ ಮಾಡು. ನಾನು ಇಲ್ಲೆ ಊಟ ಮಾಡ್ಕೊಂಡ್ಹೋಗ್ತೀನಿ" ಮೊಣಕಾಲುಗಳ ಮೇಲೆ ಗದ್ದವನ್ನೂರಿ ಗಳಗಳ ಅತ್ತೇಬಿಟ್ಟ ಸಂಪತ್. ಬದುಕಿನ ಬಗ್ಗೆ ನಿರಾಶೆಯಾಗಿತ್ತು. ಊರಿನಲ್ಲೇ ಯಾವುದಾದರೂ ಸಣ್ಣಪುಟ್ಟ ಕೆಲಸ ಮಾಡಿಕೊಂಡಿದ್ದರೆ ಹೆತ್ತವರಿಗೂ ಉಪಕಾರ, ತನಗೂ ನಿಶ್ಚಿಂತೆಯಾಗಿರುತ್ತಿತ್ತು ಎಂದು ಹಲುಬುತ್ತಿದ್ದ.

"ಏನಿದು, ಸೂರಿಗೆ ನೀನು ನೆರಳಾಗ್ಬಾರ್ದಿತ್ತು. ಅವ್ನಿಗೆ ಮಾರ್ಗದರ್ಶಿಯಾಗ್ಬೇಕು. ಬಿ. ಕ್ವಿಕ್... ಒಂದಿಷ್ಟು ಅನ್ನ ಮಾಡ್ಬಿಡು. ಅಳುವಿನಿಂದ ಏನು ಸಾಧಿಸಿದಂತಾಗೋಲ್ಲ" ಭುಜ ತಟ್ಟಿ ವಿಶ್ವಾಸ ತುಂಬಿದ.

ಮೇಲೆದ್ದ ಸಂಪತ್ ಅನ್ನಕ್ಕಿಟ್ಟು ಸೊಪ್ಪುಗೆ ಉಪ್ಪು ಹಾಕಿ ಬೆಸೆದು, ಮೆಣಸಿನಕಾಯಿ ವಗ್ಗರಣೆ ನೀಡಿದ. ಸದ್ಯಕ್ಕೆ ಇಷ್ಟು ಸಾಕಿತ್ತು ಹೊಟ್ಟೆ ಹಸಿವು ತಣಿಸಲು. ಹಸಿವನ ಭೂತ ಕೆಲವು ಕ್ಷಣವಾದರೂ ನಾಲಗೆಯನ್ನು ತನ್ನ ಹಿಡಿತದಲ್ಲಿ ಇರಿಸಿಕೊಂಡಿರುತ್ತದೆಯೇನೋ!

ತಿನ್ನೋ ಸಮಯದಲ್ಲಿ ಆಗಾಗ ಗೆಳೆಯನತ್ತ ನೋಡುತ್ತಿದ್ದ ಸಂಪತ್. ಅವನ ಸ್ಥಿತಪ್ರಜ್ಞತೆಗೆ ಬೆರಗಾದ. ಕಡಿಮೆ ಸಮಯದಲ್ಲಿ ಅವನು ಬೆಳೆಸಿಕೊಂಡ ಆತ್ಮಸ್ಥೈರ್ಯಕ್ಕೆ 'ಶಭಾಷ್‌ಗಿರಿ' ಕೊಡಬೇಕಾದುದ್ದೇ.

ಸಂಪತ್ ಒಂದು ವಿಷಯವನ್ನು ಅವನ ಮುಂದಿಟ್ಟ "ಸದ್ಯಕ್ಕೆ ಊಟ, ಒಂದಿಷ್ಟು ಕೆಲ್ಸದ ಅಗತ್ಯವಿದೆ. ಸೂರಿ ಪೂರ್ತಿ ಹುಚ್ಚನಾಗ್ಬಿಡ್ತಾನೆ. ನಾನೇನಾಗ್ತೀನೋ ನಂಗೆ ಭರವಸೆ

ಇಲ್ಲ" ದಿಕ್ಕು ಕಾಣದವನಂತೆ ನುಡಿದ.

ಮಗುವಿನ ಮುಗ್ಧ ಮನಸ್ಸು ಹೊತ್ತು ಕಾಲೇಜಿಗೆ ಅಡಿ ಇಟ್ಟ ಗಾಂಡೀವಿ ಇಂದು ಬಹಳ ಬೆಳೆದಿದ್ದ. ಬೌದ್ಧಿಕವಾಗಿ, ಮಾನಸಿಕವಾಗಿ ಬೆಳೆಸಿತ್ತು ಎದುರಾದ ಅನುಭವಗಳು.

"ಸಣ್ಣ ದರ್ಶಿನಿ ರೀತಿಯ ಒಂದು ಹೋಟಲ್ ಪ್ರಾರಂಭ ಮಾಡ್ಬೇಕೂಂತ. ಲಾಭವಿಲ್ದಿದ್ರೂ ಕೆಲ್ಸ ಇರುತ್ತೆ. ಊಟಕ್ಕಂತೂ ತಾಪತ್ರಯವಿರೋಲ್ಲ. ಉಳಿದ ತಿಂಡಿಗಳಿಂದಲಾದ್ರೂ ಹೊಟ್ಟೆ ಹಸಿವಿನ ಭೂತ ತಣಿಸ್ಬಹ್ದು. ಅದ್ಕೂ ಹಣ ಬೇಕು. ನನ್ನ ಹರಾಜು ಹಾಕಿದ್ರೂ ಬಹುಶಃ ಸಾವಿರ ಸಿಕ್ಕೋಲ್ಲ" ದುಡುಗದಿಂದ ಹೇಳಿದ ಸಂಪತ್.

ಸದ್ಯಕ್ಕೆ ಅದು ಒಳ್ಳೆಯ ದಾರಿಯೇ. ಸರಿಯಾದ ಜಾಗ, ಹಣ – ತಲೆ ಬಿಸಿಯಾಯಿತು. ಸಿಟಿಯಲ್ಲಿನ ಎಲ್ಲಾ ವಿದ್ಯಮಾನಗಳ ಬಗ್ಗೆ ಪೂರ್ತಿಯಾಗಿ ಅರಿವಿಲ್ಲದಿದ್ದರೂ ಅಷ್ಟಿಷ್ಟು ಗೊತ್ತಿತ್ತು.

ಎಚ್ಚೆತ್ತವನಂತೆ ಸೂರಿ "ಬುದ್ಧಿಗೆ, ವ್ಯಕ್ತಿತ್ವಕ್ಕೆ ಬೆಲೆ ಇಲ್ದೇ ಹೋದ್ರು... ಈ ಶರೀರದ ಅಂಗಾಂಗಗಳಿಗೆ ಬೆಲೆ ಇದೆ. ಈಚೆಗಿನ ಕಿಡ್ನಿ ರಾಕೆಟ್ ಪ್ರಕರಣ ಗೊತ್ತಲ್ಲ" ನಗೆಯೊಂದಿಗೆ ಹೇಳಿದ.

"ಷಟಪ್, ಬಾಯಿ ಮುಚ್ಕೊಂಡ್ ಕೂತ್ಕೋ" ರೇಗಿದ.

ಸಂಪತ್, ಅವನು ಕೂಡಿ ಚರ್ಚಿಸಿದರು ಬಹಳ ಹೊತ್ತು. ಪ್ಲಾನ್ ಸರಿಯಾಗಿತ್ತು. ಹಣಕ್ಕೇನು ಮಾಡುವುದು? ಬ್ಯಾಂಕ್‌ನಲ್ಲಿ ನಿರುದ್ಯೋಗಿ ಯುವಕರಿಗೆ ಕೊಡೋ ಸಾಲದ ಸ್ಕೀಮ್‌ನಲ್ಲಿ ಯಾಕೆ ಟ್ರೈ ಮಾಡಬಾರದು ಎನ್ನುವ ಯೋಜನೆ ಮುಂದಿಟ್ಟಾಗ ಗಾಂಡೀವಿ, ಸೂರಿ ನಕ್ಕುಬಿಟ್ಟ.

"ಆ ಸಾಲದ ಹಣ ಸಾಂಕ್ಷನ್ ಆಗಿ ಬರೋವರ್ಗೂ ನಾವು ಬದ್ಕಿರಬೇಕಲ್ಲ. ಇಲ್ಲಿ ಬದ್ಕಿಗಿಂತ ಅನ್ನದ ಪ್ರಶ್ನೆ. ಅನ್ನದ ನಂತರವೇ ಮಿಕ್ಕೆಲ್ಲ"

ಅವನ ಮಾತೇನು ಇಬ್ಬರಿಗೂ ತಳ್ಳಿಹಾಕುವಂಥದಾಗಿ ಕಾಣಲಿಲ್ಲ. ಗಾಂಡೀವಿ ತೀರಾ ಗಂಭೀರವಾದ. ಅನ್ನದ ಸಂಪಾದನೆ ಹೇಗೋ ಆಗಬಹುದು. ತನಗೆ ಆದ ಅನ್ಯಾಯಕ್ಕೆ ಯಾವ ರೀತಿಯ 'ರಿವೇಂಜ್ ' ಪ್ರತಿಭಟನೆ ಅದಕ್ಕೆಂದು ಒಂದು ಯೋಜನೆ ಸಿದ್ಧ ಮಾಡಿಟ್ಟುಕೊಂಡಿದ್ದ ಮನದಲ್ಲಿ.

"ಅದರೊಂದಿಗೆ ಇನ್ನೊಂದ್ವಿಷ್ಯವಿದೆ. ನನ್ನ ನೋವು. ನಿನ್ನ ಪರದಾಟ. ಸರೀಯ ನಿರಾಸೆ ವ್ಯಕ್ತಿಗತವಾದುದ್ದಲ್ಲ. ನಿರಂತರವಾಗಿ ನಡ್ಯೋವಂಥದ್ದು. ಅಂದು ಕೆಲವು ಕಡೆಗೆ ಬೆರಳೆಣಿಕೆಯ ವಿದ್ಯಾರ್ಥಿಗಳು ನನ್ನ ಸತ್ಯದ ಪರ ಹೋರಾಟಕ್ಕೆ ಬೆಂಬಲ ಸೂಚಿಸಿದ್ರೆ, ದನಿಗೂಡಿಸಿದ್ರೆ ಚಿತ್ರವೇ ಬೇರೆಯಾಗ್ತ ಇತ್ತು. ಹಾಗೆ ಆಗ್ಲಿಲ್ಲ. ಬೇರೆಯವ್ರಿಗೆ ಆ ಬಗ್ಗೆ ಆಸಕ್ತಿ ಇಲ್ಲ. ಹಾಗೆಂದು ಅಂಥ ವಿದ್ಯಾರ್ಥಿಗಳ ಬದ್ಕು ಹಾಳಾಗ್ಬೇಕಾ? ಯುವ ಶಕ್ತಿಯ ಪೋಲಾಗ್ಬೇಕಾ? ನೋ... ಹಾಗೆ ಆಗಕೂಡ್ದು. ಶೋಷಿತರ ಸಂಘಟನೆಗೆ ಒಂದು ದನಿ ಬೇಕು. ದನಿಗೆ ಬಲವಿರಬೇಕು. ಭದ್ರವಾದ ಬುನಾದಿ ಹಾಕ್ಬೇಕು" ಎಂದ ಆವೇಶದಿಂದ.

ಸೂರಿ ಮೇಲೆದ್ದವನೇ "ನೀನು ಹ್ಞೂ ಅನ್ನು ಗಾಂಡೀವಿ ಆ ಆಲಂಕಾರ್‌ಗೆ ಚಾಕು ಹಾಕ್ಬಿಡ್ತೀನಿ. ಅವ್ನ ಸತ್ತಾಗ ಬುದ್ಧಿ ಬರುತ್ತೆ ಅಂಥವ್ರಿಗೆ. ನಂಗೇನು ಇನ್ನ ಬದ್ಕಿನ ಬಗ್ಗೆ ಆಸೆ, ಆಸಕ್ತಿ ಎರ್ಡೂ ಇಲ್ಲ. ನನ್ನ ಇಂಥ ಸ್ಥಿತಿಯಲ್ಲಿ ಪ್ರೀತಿ, ಆಪ್ಯಾಯಮಾನ ತೋರಿದ್ದೀಯಾ. ಆ ಋಣವಾದ್ರೂ ತೀರಿಸ್ಕೋತೀನಿ" ಬಡಬಡಿಸಿದ. ನಿತ್ರಾಣ ದೇಹದಲ್ಲೂ ಅಂಥ ಕೆಚ್ಚು, ಯುವ ಶಕ್ತಿಯ ಹತಾಶ ರಕ್ತದ ರೂಪದಲ್ಲಿ ಹರಿಯುತ್ತೆ ಎನ್ನುವುದಕ್ಕೆ ಅವನೊಂದು ನಿದರ್ಶನ ಅಷ್ಟೆ.

ಒಮ್ಮೆ ಗಾಂಡೀವಿಗೂ ಅಂಥ ಆವೇಶ ಬಂದಿತ್ತು. ಅಲಂಕಾರ್ ಸಾವಿನಿಂದ ಯಾವುದೇ ಬದಲಾವಣೆಯಾಗಲೀ, ನ್ಯಾಯವಾಗಲಿ ಸಿಗುವಂತಿರಲಿಲ್ಲ. ಯಾಂತ್ರಿಕ ಜೀವನದಲ್ಲಿ ಸ್ಪಂದನದ ಅಗತ್ಯವಿತ್ತು. ಒಬ್ಬ ಮನುಷ್ಯನ ಬಗ್ಗೆ ಇನ್ನೊಬ್ಬ ಮನುಷ್ಯ ಸಂವೇದಿಸುವ ಬಗ್ಗೆ ಯೋಚಿಸಬೇಕಿತ್ತು.

"ಬೇಡ ಸೂರಿ, ಬರೀ ರಕ್ತ, ಕೊಲೆ, ಸಾವು ಎಲ್ಲಕ್ಕೂ ಪರಿಹಾರವಲ್ಲ. ಸಮಾಜವನ್ನು ವಿನಾಶದತ್ತ ತಳ್ಳುತ್ತೆ. ಈಗ ಬರೀ ಬದ್ಕೋ ಯೋಚ್ನೆ" ತನ್ನ ಮನದ ಮಿಡಿತ. ಯೋಚನೆಗಳ ರೂಪುರೇಷೆಗಳನ್ನು ಅವರುಗಳ ಮುಂದಿಟ್ಟ. ಒಬ್ಬರೂ ಮಾತಾಡಲಿಲ್ಲ. ಈಗ ಅವರಿಗೆ ತಮ್ಮ ಅನ್ನದ ಯೋಜನೆ, ಭವಿಷ್ಯದ ಚಿಂತನೆ ಇತ್ತೇ ವಿನಹ ಬೇರೊಂದು ಕಡೆ ದೃಷ್ಟಿ ಹರಿಯದು.

ಗಾಂಡೀವಿ ಇಬ್ಬರ ಮುಖವನ್ನು ಬದಲಿಸಿ ಬದಲಿಸಿ ನೋಡಿದ. ಇದು ಯಾವುದೂ ತನಗೆ ಕೇಳಲಿಲ್ಲವೆನ್ನುಂತೆ ಇದ್ದ ಸೂರಿ. ಸಂಪತ್ ಮತ್ತಷ್ಟು ಸಪ್ಪಗಾಗಿದ್ದ. ಇದು ಸಿನೆಮಾ ಅಲ್ಲ ಜೀವನವೆಂದು ಹೇಳಬೇಕೆನಿಸಿದರೂ ಯಾಕೋ ಬಾಯಿ ಬಿಡಲಾಗಲಿಲ್ಲ. ಎಂ.ಎಸ್‌ಸಿ.ಯಂಥ ಡಿಗ್ರಿಯ ಸರ್ಟಿಫಿಕೇಟ್ಸ್ ಇಟ್ಟುಕೊಂಡು ಕೆಲಸಕ್ಕಾಗಿ ಹುಡುಕಾಡುತ್ತಿದ್ದ ಅವರಿಬ್ಬರಿಗಿಂತ ಸೀನಿಯರ್ ಆದ ಸೂರಿ ಇಂದಿಗೂ ಒಂದು ಹೊತ್ತಿನ ಊಟಕ್ಕಾಗಿ ಗಳಿಸಿಕೊಳ್ಳಲಾರದ ಸ್ಥಿತಿಯಲ್ಲಿದ್ದ. ಆದರೆ ಗಾಂಡೀವಿ ನಿರಾಶನಾಗಿ ಕೈಕಟ್ಟಿ ಕೂತಿರಲಿಲ್ಲ. ಇವರಿಬ್ಬರ ಅನ್ನಕ್ಕೂ ಸಹಾಯ ಮಾಡುತ್ತಿದ್ದ. ಉಳಿಯಲು ಆಶಾಕಿರಣವಾಗಿದ್ದ.

"ಸಾರಿ, ಎಕ್ಸ್‌ಕ್ಯೂಜ್ ಮಿ ಗಾಂಡೀವಿ. ನೀನು ಹೇಳಿದ್ದು ನಾವು ಮಾಡ್ತೀವಿ. ಸೈನಿಕರು ಆಗೋ ಮನಸ್ಥಿತಿ ಮಾತ್ರ ನಮ್ದು. ಸೈನಾಧಿಪತಿಯಾಗೋ ಅರ್ಹತೆ ನಮ್ಗಿಲ್ಲ. ಕನಿಷ್ಟ ಆಸಕ್ತಿ ಕೂಡ ಇಲ್ದ ಜನ. ಹೇಳಿದ್ದು ಮಾಡ್ತೀವಷ್ಟೆ" ಪ್ರಾಮಾಣಿಕವಾಗಿ ಹೇಳಿದ. ಇದು ಎಷ್ಟು ಸರಿ, ಎಷ್ಟು ತಪ್ಪೆಂದು ಚಿಂತಿಸದೆ ಮನಸ್ಸಿನಲ್ಲಿದ್ದುದನ್ನು ಉಸುರಿದ್ದ ಸಂಪತ್. ಸೂರಿಯದು ಕೂಡ ಅದಕ್ಕೆ ಸಮ್ಮತವೇ. ಅಷ್ಟು ಬಿಟ್ಟು ಅವನೇನು ಹೇಳಲಾರ. ಗಾಂಡೀವಿ ಅವನಿಗೆ ವಯಸ್ಸಿನಲ್ಲಿ ಚಿಕ್ಕವನಾದರೂ ಗೌರವಿಸುತ್ತಿದ್ದ. ಅರ್ಹತೆ ಮಾತ್ರ ಹಿರಿತನವನ್ನು ಗಳಿಸಿ ಕೊಡುತ್ತದೆಯೆಂದು ಅವನಿಗೆ ಗೊತ್ತು.

ಮಾತಿನ ನಡುವೆ ಸೂರಿ ಬಾಯಿ ಚಪಲ ತಡೆಯಲಾರದೆ "ಒಂದು ಸಣ್ಣ ರಿಕ್ವೆಸ್ಟ್ ಡಿಯರ್ ಫ್ರೆಂಡ್, ಒಂದು ಸರ್ಯಾದ ಊಟ ಮಾಡಿ ಎಷ್ಟೋ ದಿನವಾಯ್ತು. ಅಂದರೆ, ಮದ್ವೆ ಊಟ. ಅಂಥ ಸಂಭ್ರಮದ ವಾತಾವರಣದಲ್ಲಿ.... ವಾಹ್... ವಾಹ್" ಬಾಯಿ

ಚಪ್ಪರಿಸಿದ. ಊಟದ ಆಸೆಯ ಜೊತೆಗೆ ಇಂಥ ಒಂದು ವಾತಾವರಣದಲ್ಲಿ ಬೆರೆತು ಕೆಲವು ಸಮಯವಾದರೂ ಕಳೆಯಬೇಕೆನ್ನೋ ಆಸೆ.

ಮೊದಲು ಗಾಂಡೀವಿ ನಕ್ಕರೂ ನಂತರ ಗಂಭೀರವಾದ. ನಿರಾಸೆಯ ಅವನ ಮುಖದ ದಟ್ಟವಾದ ಛಾಯೆಯಲ್ಲಿ ಬೆಳ್ಳಿ ಮೂಡಬೇಕಿತ್ತು. ಎರಡನೇ ಮೈನ್‌ನ ಮೂರನೆ ಕ್ರಾಸ್‌ನ ಶ್ರೀಮಂತ ಛತ್ರದಲ್ಲಿ ಭವ್ಯವಾದ ಮದುವೆ ನಡೆಯುತ್ತಿತ್ತು. ಕರೆಯದ ಔತಣಕ್ಕೆ ಹೋಗೋದು ಹೇಗೆ? ಸರಿಯೇ?

"ಅದ್ಕೇನು, ಹತ್ತಿರದಲ್ಲೇ ಒಂದು ಮದ್ವೆ ನಡೀತಾ ಇದೆ. ಸಂಜೆ ಗ್ರಾಂಡಾದ ರಿಸೆಪ್ಷನ್ ಕೂಡ ಇದೆಯೆನಿಸುತ್ತೆ. ವಿದ್ಯುತ್ ದೀಪಗಳ ಅಲಂಕಾರದ ನಡ್ವೇ ಗಂಡು, ಹೆಣ್ಣಿನ ಹೆಸರುಗಳ್ನ ಚಿತ್ರಿಸಿದ್ರು. ಹೇಗೂ ಸಂಜೆ ಹೋದರಾಯ್ತು" ಎಂದ. ಆಸೆಗೆ ಸುಲಭ ಪರಿಹಾರ ತೋರಿಸಿದ್ದ.

ಅವರಿಬ್ಬರು ಗಾಬರಿಯಾದರು. ನೀರು ಕುಡಿದು ಉಪವಾಸವಿದ್ದು ಗೊತ್ತು. ಸಾಲ ಪಡೆದು ಗೊತ್ತು. ಆದರೆ, ಈ ರೀತಿ ಹೋಗಿ ಊಟ ಮಾಡೋದು ಅಂದರೆ, ಬೆಚ್ಚುವಂತಾಯಿತು.

"ಡೋಂಟ್ ವರೀ, ಹೋಗೋದೂಂದ್ರೆ.. ಹೋಗೋದೆ. ತೀರ್ಮಾನ ಕೊಟ್ಟ ಗಾಂಡೀವಿ. ಸೂರಿಯ ಸ್ಥಿತಿಯ ಬಗ್ಗೆ ಅವನಿಗೆ ಅತ್ಯಂತ ಸಹಾನುಭೂತಿ. ಬೆಚ್ಚುವಂತಾಗುತ್ತಿತ್ತು ಒಮ್ಮೊಮ್ಮೆ.

ಸಂಪತ್‌ನ ಶೇವ್ ಮಾಡಲು ಹೇಳಿದವನು ಸೂರಿಯ ಕಡೆ ತಿರುಗಿ "ನೀನಂತು ಶೇವ್ ಮಾಡೋದ್ಬೇಡ. ಈ ಗಡ್ಡ, ಮೀಸೆಗಳು ಇರ್ಲಿ. ಅವ್ನ ತೆಗ್ದುಬಿಟ್ರೆ ಇಡೀ ಮುಖದ ಚಾರ್ಮ್ ಕೆಟ್ಹೋಗುತ್ತೆ" ಎಂದವನು ತಾನೇ ಅವನ ಗಡ್ಡ ಮೀಸೆಗಳನ್ನು ಟ್ರಿಮ್ ಮಾಡಿದ, ಸಹನೀಯವೆನಿಸಿದಂತೆ.

ಗಾಂಡೀವಿಯ ಒಂದೆರಡು ಡ್ರೆಸ್‌ಗಳು ಇಲ್ಲೇ ಇತ್ತು. ಆರೂವರೆಯ ಹೊತ್ತಿಗೆ ಮೂವರು ರೆಡಿಯಾದರು.

"ಈಗ ಮದ್ವೆ ಮನೆಗೆ ಹೋಗಲು ತಕರಾರಿಲ್ಲ" ಎಂದ ಕಾಲರ್ ಸರಿಪಡಿಸಿಕೊಳ್ಳುತ್ತ ಗಾಂಡೀವಿ. ಅವನು ಧೈರ್ಯವನ್ನು ಒಗ್ಗೂಡಿಸಿಕೊಂಡಿದ್ದ. ಯಾವುದೇ ಪರಿಸ್ಥಿತಿ ಎದುರಿಸಲು ಸಿದ್ಧ. ಅಂಥ ಆತ್ಮಬಲ ಅವನದಾಗಿತ್ತು.

ಮೂವತ್ತು ಮತ್ತೊಂದಿಷ್ಟ ಚಿಲ್ಲರೆ ಕೊಟ್ಟು ಸುಂದರ ಗುಲಾಬಿ ಬೊಕ್ಕೆ ಖರೀದಿಸಿದ. ಶ್ರೀಮಂತರ ಮನೆಯ ಮದುವೆ, ಸಾಲು ಸಾಲು ಕಾರುಗಳು. ಜನಸಂದಣಿ ಕೂಡ ಅಷ್ಟೇ ಶ್ರೀಮಂತವಾಗಿತ್ತು. ವೈಭವೋಪೇತ ವಿದ್ಯುತ್ ದೀಪಗಳ ಚಮತ್ಕಾರ. ಮೈಸೂರಿನ ಕೃಷ್ಣರಾಜನಗರ ಬೃಂದಾವನದ ಹಾಡುವ ಕಾರಂಜಿಯನ್ನು ನೆನಪಿಸುವಂಥ ಹೊರಗಿನ ಚಿಮ್ಮುವ ಕಾರಂಜಿ ಸುವಾಸನೆಯ ನೀರನ್ನು ಚಿಮ್ಮಿ ಆಹ್ಲಾದಗೊಳಿಸುತ್ತಿತ್ತು ಪರಿಸರವನ್ನು.

ಸ್ವಲ್ಪ ಹಿಂಜರಿದಿದ್ದು ಸಂಪತ್ ಮಾತ್ರ. ಗಾಂಡೀವಿಗೆ ಅಂಥ ಇನ್‌ಫೀರಿಯಾರಿಟಿ

ಕಾಂಪ್ಲೆಕ್ಸ್ ಇಲ್ಲ. ನೈಮೀಪುರದಲ್ಲಿ ನಡೆಯುವ ಯಾವುದೇ ಮತ್ತಿತರ ಸಮಾರಂಭಗಳಿಗೆ ಅವನ ಕುಟುಂಬಕ್ಕೆ ಅಗ್ರ ತಾಂಬೂಲ. ನೋಡಲು ಕೂಡ ಅಷ್ಟೇ ಹ್ಯಾಂಡ್‌ಸಮ್. ಕೆಲವು ದೈವದ ಕೊಡುಗೆ.

ಗುಲಾಬಿಗಳನ್ನ ಕೊಟ್ಟು ಸುಂದರ ಕನ್ನೆಯರು ಸ್ವಾಗತ ಕೋರಿದರು. ಸುಭದ್ರಳ ನೆನಪಿನಿಂದ ನರ್ವಸ್ ಆದ ಕೆಲವು ಕ್ಷಣಗಳು. ತಕ್ಷಣ ಸಾವರಿಸಿಕೊಂಡ. ಜನರ ನಡುವೆ ಸೇರಿಹೋದರು. ಮಾತು, ನಗು, ಮಕ್ಕಳ ಓಡಾಟ. ಯುವಕ ಯುವತಿಯರ ಯೌವನದ ಕಣ್ಣು ಮುಚ್ಚಾಲೆಯಾಟದ ನಡುವ ವಾದ್ಯಗೋಷ್ಠಿಯ ಏರ್ಪಾಟು. ರೋಮಾಂಚಿತನಾದ ಸೂರಿ. ಸ್ವರ್ಗ ಹೊಕ್ಕಂತಾಗಿತ್ತು. ಸ್ಟೈಲಾಗಿ ಕುರ್ಚಿಗಳಲ್ಲಿ ಆಸೀನರಾಗಿ ಹತ್ತು ನಿಮಿಷ ಆ ಸಡಗರದಲ್ಲಿ ಮುಳುಗಿ ಕ್ಯೂನೋಪಾದಿಯಲ್ಲಿ ಸಾಗಿ ಮೂವರೂ ಮುಂದಕ್ಕೆ ನಡೆದು ವಧುವಿನ ಕೈಯಲ್ಲಿ ಬೊಕ್ಕೆ ಇಟ್ಟು ಮುಗುಳ್ನಗು ಬೀರಿ ಶುಭಕೋರಿದ ಗಾಂಡೀವಿ.

ದಾಳಿಂಬೆ ಹಣ್ಣಿನ ಸಾಲಿನಂತಿದ್ದ ಹಲ್ಲುಗಳನ್ನು ಮಿಂಚಿಸಿ ತಟ್ಟನೆ "ನಮ್ಮ ಶ್ರೀರಾಮ್ ಫ್ರೆಂಡ್ಸ್ ..." ಪರಿಚಯಿಸಿದಳು. ಅವಳ ಅಣ್ಣ ಶ್ರೀರಾಮ್‌ಗೆ ಲೆಕ್ಕವಿಲ್ಲದಷ್ಟು ಸ್ನೇಹಿತರು. ಒಬ್ಬಳೇ ತಂಗಿಯ ಮದುವೆಗೆ ಎಲ್ಲರನ್ನೂ ಆಹ್ವಾನಿಸಿದ್ದ. ಮದುವೆಯ ಗಂಡು ಹಸನ್ಮುಖದಿಂದ ಕೈ ಕುಲುಕಿದ.

ಭರ್ಜರಿಯಾದ ಬಫೆಯ ಏರ್ಪಾಟು. ಎರಡು ಸ್ವೀಟ್, ಪಕೋಡ, ಚಿಪ್ಸ್, ವೆಜಿಟೇಬಲ್ ಬಾತ್, ಪೂರಿ ಸಾಗುನ ಜೊತೆ ಬಾಳೆಹಣ್ಣು, ಐಸ್‌ಕ್ರೀಮ್‌ನ ಸಮಾರಾಧನೆ.

ಒಮ್ಮೆ ಹಾಕಿಸಿಕೊಂಡಿದ್ದಕ್ಕೆ ಗಾಂಡೀವಿ ಪೂರ್ತಿಗೊಂಡರೂ ಸಂಪತ್, ಸೂರಿ ಮತ್ತೆ ಮತ್ತೆ ಹಾಕಿಸಿಕೊಂಡು ಅದರ ಜೊತೆ ಎರಡೆರಡು ಐಸ್‌ಕ್ರೀಮ್ ಅದರ ಮೇಲೊಂದು ಬಾಳೆಹಣ್ಣು. ಬರುವಾಗ ಮೂರು ತೆಂಗಿನಕಾಯಿಗಳು ಕೈಯಲ್ಲಿ.

ವಾಚ್ ಕಡೆ ನೋಡಿಕೊಂಡ ಗಾಂಡೀವಿ. ಎಂಟು ಗಂಟೆ ನಲವತ್ತೊಂಭತ್ತು ನಿಮಿಷದ ಮೇಲೆ ಐದು ಸೆಕೆಂಡ್. ಈ ವಾಚ್ ಅವನದಲ್ಲ ಸಂಪತ್‌ದು. ಬಲವಂತದಿಂದ ಅವನಿಗೆ ಕಟ್ಟಿದ್ದ.

"ಇವತ್ತು ಪೂರ್ತಿ ಫ್ರೀ. ಆರಾಮಾಗಿ ನಿನ್ನ ಫ್ರೆಂಡ್ಸ್, ನೆಂಟರು ಯಾರಾದ್ರೂ ಇದ್ರೆ ನೋಡ್ಕೊಂಡ್ ಹತ್ತು ಗಂಟೆಯೊಳ್ಗೇ ಹಿಂದಿರುಗಿದ್ರೆ ಸಾಕು" ಮಂಜಯ್ಯ ಹೇಳಿ ಕಳಿಸಿದ್ದರು.

ತನಗೆ ಅಂಥವರು ಯಾರು ಇಲ್ಲವೆಂದು ತಿಳಿಸಿದ ಮತ್ತೊಮ್ಮೆ. ಆಗ ನಕ್ಕ ಮಂಜಯ್ಯ "ಜಾಲಿಯಾಗಿ ಸಿನಿಮಾ ನೋಡ್ಕೊಂಡ್ ಹೋಟಲ್‌ನಲ್ಲಿ ಊಟ ಮಾಡ್ಕೊಂಡ್, ಓಡಾಡಿಕೊಂಡ್ಬಾ" ಎಂದು ಕಳುಹಿಸಿದ್ದರು.

ಆ ವ್ಯಕ್ತಿ ಅವನ ಬಳಿಯಲ್ಲಿ ಬಹಳ ಒಳ್ಳೆಯ ರೀತಿಯಲ್ಲಿಯೇ ನಡೆದುಕೊಳ್ಳುತ್ತಿದ್ದ. ಯಾಕೋ ಏನೋ ಒಂದು ರೀತಿಯ ಅನುಮಾನ ಗಾಂಡೀವಿಗೆ ಅವರ ಚಟುವಟಿಕೆಗಳನ್ನು ನೋಡಿ. ಅಂಡರ್‌ವರ್ಲ್ಡ್ ದಂಧೆ ಅಂಥದಕ್ಕೇನೋ ಅವನನ್ನು ಉಪಯೋಗಿಸಿಕೊಂಡಿರಲಿಲ್ಲ.

ರೂಮಿಗೆ ಬಂದ ಕೂಡಲೇ ಬಟ್ಟೆ ಬದಲಾಯಿಸಿ ವಾಚ್ ಬಿಚ್ಚಿಕೊಟ್ಟು ಹೊರಟು

ನಿಂತವನು "ಸಂಪತ್, ಡೋಂಟ್ ವರೀ. ಒಂದ್ವಾರದಲ್ಲಿಯೇ ಮತ್ತೆ ಬಂದು ಭೇಟಿ ಆಗ್ತೀನಿ. ಬಾಡ್ಗೇ ಕೊಟ್ಟಿದೆ. ಇಷ್ಟು ಇಟ್ಕೋ..." ಎರಡು ನೂರರ ನೋಟುಗಳನ್ನು ಅವನ ಜೇಬಿನಲ್ಲಿಟ್ಟಾಗ ಕಂಬನಿಯೊಡೆಯಿತು ಸಂಪತ್ ಕಣ್ಣುಗಳಲ್ಲಿ. 'ನಿನ್ನಿಂದ ನಂಗೆ ಸಹಾಯ ಬೇಕು' ಎಂದೇ ಬಂದಿದ್ದ ಇಲ್ಲಿಗೆ ಗಾಂಡೀವಿ. ಆದರೆ ನೆರವಾದುದ್ದು ಅವನೇ.

"ಡಿಯರ್ ಫ್ರೆಂಡ್, ನಂಗೆ ಒಂದ್ಮಾತು ನೆನಪಾಗುತ್ತೆ. ಕೆಲವರು ಎಲ್ಲಿದ್ರೂ, ಯಾವ ಸ್ಥಿತಿಯಲ್ಲಿದ್ರೂ ಹೀರೋಗಳೇ. ಎಂದೂ ಪೋಷಿಕ ನಟರಾಗೋಲ್ಲ" ಕಂಬನಿ ತೊಡೆದುಕೊಂಡ. ಒಪ್ಪಿಗೆ ಇಲ್ಲವೆಂದು ತಲೆಯಾಡಿಸಿದ ಗಾಂಡೀವಿ ಅವನ ಮಾತುಗಳಿಗೆ.

ಸೂರಿ ಇಂದು ಬಹಳ ಸಂತೋಷವಾಗಿದ್ದ.

"ಥ್ಯಾಂಕ್ಯೂ, ಥ್ಯಾಂಕ್ಯೂ ವೆರಿ ಮಚ್. ನನ್ನ ಬಗ್ಗೆ ನೀನು ಏನು ಅಂದ್ಕೋತೀಯಾ. ಅಂಥ ಸಂಭ್ರಮ, ಸಡಗರದಲ್ಲಿ ಸಂತೋಷದಿಂದ ಊಟ ಮಾಡ್ದ ದಿನಗಳೇ ನೆನಪಿಲ್ಲ. ಹೇಗೆ ನಿಂಗೆ ಕೃತಜ್ಞತೆ ಸಲ್ಲಿಸ್ಲೀ. ಈ ಉಪಕಾರಕ್ಕಾಗಿ" ಒದ್ದೆಯ ದನಿಯಿಂದ ಅವನ ಕೈಗಳನ್ನು ಹಿಡಿದುಕೊಂಡಾಗ ಬೇಸರದ ಮುಖ ಮಾಡಿದ ಗಾಂಡೀವಿ.

"ನಂಗೆ ಇದೆಲ್ಲ ಇಷ್ಟವಾಗೋಲ್ಲ. ಇನ್ನೊಮ್ಮೆ ಮಾತನಾಡೋಣ, ಬರ್ತೀನಿ" ಹೊರಟೇಬಿಟ್ಟ. ಬೇಗ ತಲುಪಬೇಕಿತ್ತು. ಅವರ ಧಾರಾಳತನವನ್ನು ಅವನು ದುರುಪಯೋಗಪಡಿಸಿಕೊಳ್ಳಲಾರ.

ಹಿಂದೆಯೇ ಬಂದ ಸಂಪತ್ "ಪ್ಲೀಸ್, ನಿನ್ನ ವಿಳಾಸ ಕೊಡು. ಅಂದು ಇನ್ವಿಟೇಷನ್ ಹಿಡ್ದು ರೋಡು ರೋಡಿನಲ್ಲಿನ ಜನರಲ್ಲಿ ನಿನ್ನನ್ನ ಅರಸುವಂತಾಯಿತು. ಅನವಶ್ಯಕವಾಗಿ ಬಂದು ಮೀಟ್ ಮಾಡೋಲ್ಲ. ನೀನೆಲ್ಲಿದ್ದೀಯಾಂತ ನಂಗೆ ಗೊತ್ತಾಗ್ಬೇಕು" ಕೇಳಿಕೊಂಡ.

ದಿಟ್ಟಿಸಿ ನೋಡಿದ ಗಾಂಡೀವಿ ನಸುನಕ್ಕ. ಆ ನಗೆಯಲ್ಲಿ ಏನಿತ್ತೋ! ಸದ್ಯಕ್ಕೆ ತಿಳಿಸಲಾರ.

"ನಾನೇ ಆಗಾಗ ಬರ್ತಾ ಇರ್ತೀನಲ್ಲ. ಈ ಸಲ ಬೇಗ್ನೆ ಬರ್ತೀನಿ" ಬೀಳ್ಕೊಟ್ಟು ಕತ್ತಲೆಯಲ್ಲಿ ಕರಗಿಹೋದ.

ಎಷ್ಟೋ ಹೊತ್ತಿನವರೆಗೂ ಅಲ್ಲಿಯೇ ನಿಂತಿದ್ದ ಸಂಪತ್. ಏನೇನು ಅರ್ಥವಾಗಲಿಲ್ಲ. ಅವನ ಮಟ್ಟಕ್ಕೆ ಅರ್ಥವಾಗದಂತೆ ಬೆಳೆದಿದ್ದ ಗಾಂಡೀವಿ. ಅವನ ಧ್ಯೇಯ, ಮಾತು ಆಕ್ಷೇಪಿಸುವಂದದ್ದಾಗಿರಲಿಲ್ಲ.

* * *

ಇವನು ಹಿಂದಿರುಗಿ ಬಂದಾಗ ಮಂಜಯ್ಯ ಹೊರಗಿನ ಸಿಟ್‌ಔಟ್‌ನಲ್ಲಿ ಕೂತು ಮಾತಾಡುತ್ತಿದ್ದರು ಯಾರೊಂದಿಗೋ. ನೋಡಿದರೂ ನೋಡದಂತೆ ಔಟ್‌ಹೌಸ್‌ಗೆ ಸರಿದು ಹೋಗುತ್ತಿದ್ದ ಅವನನ್ನು ಅವರ ಕರೆ ಹಿಡಿದು ನಿಲ್ಲಿಸಿತು.

"ವೇಲು, ಬಾ ಇಲ್ಲಿ" ಕೂಗಿದರು.

ಕ್ರಾಪ್ ಕೆದರಿಕೊಂಡಿದ್ದ ತುಸು. ಅದೇ ಉಡುಪು, ಸ್ವಲ್ಪ ಅಂದರೆ ತುಸು ತಲೆತಗ್ಗಿಸಿ

ನಿಂತ ಅಲ್ಲಿಗೆ ಹೋಗಿ. ಯಜಮಾನನಿಗೆ ಗೌರವ ತೋರುವ ಬಗೆ. ಅತಿಯಾದ ಗೌರವದ ಪ್ರದರ್ಶನ ಅವನೆಂದೂ ಮಾಡನು. ಇಲ್ಲಿಗೆ ಬಂದು ತಲುಪಿದಾಗಿನ ಹತ್ತು ಪಟ್ಟಿನ ಧೈರ್ಯ ಇಂದು ಅವನಿಗಿತ್ತು. ಬೇಡವೆಂದರೆ ತುದಿಗಾಲಲ್ಲಿದ್ದ ಹೊರಡಲು.

"ಇವ್ರನ್ನ ಸ್ವಲ್ಪ ಲಾಡ್ಜ್ ಚಂದ್ರಾಗೆ ಡ್ರಾಪ್ ಮಾಡು" ಹೇಳಿದರು. ಗ್ಲಾಸ್‌ನಲ್ಲಿದ್ದುದ್ದನ್ನು ಮುಗಿಸಿ ಮೇಲೆದ್ದ ವ್ಯಕ್ತಿ "ನಂಗೆ ಫಾಸ್ಟ್ ಡ್ರೈವಿಂಗ್ ಇಷ್ಟವಾಗೋಲ್ಲ. ಎರ್ಡು ಸಲ ಕಾರು ಆಕ್ಸಿಡೆಂಟ್‌ನಲ್ಲಿ ಬದ್ಕಿ ಉಳಿದಿದ್ದೀನಿ. ಮೂರನೇ ಆಕ್ಸಿಡೆಂಟ್‌ನಲ್ಲಿ ಕಾರು ಇರುತ್ತೆ. ನಾನಿರೋಲ್ಲ. ಅದ್ಕೇ, ಬಹಳ ಕೇರ್‌ಫುಲ್ಲಾಗಿ ಕಾರೋಡಿಸ್ಬೇಕು" ಎಚ್ಚರಿಕೆಯೊಂದಿಗೆ ಕಾರು ಬಳಿ ಬಂದವರು ಅವನನ್ನು ನೋಡಿ ಕಣ್ಣು ಕಿರಿದು ಮಾಡಿದರು.

"ಏನು ನಿನ್ಹೆಸ್ರು?" ಕೇಳಿದರು. ಅವರಿಗೆ ಅನಿವಾರ್ಯವಲ್ಲ. ಯಾರು ಅವನನ್ನ ಪ್ರಶ್ನಿಸಲು ಹೋಗಿರಲಿಲ್ಲ. 'ಏಯ್...' ಎನ್ನುತ್ತಿದ್ದರು ಅಥವಾ 'ಡ್ರೈವರ್' ಎನ್ನುತ್ತಿದ್ದರು. ಪ್ರಥಮ ಬಾರಿ ಪ್ರಶ್ನಿಸಿದ್ದರು ಹೆಸರು ತಿಳಿದ ನಂತರವು.

ಅದಕ್ಕೆ ಉತ್ತರ ನೀಡಿದ್ದು ಮಂಜಯ್ಯ "ಈಗ ಕೂಗಿದ್ನಲ್ಲ, ಸ್ವಲ್ಪ ಜಾಸ್ತಿ ಆಯಿತೇನೋ ಗುಂಡು. ಲಿಮಿಟ್‌ನಲ್ಲಿರೋದು ಒಳ್ಳೇದು. ಅವ್ನು ಮೂಗ. ಮಾತು ಬರೋಲ್ಲ. ಗುಡ್ ಡ್ರೈವರ್ ಹತ್ತಿ" ಅವರೇ ಹತ್ತಲು ಸಹಾಯ ಮಾಡಿದರು. ಆ ಮತ್ತಿನಲ್ಲೂ ಅವರಿಗೆ ಆಶ್ಚರ್ಯ. 'ಕಿವಿ' ಎನ್ನುವಂತೆ ಕಿವಿಯನ್ನು ಮುಟ್ಟಿ ನೋಡಿಕೊಂಡರು.

"ಏನು ತೊಂದರೆ ಇಲ್ಲ. ಚೆನ್ನಾಗಿ ಕೇಳುತ್ತೆ. ಹುಡ್ಗನಾಗಿದ್ದಾಗ ಜ್ವರ ಬಂದು ಹೋಯ್ತೂಂತ ಅಂದ. ಟೈಫಾಯಿಡೋ, ನ್ಯೂಮೋನಿಯನೋ ಏನೋ. ಜನಕ್ಕೆ ಅವೆಲ್ಲ ಎಲ್ಲಿ ಗೊತ್ತಿರುತ್ತೆ?" ಅವರ ಅನುಮಾನ ಪರಿಹರಿಸಿದರು.

ಮಂಜಯ್ಯ ಕೂಡ ಎಚ್ಚರಿಸಿದ್ದರಿಂದ ಕಾರು ಬಹಳ ನಿಧಾನವಾಗಿಯೇ ಹೊರಟಿದ್ದು. ನಡುವೆ ಆ ವ್ಯಕ್ತಿ "ವೇಲು, ಎಲ್ಲಾದ್ರೂ ಬಾರ್ ಕಂಡ್ರೆ ನಿಲ್ಸು. ವಿದೇಶೀ.... ವಿದೇಶೀ ಅಂತಾರೆ. ಎಷ್ಟು ಕುಡಿದ್ರೂ ಮತ್ತೇರೋಲ್ಲ. ನಿಂಗೆ ಸಣ್ಣ ಪುಟ್ಟ ಅಂಗ್ಡಿಗಳು ಅಂದ್ರೆ... ಭಟ್ಟಿ ಸಾರಾಯಿ ಕಡ್ಮೇ ದುಡ್ಡಿಗೆ ಸಿಗುತ್ತಲ್ಲ ಅಂಥ ಕಡೆ ಗೊತ್ತಿದ್ರೆ ಕಾರು ತಗೊಂಡ್ಹೋಗಿ ನಿಲ್ಸು" ಅಪ್ಪಣೆ ಕೊಡಿಸಿದ. ಬಾಯಿ ಬಿಚ್ಚಿ ಏನಾದರೂ ಹೇಳುವಂತಿರಲಿಲ್ಲ. ಈಗಲೆ ತೂರಾಡುವ ಮನುಷ್ಯ ಮತ್ತಷ್ಟು ಕುಡಿದರೆ 'ಛೆ' ಎನಿಸಿತು.

ಸ್ವಲ್ಪ ನಿರ್ಜನವೆನಿಸುವ ಕಡೆ ನಿಲ್ಲಿಸಿದವನು ಖಾಲಿ ಬಿಸ್ಲೇರಿ ಬಾಟಲು ತೋರಿಸಿ ತಾನೇ ತರುವುದಾಗಿ ಸನ್ನೆಯಿಂದ ಹೇಳಿ ಕಾರು ಡೋರ್‌ನ ಲಾಕ್ ಮಾಡಿಕೊಂಡು ಹೋದ.

ಕುಡಿಯುವ ನೀರು ತುಂಬಿಸಿಕೊಂಡು ಬಂದು ಕೊಟ್ಟು ಕಾರು ಸ್ಟಾರ್ಟ್ ಮಾಡಿದ. ಏನೇನೋ ತೊದಲುತ್ತ ಕುಡಿದವನು 'ಚಂದ್ರಾ ಲಾಡ್ಜ್' ತಲುಪುವ ವೇಳೆಗೆ ಪೂರ್ತಿ ಮಲಗಿಬಿಟ್ಟ.

ಓಡಿ ಬಂದ ವಾಚ್‌ಮನ್ ಸಂಬೋಧನೆಯಿಂದಲೇ ಇದರ ಮಾಲೀಕರೆಂದು ತಿಳಿದುಬಂದಿದ್ದು. ಇಬ್ಬರು ಸೇರಿ ಇಳಿಸಿ ಒಯ್ದು ಕೋಣೆಯಲ್ಲಿ ಮಲಗಿಸಿ ಬಂದರು.

ಸ್ಟೀರಿಂಗ್ ವ್ಹೀಲ್ ಮೇಲೆ ಕೂತವನು ಆಕಸ್ಮಿಕವಾಗಿ ಹಿಂದಿನ ಸೀಟಿನಡಿ ದೃಷ್ಟಿ ಹರಿಸಿದ್ದು. ಅಲ್ಲೇ ನಿಂತಿತು ನೋಟ. ಒಂದು ಸಣ್ಣ ಲೆದರ್‌ನ ಕೈ ಬ್ಯಾಗು ಇತ್ತು. ಇಳಿದು ಹೋದ ವ್ಯಕ್ತಿಯ ಸ್ಥಿತಿಯನ್ನು ನೆನಪು ಮಾಡಿಕೊಂಡು ಒಯ್ದು ಮುಟ್ಟಿಸಬೇಕು. ಯಾರಿಗೆ? ವ್ಯಕ್ತಿಯದು ಪ್ರಜ್ಞಾಹೀನ ಸ್ಥಿತಿ. ಮುಖ್ಯವಾದ ಡಾಕ್ಯುಮೆಂಟ್ಸ್, ಹಣ ಮತ್ತೇನಾದರೂ ಇದ್ದು ವಾಚ್‌ಮನ್ ಕೈಯಾಡಿಸಿದರೆ ಸ್ವಾರ್ಥದಿಂದ ಇಷ್ಟವಾಗಲಿಲ್ಲ ಅವನಿಗೆ.

ಬ್ಯಾಗು ಹಿಡಿದು ವಾಚ್‌ಮನ್‌ನ ತಳ್ಳಿಕೊಂಡು ಮೇಲಿನ ಅವರ ರೂಮಿಗೆ ಹೋದ.

"ಏಯ್, ಏನ್ಮಾಡ್ತಾ ಇದ್ದೀಯಾ?" ವಾಚ್‌ಮನ್ ಹಿಂಬಾಲಿಸಿದ ಬಂದು ತಡೆದಾಗ ಕೆಲಸವಿದೆಯೆಂದು ಸನ್ನೆ ಮಾಡಿದ. ಅವನು ಕೇಳದೆ ಗಟ್ಟಿಯಾಗಿ ಹಿಡಿದ. "ಒಳ್ಗೆ ಹೋದ್ರೆ ಪೊಲೀಸ್‌ಗೆ ಫೋನ್ ಮಾಡ್ತೀನಿ" ಬೆದರಿಸಿದ.

ನಿಂತ ಗಾಂಡೀವಿಯ ಧೈರ್ಯ ಕುಸಿದಂತಾಯಿತು. ಅಂದಿನ ತನ್ನ ಪ್ರತಿಭಟನೆಗೆ ನಿರ್ದಾಕ್ಷಿಣ್ಯವಾಗಿ ಪೊಲೀಸ್‌ಗೆ ಒಪ್ಪಿಸಿದ್ದರು. ಆ ಘಟನೆಯಿಂದ ಅವನ ಬದುಕು ಬೇರೊಂದು ತಿರುವಿನ ಕಡೆ ಹೊರಳಿತು!

ಅತ್ತಿತ್ತ ನೋಟ ಹಾಯಿಸಿದವನು ಕಾರಿಡಾರ್‌ನ ಕೊನೆಯಂಚಿನಲ್ಲಿದ್ದ ಟಾಯಿಲೆಟ್ ಅವನ ಗಮನ ಸೆಳೆಯಿತು. ಮುಲಾಜಿಲ್ಲದೆ ಎಳೆದೊಯ್ದು ಅದಕ್ಕೆ ತಳ್ಳಿ ಬಾಗಿಲು ಹಾಕಿಕೊಂಡು ಬಂದವನು ರೂಮಿನ ಬಾಗಿಲನ್ನು ತಳ್ಳಿಕೊಂಡು ಹೋಗಿ ಹಾಸಿಗೆಯ ಮೇಲೆ ಬಿದ್ದಿದ್ದ ಸುಬ್ಬಯ್ಯನನ್ನು ಬಾತ್ ರೂಂಗೆ ಒಯ್ದು ಒಂದು ಬಕೆಟ್ ನೀರು ಸುರಿದ. ತಣ್ಣಗಿನ ನೀರು ಬಿದ್ದ ಕೂಡಲೇ ಅಮಲು ಇಳಿದುಹೋಯಿತು.

"ಸಾರಿ..." ಎನ್ನುವಂತೆ ನೋಡಿದವನು ಟವಲಿನಿಂದ ತಲೆಯೊರೆಸಿದ ಅವನ ಬೈಗಳನ್ನು ಲೆಕ್ಕ ಮಾಡದೆ. ನಂತರ ಲೆದರ್ ಬ್ಯಾಗ್ ಅವರ ವಶಕ್ಕೆ ಒಪ್ಪಿಸಿ ಸೆಲ್ಯೂಟ್ ಮಾಡಿದ. 'ಹೋಗ್ತೀನಿ..." ಎಂದ. ಆ ಸಮಯದಲ್ಲಿ ಮಾತನಾಡದೆ ಮೂಗನಂತೆ ನಟಿಸುವುದು ತೀರಾ ಕಷ್ಟವಾಗಿತ್ತು ಅವನಿಗೆ.

ನಂತರ ಮತ್ತೊಂದು ಇಕ್ಕಟ್ಟಿಗೆ ಸಿಕ್ಕಿಕೊಳ್ಳಬಾರದೆಂಬ ವಿನಯದಿಂದ ರೂಮಿನಿಂದ ಹೊರಗೆ ಅವರನ್ನು ಆಹ್ವಾನಿಸಿ ತಾನೇ ಹೋಗಿ ಟಾಯ್ಲೆಟ್ ಬಾಗಿಲು ತೆರೆದು ಬಂದ ವಾಚ್‌ಮನ್ ಹೊಡೆಯಲು ಎತ್ತಿದ ಕೈಯನ್ನು ನಿಯಂತ್ರಿಸಿ ರೂಮಿನಿಂದ ಹೊರಗೆ ನಿಂತ ಅವನ ಯಜಮಾನರತ್ತ ಅವನ ಗಮನ ಸೆಳೆದು ತನ್ನ ಕೆಲಸ ಮುಗಿಯಿತೆಂದು ಹೊರಟುಬಿಟ್ಟ.

ಇಂದು ಮಂಜಯ್ಯ ಅವನಿಗಾಗಿಯೇ ಕಾದಿದ್ದರು. ಪ್ಲಾಂಟರ್ ಸುಬ್ಬಯ್ಯ ಎರಡು ಸಲ ಭಯಂಕರ ಕಾರು ಆಕ್ಸಿಡೆಂಟ್‌ನಲ್ಲಿ ಪಾರಾಗಿದ್ದರು. ಮೂರನೆಯ ಆಕ್ಸಿಡೆಂಟ್ ಬಗೆಗೆ ಅವರಿಗೆಷ್ಟು ಭಯವಿತ್ತೋ, ಇವರಿಗೂ ಅಷ್ಟೇ ಇತ್ತು. ಸ್ವಲ್ಪ ನಿಧಾನವಾಗಿದ್ದಕ್ಕೆ ಅವರ ಎದೆಬಡಿತ ಏರಿತ್ತು.

"ಏನು ತೊಂದರೆ ಆಗ್ಲಿಲ್ವಾ?" ಕೇಳಿದರು ಮೇಲುಸಿರುಬಿಡುತ್ತ. ಇಲ್ಲವೆಂದು ತಲೆಯಾಡಿಸಿದಾಗ "ವೇಲು ಊಟ ಮಾಡ್ಬಾ. ನಾರಾಯಣ ನಿಂಗೋಸ್ಕರ ಕಾಯ್ತಾ

ಇದ್ದಾನೆ” ಹೇಳಿದರು. ಬೇಡವೆಂದು ತಲೆಯಾಡಿಸಿದ ತಲೆ ಬಗ್ಗಿಸಿಯೇ.

ಸಾಕಷ್ಟು ಡ್ರೈವರ್‌ಗಳು ಬಂದು ಹೋಗಿದ್ದರು. ಇವನ ಗುಣ, ನಡತೆಯೇ ವಿಭಿನ್ನ. ಯಾವುದರ ಬಗ್ಗೆಯೂ ಕುತೂಹಲವಿಲ್ಲ. ಹಣದ ಬಗ್ಗೆ ವ್ಯಾಮೋಹವಿಲ್ಲದ ಮನುಷ್ಯ. ಹಿಂದಿನ ರಾಮಿ ಸದಾ ಅವನಿಗೆ ನಾನ್‌ವೆಜ್ ಊಟ ಬೇಕೆಂಬ ತಕರಾರು. ಆಗಾಗ ತೀರ್ಥ ಕೂಡ ಕೊಡಬೇಕಿತ್ತು.

ಒಳಗೆ ಬಂದ ಮಂಜಯ್ಯ ಆ ಮಾತುಗಳನ್ನು ಹೆಂಡತಿಯ ಮುಂದೆ ಆಡಿದರು “ನಮ್ದು ಅದೃಷ್ಟ ವೇಲುವಂಥ ಡ್ರೈವರ್ ಸಿಕ್ಕಿದ್ದು. ಪ್ರತಿಯೊಬ್ರು ಅಡ್ವಾನ್ಸ್ ಮಧ್ಯೆ ಮಧ್ಯೆ ಪಡೆದು ತಿಂಗಳ ಅಂಚಿಗೆ ಸಂಬ್ಳ ಉಳೀತಾ ಇರ್ಲಿಲ್ಲ. ಇವ್ನು ಕೇಳಿದ್ದೇ ಇಲ್ಲ.” ಇದು ಮನದಿಂದ ಬಂದ ಮಾತುಗಳು.

ವಿಮಸ್ಕರಾಗಿದ್ದ ಸ್ವಾತಿ ಮಾತಾಡಲಿಲ್ಲ. ಇಷ್ಟು ದೊಡ್ಡ ಬಂಗ್ಲೆ, ಆಳುಕಾಳುಗಳ ಜೊತೆ ಅಪ್ಪ, ಅಮ್ಮ ಬದುಕಿದ್ದು ಕೂಡ ದೂರದ ಬೋರ್ಡಿಂಗ್‌ನಲ್ಲಿ. ಮಕ್ಕಳು ವರ್ಷಕ್ಕೊಮ್ಮೆ ಇಲ್ಲಿಗೆ ಬಂದರೆ ಅಪರೂಪ. ಆಗಾಗ ಅಂದರೆ ವರ್ಷದಲ್ಲಿ ಒಂದು ನಾಲ್ಕು ಸಲ ಹೋಗಿ ನೋಡಿ ಬರುತ್ತಿದ್ದರು. ನೆನಪಾಗಿ ಕಾಡಿದ್ದರು ಇಂದು ಮಕ್ಕಳು.

ಮಂಜಯ್ಯ ಮುಖ ಸಿಂಡರಿಸಿದರು. “ಯಾಕೆ ಹಾಗೆ ಕೂತಿದ್ದೀಯ? ಚಿಂತೆ, ನೋವು ವಯಸ್ಸನ್ನು ಹೆಚ್ಚು ಮಾಡಿ ತಾರುಣ್ಯದ ಸೊಬಗನ್ನು ನುಂಗುತ್ತೆ. ಹೋಗಿ ಮಲಕ್ಕೋ, ಡ್ರಿಂಕ್ಸ್ ಲೈಟಾಗಿ ತಗೋ” ಎಚ್ಚರಿಸಿದರು.

ಎದ್ದು ಹೋದ ಸ್ವಾತಿ ದೊಪ್ಪನೆ ಹಾಸಿಗೆಯ ಮೇಲೆ ಕುಸಿದರು. ಕೆಲವು ರಾತ್ರಿಗಳು ರಸಮಯ. ಕೆಲವು ರಾತ್ರಿಗಳು ಭಯಂಕರ. ನಿಶೆ ಒಮ್ಮೊಮ್ಮೆ ಹೆದರಿಸುತ್ತಿತ್ತು.

“ತಗೋ...” ಮಂಜಯ್ಯ ಡ್ರಿಂಕ್ಸ್ ಬೆರೆಸಿ ಸನಿಹದಲ್ಲಿ ಕೂತರು “ಹೇಗೋ ಏನೋ ಅಭ್ಯಾಸವಾಗಿ ಹೋಯ್ತು. ಹಿತಮಿತವಾಗಿರ್ಲಿ ಡ್ರಿಂಕ್ಸ್” ಜೊತೆಗೆ ಎಚ್ಚರಿಕೆ ಕೂಡ.

ಮೇಲೆದ್ದ ಸ್ವಾತಿ ದೀನಳಾಗಿ ಗಂಡನನ್ನು “ನಾವು ಮಕ್ಳನ ಕರ್‍ಸಿಕೊಂಡ್ಬಿಡೋಣ. ಯಾಕೋ ಮನಸ್ಸು ತಡ್ಯೋಲ್ಲ” ರೆಪ್ಪೆಯಾಳದಲ್ಲಿ ಮುದ್ದಾಗಿ ಕೂತವು ಕಂಬನಿಯ ಬಿಂದುಗಳು. ಹೊರಗೆ ಇಣಕಲು ಭಯವೇನೋ.

ತಾವೇ ಮಂಜಯ್ಯ ಕೂಡಿಸಿ “ನಾವು ಬಹಳ ದೂರ ಬಂದ್ಬಿಟ್ಟಿದ್ದೀವಿ. ಇನ್ನ ಕೆಲವು ಕಾಲ ಮಕ್ಕಿನಿಂದ ದೂರ ಇರೋ ಅನಿವಾರ್ಯತೆ ಇದೆ. ಈ ನಿನ್ನ ನೈಟ್ ಡ್ರೆಸ್‌ನ ಬೆಲೆಯೆಷ್ಟು ಗೊತ್ತಾ?” ಹೆಂಡತಿ ತೊಟ್ಟ ಬಟ್ಟೆಯ ನುಣುಪನ್ನು ಸವರಿ ನೋಡಿದರು. ಮೂರು ಸಾವಿರದಷ್ಟು ಹೆಚ್ಚು ಮೊತ್ತ ಅತಿ ಬೆಲೆಯ ಮಾಕ್ಸಿ. ಅದು ಬಂದಿದ್ದು ಗಿಫ್ಟ್ ಆಗಿ.

ಸ್ವಾತಿ ಮಾತಾಡಲಿಲ್ಲ. ಕಣ್ಣೀರು ಕೆನ್ನೆಯ ಮೇಲೆ ಹರಿದಾಗ ತೊಡೆದುಕೊಂಡು ಉರುಳಿದರು ಹಾಸಿಗೆಯ ಮೇಲೆ. ಯಾಕೋ ಮಂಜಯ್ಯನ ಮನಸ್ಸು ಕದಿ ಎರಡು ಪೆಗ್ ಹೆಚ್ಚಿಗೆ ಹೊಟ್ಟೆಗೆ ಸೇರಿದಾಗ ಬಯಕೆ ಪ್ರಪಾತವಾಗಿ ಹೆಂಡತಿಯ ಸನಿಹ ಬೇಕೆನಿಸಿತು.

ಮುಖದ ಬಳಿ ಬಗ್ಗಿ ಮಿಂಚುವ ತುಟಿಗಳ ಜೇನು ಹೀರುವ ಮುನ್ನ ಸ್ವಾತಿ ತಟ್ಟನೆ

ದೂಡಿ ಎದ್ದು ಕೂತರು. "ಲೀವ್ ಮಿ ಅಲೋನ್. ನನ್ನ ಮನಸ್ಸು ಸರಿಯಿಲ್ಲ. ಪ್ಲೀಸ್ ರೂಮಿನಿಂದ ಹೊರ್ಗೇ ಹೋಗಿ. ಈ ರೂಪ, ಯೌವನ ಕೆಲವೊಮ್ಮೆ ಶತ್ರು" ಬಿಕ್ಕಿ ಬಿಕ್ಕಿ ಅಳತೊಡಗಿದಾಗ ಮಂಜಯ್ಯ 'ನಿಶೆ' ದಿಢೀರನೆ ಇಳಿದು ವಾಸ್ತವಕ್ಕೆ ಮರಳಿತು ಅವರ ಮಸ್ತಿಷ್ಕ. "ಸಾರಿ..." ಎದ್ದು ಹೊರಹೋದರು. ಭ್ರಮೆಯ ಬದುಕನ್ನು ಹಿಡಿದು ಓಡಿದವನ ಪಾಡು.

ಹೊರಗಿನ ಬಾಲ್ಕನಿಗೆ ಬಂದು ಕೂತರು. ಆಗ ಸಪ್ಲೇ ಆಗುತ್ತಿದ್ದುದು ಗುಂಡು. ನಾರಾಯಣ ನಿಂತು ಸರ್ವ್ ಮಾಡುತ್ತಿದ್ದ. ಅವನಿಗೆ ಖುಷಿಯ ವಿಷಯ. ಉಳಿದಿದ್ದು ಅವನ ಪಾಲು. ತೂರಾಡುವ ಯಜಮಾನನನ್ನು ರೂಮಿಗೆ ಸೇರಿಸಿಬಿಟ್ಟರಾಯಿತು.

ಎರಡರ ಸುಮಾರಿಗೆ ಔಟ್‌ಹೌಸಿಗೆ ಬಂದ ನಾರಾಯಣನ ಕೈಯಲ್ಲಿ ಬಾಟಲಿತ್ತು. ಒಳಗೆ ಬಂದವನು ಸ್ವರ್ಗವೇರಲು ಏಣಿ ಸಿದ್ಧಪಡಿಸಿದವನಂತೆ ಸಂತಸದಿಂದಿದ್ದ.

"ವೇಲು... ವೇಲು..." ಮಲಗಿದ್ದವನನ್ನು ಜಗ್ಗಾಡಿಸಿದ. "ಬೇಗೇಳು. ಇದು ವಿದೇಶಿ. ಒಳ್ಳೆ ಕಿಕ್ ಕೊಡುತ್ತೆ. ನಮ್ಮಂಥವ್ರಿಗೂ ಒಂದಿಷ್ಟು ಮಜಾ ಇರ್ಲೀ" ಎಬ್ಬಿಸಿದ ಬಲವಂತದಿಂದ.

ಸಹಾನುಭೂತಿಯಿಂದ ನಾರಾಯಣನನ್ನು ನೋಡಿದ. ಕುಡಿತದ ಬಗೆಗಿನ ಫಿಲಾಸಫಿ ಅವನಿಗೆ ಬೇಕಿಲ್ಲ. 'ಯಾಕೆ ಕುಡೀತೀಯಾ?' ಕಣ್ಣಲ್ಲಿಯೇ ಕೇಳಿದ. ಅವನು ಉತ್ತರಿಸುವ ಸ್ಥಿತಿಯಲ್ಲಿರಲಿಲ್ಲ.

ಸ್ವಲ್ಪ ಕುಡಿದ ನಾರಾಯಣ್ ತೊದಲು ಶುರು ಮಾಡಿ ಮಲಗಿಯೇಬಿಟ್ಟ. ಸುಭದ್ರಳ ನೆನಪು ಹಿಂಸಿಸುತ್ತಿತ್ತು ಅವನನ್ನು.

ಅಂದು ನೀಳವಾದ ಕಣ್ಣು ರೆಪ್ಪೆಗಳನ್ನು ನಿಧಾನವಾಗಿ ಮೇಲೆತ್ತಿ ನಿಲ್ಲಿಸಿ ದಿಟ್ಟಿಸಿ ನೋಡಿದ ಕ್ಷಣಗಳು. ಕಣ್ಣಂಚಿನಲ್ಲಿ ಹೌದೋ ಅಲ್ಲವೋ ಎನ್ನುವಂತೆ ಕಂಬನಿಯ ತುಂತುರು ಜಿನುಗುತ್ತಿತ್ತು. ಮುದ್ದಾದ ಕೆನ್ನೆಗಳು, ನೀಳವಾದ ಮೂಗು, ಸ್ಫುಟವಾದ ತುಟಿಗಳು. ಮೊದಲ ಬಾರಿ ಅವನಿಗೆ ಅನ್ನಿಸಿತ್ತು. ಸಾಧಾರಣ ಹೆಣ್ಣುಗಳಿಗಿಂತ ಒಂದು ರೀತಿಯ ಕಾಂತಿ ಬೆಳಗುವ ಮುಖವೆನಿಸಿತ್ತು.

"ಏಯ್ ವೇಲು... ವೇಲು..." ನಾರಾಯಣ ತೊದಲಿದ್ದು ಕೇಳಿಸಿದಾಗ ಅವನನ್ನು ಎಳೆದು ಸರಿಯಾಗಿ ಮಲಗಿಸಿದ. ನಿಮಿಷಗಳ ನಂತರ ಅವನ ಗೊರಕೆಯ ಸದ್ದಿನೊಂದಿಗೆ ಅಸಂಬದ್ಧವಾದ ಮಾತುಗಳು ಕೇಳಿಸತೊಡಗಿತು.

ಬಾಟಲಿದನ್ನು ಗ್ಲಾಸ್‌ಗೆ ಸುರಿದ. ದ್ರಾಕ್ಷಿಯ ಬಣ್ಣದ ದ್ರವಕ್ಕೆ ಸ್ವಲ್ಪ ಕೆಂಪು ಬೆರೆತಂತಿತ್ತು. ಸಮಸ್ಯೆಗಳಗೆ ದಿಕ್ಕೆಟ್ಟು ಓಡುವ ವ್ಯಕ್ತಿ ಕುಡಿತಕ್ಕೆ ಶರಣಾಗುತ್ತಾನೆ. ದುರ್ಬಲತೆ, ಪಲಾಯನವಾದ.

ಗಾಂಡೀವಿಯ ಅವುಡುಗಳು ಬಿಗಿದು ಕೂತವು. 'ಐ ಡೂ ನಾಟ್ ಡ್ರಿಂಕ್ಸ್, ಐ ಹೇಟ್ ಇಟ್' ಆವೇಶದಿಂದ ಎರಡನ್ನ ಗೋಡೆಗೆ ಅಪ್ಪಳಿಸಿದ. 'ಛಳ್' ಎಂದ ಸದ್ದಿಗೆ ನಾಯಿಗಳು ಬೊಗುಳತೊಡಗಿದವು. ನಾರಾಯಣ ಮಾತ್ರ ಎಚ್ಚರಗೊಳ್ಳಲಿಲ್ಲ.

* * *

ಅಯ್ಯರ್ ಸಂಧ್ಯಾವಂದನೆ, ಪೂಜೆ ಮುಗಿಸಿ ನಡುಮನೆಯಲ್ಲಿನ ಉಯ್ಯಾಲೆಯ ಮೇಲೆ ಆಸೀನರಾದರು. ತೀರಾ ಗಂಭೀರವಾಗಿದ್ದರು. ಪೂರ್ತಿ ಉಡುಗಿಹೋದಂತಿದ್ದ ಅವರು ಚೇತರಿಸಿಕೊಂಡಿದ್ದರು ಸ್ವಲ್ಪಮಟ್ಟಿಗೆ ಸುಭದ್ರ ಸೊಸೆಯಾಗಿ ಬಂದ ನಂತರ. ಆದರೂ ಬಿಗುವಿನ ವಿದ್ಯಮಾನ. ಆ ಬಗ್ಗೆ ಚಕಾರವೆತ್ತಿರಲಿಲ್ಲ ಅಲಮೇಲು. ಆದರೆ ಹೆಚ್ಚು ಸಂತೋಷಪಟ್ಟಾಕೆ ಆಕೆಯೇ.

"ಮಾಮ..." ಸುಭದ್ರ ಕರೆ.

ನೋಟ ಹಾಯಿಸಿದವರ ತುಟಿಯಂಚಿನಲ್ಲಿ ಮಂದಸ್ಮಿತದ ಜೊತೆ ಗೆದ್ದೆನೆಂಬ ಬಿಗುಮಾನ. ಆದರೆ ಕಣ್ಣುಗಳು ಕರೆದಿದ್ದು ಮಮತೆಯ ವರ್ಷವೇ. ಮಗನಿಗೆ ಅಂಥ ಸ್ಥಿತಿಯಲ್ಲಿ ಸಹಕಾರ ನೀಡಿದ ಸೊಸೆಯ ಬಗ್ಗೆ ಅಪಾರವಾದ ಅಂತಃಕರಣ.

"ಅತ್ತೆ ಕರೀತಾರೆ" ಹೇಳಿದಳು ಮೆಲ್ಲಗೆ.

ಸದಭಿರುಚಿಯ ಸಂಪ್ರದಾಯದ ಮನೆಯಲ್ಲಿ ಬೆಳೆದವಳು. ಸೇರಿದ್ದು ಕೂಡ ಅಂಥ ಮನೆಯೇ. ಅಲ್ಲಿಗಿಂತ ಒಂದಿಷ್ಟು ಹೆಚ್ಚಿನ ಪ್ರೀತಿಯಿಂದಲೆ ಅವಳನ್ನು ನೋಡಿಕೊಂಡಾರು ಅಲಮೇಲು, ಅಯ್ಯರ್.

ಒಂದು ಬಾಳೆ ಎಲೆ ಹಾಕಿ ನೀರು ತುಂಬಿಟ್ಟಿದ್ದರು. ದೊಡ್ಡ ಲೋಟದಲ್ಲಿ. ಆ ಸಮಯದಲ್ಲಿ ಮಿಡುಕುತ್ತಿತ್ತು ಅವರ ಮನ ಮಗನಿಗಾಗಿ. ಆದರೆ ತೋರ್ಪಡಿಸಿಕೊಳ್ಳಲಾರರು. ನೋಟವೆತ್ತಿ ಹೆಂಡತಿಯ ಕಡೆ ನೋಡಿದರು.

"ನಿಮ್ದು ಆಗ್ಲೀ, ದಾಕ್ಷಾಯಣಿ, ಸುಭದ್ರ ಆಮೇಲೆ ತಗೋತಾರೆ" ಎಂದರು ಮೆಲ್ಲಗೆ. ಆದರೆ ತಾಯಿ ಕರುಳಿನ ನೋವು, ವ್ಯಥೆ, ಅಸಹನೆ, ನೋವಾಗಿಯೇ ಆಕೆಯ ಕಣ್ಣುಗಳಲ್ಲಿ ಚಿಮ್ಮುತ್ತಿತ್ತು.

ಎದೆ ಭಾರವಾಯಿತು. ಸದ್ಯಕ್ಕೆ ಅನಿವಾರ್ಯ. ಬಡಿಸಿದ ಪೊಂಗಲನ್ನು ಕಾಯಿ ಚಟ್ನಿ, ಘಮಘಮಿಸುವ ತುಪ್ಪದೊಂದಿಗೆ ಮುಗಿಸಿ ಮೇಲೆದ್ದರು. ಈಗ ಮಗನ ವಿಷಯ ಎತ್ತುವುದನ್ನು ಪೂರ್ತಿಯಾಗಿ ನಿಲ್ಲಿಸಿದರು.

ಇಂದು ಅಲಮೇಲು ಸ್ವಲ್ಪ ಧೈರ್ಯ ಮಾಡಿದ್ದರು. "ಗಾಂಡೀವಿ ಬಗ್ಗೆ ಏನೂ ಗೊತ್ತಾಗ್ಲಿಲ್ಲ. ಸುಭದ್ರ, ಮಂಕಾಗಿ ಒಂದ್ಕಡೆ ಕೂಡ್ತಾಳೆ. ನಂಗೆ ಇದು ಸರಿಯೆನಿಸೋಲ್ಲ" ಸಾತ್ವಿಕ ಆಕ್ರಮಣ ಗಂಡನ ಮೇಲೆ ಆಕೆಯದು.

ಮೌನವಹಿಸಿದರು ಅಯ್ಯರ್. ಮಗ ಅಪರಾಧಿಯಲ್ಲವೆಂದು ಸಮಾಜ ರುಜುವಾತು ಮಾಡಬೇಕು. ಒಂದು ಮಟ್ಟಿಗೆ ಇದು ಮೂರ್ಖತನವೇ.

"ಅದು ನನ್ನ ತಪ್ಪಲ್ಲ. ಅವ್ಳು ಇಷ್ಟಪಟ್ಟೇ ತಾನೇ ಅವ್ನ ಕೈಹಿಡಿದಿದ್ದು. ಬಂದಿದ್ದು ಅನುಭವಿಸ್ಬೇಕು. ಘಟನೆಗಳು, ಸಂದಿಗ್ಧಗಳು ಎಲ್ಲರ ಬದ್ಕಿನಲ್ಲಿ ಇದ್ದಿದ್ದೇ. ಪುರಾಣ ಕತೆಗಳಲ್ಲಿನ ವ್ಯಕ್ತಿಗಳು ಇದ್ರಿಂದ ತಪ್ಪಿಸಿಕೊಳ್ಳಲಾಗ್ಲಿಲ್ಲ. ಆ ಕತೆಗಳಲ್ಲಿ ಕೂಡ ವಿರಹ, ನೋವು, ದ್ವೇಷ ಇಂಥದೆಲ್ಲ ಇಲ್ದಿದ್ರೆ ನೀರಸವೆನಿಸಿಬಿಡ್ತಾ ಇತ್ತು. ಬದ್ಕು ಕೂಡ ಅಷ್ಟೇ"

ಹೇಳಿ ಹೊರ ನಡೆದರು.

ಆಕೆ ಒಂಟಿಯಾಗಿ ಕಣ್ಣೀರು ಸುರಿಸಬೇಕಿರಲಿಲ್ಲ. ಆದರೆ ಸುಭದ್ರ ಕಣ್ಣೀರಿಗೆ ಜೊತೆಯಾಗಲು, ತೊಡೆದಾಳು.

"ಅತ್ತೆ, ಮಾವ ಏನ್ನಾಡ್ತಾರೆ? ಅವ್ರು ಎಲ್ಲಿದ್ದಾರೋ ಇವ್ರಿಗೆ ತಾನೇ ಏನು ಗೊತ್ತು? ನಾಲ್ಕು ದಿನ ಕಾದು ನೋಡೋಣ" ಧೈರ್ಯದ ನುಡಿಗಳಿಗೆ ಕಣ್ಣರಳಿಸಿದರು ಆಕೆ. ನಿಧಾನವಾಗಿಯಾದರೂ ಕಣ್ಣುಗಳಲ್ಲಿ ಮೆಚ್ಚಿಗೆ. ತುಟಿಯಂಚಿನಲ್ಲಿ ಅತ್ಯಂತ ತೆಳುವಾದ ಹೌದೋ, ಅಲ್ಲವೋ ಅನ್ನುವಂಥ ಮುಗುಳ್ನಗೆ ಹಾದುಹೋಯಿತು.

ಅನಿರೀಕ್ಷಿತವೆನ್ನುವಂತೆ ಸಚ್ಚಿದಾನಂದ ಆಗಮಿಸಿದವರು ತೂಗುಮಣೆಯ ಮೇಲೆ ಕೂತು ಬೀಸಣಿಗೆಯಿಂದ ಗಾಳಿ ಹಾಕಿಕೊಳ್ಳತೊಡಗಿದರು. ಅಂದು ಮಗಳನ್ನು ಹುಡುಕಿಕೊಂಡು ನೈಮೀಪುರದವರೆಗೂ ಧಾವಿಸಿ ನಿರಾಶರಾಗಿದ್ದರು. ಮಗನ ಕೈಯಿಂದ ತಾಳಿ ಕಟ್ಟಿಸಿ ಮನೆ ತುಂಬಿಸಿಕೊಂಡಿದ್ದರು ಅಯ್ಯರ್. ಮನೆಯವರೆಗೂ ಬಂದರೂ ಒಳಗೆ ಬರದೆ ಹಿಂದಿರುಗಿದ್ದರು.

"ಅಣ್ಣ, ವೈನಿ ಚೆನ್ನಾಗಿದ್ದಾರ?" ಸೆರಗನ್ನು ಮತ್ತಷ್ಟು ಹೊದ್ದು ಬಂದು ಕೇಳಿದರು. ಅವರು ಬಂದಿದ್ದಕ್ಕೆ ಸಂತೋಷದ ಜೊತೆ ಆತಂಕವೂ ಇತ್ತು. ಒಂದು ಸಣ್ಣ ಯುದ್ಧದ ಸಂಭವ. ಇಲ್ಲಿ ಜಯಾಪಜಯಗಳು ಯಾರ ಪಾಲಿಗೂ ಇಲ್ಲದಿದ್ದರೂ ಎರಡು ಕುಟುಂಬಗಳು ಅನುಭವಿಸಬೇಕಿತ್ತು ಅದರಿಂದಾಗುವ ಕಷ್ಟನಷ್ಟಗಳನ್ನು.

ಹೊರಗೆ ಇಣಕಿದ ಸುಭದ್ರ ಹಾಗೆಯೇ ಹಿಂದಕ್ಕೆ ಸರಿದಳು. ತಂದೆಯ ದೃಷ್ಟಿಯಲ್ಲಿನ ತನ್ನ ಅಪರಾಧ ಎಷ್ಟೆಂದು ಅವಳಿಗೆ ಗೊತ್ತು. ಅವಮಾನ, ಸಂಭ್ರಮದ ಮದುವೆಯ ಮನೆ ಸ್ಮಶಾನ, ಊರಿನಲ್ಲಿ ತಲೆಯೆತ್ತಲಾರದಷ್ಟು ಸಂಕಷ್ಟದ ದುಃಸ್ಥಿತಿ. ಅವಳ ಧೈರ್ಯ ಪೂರ್ತಿ ಉಡುಗಿತು. ಯಾಕೆ ಬಂದಿರಬಹುದು ತಂದೆ?

ಏನು ಮಾತಾಡದೆ ಬಿಮ್ಮನೆ ಕೂತರು. ಆಗಾಗ ಕಾಲಿನಿಂದ ನೆಲವನ್ನು ಮೀಟುತ್ತಿದ್ದರಿಂದ ಉಯ್ಯಾಲೆ ಅತ್ತಿತ್ತ ಹೊಯ್ದಾಡುತ್ತಿತ್ತು. ಅಂಥ ಒಂದು ಮನಸ್ಥಿತಿಯಲ್ಲಿ ಅವರಿದ್ದಾರೇನೋ ಎನ್ನುವ ಅನುಮಾನ.

ಢವಗುಟ್ಟುವ ಎದೆಯಿಂದ ಒಳಗೆ ಬಂದ ಅಲಮೇಲು ನೀರಿನ ಚೊಂಬು ಹಿಡಿದು ಹೋದರು. ಅವರ ಲೋಟದಲ್ಲಿ ನೀರು ಕುಡಿದರು, ಊಟದ ಮಧ್ಯೆ ನೀರು ಕುಡಿಯರು. ಊಟ, ತಿಂಡಿ ಮುಗಿದ ನಂತರ ನೀರು ಕುಡಿಯುವ ಅಭ್ಯಾಸ. ಅದು ಒಂದು ಚೊಂಬಿನಷ್ಟು ನೀರನ್ನು ಮೇಲೆತ್ತಿದ್ದರೆ, ಅದು ಖಾಲಿಯಾದ ನಂತರವೇ ಇಳಿಸುತ್ತಿದ್ದುದು.

"ತಗೊಳ್ಳಿ, ಬಿಸಿಲು ಜೋರಿದೆ. ಕುದ್ದು ಸುಧಾರ್ಸಿಕೊಳ್ಳಿ. ಅವ್ರು ತೋಟದ ಕಡೆ ಹೋಗಿದ್ದಾರೆ. ಯಾರಾದ್ರೂ ಆಳನ್ನ ಕರ್ಸೀ, ಕರೆಸ್ಲಾ?" ಕೇಳಿದರು ಕಂಪಿಸುವ ಕಂಠದಲ್ಲಿ.

ಸ್ವಭಾವ ಬಲ್ಲ ಅಲಮೇಲು ಅಗತ್ಯಕ್ಕಿಂತ ಹೆಚ್ಚಿಗೆ ಹೆದರಿದ್ದರು. ವಾಗ್ಬಾಣಗಳು ಶುರು ಮಾಡಿದರೆ ಮೌನದ ಅಸ್ತ್ರದಿಂದ ತಡೆಯಬಲ್ಲರು. ಅಯ್ಯರ್ ಕೂಡ ಸೋಲು

ಒಪ್ಪಿಕೊಳ್ಳಲಾರದ ಮನುಷ್ಯ. ಮಾತಿನಿಂದ ಮಲ್ಲಯುದ್ಧಕ್ಕೆ ಇಳಿದರೆ, ಸ್ವಲ್ಪ ಹೆದರಿದರು.

ಸಚ್ಚಿದಾನಂದ್ ಕೈ ಮುಂದೆ ಮಾಡಲಿಲ್ಲ. ಮಾತಾಡಲಿಲ್ಲ. ತೊಟ್ಟ ಷರಟನ್ನು ಗೂಟಕ್ಕೆ ತಗುಲಿ ಹಾಕಿ ಮೇಲು ವಸ್ತ್ರವನ್ನಿಡಿದು ಹಿತ್ತಲಿಗೆ ಹೋದರು. ಒಂದಾದ ಮೇಲೊಂದರಂತೆ ಬಾವಿಯಿಂದ ನೀರು ತುಂಬಿಕೊಂಡು ಬರುತ್ತಿದ್ದ ಕೊಡಗಳು ಖಾಲಿಯಾಗಿ ಮತ್ತೆ ಬಾವಿಯೊಳಕ್ಕೆ ಇಳಿಯುತ್ತಿದ್ದವು. ಮೈಲಿಗೆ ತೊಳೆದಂತೆ ದೀರ್ಘ ಸ್ನಾನವೋ ಅಥವಾ ಒಳಗಿನ ಕೋಪ, ಪರಿತಾಪದ ಬೆಂಕಿಯನ್ನು ನಂದಿಸುವಿಕೆಯೋ.

ನಂತರ ದೇವರ ಮನೆಗೆ ಹೋದವರು ಅರ್ಧಗಂಟೆಯ ನಂತರ ಹೊರಗೆ ಬರುವ ವೇಳೆಗೆ ಮಣೆ ಹಾಕಿ ಬಾಳೆಯೆಲೆ ಮೇಲೆ ಉಪಾಹಾರ ಸಿದ್ಧಪಡಿಸಿದ್ದರು. ಕಣ್ಣುಗಳು ಅರಸುತ್ತಿದ್ದವು ಆಗಾಗ ಮಗಳಿಗಾಗಿ. ಇಣಕಿದ ನೆರಳು ಕಂಡರೂ ಅವಳಂತೂ ಹೊರಬರಲಿಲ್ಲ.

"ಅಲಮೇಲು, ಹಾಲು ತಗೊಂಡ್ಬಾ. ಬಿಸಿ ಮಾಡ್ಬೇಡ" ಹೇಳಿದರು. ಬಂದಾಗಿನಿಂದ ಆಡಿದ ಮೊದಲ ಮಾತು. ದೊಡ್ಡ ಭಾರ ಇಳಿಸಿಕೊಂಡಂತೆ ಆಕೆ ದೀರ್ಘವಾದ ನಿಟ್ಟುಸಿರು ತಳ್ಳಿ "ಇನ್ನ ಭಯವಿಲ್ಲ. ಅಣ್ಣ ಸಮಾಧಾನವಾಗಿದ್ದಾರೆ. ಹೋಗಿ ಮಾತಾಡ್ಸು" ಹೇಳಿದರು.

"ಮಾವ ಬರ್ಲಿ" ಎಂದಳು.

ಆಮೇಲೆ ತಾವು ಅಂದು ಅನುಭವಿಸಿದ ಅವಮಾನ, ಬಂದ ಜನರ ಟೀಕೆ, ಬೆದರಿಕೆಯನ್ನು ಹೇಳಿಕೊಂಡು ನೊಂದುಕೊಂಡರು.

"ಆತ್ಮಹತ್ಯೆ ಮಾಡಿಕೊಳ್ದೇ ಬದ್ಕಿದ್ದೀರೀಂದ್ರೆ ಪಾಪದ ಭಯದಿಂದ ಮಾತ್ರ. ಅಕ್ಕರೆಯಿಂದ ಬೆಳೆಸಿದ ಮಗಳು ಕೊಟ್ಟ ಪೆಟ್ಟಿನ ನೋವು. ಅಬ್ಬ..." ನೆನಪಿಸಿಕೊಂಡರು ಅಂದಿನ ಮದುವೆಯ ಮನೆಯ ಚಿತ್ರವನ್ನು. ಬೀಗರ ಬೆದರಿಕೆ, ರೋಷ. ಆಗ ಕಾಲುಗಳನ್ನು ಹಿಡಿದಿದ್ದರು. ಅದಕ್ಕೆ ಕಾರಣ ಸುಭದ್ರ! ದಿನ ಕಳೆದಂತೆ ಪಕ್ವ ಮನ ಆ ಅಪರಾಧವನ್ನು ತಮಗೆ ಆರೋಪಿಸಿಕೊಂಡು ಬೆಣ್ಣೆಯಂತೆ ಕರಗಿಹೋಗಿದ್ದರು.

ಎರಡರ ಸುಮಾರಿಗೆ ಅಯ್ಯರ್ ಮನೆಗೆ ಹಿಂದಿರುಗಿದ್ದು. ಆರಾಮಾಗಿ ಕೂತಿದ್ದ ಸಚ್ಚಿದಾನಂದ್ ನೋಡಿ ಆಶ್ಚರ್ಯವೇನಾಗಲಿಲ್ಲ. ಅವರ ಒಬ್ಬಳೇ ಮಗಳು ತಮ್ಮ ಮನೆಯಲ್ಲಿದ್ದಾಗ ಸಂಬಂಧ ಕಡೆದುಹಾಕುವುದು ಸಾಧ್ಯವಿಲ್ಲ. ಆ ಕೋಪ ತಗ್ಗಲು ಸ್ವಲ್ಪ ದಿನ ಬೇಕಾಗಬಹುದೆಂದುಕೊಂಡಿದ್ದರಷ್ಟೆ.

"ಹೇಗೆ ಊರಿನ ಕಡೆ? ಮಹೇಶ್ವರಿ ಬರ್ಲಿಲ್ಲಾ?" ಉಭಯಕುಶಲೋಪರಿ ವಿಚಾರಿಸಿದವರೂ ನೇರವಾಗಿ ಹೋಗಿದ್ದು ಹಿತ್ತಲಿಗೆ. ಬಾವಿಯ ಕಟ್ಟೆಯ ಕಡೆ ಹರಿದ ಅವರ ನೋಟ ನಿಂತಿತು. ಗಾಂಡೀವಿ ಸಣ್ಣ ಹುಡುಗನಾಗಿದ್ದಾಗಲೂ ಬಾವಿಯ ಕಟ್ಟೆ ಹತ್ತಿ ಕೂಡುತ್ತಿದ್ದ. ಅವನಿಗೆ ಬಹಳ ಇಷ್ಟವಾದ ಸ್ಥಳ, ಹೆದರಿಸಿದ್ದರು. ಎಚ್ಚರಿಕೆ ನೀಡಿದ್ದರು.

ಕಣ್ಣಲ್ಲಿ ಕಂಬನಿ ಶೇಖರವಾಗಿದೆಯೆನಿಸಿದಾಗ ನೀರನ್ನು ಎರಚಿಕೊಂಡು ಸಂತೈಸಿಕೊಂಡರು ತಮ್ಮನ್ನು ತಾವೇ. ಮನಸ್ಸು, ಹೃದಯ ಅವರಿಗೂ ಇತ್ತು. ದೌರ್ಬಲ್ಯವಾಗಬಾರದು. ಯಾವುದು ತಪ್ಪು, ಯಾವುದು ಸರಿಯೆಂದು

ಅರ್ಥೈಸಿಕೊಳ್ಳಲಾಗದಿದ್ದರೂ ಪರೀಕ್ಷೆಯ ನಿಯಮಗಳಿಗೆ ಮೀರಿದ್ದು ಮೊದಲ ತಪ್ಪು. ಪ್ರತಿಭಟನೆ ಎರಡನೇ ತಪ್ಪು. ಅವೆರಡರ ಅಗತ್ಯವಿತ್ತಾ? ಈ ಪ್ರಶ್ನೆಗಳಿಗೆ ಎಷ್ಟು ಉತ್ತರ ಹುಡುಕಿಕೊಂಡರೂ ಸತ್ಯಶೋಧನೆಯೆನಿಸದು. ಬರೀ ಪರಿತಾಪ, ಗೊಂದಲ, ನೋವು.

ಎರಡು ಎಲೆ ಹಾಕಿದ್ದರು. ಅಂತೂ ತಮ್ಮ ಜೊತೆಗೆ ಊಟಕ್ಕೆ ಕೂಡುವಷ್ಟು ರಾಜಿಯಾಗಿದ್ದಾರೆನಿಸಿ ಸಂತೋಷವೆನಿಸಿತು. ಊಟ ಮುಗಿದಿದ್ದು ಮೌನವಾಗಿ.

ತಾಂಬೂಲ ಮೆಲ್ಲುತ್ತ ಸಚ್ಚಿದಾನಂದ್ "ನನ್ನ ಮಗ್ಳು ಅಳಿಯನ ಊರಿಗೆ ಆಹ್ವಾನಿಸೋಕೆ ಬಂದಿದ್ದೀನಿ. ದೊಡ್ಡ ಮನಸ್ಸು ಮಾಡ್ಬೇಕು" ಇಡೀ ಚಿತ್ರವೇ ಬದಲಾದಂತೆ ಮಾತಾಡಿದರು.

ಬುದ್ಧಿವಂತಿಕೆ ಮೆಚ್ಚಿಕೊಂಡ ಅಯ್ಯರ್ ಮುಗುಳ್ನಕ್ಕರು. "ಅಗತ್ಯವಾಗಿ, ಆದ್ರೆ ಈಗಲ್ಲ! ಸದ್ಯದಲ್ಲಿ ಆ ವಿಚಾರವಿಲ್ಲ" ಎದ್ದು ಹೋದರು. ಸುಭದ್ರನ ಒಪ್ಪಿಸಿ ಒಂಟಿಯಾಗಿ ಹೋದ ಗಾಂಡೀವಿಯ ಬಗ್ಗೆ ಅವರಿಗೇನೂ ಗೊತ್ತಿಲ್ಲ. ಹುಡುಕುವಂಥ, ಹುಡುಕಿಸುವಂಥ ಪ್ರಯತ್ನ ಅವರೇನು ಮಾಡಲಿಲ್ಲ. ಅಗತ್ಯವೆನಿಸಲಿಲ್ಲ. ಮಗ ತಪ್ಪು ಮಾಡಿರಬಹುದು. ಅಗ್ನಿಯಿಂದ ಪುಟಿದು ಶುದ್ಧ ಚಿನ್ನವಾಗಿ ಹೊರಬರಬೇಕು. ಇಲ್ಲ ಅಂದು ನಡೆದುಹೋದ ತಪ್ಪಿಗೆ ತಮ್ಮನ್ನು ಕ್ಷಮಾಪಣೆ ಕೇಳಬೇಕು. ಕ್ಷಮಾಪಣೆ ಸುಭದ್ರಳಿಗಾಗಿ.

ಮಧ್ಯಾಹ್ನದ ಸ್ವಲ್ಪ ನಿದ್ದೆಯೂ ತೆಗೆಯಲಾಗಲಿಲ್ಲ. ಹೊರಳಾಡಿ ಎದ್ದು ಕೂಡುವ ವೇಳೆಗೆ ಒಳಗೆ ಬಂದ ಸಚ್ಚಿದಾನಂದ್ ಕದವಿಕ್ಕಿ ಅವರ ಮುಂದೆ ಕೂತು ಅಳತೊಡಗಿದರು.

"ಅರೆ, ಇದೇನಿದು! ಅಳೋಂಥದೇನಾಯ್ತು?" ಕೇಳಿದರು.

ಜರ್ಬು, ಜಬರದಸ್ತು ಬಿಟ್ಟು ಬರೀ ಹೆಣ್ಣಿನ ತಂದೆಯಾಗಿ ತಮ್ಮ ಅಳಲು ತೋಡಿಕೊಂಡರು. "ನಡ್ದು ಹೋಗಿದ್ದಕ್ಕೆ ತಪ್ಪಿಲ್ಲ. ಋಣಾನುಬಂಧ, ಆದ್ರೆ ಗಾಂಡೀವಿನ ನಂಬಿ ಅವನೊಂದಿಗೆ ಓಡ್ಬಂದು ಮಾಂಗಲ್ಯ ಕಟ್ಟಿಕೊಂಡ ಸುಭದ್ರೆಗೆ ಸಿಕ್ಕಿದ್ದೇನು? ಆ ಹುಡ್ಗೀ ಮದ್ವೆಯಾಗಿ ಕೂಡ ಒಂಟಿಯಾಗಿ ಬೇಯಬೇಕಾ! ಇದು ಹೆಣ್ಣು ಹೆತ್ತವರ ಒಡಲಿನ ಸಂಕಟ."

ಇದನ್ನ ನುಂಗಿಕೊಳ್ಳುವುದು ಅಯ್ಯರ್‌ಗೆ ಕಷ್ಟವಾಯಿತು. ಅಂಥ ನೋವು ಅವರಿಗೂ ಇತ್ತು. ಆದರೆ ಹೊರ ಹಾಕಲಾರರು. ಹೇಗೆ ಪ್ರತಿಕ್ರಿಯಿಸಬೇಕೋ, ಏನು ಹೇಳಬೇಕೋ ಗೊತ್ತಾಗದೆ ಪರಿತಪಿಸಿದರು ಒಳಗೊಳಗೇ.

"ಅರ್ಥವಾಗುತ್ತೆ ಸಚ್ಚಿದಾನಂದ್, ಒಂದು ರೀತಿಯ ಅಜ್ಞಾತವಾಸ ಅವನದು. ಅಲ್ಲಿ ಅವ್ನು ಒಂಟಿ. ಇಲ್ಲಿ ನಾವೆಲ್ಲ ಸುಭದ್ರ ಜೊತೆಗೆ ಇದ್ದೀವಿ" ಬಹಳ ಶಾಂತವಾಗಿ ಹೇಳಿದರು ಅಯ್ಯರ್.

ಅವರನ್ನೆ ನೋಡಿದ ಸಚ್ಚಿದಾನಂದ್, ಇವರೇನು ಕೊರಡ ಅನ್ನಿಸಿತು. "ಈ ಮಾತುಗಳಿಂದ ಪ್ರಯೋಜನವಿಲ್ಲ. ಈಗ ಗಾಂಡೀವಿ ನನ್ನ ಅಳಿಯ. ಯೋಗಕ್ಷೇಮದ ಬಗ್ಗೇನು ಯೋಚ್ಸಬೇಕು. ಎಲ್ಲಿದ್ದಾನೆ ಅವ್ನು? ನಾನೇ ಹೋಗಿ ಕರ್ಕೊಂಡ್ಬರ್ತೀನಿ" ಎಂದರು ಮೇಲು ವಸ್ತ್ರದಿಂದ ಕಣ್ಣೊರೆಸಿಕೊಂಡರು.

"ನಂಗೆ ಅವ್ನ ಬಗ್ಗೆ ಏನು ಗೊತ್ತಿಲ್ಲ" ಎಂದರು.

ಬೆಂಕಿಯ ನಡುವೆ ನಿಲ್ಲಿಸಿದಂತಾಯಿತು ಸಚ್ಚಿದಾನಂದ್‌ಗೆ. "ಏನು ಇದ್ರ ಅರ್ಥ! ಗೊತ್ತಿಲ್ಲ ಅನ್ನೋದ್ನ ನಂಬಬಹುದಾ? ಎಲ್ಲೋ ದೇಶಾಂತರ ಹೋದವ್ನಿಗೆ ನನ್ಮಗ್ಳ ಮದ್ವೆ ಸುದ್ದಿ ಹೇಗೆ ಗೊತ್ತಾಯ್ತು? ಒಂಟಿಯಾಗಿ ಅಷ್ಟೆಲ್ಲ ಧೈರ್ಯ ಹೇಗೆ ಮಾಡ್ದ? ಅದ್ರ ಹಿಂದೆ ಮತ್ತೊಬ್ರು ಇದ್ರು" ಎಂದರು. ಇಂಥವರೇ ಎನ್ನುವ ಅನುಮಾನವಿದ್ದರೂ ಬಾಯಿ ಬಿಟ್ಟು ಆಡಲು ಸಮರ್ಥರಲ್ಲ. ಬೆಂಕಿಗೆ ಎಣ್ಣೆ ಹಾಕಿದರು ಮತ್ತಷ್ಟು ಧಗಧಗಿಸುತ್ತೆ. ಅದು ಮೂರ್ಖತನ. ಮಗಳ ಸಂಸಾರ ಸರಿಯಾಗಬೇಕಷ್ಟೆ – ಈಗ ಅಷ್ಟೇ ಅವರ ಆಶೋತ್ತರ.

ನೋಟವನ್ನು ತೀಕ್ಷ್ಣಗೊಳಿಸಿದರು. ಅನುಮಾನ ತಳ್ಳಿ ಹಾಕರು. "ಈ ಪ್ರಶ್ನೆಗಳ್ನ ಗಾಂಡೀವಿಗೆ ಹಾಕು. ಅವನಿಂದ್ಲೇ ಸರ್ಯಾದ ಉತ್ತರ ಸಿಕ್ಕೀತು" ದನಿಗೆ ಕಾವೇರಿತು. ಅಯ್ಯರ್‌ದು ಚಡಪಡಿಕೆ. ಸುಭದ್ರನ ನೋಡಿದಾಗಲೆಲ್ಲಾ ಕರುಳು ಕತ್ತರಿಸುತ್ತಿತ್ತು. ಅವಳ ನಗು ಆ ಮನೆಯ ನಂದಾದೀಪ.

ಸುಮ್ಮನೆ ಕೂತುಬಿಟ್ಟರು ಸಚ್ಚಿದಾನಂದ್. ಐ.ಎ.ಎಸ್. ಅಳಿಯ ತಪ್ಪಿಹೋದದ್ದು ಸುಭದ್ರ ದುರಾದೃಷ್ಟ ಎಂದು ಕೊರಗಿದ್ದರು. ಅಂದು ಸುಭದ್ರಾ ಅಪಹರಣದಲ್ಲಿ ಅವಮಾನಿತರಾದ ಬಲರಾಮನ ಸ್ಥಿತಿ ಅವರದು. ಮಹಾಭಾರತದ ಘಟನೆ ಮರುಕಳಿಸಿತ್ತು ಅವರ ಮನೆಯಲ್ಲಿ.

"ಎಲ್ಲಿದ್ದಾನೆ ಕೇಳೋಕೆ? ಅಂದು ತಪ್ಪು ಮಾಡಲು ಹೊರಟ ಗಾಂಡೀವಿನ ತಡೀಬೇಕಿತ್ತು. ಮಗ್ನ ಪರ ವಹಿಸಿದ್ರಿ. ಸುಭದ್ರ, ದಾಕ್ಷಾಯಣಿ ಬೇರೆ ಬೇರೆಯಲ್ಲ. ಕಿಂಚಿತ್ ಅಂದು ಆ ಹುಡ್ಗೀ ಸುಭದ್ರ ಬಗ್ಗೆ ಯೋಚ್ಸಿದ್ರೆ ಮದ್ವೆಗೆ ಪೌರೋಹಿತ್ಯ ವಹಿಸಿ ಅವಳ್ನ ಮನೆ ತುಂಬ್ಸಿಕೊಳ್ತಾ ಇರ್ಲಿಲ್ಲ" ದುಃಖಿತರಾದರು ಸಚ್ಚಿದಾನಂದ.

ವಿಚಲಿತರಾಗಲಿಲ್ಲ ಅಯ್ಯರ್. ಈ ಪ್ರಶ್ನೆಗೆ ಎಂದೋ ಒಂದು ದಿನ ಉತ್ತರಿಸಬೇಕೆಂದು ಉತ್ತರವನ್ನು ಸಿದ್ಧ ಮಾಡಿಟ್ಟುಕೊಂಡಿದ್ದರು.

"ನೋಡು ಭಾವ, ನಮ್ಮ ಕಾವ್ಯಗಳು ಎಂದೂ ಅನುಕರಣೀಯವೇ. ಅಂದು ಕೃಷ್ಣ ರುಕ್ಮಿಣಿಯನ್ನ ಕರೆತಂದಾಗ, ಅರ್ಜುನ ಸುಭದ್ರೆನ ರಥವೇರಿಸಿಕೊಂಡು ಬಂದಾಗ ಅವರವರು ಸಪೋರ್ಟ್‌ಗಿ ನಿಂತರು. ಯಾರಿಗೂ ಬುದ್ಧಿ ಹೇಳಲು ಹೋಗಲಿಲ್ಲ. ಇಲ್ಲಿ ಕೂಡ ಅದೇ ಸ್ಥಿತಿ. ನಿನ್ಮಗ್ಳ ಒಪ್ಗೇ ಇಲ್ದಿದ್ರೆ ನಾನು ಪೌರೋಹಿತ್ಯ ವಹಿಸ್ತಾ ಇರ್ಲಿಲ್ಲ. ನಾವೆಂದೂ ಅವರಿಬ್ರ ಮದ್ವೆಯ ಬಗ್ಗೆ ಮಾತು ಮುಗಿಸಿದ್ವೋ, ಅಂದಿನಿಂದ್ಲೇ ಮಾನಸಿಕವಾಗಿ ಗಂಡ ಹೆಂಡ್ತಿ. ನಿನ್ನ ಹೆಡ್ಡ ತಲೆಗೆ ಅರ್ಥವಾಗ್ದೇ ಬೇರೆ ಸಂಬಂಧ ಕುದುರಿಸ್ದೇ" ವ್ಯಂಗ್ಯವಾಡಿದರು.

ಸಚ್ಚಿದಾನಂದ್ ಒಪ್ಪಿದರೋ ಬಿಟ್ಟರೋ ಬದಲಂತೂ ಹೇಳಲು ಹೋಗಲಿಲ್ಲ. ವಿಷಯ ಮುಗಿದಿತ್ತು. ವಾದ ವಿವಾದದಿಂದ ಪ್ರಯೋಜನವಿಲ್ಲ. ಈ ಕುಟುಂಬದ ಸೊಸೆಯಾಗಿ ಸುಭದ್ರಳ ಭವಿಷ್ಯ ಭದ್ರವೇ! ಸುಖವಾಗಿರಬೇಕಾದ ದಿನಗಳಲ್ಲಿ ಒಂಟಿತನದ ಕಣ್ಣೀರು – ಅದರ ಪರಿಹಾರಕ್ಕೆ ಮಾರ್ಗ ಹುಡುಗಬೇಕಾಗಿತ್ತಷ್ಟೆ.

"ಆಯ್ತು. ಗಾಂಡೀವಿ ಎಲ್ಲಿ?" ಮತ್ತದೇ ಪ್ರಶ್ನೆ.

ಉತ್ತರಿಸುವುದರಿಂದ ಪ್ರಯೋಜನವಿಲ್ಲವೆನಿಸಿತು. 'ಗಾಂಡೀವಿ ಎಲ್ಲಿ?' ಸೂರ್ಯನಂತೆ ಉದಯಿಸಿಯೇ ನೈಮೀಪುರಕ್ಕೆ ಬರಬೇಕು. ಎಂದೋ, ಯಾವಾಗ ದಿನಗಳು, ವಾರಗಳು, ತಿಂಗಳುಗಳೋ, ವರ್ಷಗಳೋ ಅಂಥದ್ದೊಂದು ದಿನ ಖಂಡಿತ ಬರುತ್ತೆ.

ಸಚ್ಚಿದಾನಂದ್ ಭುಜದ ಮೇಲೆ ಆತ್ಮೀಯತೆಯಿಂದ ಕೈಯಿಟ್ಟು "ಸಮಾಧಾನವಾಗಿರು. ಅವ್ಳು ಈ ಮನೆ ಸೊಸೆ. ಸುಭದ್ರ ಯೋಗಕ್ಷೇಮ ನಮ್ದು. ಗಾಂಡೀವಿ ಬೇಜಬ್ದಾರಿಯವನಲ್ಲ. ಕಟ್ಟಿಕೊಂಡವನಿಗೆ ಆ ಅರ್ಹತೆ ಉಳ್ಸಿಕೊಳ್ಳಬೇಕೆಂಬ ಪ್ರಜ್ಞೆ ಇರುತ್ತೆ. ಚಿಂತೆ ಬೇಡ. ಇಬ್ರೂ ನಿನ್ನ ಮನೆಗೆ ನಗುನಗುತ್ತಾ ಬರೋವಾಗ ಸ್ವಾಗತಿಸೋಕೆ ಸಿದ್ಧವಾಗಿರು. ಇನ್ನೊಂದ್ಮಾತು ಬೇಡ" ಎಂದು ಅಲ್ಲಿಗೆ ಆ ವಿಷಯ ಮುಗಿಸಿದರು.

ಸಚ್ಚಿದಾನಂದ್ ಪ್ರಶ್ನೆಗೆ ಉತ್ತರ ಸಿಗಲಿಲ್ಲ.

* * *

ಹೆಚ್ಚಿಗೆ ಗಾಂಡೀವಿ ಚಾಲಕನಾಗಿದ್ದ ಕಾರು ಓಡಿಯಾಡುತ್ತಿದ್ದುದು ರಾತ್ರಿಯ ಹೊತ್ತೇ. ತಿಂಗಳಲ್ಲಿ ಹದಿನೈದು ದಿನವಾದರೂ ಕೆಲವು ಅತಿಥಿಗಳು ಬರುತ್ತಿದ್ದರು. ಅವರೆಲ್ಲ ದೊಡ್ಡ ಶ್ರೀಮಂತರು, ಅಧಿಕಾರಿಗಳು. ಅಂತು ಬಹಳ ಉಪಯೋಗವಾಗಬಲ್ಲಂಥ ಜನಗಳು.

ಮಂಜಯ್ಯನವರು ಮನೆಯಲ್ಲಿರಲಿಲ್ಲ. ಸಂಜೆಯ ಸಮಯ ಹಳೇಪತ್ರಿಕೆಯನ್ನು ತಿರುವುತ್ತಿದ್ದ ಗಾಂಡೀವಿಗೆ ಬಂದು ಹೇಳಿದ ನಾರಾಯಣ.

"ಅಮ್ಮಾವ್ರು, ದೇವಸ್ಥಾನಕ್ಕೆ ಹೋಗ್ಬೇಕಂತೆ. ಮಾಡಿದ ತಪ್ಪಿಗಲ್ಲ. ಮಾಡೋ ತಪ್ಪಿಗೆ ತಪ್ಪು ಕಾಣಿಕೆ ಹಾಕಿ ಪ್ರಾಯಶ್ಚಿತ್ತ ವ್ಯಕ್ತಪಡಿಸಿ ಕ್ಷಮೆ ಕೇಳ್ಬೇಕಲ್ಲ" ಒಗಟಾಗಿ ಅಂದ. ಒಮ್ಮೆ ಅವನತ್ತ ನೋಡಿದ ಗಾಂಡೀವಿ ನೋಟ ಇಳಿಸಿದ.

ಅನವಶ್ಯಕವಾದ ಮಾತುಗಳ ಬಗ್ಗೆ ಗಮನವಿಲ್ಲ ಅವನಿಗೆ. ಮನದಲ್ಲಿ ಒಂದು ಯೋಜನೆ ಸಿದ್ಧಪಡಿಸಿಟ್ಟುಕೊಂಡಿದ್ದ. ಶತಾಯ ಗತಾಯ ಕಾರ್ಯರೂಪಕ್ಕೆ ತರಬೇಕಿತ್ತು.

ಹೊರಗೆ ಹೊರಟವನನ್ನು ನಿಲ್ಲಿಸಿ "ಅದೇ ಅಂದು ಬಂದಿದ್ನಲ್ಲ ಬಾಭೀ. ಅವನೇನಾದ್ರೂ ಎದುರಾದ್ರೆ ಪಕ್ಕದ ರೋಡಿಗೆ ತಿರುಗ್ಸು ಕಾರು. ಅಮ್ಮ..." ಎಂದವನು ಅರ್ಧಕ್ಕೆ ನಿಲ್ಲಿಸಿದ. ಉಪ್ಪು ತಿಂದವರ ಮನೆ ರಹಸ್ಯಗಳನ್ನು ಬಿಚ್ಚಿಡಲಾರ.

ಅಂದು ಬಾಭೀಯನ್ನು ಕಾರಿನಲ್ಲಿ ಹಾಕಿ ಬಂದಿದ್ದ. ಆಮೇಲೂ ಒಂದೆರಡು ಸಲ ಬಂದಿದ್ದ. ಅವನು ಬಂದರೆ ಉಡುಗೊರೆಗಳ ಮಹಾಪೂರವೇ ಬರುತ್ತಿತ್ತು. ಕಣ್ಣಿಗೆ ಕಂಡಿದ್ದನ್ನು ಖರೀದಿಸಿ ತರುತ್ತಿದ್ದ. ಅಂತೂ ಶ್ರೀಮಂತ ಸಂತಾನ. ಈ ಫ್ಯಾಮಿಲಿಯ ಮೇಲೆ ಏನು ಒಲವೋ.

ಕಾರಿನ ಬಳಿಗೆ ಬರುವ ವೇಳೆಗೆ ಸ್ವಾತಿ ಹೊರಗೆ ಬಂದರು. ಎರಡು ಕೈಗಳಲ್ಲಿ ಚಿನ್ನದ ಬಳೆಗಳು. ಅವುಗಳ ನಡುವೆ ಕೆಂಪು, ಬಿಳಿ ಹರಳು, ಮುತ್ತಿನ ಕುಸುರಿ ಕೆಲಸ ಮಾಡಿದ ಬಳೆಗಳು. ನವಿಲಿನ ಬಣ್ಣದ ಸೀರೆಯ ಒಡಲಿನ ತುಂಬೆಲ್ಲ ಚಿನ್ನದ ಹೂಗಳು. ಆರು ಅಂಗುಲದ ಗಟ್ಟಿ ಜರಿಯ ಅಂಚು. ಉಗುರುಗಳನ್ನು ಅಂದವಾಗಿ ಅಲಂಕರಿಸಿದ್ದ ಬಣ್ಣದ

ಜೊತೆ ಬೆರಳಿನಲ್ಲಿ ಮೂರು ಕಲ್ಲಿನ ವಜ್ರದ ಉಂಗುರ. ಇನ್ನೊಂದು ಬೆರಳಿಗೆ ಹೊಳೆಯುವ ಕೆಂಪು ಒಂಟಿ ಕಲ್ಲಿನ ಉಂಗುರ. ಇದು ಬಲಗೈನ ಅಲಂಕಾರವಾದರೆ, ಎಡಗೈ ಬೆರಳುಗಳಲ್ಲಿದ್ದ ಮೂರು ಉಂಗುರಗಳು ಕುಸುರಿ ಕೆಲಸ ಮಾಡಿದ ಕೆಂಪು ಹವಳ, ಪಚ್ಚೆಯ ಉಂಗುರ, ಬೆಳ್ಳಗಿನ ಕೈಗಳು ಶುಭ್ರ ವರ್ಣದಿಂದ ಆರೋಗ್ಯವಾಗಿ ಹೊಳೆಯುತ್ತಿದ್ದವು. ಸ್ವಾತಿ ಚೆಲುವೆ. ಆ ಬಗ್ಗೆ ಅನುಮಾನವಿಲ್ಲ. ಮಾಡೆಲ್ ಆಗಲು ಪ್ರಯತ್ನಿಸಿದ್ದರೆ ಹಣ, ಹೆಸರು ಒಟ್ಟಿಗೆ ಸಂಪಾದನೆ ಮಾಡಬಹುದಿತ್ತು. ಚಲನಚಿತ್ರ ನಿರ್ದೇಶಕರ ಕಣ್ಣಿಗೆ ಬಿದ್ದಿದ್ದರೆ, ಬೆಳ್ಳಿ ತೆರೆಯ ಮೇಲೆ ರಾರಾಜಿಸಿ ಯುವಕರ ನಿದ್ದೆಯನ್ನು ಕೆಡಿಸಬಹುದಿತ್ತು.

ಅತಿ ವಿನಯದಿಂದ ಪ್ರದರ್ಶನ ಯಾವಾಗಲೂ ಇಲ್ಲ. ಡೋರ್ ತೆಗೆದ ನಾರಾಯಣ ಹಣ್ಣು, ಕಾಯಿ, ಹೂನ ಬುಟ್ಟಿ ತಂದಿಟ್ಟ, ಹತ್ತಿ ಕೂತ ಸ್ವಾತಿ ನಾರಾಯಣನನ್ನು ಹತ್ತಿರಕ್ಕೆ ಕರೆದು ಏನೋ ಹೇಳಲು ಇಚ್ಛಿಸಿದಾಗ ತಲೆಯಾಡಿಸಿದ.

"ಹೇಳಿದ್ದೀನಿ, ಇಲ್ಲಿನದು ಯಾವ್ದೇ ಗಲಾಟೆ ಇಲ್ದೇ ನಾನು ಮ್ಯಾನೇಜ್ ಮಾಡ್ಕೋತೀನಿ. ಹೋಗ್ಬನ್ನಿ ನೆಮ್ದಿಯಿಂದ" ನುಡಿದ.

ಕಾರು ಹಂಸತೂಲಿಕದಂತೆ ಸಾಗಿತು. ಸ್ವಾತಿ ಹಿಂದಕ್ಕೆ ಒರಗಿದರು. ಜರಿಯ ಸೀರೆ ಸ್ವಲ್ಪ ಸದ್ದು ಮಾಡಿ ಸುಮ್ಮನಾಯಿತು.

"ವೇಲು, ಈ ಊರಿನಲ್ಲಿ ನಿಂಗ್ಯಾರು ಇಲ್ವಾ?" ಕೇಳಿದರು.

ಇಲ್ಲವೆಂದು ತಲೆಯಾಡಿಸಿದ ಕತ್ತು ತಿರುಗಿಸದೆಯೇ. ಸ್ವಾತಿ ಕೂಡ ಸುಮ್ಮನಾದರು. ಮೂಗನೊಂದಿಗೆ ಮಾತಾಡುವುದು ಕಷ್ಟ. ಆದರೂ ಅವನ ಬಗ್ಗೆ ಒಂದು ರೀತಿಯ ಭಾವನೆ. ನೌಕರನಂತೆ ನೋಡಲು ಮನ ಇಚ್ಛಿಸುತ್ತಿರಲಿಲ್ಲ. ಒಳ್ಳೆಯ ಪರ್ಸನಾಲಿಟಿ. ಶಕ್ತಿಯುತವಾಗಿ ಬೆಳಗುವ ಪುರುಷ ಲಕ್ಷಣದ ಮುಖ. ವಿಶಾಲವಾದ ಭುಜಕಟ್ಟು.

ದೇವಸ್ಥಾನದ ಬಳಿ ಕಾರು ನಿಲ್ಲಿಸಿದವನು ಡೋರ್ ಮಾತ್ರ ತೆಗೆದು ಪಕ್ಕಕ್ಕೆ ಸರಿದ. ನಾರಾಯಣ ಬುಟ್ಟಿಯನ್ನು ಒಯ್ಯುತ್ತಿದ್ದ. ಆದರೆ ಇವನು ಈ ಕೆಲಸ ಮಾಡಲಾರ. ಈ ಸಿಟಿಯಲ್ಲಿಯೇ ಓದಿದ್ದ. ಹಲವರ ಪರಿಚಯ. ಹಲವರ ಸ್ನೇಹವು ಇತ್ತು. ಗುರುತಿಸಬಹುದು, ಯಾರ ಕಣ್ಣಿಗೋ ಬಿದ್ದು ಕುತೂಹಲದ ವಸ್ತುವಾಗಲು ಅವನಿಗಿಷ್ಟವಿಲ್ಲ.

ನಸು ನಗುವನ್ನು ತುಟಿಗಳ ನಡುವೆ ಹುದುಗಿಸಿ ಬುಟ್ಟಿಯನ್ನು ನೀವೇ ಒಯ್ದರೆ ಹೆಚ್ಚು ಪುಣ್ಯವೆನ್ನುವಂತೆ ಸನ್ನೆಯಿಂದ ತಿಳಿಸಿದ. ವಾಹನ ಚಾಲಕನಾಗಿ ಸಂಬಳ ಪಡೆಯುತ್ತಿದ್ದ. ಇತರ ಕೆಲಸಗಳು ಮಾಡಬೇಕೆಂದೇನಿಲ್ಲ. ಆದರೆ ಯಜಮಾನ ನೌಕರ ವರ್ಗದ ಸಾಮರ್ಸ್ಯದ ನಡುವೆ ಮಿಕ್ಕೆಲ್ಲ ಮರೆಯಾಗಿ ಬಿಡುತ್ತದೆ.

ಮುಖದಲ್ಲಿ ನಗುವನ್ನು ಅರಳಿಸಿದ ಸ್ವಾತಿ ಬುಟ್ಟಿಯೊಂದಿಗೆ ನಾಲ್ಕು ಹೆಜ್ಜೆ ಮುಂದಕ್ಕೆ ಹೋದವರು ಕತ್ತು ತಿರುಗಿಸಿ ಬರುವಂತೆ ಸನ್ನೆ ಮಾಡಿದರು. ಜೊತೆಯಲ್ಲಿ. ಆಕೆಯಿಂದ ಒಂದೊಂದು ಮೆಟ್ಟಿಲು ಹಿಂದೆ ಹಿಂದೆ ನಡೆದ.

ಕೊನೆಯ ಮೆಟ್ಟಿಲಿನಲ್ಲಿದ್ದಾಗ ಸ್ವಾತಿ ಹಿಂದಕ್ಕೆ ತಿರುಗಿದರು. ಬೆದರಿದ ಮುಖದಲ್ಲಿ ಬೆವರಿನ ಬಿಂದುಗಳು. ಸುಂದರ ಮುಖದಲ್ಲಿ ವಿಲಕ್ಷಣ ಭಯದ ನೆರಳು. ಕೂತೇಬಿಟ್ಟರು,

ಸುಸ್ತಾಗಿ.

"ಏಳೀ..." ಎನ್ನುವಂತೆ ರೆಟ್ಟೆ ಹಿಡಿದು ಎಬ್ಬಿಸಿ ಪಕ್ಕದ ಅಂದರೆ ಎರಡು ಬಂಡೆಗಳು ನಡುವಿನ ಒಂದಿಷ್ಟು ಜಾಗವನ್ನು ದಾರಿ ಮಾಡಿಕೊಂಡು ಅಲ್ಲೊಂದು ಪುಟ್ಟ ಗಣಪತಿಯನ್ನು ಪ್ರತಿಷ್ಠಾಪಿಸಿದ್ದರು. ಆ ಮೆಟ್ಟಿಲುಗಳ ಬಳಿ ಕುಸಿದಂತೆ ಕೂತ ಸ್ವಾತಿ ಕಣ್ಣುಗಳಿಂದ ಜಲದರ್ಶನವಾಗಿ ಧಾರೆಯಾಗಿ ಕೆನ್ನೆಗಳ ಮೇಲೆ ಹರಿಯತೊಡಗಿದಾಗ ಗಾಬರಿಯಾದ.

ತುಟಿ ತೆರೆದು ವಿಚಾರಿಸುವಂಥ ಪರಿಸ್ಥಿತಿಯಲ್ಲಿ ಅವನಿರಲಿಲ್ಲ. ಮೂಗ, ಅವರ ಮನೆಯ ಕಾರಿನ ಡ್ರೈವರ್. ಸ್ಥಾನಮಾನಗಳ ಅಂತರ ಜೊತೆ ತುಟಿ ತೆರೆಯಲು ಸ್ವತಂತ್ರನಲ್ಲ. ಬಂಡೆಗೊರಗಿ ಮೌನವಾಗಿ ನಿಂತವನು ಕಾರಣವರಿಯಲು ಮೆಟ್ಟಿಲುಗಳ ಬಳಿ ಬಂದ. ಬಾಭೀ ಮೂರು ನಾಲ್ಕು ಗೆಳೆಯರ ಜೊತೆ ಮಾತಾಡುತ್ತ ಮೆಟ್ಟಿಲುಗಳನ್ನು ಇಳಿಯುತ್ತಿದ್ದ. ಸುಂದರ ಕಾಯ, ಅವನಷ್ಟೇ ವಯಸ್ಸು ಇರಬಹುದು. ಇಷ್ಟು ಎತ್ತರವಿಲ್ಲ. ಆರಾಮಾಗಿ ತಿಂದುಕೊಂಡು ದುಂಡ ದುಂಡಗಿನ ರಸಗುಲ್ಲದಂತಿದ್ದ. ಅತ್ಯಂತ ಕಾಸ್ಟ್ಲಿಯ ಬಿಳಿಯ ಜುಬ್ಬಾ. ಪೈಜಾಮ ಧರಿಸಿದ್ದ. ವಯಸ್ಸಿಗೆ ಇರಬೇಕಾದ ಸೀರಿಯಸ್‌ನೆಸ್ ಇಲ್ಲದ ಮುಖ, ಭಾವುಕ ಕಣ್ಣುಗಳಲ್ಲಿ ಮಾದಕತೆ ಕುಣಿಯುತ್ತಿತ್ತು. ಜೋರು ದನಿಯಲ್ಲಿ ಮಾತಾಡಿಕೊಂಡು ನಡೆಯುತ್ತಿದ್ದ.

ಬಾಭೀ ಯಾರು? ಬರುತ್ತಿದ್ದ ಮಂಜಯ್ಯನವರು ಅತ್ಯಂತ ಆತ್ಮೀಯವಾಗಿ ಆದರಿಸುತ್ತಿದ್ದರು. ಸತ್ಕರಿಸುತ್ತಿದ್ದರು. ಆದರೆ ಸ್ವಾತಿಯವರಿಗೇಕೆ ಹೆದರಿಕೆ? ಅರ್ಥವಾಗಲಿಲ್ಲ.

ಬಂದವನು 'ಬಾಭೀ' ಹೊರಟುಹೋದ ಎನ್ನುವಂತೆ ಸನ್ನೆ ಮಾಡಿದ. ನಂತರ ಎದ್ದ ಆಕೆ ಮುಖದ ಬೆವರನ್ನೊತ್ತಿಕೊಂಡರು.

ದೇವಸ್ಥಾನದವರೆಗೂ ಬೀಳ್ಕೊಟ್ಟವನು ಬಂದು ಅದೇ ಗಣಪತಿ ಬಳಿ ಕುಳಿತ. ಸದಾ ಪೂಜೆ, ಪುರಸ್ಕಾರ ನಡೆಯುತ್ತಿದ್ದವರ ಮನೆಯಲ್ಲಿ ಹುಟ್ಟಿ ಬೆಳೆದವನು. ನಮಸ್ಕರಿಸಿದ ಅವನ ಕಣ್ಣುಗಳು ಮಂಜಾದವು. ಇಂಥ ಸ್ಥಿತಿಯ ಕಲ್ಪನೆ ಅವನೆಂದೂ ಮಾಡುವುದು ಕೂಡ ಸಾಧ್ಯವಿರಲಿಲ್ಲ.

ಅಪ್ಪ, ಅಮ್ಮ, ದಾಕ್ಷಾಯಣಿ, ಸುಭದ್ರ ವರ್ತುಲಾಕಾರವಾಗಿ ಅವನ ಸುತ್ತ ನಿಂತಂತೆ ಭಾಸವಾಯಿತು. 'ತಾನಿಲ್ಲ, ಅಲ್ಲಿ' ಎನ್ನುವ ಚಿಂತೆಯೊಂದು ಬಿಟ್ಟು ಮಿಕ್ಕೇನು ಯೋಚಿಸುವಂತಿರಲಿಲ್ಲ ಅವರುಗಳು.

ಬಂದ ಸ್ವಾತಿ ಅಲ್ಲೇ ಕೂತಾಗ ಎದ್ದು ನಿಂತ. ಬಾಳೆಹಣ್ಣಿನ ಪ್ರಸಾದ ಅವನ ಕೈಗೆ ಕೊಟ್ಟ. ಆಕೆ ಕಣ್ಣು ತುಂಬಿದರು.

"ವೇಲು, ನಾವು ಸುಖವಾಗಿದ್ದೀವೀಂತ ಅನ್ನಿಸೋಲ್ವಾ?" ಕೇಳಿದರು. ಕಸಿವಿಸಿಯಾದ ಗಾಂಡೀವಿ. ಎಷ್ಟೋ ಅಷ್ಟೆ, ಇಷ್ಟು ಎದುರು ಬದುರಾಗಿ ನಿಂತು ಮಾತಾಡುವ ಅವಕಾಶ ಎಂದೂ ಸಿಕ್ಕಿರಲಿಲ್ಲ. ಮೊದಲ ಸಲ ಅವನಿಗೆ ಕಷ್ಟವೆನಿಸಿತು. ಮೂಗನಾದರೂ ಅವನ ಮಿತಿಯಲ್ಲಿ ಪ್ರತಿಕ್ರಿಯಿಸಬೇಕಾಯಿತು.

ನೇರವಾಗಿ ನೋಡಿದ. ಸುಂದರ ಮಿನುಗುವ ಕಣ್ಣುಗಳ ಹಿಂದೆ ವ್ಯಥೆಯ ಕತೆ ಇದೆಯೆನಿಸಿತು. ಮುದ್ದಾದ ತುಟಿಗಳು ಏನೋ ಹೇಳಲು ತವಕಿಸುತ್ತಿದೆಯೆನಿಸಿತು. 'ಇಲ್ಲ...'ವೆಂದು ತಲೆಯಾಡಿಸಿಬಿಟ್ಟ.

"ಯೂ ಆರ್ ಫರ್‌ಫೆಕ್ಟ್ಲಿ ಕರೆಕ್ಟ್. ಖಂಡಿತ ಸುಖವಾಗಿಲ್ಲ. ಆದ್ರೆ ಅಂಥ ಅಮಲಿನಲ್ಲಿದ್ದೀವಿ. ನೋಡು, ನನ್ನ ಮೈಮೇಲೆ ಎಷ್ಟೊಂದು ಒಡ್ವೆಗಳು ಇವೆ. ಒಂದು ಹೆಣ್ಣಿಗೆ ಇವೆಲ್ಲ ಹೇಗೆ ಬರ್ಬೇಕು? ತವರು ಮನೆಯವ್ರು ಕೊಡ್ಬೇಕು. ಮನದನ್ನೆಗೆ ಗಂಡ ಮಾಡ್ಸಿಕೊಡ್ಬೇಕು. ಇಲ್ಲ... ಇದೆಲ್ಲ ನನ್ನ ಸ್ವಂತ ಸಂಪಾದನೆ" ಎಂದಾಗ ಆಕೆಯ ಕಣ್ಣಿಂದ ಸ್ವಾತಿಯ ಮುತ್ತುಗಳಂಥ ಕಣ್ಣೀರಿನ ಬಿಂದುಗಳು.

ವಿಸ್ಮಿತನಾದ ಗಾಂಡೀವಿ. ಅದೇನು ದೊಡ್ಡ ವಿಷಯವಲ್ಲವೆನಿಸಿತು. ಈಗ ಹೆಣ್ಣು ಗೋಡೆಯ ಮಧ್ಯೆ ಹುದುಗಿ ಬರೀ ಸಂಸಾರದ ಚಿಂತೆಯಲ್ಲಿ ಮುಳುಗಿಲ್ಲ. ಆರ್ಥಿಕವಾಗಿ ಆ ಸಂಸಾರಕ್ಕೆ ಬೆನ್ನೆಲುಬಾಗಿದ್ದಾಳೆ. ವಿದ್ಯಾವಂತ ಹೆಣ್ಣು ಮಾತ್ರವಲ್ಲ, ಕೂಲಿ ಮಾಡುವ ಹೆಣ್ಣಿಗೂ ಕೂಡ ಸ್ವಂತ ಸಂಪಾದನೆ ಇದೆ.

"ಹೋಗೋಣ ವೇಲು. ಈ ಬುಟ್ಟಿ ನೀನು ತಗೋ. ಪುಣ್ಯವೇನಾದ್ರೂ ಬರೋದಿದ್ರೆ... ನಿಂಗ್ಬರ್ಲಿ" ಎಂದು ಮೇಲೆದ್ದ ಸ್ವಾತಿ ನಡೆದಾಗ ಹಿಂಬಾಲಿಸಿದ.

ಆದರೆ ರೋಡಿನಲ್ಲಿ ಕಾರು ಹತ್ತುವ ಮುನ್ನ ಎದುರಾದುದ್ದು ಅಲಂಕಾರ್ ಹಿಂಡು. ಒಬ್ಬ ತಿರುಗಿ ದಿಟ್ಟಿಸಿದವನು "ಆ ಡ್ರೈವರ್ ಅಲ್ವಾ, ಇದೇ ಕಾರು" ಕಾದಿದ್ದವರಂತೆ ಒಬ್ಬರಾದ ಮೇಲೊಬ್ಬರು ಇವನತ್ತ ಬಂದವರು ಸುತ್ತುವರಿದರು.

ಬುಟ್ಟಿಯನ್ನು ಕಾರಿನೊಳಗಿಟ್ಟು ಒಮ್ಮೆ ಹಿಂದಕ್ಕೆ ತಿರುಗಿ ನೋಟವರಿಸಿದ. ಆ ನೋಟದಲ್ಲಿ ಕಿಡಿಗಳನ್ನು ಮೀರಿಸುವ ತೀಕ್ಷ್ಣತೆ ಇತ್ತು. ಅಂದು ತಿಂದ ಪೆಟ್ಟುಗಳು ಇಂದಿನ ಪೆಟ್ಟುಗಳನ್ನು ನೆನಪಿಸಿದ್ದು ಮಾತ್ರವಲ್ಲ. ನೆನಪಿನಲ್ಲಿತ್ತು. ಹಟ ತೀರಿಸಿಕೊಳ್ಳುವ ಗುಂಗು, 'ರಿವೇಂಜ್' ಅವನೆದೆಯಲ್ಲಿ ಹೊಗೆಯಾಡಿತು.

ಹಿಂದಿನ ಡೋರ್ ತೆಗೆದ ಗಾಂಡೀವಿ. ಸ್ವಾತಿ ಹತ್ತಿ ಕೂತರು. ಸ್ಟೀರಿಂಗ್ ವ್ಹೀಲ್ ಮುಂದೆ ಕೂತವನು ಇನ್ನೊಮ್ಮೆ ನೋಟ ಹರಿಸಿದ. ಗಾಂಡೀವಿಯ ಝೇಂಕಾರದಿಂದ ಕೌರವ ಸೇನೆ ದಿಗ್ಭ್ರಮೆಗೊಂಡಿತು. ವಿರಾಟನಗರಿ ಹಸುಗಳನ್ನು ರಕ್ಷಿಸಲು ಹೋದ ಅರ್ಜುನ ಅಜ್ಞಾತವಾಸ ಮುಗಿಯಿತೆಂದು ಘೋಷಿಸಿದ್ದ ತನ್ನ ಬಿಲ್ಲಿನ ಝೇಂಕಾರದಿಂದ. ಆ ಸದ್ದು ಕೇಳಿಸಿದಂತಾಯಿತು ಅಲಂಕಾರ್‌ಗೆ.

ಬೇಡವೆನ್ನುವಂತೆ ಜೊತೆಯಲ್ಲಿರುವವರಿಗೆ ಸನ್ನೆ ಮಾಡಿದ ಅಲಂಕಾರ್ ಕಾರಿನತ್ತ ಹೊರಟ. ಎರಡು ವಿಷಯಗಳು ಅವನನ್ನು ಹಿಂದೆಗೆಯುವಂತೆ ಮಾಡಿತ್ತು. ಇಂದು ಅಮಲಿನಲ್ಲಿರಲಿಲ್ಲ. ಗಡ್ಡ, ಮೀಸೆಗಳಿಂದ ಸ್ವಲ್ಪ ಪ್ರೌಢನಾಗಿ ಕಂಡರೂ ಅವನು ಗಾಂಡೀವಿಯೇ ಎನ್ನುವಂಥ ನಂಬಿಕೆ. ಇನ್ನೊಂದು ಬಹಳ ಚತುರತನದಿಂದ ಅವರನ್ನೊಯ್ದು ದೂರ ಕಾಡಿನ ಮಧ್ಯೆ ಬಿಟ್ಟು ನಾಲ್ಕು ಒದೆಯುವುದರ ಜೊತೆಗೆ, ಮಾಡದ ಅಪರಾಧಕ್ಕೆ ಅಪರಾಧಿಗಳನ್ನಾಗಿಸಿದ್ದ. ಅವನ 'ಹೀರೋ ಹೊಂಡ' ಸುಟ್ಟು ನಾಮಾವಶೇಷವಾಗಿತ್ತು.

ಸದ್ಯಕ್ಕೆ ಅಂಥ ಅಪಾಯದಲ್ಲಿ ಸಿಕ್ಕಿಕೊಳ್ಳಲಾರ.

"ಎಂಥ ಅವಕಾಶನ ಹಾಳು ಮಾಡ್ಬಿಟ್ಟೆ, ಯಾರ್! ಹತ್ತು ಕಿಲೋಮೀಟರ್ ಆ ಕಾಡಿನ ಮಧ್ಯೆ ನಡೆದದ್ದು ಅಲ್ದೇ, ತಲೆ ಮರೆಸಿಕೊಂಡು ಮನೆ ಸೇರಿ ಬೈಲ್ ತಗೋಬೇಕಾಯ್ತು. ಇವತ್ತು ಬಡ್ಡಿ ಸಮೇತ ಅದ್ನೆಲ್ಲ ವಸೂಲು ಮಾಡ್ಬಹುದಿತ್ತು." ಅಂದು ಜೊತೆಗಿದ್ದವನು ಪರದಾಡಿದ.

ಯಾಕೋ ಏನೋ ಹಿಂದೆಗೆಯುವಂತೆ ಮಾಡಿತ್ತು ಅಲಂಕಾರ್‌ನ. ಕೆಲವು ದಿನಗಳಲ್ಲಿ ಅವನ ಮದುವೆ ನಡೆಯುವುದಿತ್ತು. ಅವನು 'ಗಾಂಡೀವಿಯೇ' ಆಗಿದ್ದರೆ, ರಟ್ಟೆಯ ಬಲದ ಜೊತೆ ಬುದ್ಧಿ ಬಲವೂ ಇತ್ತು. ಫೇಸ್ ಟು ಫೇಸ್ ಹೆದರಿಸುವುದು ಕಷ್ಟ. ಅಂದು ಪ್ರತಿಭಟಿಸಿ ಅವಮಾನಿತನಾಗಿ ಹೋದ ಗಾಂಡೀವಿಯ ಕಣ್ಣುಗಳಲ್ಲಿದ್ದ ತುಂತುರನ್ನು ಕಂಡಿದ್ದ. ಅವನು ಓದನ್ನು ಪ್ರೀತಿಸುವ ವಿದ್ಯಾರ್ಥಿಯಾಗಿದ್ದ. ಆದ ನಷ್ಟ ಅಪಾರ ಅವನ ದೃಷ್ಟಿಯಲ್ಲಿ.

"ಅರೇ, ಯಾರ್, ನೀನ್ಯಾಕೋ ಹೆದ್ರಿಬಿಟ್ಟೆ?" ಫ್ರೆಂಡ್ ಯೋಚಿಸುತ್ತ ನಿಂತವನನ್ನು ಎಚ್ಚರಿಸಿದಾಗ ಕಾರಿನತ್ತ ನಡೆದ. "ಅನವಶ್ಯಕವಾದ ರಗಳೆ ಡ್ಯಾಡಿ ಇಷ್ಟಪಡೋಲ್ಲ. ನನ್ನ ಭಾವಿ ಮಾವನೇನು ಮಹಾಪುರುಷನಲ್ಲ. ಆದ್ರೂ ಅಳಿಯ ಮಾತ್ರ ಅತ್ಯುತ್ತಮ ವ್ಯಕ್ತಿಯಾಗಿರ್ಬೇಕೆಂದು ಅವ್ರ ಇಚ್ಛೆ. ನಡೀ ಹೋಗೋಣ" ಭುಜದ ಮೇಲೆ ಕೈ ಹಾಕಿದ.

ಅಲಂಕಾರ್ ಅವನ ಯುವಕನ ದೆಸೆಯಲ್ಲಿ ಬಹಳಷ್ಟು ವಿದ್ಯಾರ್ಥಿಗಳನ್ನು ಕಂಡಿದ್ದ. ಕೆಲವರು ರೌಡಿಗಳು ಇದ್ದರು. ಕೆಲವು ಅಂಥವರನ್ನು ಹಣ ಕೊಟ್ಟು ಕೊಂಡುಕೊಂಡಿದ್ದ. ಅವರಿಂದ ಕೆಲವರನ್ನು ಹೆದರಿಸಿದ್ದ. ಒದೆಸಿದ್ದ. ಆದರೆ ಗಾಂಡೀವಿ ಎದುರಾದರೆ, ಸೂರ್ಯ ಜಗತ್ತಿನ ತೇಜಸ್ಸನ್ನೆಲ್ಲ ನುಂಗಿ ತಾನೇ ವಿಜೃಂಭಿಸುವಂತೆ ತಾನೇ ತಾನಾಗುತ್ತಿದ್ದ. ಯಾಕೆ? ಉತ್ತರ ಹುಡುಕುವಂಥ ಅನ್ವೇಷಣೆಯ ಮನಸ್ಸಾಗಲೀ, ಬುದ್ಧಿಯಾಗಲೀ ಅವನಿಗೆ ಇರಲಿಲ್ಲ.

* * *

ಅಂದು ಪಾರ್ಟಿಗೆಂದು ಮಂಜಯ್ಯ, ಸ್ವಾತಿಯವರು ಹೊರಟು ನಿಂತಿದ್ದರು. ತಾವು ನಡೆಸುವ ಕಾರು ಹತ್ತಿದವರು ಇಳಿದು, "ಆ ಕಾರು ತಗೊಂಡ್ಹೋಗೋಣ. ಬರೋವಾಗ ವೇಲು ಇರ್ತಾನೆ. ನಾನೇನಾದ್ರೂ ಹೆಚ್ಚಿಗೆ ಡ್ರಿಂಕ್ಸ್ ತಗೊಂಡ್ರು... ತೊಂದರೆ ಇಲ್ಲ" ಎಂದರು ಮುಗುಳ್ನಗುತ್ತ.

ಕಾರೊರೆಸುತ್ತಿದ್ದ ಗಾಂಡೀವಿಯ ನೋಟ ಅತ್ತ ಹರಿಯಿತು. ಸ್ವಾತಿ ಮುಖದಲ್ಲಿದ್ದುದು ವ್ಯಂಗ್ಯ "ನೋ, ನೀವೆಂದೂ ಎಚ್ಚರ ತಪ್ಪೋಷ್ಟು ಕುಡ್ಯೋಲ್ಲ. ಬೇರೆಯವ್ರಿಗೆ ಕುಡುಸ್ತೀರಾ" ಕುಟುಕಿದಂತಿತ್ತು ಮಾತುಗಳು.

"ನಿನ್ನ ಅಮಲಿನಷ್ಟು ಡ್ರಿಂಕ್ಸ್ ಖಂಡಿತ ಅಪಾಯವಲ್ಲ. ಬಾಭೀನ ನೋಡು" ಮಾತಿನ ವರಸೆಗೆ ಅಂದಿದ್ದು. ಆಕೆಯ ಮುಖ ವಿವರ್ಣವಾಯಿತು. "ನಾನು ಪಾರ್ಟಿಗೆ ಬರೋಲ್ಲ" ಹೊರಟೇಬಿಟ್ಟರು ಮನೆಯೊಳಕ್ಕೆ.

ಸೌಮ್ಯವಾಗಿ, ಸರಳವಾಗಿ ಕಾಣುವ ಮಂಜಯ್ಯನ ಕಣ್ಣುಗಳು ಕ್ಷಣಗಳಷ್ಟು ಕಾಲ ಕೆಂಪಗಾದರೂ ಆಮೇಲೆ ಮೊದಲಿನ ಸ್ಥಿತಿಗೆ ಮರಳಿತು. ಇಂದಿನ ಪಾರ್ಟಿ ಅವರ ಮಟ್ಟಿಗೇನು ಈ ಸಂಸಾರಕ್ಕೇನೇ ತೀರಾ ಮುಖ್ಯ. ದೊಡ್ಡ ಮೊತ್ತದ ಗ್ರಾನೈಟ್ ಸಪ್ಲೈ ಮಾಡುವ ಅಗ್ರಿಮೆಂಟ್‌ಗೆ ಇಂದು ಮಾತಿನ ರೂಪದಲ್ಲಿ ಸಹಿ ಬೀಳುವುದಿತ್ತು. ಈ ಕೆಲಸ ಸುಲಭವಾಗಲು ಹೆಂಡತಿಯ ನೆರವು ಬೇಕಿತ್ತು.

ವೇಲುನ ಕರೆದು "ಆ ಕಾರಿನಲ್ಲೇ ಹೋಗೋದು. ಈ ಕಾರಿನ ಷೆಡ್‌ಗೆ ಬಿಡು. ಆ ನಾರಾಯಣನಿಗೆ ಕಾರು ನಡ್ಸೋ ಹುಚ್ಚು" ಎಂದರು ಅರ್ಥಗರ್ಭಿತವಾಗಿ. ಆ ಕಾರು ಮೇಲೆ ಹೆಚ್ಚಿನ ಪ್ರೀತಿ ಅವರಿಗೆ. ಹಾಗೆಂದು ನಾರಾಯಣನನ್ನು ತೀರಾ ಎದುರು ಹಾಕಿಕೊಳ್ಳುವುದು, ಕೆಲಸದಿಂದೋಡಿಸುವುದು ಸಾಧ್ಯವಿರಲಿಲ್ಲ.

ಗಾಂಡೀವಿ ಕಾರನ್ನು ಗ್ಯಾರೇಜ್‌ನಲ್ಲಿ ಬಿಟ್ಟು ಕೀ ಬಂಚ್‌ನ ಕೊಡಲು ಒಳಗೆ ಹೋದವನು ಬಾಗಿಲ ಬಳಿಯಲ್ಲಿಯೇ ನಿಂತ.

"ಸ್ವಲ್ಪ ಅರ್ಥ ಮಾಡ್ಕೋ ಸ್ವಾತಿ. ನಮ್ಗೇ ಎಲ್ಲಾ ಇರ್ಬಹ್ದು. ಅದ್ನೆಲ್ಲ ಸರ್‍ಯಾದ ರೀತಿಯಲ್ಲಿ ಮ್ಯಾನೇಜ್ ಮಾಡಲು ಹಣ ಬೇಕು. ನಮ್ಮ ಪ್ರಬಲತೆ ಪ್ರದರ್ಶಿಸದಿದ್ರೆ ಕಷ್ಟವಾಗುತ್ತೆ. ನಡೀ ಬೇಗ" ಒತ್ತಾಯವನ್ನೇರುತ್ತಿದ್ದರು ಸಣ್ಣನೆಯ ದನಿಯಲ್ಲಿ.

"ನೋ... ನೋ... ಇಲ್ಲ... ಇಲ್ಲ ಇವೊತ್ತಿನ ಪಾರ್ಟಿಗೆ ನಾನು ಬರೋಲ್ಲ. ಏನಾದ್ರೂ ಮಾಡ್ಕೊಳ್ಳಿ. ಮ್ಯಾನೇಜ್ ಮಾಡೋಕ್ಕಾಗದಿದ್ರೆ ಎಲ್ಲಾ ಮಾರಿಬಿಡಿ. ಆರಾಮಾಗಿ ಸಣ್ಣ ಹೋಟಲ್ ನಡ್ಸಿಕೊಂಡು ಬದ್ಕಬಹ್ದು. ನಂಗೆ ಸಾಕಾಗಿದೆ" ಪಶ್ಚಾತ್ತಾಪದಿಂದ ಆಕೆಯ ದನಿ ದಗ್ಧವಾಗಿತ್ತು. ಮಾತುಗಳು ತಿದಿಯೊತ್ತಿದಂತೆ ಹೊರಬಂದಿದ್ದು.

ಮಂಜಯ್ಯ ಸಹನೆ ಕಳೆದುಕೊಂಡರು. ಎಲ್ಲಿಂದ ಎಲ್ಲಿಗೋ ಬಂದಿದ್ದರು. ಮುಂದೆ ಏರದಿದ್ದರೂ ಪರವಾಗಿಲ್ಲ. ಈ ಮಟ್ಟದಿಂದ ವಂಚಿತರಾಗರು.

"ನಿಂಗೆ ತಲೆ ಕೆಟ್ಟಿದೆಯಷ್ಟೆ. ಕೆಲವು ವರ್ಷಗಳಷ್ಟೇ. ಆಮೇಲೆ ತಾನಾಗಿ ಎಲ್ಲಾ ಬಂದ್ ಆಗುತ್ತೆ. ಆಮೇಲಿನ ಸುಖದ ದಿನಗಳೆಲ್ಲ ನಮ್ಮ ಪಾಲಿಗೆ. ಮೊದ್ಲು ಮುಖದ ಮೇಕಪ್ ಸರಿಪಡಿಸ್ಕೋ. ಹೊತ್ತಾಯ್ತು... ಬಿ ಕ್ವಿಕ್..." ಅವಸರಿಸಿದರು.

ನಂತರ ಮಾತುಕತೆಗಳ ಕಾವೇರಿದಾಗ ಕೀ ಬಂಚ್‌ನ ಅಲ್ಲಿಟ್ಟು ಹೊರಗೆ ಬಂದು ನಿಂತ. ಅರ್ಥವಾಗದ ಘರ್ಷಣೆ ಅವನ ಮನದಲ್ಲಿ. ಪೂರ್ತಿ ಸ್ಪಷ್ಟವಾಗದಿದ್ದರೂ ಏನೋ ನಡೆದಿದೆ. ಅದು ಇಂಥದ್ದೇ ಎನ್ನುವ ಅನುಮಾನ ಬೇರುಬಿಟ್ಟಿತು ಅವನ ಮನದಲ್ಲಿ.

ಒಂದತ್ತು ನಿಮಿಷಗಳ ನಂತರ ಬಂದರು ಇಬ್ಬರು ಹೊರಗೆ. ಕಾರಿನ ಡೋರ್ ತೆರೆದ. ಆಕೆಯ ಮುಖದ ಶುಭ್ರ ವರ್ಣಕ್ಕೆ ಕೆಂಪು ಬೆರೆತಿತ್ತು. ಮಂಜಯ್ಯನ ಒಳಗಿನ ತಹತಹವೆನಿಸಿತ್ತೇ ಮಾಮೂಲಿನ ಪ್ರಸನ್ನತೆಗೆ ತಿರುಗಿದ್ದರು.

"ಮುಖದ ಬಿಗಿತ ಸಡಿಲ ಮಾಡು...." ಅವುಡುಗಳನ್ನು ಕಚ್ಚಿದು ತುಸು ಒರಟಾಗಿ ಅಂದದ್ದು ಅವನು ಕಾರು ಸ್ಟಾರ್ಟ್ ಮಾಡುವ ಮುನ್ನವೇ ಕೇಳಿಸಿತು. ಮನಸ್ಸಿಗೆ ವಿರುದ್ಧವಾಗಿ

ಕಿವಿ ನಿಮಿರಿತು. "ನೀವು ಏನ್ಬೇಕಾದ್ರೂ ಮಾಡ್ಕೊಳ್ಳಿ. ನಂಗಂತೂ ಬಾಭೀನ ಸಹಿಸಿಕೊಳ್ಳೋದು ಸಾಧ್ಯವಿಲ್ಲ" ಹೇಳಿದ್ದು ಇಂಗ್ಲಿಷ್‌ನಲ್ಲಿ. ಡ್ರೈವರ್‌ಗೆ ಅರ್ಥವಾಗಬಾರದಲ್ಲ. ಬಾಯಿಲ್ಲದಿದ್ದರೂ ಕಿವಿ ಇತ್ತು.

"ಡೋಂಟ್ ಬಿ ಸಿಲ್ಲಿ. ಅವ್ನಿಂದ ನಮಗೆಷ್ಟು ಹೆಲ್ಪ್ ಆಗಿದೆ. ಆಗುತ್ತೆ ಗೊತ್ತ. ಡ್ಯಾಡಿಗೆ ಅವನೊಬ್ನೇ ಮುದ್ದಿನ ಮಗ ಗೊತ್ತ. ಅವ್ನೇ ನಮ್ಗೇ ಆ ಕಾಂಟ್ರಾಕ್ಟ್ ಕೊಡ್ಸಬೇಕು" ಪೂರ್ಣವಾಗಿ ಇಂಗ್ಲಿಷ್‌ನಲ್ಲಿಯೇ ಪರಿಸ್ಥಿತಿಯನ್ನು ವಿವರಿಸಿ ಹೆಂಡತಿಯನ್ನು ಒಪ್ಪಿಸುವ ಪ್ರಯತ್ನದಲ್ಲಿದ್ದರು.

ಈಗ ಅಲ್ಪಸ್ವಲ್ಪವಲ್ಲ ಪೂರ್ಣವಾಗಿ ಅರ್ಥವಾಗತೊಡಗಿತು ಗಾಂಡೀವಿಗೆ. ಸ್ಟೀರಿಂಗ್ ವ್ಹೀಲ್ ಹಿಡಿದಂತೆಯೇ ಬೆವತುಬಿಟ್ಟ. ತುಳಸಿ ಪೂಜೆ ಮಾಡುವ ತಾಯಿ ಅತ್ಯಂತ ಪವಿತ್ರವಾಗಿ ಕಂಡಿದ್ದಳು. ಹೆಣ್ಣಿನ ಬಗ್ಗೆ ಅಪಾರವಾದ ಗೌರವವನ್ನು ಬೆಳೆದ ಪರಿಸರ ತಿಳಿಸಿದ್ದರೆ, ಓದು ಹೆಣ್ಣಿನ ಬಗೆಗಿನ ಅಭಿಮಾನ ಹೆಚ್ಚಿಸಿತ್ತು. ಸುಭದ್ರ ಗೌರವ, ಅಭಿಮಾನಕ್ಕೆ ಸ್ವಲ್ಪ ಹೊಳಪಿನ ಲೇಪನ ಕೊಟ್ಟು ಮತ್ತಷ್ಟು ಹೆಣ್ಣಿನ ಬಗ್ಗೆ ಮೃದುವಾಗುವಂತೆ ಅವನನ್ನು ರೂಪಿಸಿದ್ದಳು.

ದೊಡ್ಡ ಹೋಟಲ್‌ನ ಮುಂಭಾಗದಲ್ಲಿ ಕಾರು ನಿಲ್ಲಿಸಿ ಡೋರ್ ತೆರೆದ ಡ್ಯೂಟಿಯೆನ್ನುವಂತೆ, ಒಮ್ಮೆ ಹೆಂಡತಿಯನ್ನು ಗದರಿಸುತ್ತಲೇ ಇಳಿದಿದ್ದು ಮಂಜಯ್ಯ.

"ಬಾಭೀ ನಿನ್ನಿಂದ ತಪ್ಪಿಕೊಳ್ಳದಂತೆ ನೋಡ್ಕೋ. ಅವ್ನು ಇಷ್ಟಪಟ್ರೆ ಹೆಣ್ಣಿಗೇನು ಬರವಿಲ್ಲ. ಅದೇನೋ ನಿನ್ನ ಹುಚ್ಚು ಅವ್ನಿಗೆ. ಅದು ನಮ್ಮ ಅದೃಷ್ಟ ಕೂಡ" ಅಚ್ಚ ಕನ್ನಡದ ನವಿರಾದ ಪದಗಳನ್ನ ಬಳಸಿ ಹೆಂಡತಿಗೆ ತಿಳಿ ಹೇಳಿದರು.

ಪ್ರತಿಕ್ರಿಯಿಸದೆಯೆ ಇಳಿದು ಹೋದರು ಆಕೆ ಸೆರಗು ಹಾರಿಸುತ್ತ. ವಿದೇಶೀ ಸೆಂಟಿನ ಪರಿಮಳ ಕ್ಷಣ ಗಾಳಿಯಲ್ಲಿ ಸೇರಿ ಮೂಗಿಗೆ ರಾಚಿತು.

ಇಂದು ನೆಟ್ಟಗೆ ನೋಡಿದ ಹೊರಟವರನ್ನು. ಹೆಣ್ಣಿನ ಸೌಂದರ್ಯದ ಬಗ್ಗೆ ಅವನೇನು ಅಷ್ಟೊಂದು ಪ್ರಜ್ಞಾವಂತನಲ್ಲ. ಆದರೆ ರಸಿಕನಾದವನಿಗೆ ಅದು ಅಷ್ಟೊಂದು ಅಗತ್ಯವೆನಿಸಲಿಲ್ಲ ಕೂಡ. ನಿತಂಬಗಳ ಲಾಲಿತ್ಯ, ನಡಿಗೆಯ ವೈಖರಿ ಯುವಕರ ಎದೆ ಬಡಿತ ಹೆಚ್ಚಿಸುವಂತಿತ್ತು. ಹೊಸ ಹೇರ್ ಸ್ಟೈಲ್‌ನಲ್ಲಿ ಶೃಂಗಾರಗೊಂಡ ಕೇಶರಾಶಿ ನೋಟಕರನ್ನು ಕವಿಯಾಗಿಸುತ್ತಿತ್ತು.

"ಏಯ್..." ಪಕ್ಕದಲ್ಲೇ ಕೂಗಿದ ಸದ್ದಿಗೆ ಎಚ್ಚರಗೊಂಡವನು ನೋಟವರಿಸಿದ. "ಸಿಗರೇಟು ಕೊಡು ಒಂದು. ಮರ್ತು ಬಂದೆ. ಪಾರ್ಟಿ ಮುಗ್ಯೋವರ್ಗೂ ವೇಳೆ ಕಳೆಯಬೇಕಲ್ಲ" ಸಲಿಗೆಯಿಂದ ಒಬ್ಬ ಯೂನಿಫಾರಂ ತೊಟ್ಟ ವ್ಯಕ್ತಿ ಅವನ ಭುಜದ ಮೇಲೆ ಕೈಯಿಟ್ಟ.

ಬಹುಶಃ ಗಾಂಡೀವಿಗಿಂತ ವಯಸ್ಸಿನಲ್ಲಿ ಒಂದಿಷ್ಟು ಹಿರಿಯ. ಸ್ವಲ್ಪ ಒರಟು ಒರಟಾಗಿದ್ದ. ಮುಖದಲ್ಲಿ ಅಹಂಕಾರ ಮಿಶ್ರಿತ ಕೋಥ. ಇಲ್ಲವೆಂದು ತಲೆಯಾಡಿಸಿದ. ಬಹಳ ನಿಕೃಷ್ಟ ನೋಟ ಬೀರಿದ ಇವನತ್ತ, ಯಾವುದೋ ಕೆಲಸಕ್ಕೆ ಬಾರದ ಪ್ರಾಣಿಯನ್ನು ನೋಡುವಂತೆ ನೋಡಿದ.

"ಅಂಥ ಜುಜುಬಿ ಯಜಮಾನನ! ನಾನು ಸೇದೋ ಸಿಗರೇಟು ಫೈವ್ ಸ್ಟಾರ್ ಗೊತ್ತ. ನಾನೇ ನನ್ನ ಬಾಸ್‌ಗೆ ಬೇಕಾದನ್ನೆಲ್ಲ ಪರ್ಚೇಸ್ ಮಾಡೋಕೆ ಹೋಗೋದು. ನನ್ನ ಕೋಟಾ ಸೇರಿಸಿಯೇ ಬಿಲ್ ಹಾಕೋದು" ಹೇಳಿಕೊಂಡ ತನ್ನ ಪ್ರತಾಪವನ್ನು.

ಅಷ್ಟರಲ್ಲಿ ಇನ್ನೊಂದು ಕಾರು ಬಂತು. ತುಂಬ ಮುಖ್ಯವಾದ ಸಮಾಜದಲ್ಲಿ ಪ್ರಸ್ತುತ ಸ್ಥಿತಿಯಲ್ಲಿ ಅತ್ಯಂತ ಗಣ್ಯ ವ್ಯಕ್ತಿ ಇರಬಹುದು. ಅವರನ್ನು ಎದುರುಗೊಳ್ಳಲು ಒಂದು ದಂಡು ಜನ ಬರುವುದರ ಜೊತೆಗೆ ಅಲ್ಲಲ್ಲಿ ನಿಂತು ಮಾತಾಡುತ್ತಿದ್ದ ಡ್ರೈವರ್‌ಗಳೆಲ್ಲ ಮಾಯವಾದರು.

ಮೊದಲು ಇಳಿದಿದ್ದು ಅಲಂಕಾರ್. ನಂತರ ಇಳಿದ ವ್ಯಕ್ತಿ ಅವನ ತಂದೆ ಇರಬಹುದು. ಹಿಂದಕ್ಕೆ ಸರಿದ ಗಾಂಡೀವಿ ಬಂದು ಕಾರಿನಲ್ಲಿ ಕೂತ. ಅವನಲ್ಲಿ ನುಗ್ಗಿ ಬರುತ್ತಿದ್ದ ಕ್ರೋಧಕ್ಕೆ ಬರೀ ಕಾರೇನು. ಅವರ ಸಮೇತ ಅದನ್ನು ಭಸ್ಮ ಮಾಡಿಬಿಡಬೇಕೆನಿಸಿತು. ಆದರೆ ಇದು ಅವನ ಸಾತ್ವಿಕ, ಗೌರವಾನ್ವಿತ ಮನೆತನಕ್ಕೆ ಹಚ್ಚುವ ಮಸಿ. ಅದು ನಾಲ್ಕು ಜನರೇಷನ್ ಬದಲಾದರೂ ಅಳಿಸಿಹೋಗದು. ಅಷ್ಟು ಮಾತ್ರವಲ್ಲ. ಹಿರಿಯರು ಕಟ್ಟಿದ ಪಾಯ ಕುಸಿದು ಮುಂದಿನ ಜನ ಅತಂತ್ರದಲ್ಲಿ ಬದುಕಬೇಕಾಗುತ್ತೆ.

ಬಿಗಿದ ಅವನ ಮುಷ್ಟಿ ನಿಧಾನವಾಗಿ ಸಡಿಲವಾಗಿ ರಕ್ತ ಸಂಚಾರ ಮಾಮೂಲಿ ಸ್ಥಿತಿಗೆ ಮರಳಿದಾಗ ಮುಖದ ಬೆವರನ್ನೊರೆಸಿಕೊಂಡ. ಒಳಗಿನಿಂದ ಕಾರಿನ ಡೋರ್‌ಗಳನ್ನು ಲಾಕ್ ಮಾಡಿಕೊಂಡು ಸ್ಟೀರಿಂಗ್ ವ್ಹೀಲ್ ಮೇಲೆ ತಲೆಯಾನಿಸಿದ.

"ಏಯ್, ವೇಲು..." ಮಂಜಯ್ಯನ ದನಿ ಕೇಳಿಸಿದಾಗಲೇ ಲಾಕ್ ತೆಗೆದಿದ್ದು. "ನಿದ್ದೆ ಮಾಡ್ತಾ ಇದ್ಯಾ?" ಮಾಮೂಲಾಗಿ ಕೇಳಿದರಷ್ಟೆ. ಅವರೇ ಒಮ್ಮೆ ಹೇಳಿದ್ದರು. "ನಿಂಗೆ ಮಾತು ಇಲ್ಲ. ಪಾರ್ಟಿ ಮುಂತಾದ ಕಡೆ ಬರೋ ಡ್ರೈವರ್‌ಗಳು ಮಾತು ಜಾಸ್ತಿ. ಅದು ಇದು ಕೇಳಿ ಹಿಂಸಿಸಿ ಗೇಲಿ ಮಾಡ್ತಾರೆ. ಸುಮ್ಮೇ ಲಾಕ್ ಮಾಡ್ಕೊಂಡ್ ಒಳಗಿರು" ಅದರಿಂದ ಆಕ್ಷೇಪಿಸುವಂತಿರಲಿಲ್ಲ.

ಹೊರಬಂದ ಕೂಡಲೇ ಅಂದು ಲಾಡ್ಜ್‌ನಲ್ಲಿ ಇಳಿಸಿದ ವ್ಯಕ್ತಿ ನೇರವಾಗಿ ಇವನತ್ತ ಬಂದವನೇ ಭುಜದ ಮೇಲೆ ಕೈ ಹಾಕಿದರು ತಾರತಮ್ಯ ಮರೆತು.

"ವಾಹ್, ಆವತ್ತು ಅದೇನು ಡ್ರಿಂಕ್ಸ್ ಕೊಟ್ಟೆ. ಜೀವ್ನದಲ್ಲಿ ಅಂಥ ಸುಖವಾದ ಅಮಲನ್ನು ಅನುಭವಿಸಿರ್ಲಿಲ್ಲ. ಐಯಾಮ್ ಗ್ರೇಟ್‌ಫುಲ್ ಟು ಯು. ಇನ್ನೊಂದು ವಿಷ್ಯ ಅಂದು ನೀನು ಕೊಟ್ಟ ಲೆದರ್ ಬ್ಯಾಗ್‌ನಲ್ಲಿದ್ದ ಕ್ಯಾಷ್ ಎಷ್ಟು ಗೊತ್ತಾ? ಮುಖ್ಯವಾದ ಡಾಕ್ಯುಮೆಂಟ್ಸ್ ಇತ್ತು" ಎಂದರು ಕೃತಜ್ಞತೆಯಿಂದ.

ಯಾವುದಕ್ಕೂ ಪ್ರತಿಕ್ರಿಯಿಸದೆ ಮುಗುಳ್ನಕ್ಕ ಗಾಂಡೀವಿ. ಒಂದು ನೋಟಿನ ಕಂತೆಯನ್ನೇ ಅವರು ನೀಡಲು ಹೋದಾಗ ಬೇಡವೆಂದು ಬಲವಂತವಾಗಿ ನಿರಾಕರಿಸಿದ. ಇಂದು ಕುಡಿದಿದ್ದ. ಎರಡು ಪೆಗ್ ವಿಸ್ಕಿಯ ಅಮಲು ಇಳಿದುಹೋಯಿತು ಅವರಿಗೆ. ಜಗತ್ತಿನ ಮಹಾ ಅದ್ಭುತ ನೋಡಿದಂತೆ ದಿಟ್ಟಿಸಿದರು ಅವನನ್ನು.

ವಿದ್ಯುತ್ ದೀಪದ ಬೆಳಕಿನಲ್ಲಿ ಕೂಡ ಅವನ ಮುಖದ ವರ್ಚಸ್ಸು ಕಂಗೊಳಿಸುತ್ತಿತ್ತು. ಕಣ್ಣುಗಳಲ್ಲಿ ಪ್ರಜ್ವಲನೆ ಮಂಕಾಗಿಸಿತು. ರೆಪ್ಪೆ ಬಡಿಯದೆ ನೋಡಿದರು. ಸ್ತ್ರೀ ಸೌಂದರ್ಯಕ್ಕಿಂತಲೂ ಪುರುಷ ಸೌಂದರ್ಯದ ಆಕರ್ಷಣೆ ಸಹಸ್ರ ಪಟ್ಟು ಹೆಚ್ಚೆನಿಸಿತು ಆ ಸಂದರ್ಭದಲ್ಲಿ. 'ರಿಯಲೀ ಹ್ಯಾಂಡ್‌ಸಮ್. ಪ್ರಾಮಾಣಿಕತೆ, ಶೌರ್ಯದ ಮುಖಕ್ಕೆ ದೀಪವಿಡಿದಿದೆ' ಎಂದುಕೊಂಡರು.

"ಬೈ ದಿ ಬೈ ವೇಲು. ನೀನು ಇಲ್ಲಿ ಕೆಲ್ಸ ಬಿಡ್ಬೇಕಾದ ಸಂದರ್ಭ ಬಂದರೆ ನೇರವಾಗಿ ನನ್ಹತ್ರ ಬಾ... ನನ್ನಿಂದ ಏನಾದ್ರೂ ಸಹಾಯ ಬೇಕಾದ್ರೆ... ಖಂಡಿತ ಸಂಕೋಚ ಬೇಡ. ನನ್ನ ಪರ್ಸನಲ್ ಫೋನ್ ನಂಬರ್‌ಗೆ ಸಂಪರ್ಕಿಸು" ವಿಶ್ವಾಸದಿಂದ ಹೇಳಿ ವಿಳಾಸ, ಫೋನ್ ನಂಬರ್‌ನ ಕಾರ್ಡನ್ನು ಅವನ ಕೈಯಲ್ಲಿಟ್ಟರು.

ಗೊಂಬೆಯಂತೆ ಕೇಳುತ್ತ ನಿಂತಿದ್ದ ಮಂಜಯ್ಯ ಎಲ್ಲಿ ಇವನು ತಮ್ಮ ಕೈಬಿಟ್ಟು ಹೋಗುತ್ತಾನೋ ಎಂದು ಹೆದರಿದರು.

ಹತ್ತಿದ್ದು ಮಂಜಯ್ಯ ಮಾತ್ರ. ಯಾವುದೋ ಒಂದು ಗೆಸ್ಟ್ ಹೌಸ್‌ನ ಹಾದಿ ತೋರಿಸತೊಡಗಿದರು. "ನಿಧಾನವಾಗಿಯೇ ಹೋಗ್ಲಿ..." ಎಂದರು. ಆ ಕಂಟ್ರಾಕ್ಟ್ ಸಿಕ್ಕಿದ ಖುಷಿಯ ಜೊತೆ ಒಂದಿಷ್ಟು ಆತಂಕವೂ ಇತ್ತು. ಎಂದೂ ಇಲ್ಲದ ನಿರಾಕರಣೆ ಸ್ವಾತಿಯಿಂದ "ಪ್ಲೀಸ್. ನನ್ನಿಂದ ಅವನನ್ನು ಜರಿಸೋಕ್ಕಾಗೋಲ್ಲ. ಅವ್ನ ಆಟಗಳು ನೆನೆದ್ರೆ ನಂಗೆ ವಾಂತಿಯಾಗುತ್ತೆ" ಕಂಬನಿ ಮಿಡಿದಿದ್ದರು. ಆದರೆ ಅಸಹಾಯಕತೆ ಕಾಡಿತ್ತು ಅವರನ್ನು.

ಮೋಜಿನ ಆ ತುಂಟ ಯುವಕ ಬಾಭೀ ಪಾರ್ಟಿ ಶುರುವಿನ ಹಂತದಲ್ಲಿಯೇ ಸ್ವಾತಿಯನ್ನು ಕರೆದೊಯ್ದಿದ್ದ ಊರ ಹೊರಗಿನ ಗೆಸ್ಟ್ ಹೌಸ್‌ಗೆ. ಬಲಿಪೀಠಕ್ಕೆ ಕರೆದೊಯ್ಯುವ ಕುರಿಯಂತೆ ಹೆಂಡತಿ ಕಂಡಾಗ ಜೀವನದಲ್ಲಿ ಮೊದಲ ಸಲ ಆತ್ಮಹತ್ಯೆ ಮಾಡಿಕೋಬೇಕೂಂತ ಅನ್ನಿಸಿತ್ತು. ಬೆರಗುಗಣ್ಣಿನಿಂದ ನೋಡುತ್ತಿದ್ದ ಜೀವನ ಹೇಸಿಗೆಯೆನಿಸಿತ್ತು.

"ವೇಲು ಲೆಫ್ಟ್‌ಗೆ. ಆ ಕಡೆ ಕರ್ವ್ ಇದೆ, ಸ್ವಲ್ಪ ಹುಷಾರ್" ಎಚ್ಚರಿಕೆ ನೀಡಿದರು. ಆ ದನಿ ಸತ್ತಂತಿತ್ತು. ಒಮ್ಮೆ ಹಿಂದಕ್ಕೆ ನೋಟವರಿಸಿದ ವೇಲು, ಏಕಾಏಕಿ ಇಪ್ಪತ್ತು ವರ್ಷ ಹಿರಿಯತನ ಅಪ್ಪಿದಂತೆ ಕಂಡಿತು. ತುಟಿಗಳು ಚಲಿಸಿದರೂ ಶಬ್ದ ಹೊರಬರಲಿಲ್ಲ. ಮೂಗ ವೇಲು... ಇದೊಂದು ಅಜ್ಞಾತವಾಸದ ಪರಿಧಿ. ಯಾವ ಜನ್ಮದ ಪಾಪವೋ ಅಂತ ಅನ್ನಿಸಿತು. ಈ ಸ್ಥಿತಿಯಲ್ಲಿ ತಾಯಿ ಕಂಡಿದ್ದರೆ, ಎದೆಯ ಬಡಿತ ನಿಲ್ಲುತ್ತಿತ್ತು ತಕ್ಷಣ.

ಇಡೀ ಗೆಸ್ಟ್ ಹೌಸ್ ಮುಂದೆ ಉರಿಯುತ್ತಿದ್ದುದು ಒಂದೇ ದೀಪ. ಕಾಂಪೌಂಡಿನ ಅಂಚಿಗೆ ಬೆಳೆದಿದ್ದ ಮರಗಳು. ಗೆಸ್ಟ್‌ಹೌಸಿನ ಮುಂದಿನ ಬಾಲ್ಕನಿಯ ಎರಡು ಕಡೆ ಬೆಳೆಸಿದ್ದ ಸಾಲು ಗಿಡಗಳ ಬಣ್ಣ ಬಣ್ಣದ ಹೂಗಳ ಸಮೂಹ. ಆಹ್ಲಾದಕರವಾದ ಪರಿಸರ. ಗೂರ್ಖ ವಿಚಾರಿಸಿದ ನಂತರವೇ ಒಳಗೆ ಬಿಟ್ಟಿದ್ದು.

ಮಂಜಯ್ಯ ಸ್ವಲ್ಪ ವೇಳೆ ಕಾರಿನಿಂದ ಹೊರಗೆ ಇಳಿಯಲಿಲ್ಲ. ತೀರಾ ಚಿಂತಿತರಾಗಿದ್ದರು. ಒಳಗಿನ ಮೌನ. ಹೊರಗಿನ ನಿರ್ಜನತೆ ಭಯ ಹುಟ್ಟಿಸುವಂಥ ವಾತಾವರಣವೇ.

"ತೆಗೀರಿ..." ಸ್ವಾತಿ ಆಕ್ರಂದಿಸುತ್ತ ಬಂದವರೇ ಕಾರಿನೊಳಕ್ಕೆ ತೂರಿದರು. "ಬೇಗ

ನಡೀ ವೇಲು. ನನ್ನ ಬಿಡೋಲ್ಲ ಬಾಭೀ..." ಭಯ. ಗಾಬರಿಯ ದೈತ್ಯವೊಂದು ತನ್ನನ್ನು ಅಟ್ಟಿಸಿಕೊಂಡು ಬರುತ್ತಿದೆಯೆನ್ನುವಂತೆ ಕಂಪಿಸುತ್ತಿದ್ದರು ಆಕೆ. ಮಂಜಯ್ಯ ಪರ್ಮಿಷನ್‌ಗೆ ಕಾಯದೆ ಕಾರು ಸ್ಟಾರ್ಟ್ ಮಾಡುವ ವೇಳೆಗೆ ಬಾಭೀ ಓಡಿ ಬಂದ. ತೆಳ್ಳನೆಯ ಕೋಟು ತೊಟ್ಟಿದ್ದ ಅಸ್ತವ್ಯಸ್ತವಾಗಿ, ತಾಯಿಯ ಹೊಟ್ಟೆಯಿಂದ ಹೊರಬಂದ ಸ್ಥಿತಿಯಲ್ಲಿದ್ದ.

ಒರಟಾಗಿ ಡೋರ್ ಓಪನ್ ಮಾಡಿದವನೇ ಸ್ವಾತಿಯ ಸೊಂಟಕ್ಕೆ ಕೈ ಹಾಕಿ "ಐ ಲವ್ ಯು. ಐ ವಾಂಟ್ ಯು" ಬಾಚಿ ಹೊರಗೆಳೆದ. "ಪ್ಲೀಸ್, ಷಿ ಈಸ್ ನಾಟ್ ವೆಲ್..." ಮಂಜಯ್ಯ ಏನೋ ಹೇಳಲು ಶುರು ಮಾಡಿದರು. ಅದನ್ನು ಲೆಕ್ಕ ಮಾಡುವ ಸ್ಥಿತಿಯಲ್ಲಿರಲಿಲ್ಲ. "ಗೆಟ್‌ಔಟ್. ಐ ವಾಂಟ್ ಹರ್..." ತೊದಲಿದ. ಅವನು ಪೂರ್ತಿ ಕಾಮದ ಅಮಲಿನಲ್ಲಿದ್ದ.

"ಸೇವ್ ಮೀ. ಅಯ್ಯೋ...." ಗಂಡನತ್ತ ನೋಡಿದರು ಸ್ವಾತಿ. ಮಹಾಭಾರತದ ದ್ಯೂತದ ಪ್ರಕರಣ ಇಲ್ಲಿ ಮರುಕಳಿಸಿದಂತಾಯಿತು.

ಕ್ಷಣಗಳಲ್ಲಿ ಕಾರಿನಿಂದ ಕೆಳಗಿಳಿದ ವೇಲು ಬಾಭೀಯ ಬಿಗಿ ಮುಷ್ಟಿಯಿಂದ ಸ್ವಾತಿಯನ್ನು ತಪ್ಪಿಸಿ ಕಾರಿನೊಳಕ್ಕೆ ತಳ್ಳಿ ಲಾಕ್ ಮಾಡುವ ವೇಳೆಗೆ ಅಂಕದ ಪರದೆಯ ಹಿಂದೆ ಇದ್ದ ಭಂಟರು ಪ್ರತ್ಯಕ್ಷವಾಗುವ ಮುನ್ನ ತಪ್ಪಿಸಿಕೊಳ್ಳಬೇಕಿತ್ತು.

"ಬೇಗ ವೇಲು... ಬೇಗ... ಅವ್ನ ಕೈಗೆ ಸಿಕ್ರೆ ಒಂದು ಸಣ್ಣ ಆಕ್ಸಿಡೆಂಟ್ ಅನ್ನೋ ಹಾಗೆ ಇಲ್ಲವಾಗ್ಸಿಬಿಡ್ತಾರೆ" ಮಂಜಯ್ಯ ಹೆದರಿ ನುಡಿದರು. ಸ್ವಾತಿ ಅವರ ಕೊರಳಿಗೆ ಜೋತುಬಿದ್ದು ದುಃಖಿಸುತ್ತಿದ್ದಳು.

ತೊದಲುತ್ತಿದ್ದ ಬಾಭೀ ಜೋರು ಕೂಗಿನಿಂದ ಅರಚಿದ. "ಐ ವಾಂಟ್ ಷೀ... ಪಕಡೋ... ಪಕಡೋ" ಸುತ್ತುವರಿಯುವ ಮುನ್ನ ಗೇಟಿನ ಬಳಿ ಬಂದವನು ನಿಲ್ಲಿಸಿ ತಾನೇ ಗೇಟಿನ ಅಕ್ಕಪಕ್ಕಕ್ಕೆ ದೂಡಿ ಚುರುಕಾಗಿ ಕಾರಿನೊಳಕ್ಕೆ ನುಗ್ಗಿದವನು ರಭಸದಿಂದ ನುಗ್ಗಿಸಿದ. ಒಂದು ಫಿಲಂ ಸೀನ್ ಕ್ರಿಯೇಟ್ ಆಯಿತಷ್ಟೆ.

ಅಷ್ಟು ದೂರ ಸರಿಯುವ ವೇಳೆಗೆ ಎರಡು ವಾಹನಗಳ ಜೊತೆ ಒಂದು ಮೋಟಾರ್ ಬೈಕ್ ಹಿಂಬಾಲಿಸುವುದು ಗಮನಕ್ಕೆ ಬಂತು.

"ಸ್ವಾತಿ ತಪ್ಪು ಮಾಡ್ದೇ ನೀನು. ಇವತ್ತೊಂದು ರಾತ್ರಿ ಅನುಸರಿಸ್ಕೊಂಡಿದ್ರೆ ಮುಂದೆ ಇಂಥ ರಾತ್ರಿ ಎದುರಾಗ್ದಂತೆ ಎಚ್ಚರವಹಿಸ್ಬಹುದಿತ್ತು" ಎಂದ ಮಂಜಯ್ಯನವರ ದನಿ ಕಂಪಿಸುತ್ತಿತ್ತು.

"ಹೇಗೆ... ಹೇಗೆ... ಹೇಗೆ ಸಹಿಸಿಕೊಳ್ಳೋದು. ಯಾವು ಯಾವ್ದೋ ಬ್ಲೂ ಫಿಲಂಗಳ್ನ ನೋಡಿ ಆ ಚಮತ್ಕಾರ, ಚೇಷ್ಟೆಗಳಿಗೆ ನನ್ನ ಉಪಯೋಗಿಸ್ಕೋತಾನೆ. ನಂಗಿಂತ ವಯಸ್ಸಿನಲ್ಲಿ ಚಿಕ್ಕೋನು. ನೋಡಿ ಇಡೀ ಮೈ..." ಆಕೆ ಅಳುವಿನೊಂದಿಗೆ ಹೇಳುತ್ತಿದ್ದಳು. ಗಾಂಡೀವಿಯ ಮೈನ ರಕ್ತ ಬಿಸಿಯಾಯಿತು. ದ್ರೌಪದಿಯನ್ನು ತುಂಬಿದ ಸಭೆಯಲ್ಲಿ ಅವಮಾನಗೊಳಿಸಲು ಯತ್ನಿಸಿದ ದುಶ್ಯಾಸನ, ಅದಕ್ಕೆ ಆಣತಿಯಂತೆ ಧೃತರಾಷ್ಟ್ರ ಪುತ್ರ ದುರ್ಯೋಧನ, ಅದನ್ನು

ನೋಡುತ್ತ ಕೂತ ಪಾಂಡವರು, ಕೌರವರಿಗಿಂತ ಮಂಜಯ್ಯ ನೀಚನಾಗಿ ಕಂಡ. ಅಪರಾಧದ ತಕ್ಕಡಿಯಲ್ಲಿ ಯಾರು ಹೆಚ್ಚು, ಯಾರು ಕಡಿಮೆಯೆಂದು ನಿರ್ಣಯಿಸಲಾರದಾದರು, ಯಾವುದೂ ಕ್ಷಮಾರ್ಹವಲ್ಲ!

ಕಾರಿನ ವೇಗವೇ ಕಮ್ಮಿಯಾಯಿತು.

"ವೇಲು ಯಾಕೆ ವೇಗ ಕಡ್ಮೆ ಮಾಡ್ದೆ? ಎಲ್ಲಾದ್ರೂ ಆಕ್ಸಿಡೆಂಟ್ ಮಾಡ್ಸಿ ನೀನು ಬಚಾವ್ ಆಗ್ಬಿಡು. ಬಾಭೀಯಂಥ ರಾಕ್ಷಸನ ಕೈಗೆ ಸಿಕ್ಕೋ ಬದ್ಲು ಆರಾಮಾಗಿ ಸತ್ತುಹೋಗ್ತೀನಿ" ಸ್ವಾತಿ ಬಿಕ್ಕಿ ಬಿಕ್ಕಿ ಅತ್ತರು.

ಆರಾಮಾಗಿ ಕಾರು ನಿಲ್ಲಿಸಿದವನು ಹಿಂದಕ್ಕೆ ತಿರುಗಿದ. ನಗ್ನ ಭುಜದ ಮೇಲೆ ಹಲ್ಲೊತ್ತಿದಂತೆ ಕೆಂಪಾದ ರಕ್ತದ ಕಲೆ. ಆ ಕ್ಷಣ ಅವನಲ್ಲಿನ ಧೈರ್ಯ ವಿಶ್ವರೂಪದಂತೆ ಬೆಳೆಯಿತು. ಕೆಳಗಿಳಿದ ಧೈರ್ಯವಾಗಿ. ಅವರಿಂದ ತಪ್ಪಿಸಿಕೊಳ್ಳುವುದು ಅಷ್ಟು ಸುಲಭವೆನಿಸಿರಲಿಲ್ಲ.

ಸರ್ರನೆ ಡಿಕ್ಕಿ ಬಾಗಿಲು ತೆಗೆದು ಉದ್ದದ ಕಬ್ಬಿಣದ ಸರಳನ್ನು ಕೈಗೆತ್ತಿಕೊಂಡ. ಮುಂದಾಗುವ ಪರಿಣಾಮದ ಬಗ್ಗೆ ಭಯವಿಲ್ಲ. ಈಗ ಸ್ವಾತಿಯನ್ನು ರಕ್ಷಿಸಬೇಕಷ್ಟೆ. ಕಾರಿನ ಡೋರ್‌ಗಳನ್ನ ಲಾಕ್ ಮಾಡಿದ.

ಬಂದ ವೆಹಿಕಲ್‌ಗಳು ನಿಂತವು. ಬರೀ ಆರ್ಭಟ ಎಲ್ಲಾ ಸೇರಿ ಹತ್ತು ಜನವಾದರೂ ಪೂರ್ತಿ ಅಮಲಿನಲ್ಲಿದ್ದವರು ಎಂಟು ಮಂದಿ. ಇನ್ನಿಬ್ಬರ ಸ್ಥಿತಿಯೂ ಅಷ್ಟೇನು ಚೆನ್ನಾಗಿರಲಿಲ್ಲ.

ಗಾಂಡೀವಿ ಒಂಟಿಯಾಗಿ ಕಬ್ಬಿಣದ ಸಲಾಕೆ ಹಿಡಿದು ನಿಂತವನು ತಾನೇ ಅವರನ್ನು ಸಮೀಪಿಸಿ ಒಬ್ಬೊಬ್ಬರ ಮುಖಗಳನ್ನು ಒರಟಾಗಿ ತಿರುಗಿಸಿ ನೋಡಿದವನು ದೀರ್ಘವಾಗಿ ಉಸಿರೆಳೆದು ದಬ್ಬಿದ.

"ಯಾರು ನೀವು?" ಕೇಳಿದ.

"ಅವ್ನು ಮೂಗ, ರೆಟ್ಟೆ ಬಲದಲ್ಲಿ ಕಡ್ಮೇ ಇಲ್ಲ" ಬಾಭೀನೇ ಹೇಳಿದ್ದ ಅವನ ಪರ್ಸನಲ್ ಅಸಿಸ್ಟೆಂಟ್ ಕಮ್ ಫ್ರೆಂಡ್‌ಗೆ. ಅವನು ಗಾಬರಿಯಿಂದ ಕಣ್ಣರಳಿಸಿದ "ಏಯ್, ಈ ಕಾರಲ್ಲ. ಬೇಗ ಹತ್ತಿ. ಅಲ್ಲಿ ಡಿವಿಯೇಟ್ ಆಯ್ತಲ್ಲ. ಆ ಕಾರು. ಕ್ವಿಕ್... ಹಿಂದಕ್ಕೆ ತಿರುಗಿಸಿ. ಇಲ್ದಿದ್ರೆ ಎಲ್ಹೋಗ್ತಾರೆ ಮನೆಯಲ್ಲಿ ಹಿಡಿಯೋಣ" ಆಜ್ಞಾಪಿಸಿದವನು ಇವನೆಡೆಗೆ ಬಂದವನು ಷರಟಿನ ತೋಳುಗಳನ್ನು ಮಡಚಿ. 'ಈಗ ಪುರಸತ್ತಿಲ್ಲ, ಇನ್ನೊಮ್ಮೆ ನೋಡ್ಕೋತೀನಿ' ಎನ್ನುವಂತೆ ಕೆಕ್ಕರಿಸಿಕೊಂಡು ಅವನತ್ತ ನೋಡಿ ಹೋದ.

ಹೋದ ವಾಹನಗಳತ್ತ ನೋಡಿದವನು ಕಿರು ನಕ್ಕ. ಬುದ್ಧಿ ಕೈ ಕೊಟ್ಟಿತ್ತು ನಶೆಯಿಂದ. ಮೂರ್ಖರಾಗಿ ಕಂಡರು. ಜಗತ್ತಿನ ಎಲ್ಲಾ ಸುಖವೂ ವಿಸ್ಕಿಯಲ್ಲಿದೆ. ಬ್ರಾಂದಿಯಲ್ಲಿದೆಯೆಂದು ಭ್ರಮಿಸುವ ಜನ ಹೋಗಿ ತಲುಪುವುದೆಲ್ಲಿಗೆ?

ನಿಧಾನವಾಗಿ ಕಾರಿನತ್ತ ಬಂದವನು ಒಮ್ಮೆ ಕತ್ತಲೆಯನ್ನು ದಿಟ್ಟಿಸಿದ. ಹನ್ನೆರಡರ ನಡುವಿನ ಸಮಯ. ಲೋಕ ನಿದ್ರಿಸುವ ಹೊತ್ತಿನಲ್ಲಿ ನಿಶಾಚಾರಿಗಳ ಸಂಚಾರ. ಇಡೀ

ದಿನ ದುಡಿದ ಮಾನವ ವಿಶ್ರಾಂತಿ ಪಡೆಯಲಿಯೆಂದು ಪ್ರಕೃತಿ ನೀಡಿದ ವರ ಕೆಲವು ದುಷ್ಟರಿಗೆ. ಅವರ ಕಾರ್ಯಗಳಿಗೆ ಅನುಕೂಲ ಸಿಂಧು.

ಕಾರಿನಲ್ಲಿ ಹತ್ತಿ ಕೂತ. ಜೀವದ ಭಯ ಬಿಟ್ಟು ಕಣ್ಮುಚ್ಚಿ ಕೂತಿದ್ದರು ದಂಪತಿಗಳು. ಸ್ವಾತಿಗೆ ಬಾಭೀಗಿಂತ ಸಾವು ಪ್ರಿಯವಾಗಿತ್ತು. ಅದಕ್ಕಾಗಿ ಪ್ರಾರ್ಥನೆ ಸಲ್ಲಿಸುವಂತೆ ಕಣ್ಮುಚ್ಚಿದ್ದರು. ಹೆಂಡತಿಯನ್ನು ತೋಳುಗಳಲ್ಲಿ ಬಾಚಿಕೊಂಡೇ ಗಡಗಡ ನಡುಗುತ್ತಿದ್ದ ಮಂಜಯ್ಯ.

ಉದಾಸವಾದ ಅತ್ಯಂತ ಜಿಗುಪ್ಸೆಯ ನೋಟ ಅವರತ್ತ ಬೀರಿದವನು ಕಾರು ಸ್ಟಾರ್ಟ್ ಮಾಡಿದ. ನಂತರವೇ ಅವರು ಕಣ್ಣು ಬಿಟ್ಟಿದ್ದು. ವೇಲುವೆಂದು ದೃಢಪಡಿಸಿಕೊಂಡರೂ ಭಯದಿಂದ ಮುಕ್ತರಾಗಲಿಲ್ಲ.

"ವೇಲು ಎಲ್ಲಿಗೆ? ಅವ್ರುಗಳು ಹೊರಟ್ಹೋದ್ರಾ? ನಿಂಗೇನಾದ್ರೂ ಹೆದರ್ಸಿ ನಮ್ಮನ್ನ ಹಿಂದಕ್ಕೆ ಕರ್ದುಕೊಂಡು ಬರಲು ಹೇಳಿದ್ದಾರ?" ಮಂಜಯ್ಯ ಕಂಪಿಸುವ ಸ್ವರದಲ್ಲಿ ಕೇಳಿದ. ಮಾತು ಬಾರದು. ಆದರೂ ಹಿಂದಕ್ಕೆ ಮುಖ ತಿರುಗಿಸಿಯಾದರೂ ಪ್ರತಿಕ್ರಿಯಿಸಬೇಕೆಂದುಕೊಂಡಿದ್ದು ಸುಳ್ಳಾಯಿತು.

ಕಾರಿನ ಚಕ್ರಗಳು ಒಂದೇ ವೇಗದಲ್ಲಿ ಉರುಳುತ್ತಿದ್ದವು. ಎಲ್ಲಿಗೆ? ಯಾವ ರಸ್ತೆ? ಏನೊಂದೂ ಅರಿಯದು. ಕುಲುಕಾಟ ಶುರುವಾದ ನಂತರವೇ ಡಾಬರ್ ರಸ್ತೆ ಅಲ್ಲವೆಂದು ತಿಳಿದಿದ್ದು. ಕಡೆಗೂ ಒಂದು ಕಡೆ ನಿಂತಿತು ವಾಹನ.

ಮೊದಲು ಇಳಿದ ಗಾಂಡೀವಿ ಡೋರ್ ಓಪನ್ ಮಾಡಿದ. ದಟ್ಟವಾದ ಕತ್ತಲಿನ ನಡುವೆ ಹುಳಹುಪ್ಪಟೆಗಳ ಸದ್ದು. ತಲೆ ಹೊರಗೆ ಹಾಕಿದ ಮಂಜಯ್ಯ ಒಳಕ್ಕೆಳೆದುಕೊಂಡ.

"ಅಂತು, ಇದು ಗೆಸ್ಟ್‌ಹೌಸ್ ಅಲ್ಲ. ದಟ್ಟವಾದ ಕತ್ತಲು" ಹೆಂಡತಿಯ ಕೆನ್ನೆಯ ಬಳಿ ಪಿಸುಗುಟ್ಟಿದವರು "ಇವ್ನು ಎಲ್ಲಿಗೆ ಕರ್ಕೊಂಡ್ಬಂದ?" ಸ್ವಗತದಲ್ಲಿ ಹೇಳಿಕೊಂಡರು.

ಡೋರ್ ಮೇಲೆ ಸದ್ದು ಮಾಡಿ ಇಳಿಯಿರಿ ಎನ್ನುವಂತೆ ಸನ್ನೆ ಮಾಡಿ ಬ್ಯಾಟರಿ ಬೆಳಗಿಸಿದ. ಇಳಿದ ನಂತರ ಬ್ಯಾಟರಿಯ ಬೆಳಕಿನ ಸಹಾಯದಿಂದ ಅವರೆಲ್ಲಿ ಕೂತರೆ ಸುರಕ್ಷಿತವೆಂದು ನಿರ್ಣಯಿಸಿಕೊಂಡ ನಂತರವೇ ಅತ್ತ ಕರೆದೊಯ್ದಿದ್ದು. ಅನಾಮತ್ತಾಗಿ ಕಾರಿನ ಸೀಟಿನ ಮೇಲಿನ ಕವರ್‌ನ ಕಿತ್ತು ತಂದು ಹಾಸಿದವನು ಒಮ್ಮೆ ಅವರತ್ತ ನೋಟ ಹರಿಸಿದ. ಹಣದ ಹಿಂದೆ ಬಿದ್ದು ಸುಖ ನೆಮ್ಮದಿಯನ್ನು ಕಳೆದುಕೊಂಡ ಜನ. ದೇವರು ಕೊಟ್ಟ ಬುದ್ಧಿಯ ಉಪಯೋಗ ಸರಿಯಾಗಿ ಆಗದಿದ್ದವರ ಸ್ಥಿತಿ. ಕ್ಷಣವಷ್ಟೆ ಮರುಕಗೊಂಡಿದ್ದು.

ಡಿಕ್ಕಿಯಲ್ಲಿದ್ದ ಕಬ್ಬಿಣದ ಸರಳನ್ನು ಕೈಯಲ್ಲಿಡಿದವನು ಪ್ರಳಯ ಕಾಲದ ರುದ್ರನಂತೆ ಕಾರಿನ ಹೆಡ್ ಲೈಟಿನಿಂದ ಹಿಡಿದು ಗಾಜುಗಳನ್ನು ಕೂಡ ಪೂರ್ತಿಯಾಗಿ ಪುಡಿ ಪುಡಿ ಮಾಡಿದ. ಅಷ್ಟಕ್ಕೂ ಅವನ ಕೋಪ ತಣ್ಣಗಾಗದಾದಾಗ ಡಬ್ಬದಲ್ಲಿದ್ದ ಪೆಟ್ರೋಲ್‌ನ ಅದರ ಮೇಲೆ ಸುರಿದು ಬೆಂಕಿ ಹಚ್ಚಿದ. ಉರಿಯುತ್ತಿದ್ದುದನ್ನು ನೋಡುತ್ತ ನಿಂತ. ದಟ್ಟ ಕತ್ತಲನ್ನು ಸ್ವಲ್ಪವಾದರೂ ಕಡಿಮೆ ಮಾಡಿತು.

ಸ್ವಲ್ಪ ಶಾಂತವಾಗಿ ಕೂತವರತ್ತ ನೋಟ ಹರಿಸಿದ. ಉಸಿರು ಬಿಗಿ ಹಿಡಿದು ಕೂತಿದ್ದರು.

"ಇಷ್ಟೊಂದು ನಿರ್ಲಜ್ಜವಾಗಿ ಬದ್ಕಬಾರ್ದು. ಛೆ, ಪ್ರಾಣಿ ಮನುಷ್ಯರ ನಡ್ವೆ ಭಯಂಕರವಾದ ಒಂದೇ ಒಂದು ವ್ಯತ್ಯಾಸವಿದೆ. ಮನಸ್ಸು, ಹೃದಯ ಎಲ್ಲವನ್ನೂ ಇಟ್ಟ. ಮಾನವರಲ್ಲಿ ಹೆಚ್ಚಿನ ಸಂವೇದನೆ ಇಟ್ಟ. ಮಿದುಳು ಕೊಟ್ಟ. ಅದ್ರಿಂದ ನಿಮ್ಗೇನಾದ್ರೂ ಉಪಯೋಗವಾಗಿದ್ಯಾ?" ಗಟ್ಟಿಸಿ ಕೇಳಿದಾಗ ಚಕಿತರಾದರು. ಮೂಗ ಮಾತಾಡಿದ್ದು ಹೇಗೆ?

"ವೇಲು..." ಮಂಜಯ್ಯ ತೊದಲಿಸಿದರು.

"ಛಿ, ನಂಗೆ ಅಸಹ್ಯವಾಗುತ್ತೆ. ದುಡ್ಡಿನ ಸಂಪಾದ್ನೆ. ಕೆಲವು ಟೆಂಟರ್, ಕಾಂಟ್ರಾಕ್ಟ್‌ಗಳಿಗೋಸ್ಕರ ಹಿಡಿದ ದಾರಿ ನೋ. ಕ್ಷಮಾರ್ಹವಲ್ಲ. ನಿಕೃಷ್ಟ ಜೀವಿಗಳಿಗಿಂತ ಕೆಳಮಟ್ಟದ ಬದ್ಕು..." ಅಸಹ್ಯಿಸಿಕೊಂಡ. ಮಿತಿಯಲ್ಲಿಯೇ ಅವನ ಬಾಯಲ್ಲಿ ಬಂದಿದ್ದು ಮಾತುಗಳು.

ತಣ್ಣನೆಯ ಗಾಳಿ ಕೂಡ ಬಿಸಿಯೇರಿದಂತೆ ಭಾಸವಾಯಿತು. ಅಲುಗದಂತೆ ಗುಬ್ಬಚ್ಚಿಗಳ ಹಾಗೆ ಮುದುಡಿ ಕೂತಿದ್ದರು ಮಂಜಯ್ಯ ದಂಪತಿಗಳು. ಸದ್ಯಕ್ಕೆ ಜೀವ ಉಳಿದಿದ್ದು ಸಾಕಿತ್ತು ಅವರಿಗೆ.

ಅಷ್ಟು ದೂರದಲ್ಲಿ ಒಂದು ಕಡೆ ಮೌನವಾಗಿ ಕೂತ ಗಾಂಡೀವಿ ಅವರುಗಳ ಕಾವಲಿಗೆಂದು ನಂತರ ಬೆಳಕು ಮೂಡುವ ಸೂಚನೆ ಕಂಡಾಗ ಮೆಲ್ಲಗೆ ನಡೆದು ಬಂದ ಅವರತ್ತ.

"ಮನೆಗೆ ಹೋಗ್ಬೇಡಿ. ಕೆಲವು ದಿನ ತಲೆ ಮರೆಸಿಕೊಳ್ಳಿ. ಎಲ್ಲಾದ್ರೂ ಭದ್ರವಾದ ಕಡೆ ರಕ್ಷಣೆ ಪಡ್ದುಕೊಳ್ಳಿ. ಕಾರು ಸುಟ್ಟಿದ್ದೀನಿ. ಬೇಕೆನಿಸಿದ್ರೆ ನೀವ್ಹೋಗಿ ಪೊಲೀಸ್‌ಗೆ ರಿಪೋರ್ಟು ಮಾಡ್ಕೋಬಹುದು. ನನ್ಹೆಸರು ವೇಲು ಅಲ್ಲ ಗಾಂಡೀವಿ. ಬನ್ನಿ, ಮೈನ್ ರೋಡು ಅಷ್ಟೇನು ದೂರವಿಲ್ಲ. ಯಾವುದಾದ್ರೂ ವೆಹಿಕಲ್ ಸಿಗುತ್ತೆ" ಮುಂದೆ ನಡೆದ. ಹಿಂಬಾಲಿಸಿದರು ಮೌನವಾಗಿ.

ಅವರಿದ್ದ ಸ್ಥಿತಿಯಲ್ಲಿ ವಿವೇಕ ನಶಿಸಿ ಯೋಚನಾ ಸಾಮರ್ಥ್ಯವೇ ಇಲ್ಲದಾಗಿತ್ತು. ಬಂದ ನೈಟು ಬಸ್ಸನ್ನು ನಿಲ್ಲಿಸಿ ಅವರನ್ನು ಹತ್ತಿಸಿ ಕೈ ಬೀಸಿದ.

ಇಲ್ಲಿಗೆ ಅವನ ಒಂದು ರೀತಿಯ ಅಜ್ಞಾತವಾಸ ಮುಗಿದಿತ್ತು.

* * *

ಗಾಂಡೀವಿ, ಸಂಪತ್, ಸೂರಿ ಬೆಳಿಗ್ಗೆಯೇ ಮನೆ ಬಿಟ್ಟರು. ಒಂದು ಯೋಜನೆ ಸಿದ್ಧಪಡಿಸಿದ್ದ. ಮೊದಲು ಅನ್ನದ ಸಮಸ್ಯೆ ಪರಿಹಾರವಾಗಬೇಕಿತ್ತು. ಅನ್ಯಾಯದ ವಿರುದ್ಧ ಪ್ರತಿಭಟಿಸುವ ದನಿಗಳಿಗೆ ಹಲವು ದನಿಗಳ ನೆರವು ಅವನ ಉದ್ದೇಶ.

"ಈಗ ಎಲ್ಲಿಗೆ ಹೋಗೋದು?" ಸೂರಿ ದನಿ.

ಸಂಪತ್ ತಾನು ವಯಸ್ಸಿನಲ್ಲಿ ಕಿರಿಯನೆನ್ನುವುದನ್ನು ಮರೆತಂತೆ ಬೆನ್ನಿಗೆ ಗುದ್ದಿದ "ಬರೀ ಅಪಶಕುನ! ನಿನ್ನ ಬುದ್ಧಿಗೆ ಪೂರ್ತಿ ಮಂಕು ಬಡಿದಿದೆ. ಷಟಪ್..." ಗದರಿಸಿದ.

ಗಾಂಡೀವಿ ಒಂದು ತರಹ ನೋಡಿದ. ಸೂರಿ ದೈಹಿಕವಾಗಿ ಮಾತ್ರವಲ್ಲ ಮಾನಸಿಕವಾಗಿ ಕೂಡ ಬಹಳ ವೀಕ್ ಆಗಿದ್ದ. ಕೆಲವೊಮ್ಮೆ ಅಸಂಬದ್ಧವಾಗಿ ಪ್ರಶ್ನಿಸುತ್ತಿದ್ದ. ಮಾತಾಡುತ್ತಿದ್ದ. ಇಲ್ಲ ಮಲಗಿಬಿಡುತ್ತಿದ್ದ.

ಬಸ್‌ಸ್ಟಾಪ್ ತಲುಪುವ ಮುನ್ನವೇ ಸೂರಿ ನಿಂತವನು "ಹೊಟ್ಟೆಯಲ್ಲಿ ತುಂಬ ಸಂಕ್ಟ, ನಡ್ಯೋದೆ ಕಷ್ಟ ಅನ್ನಿಸುತ್ತೆ" ಏದುಸಿರು ಬಿಡತೊಡಗಿದ. ಗಾಂಡೀವಿ ಅವನ ರೆಟ್ಟೆ ಹಿಡಿದು ಪಕ್ಕಕ್ಕೆ ಕರೆದೊಯ್ದು ನಿಲ್ಲಿಸಿದ.

ಸಂಪತ್ ಹಣೆ ಗಟ್ಟಿಸಿಕೊಂಡ. ಸೂರಿಯ ವಿಷಯ ಬಂದರೆ ಉದ್ವೇಗಗೊಳ್ಳುತ್ತಿದ್ದ. "ನಂಗಂತೂ ಭಯ! ಇವನೇನಾದ್ರೂ ಗೊಟಕ್ ಅಂದ್ರೆ... ನಮ್ಮ ತಲೆಗೆ ಬರುತ್ತೆ" ಗೊಣಗಿದ ಮೆತ್ತಗೆ. ಇದು ಗಾಂಡೀವಿಗೆ ಇಷ್ಟವಾಗದೆಂದು ಗೊತ್ತು ಅವನಿಗೆ. ಆದರೆ ತಡೆದುಕೊಳ್ಳಲು ಆಗುತ್ತಿರಲಿಲ್ಲ.

ಎರಡು ನಿಮಿಷದಲ್ಲಿ ಓಡಿ ಹೋಗಿ ಒಂದು ಎಳನೀರು ಹಿಡಿದುಕೊಂಡು ಬಂದ "ಸ್ವಲ್ಪ ಕುಡೀ ಸೂರಿ, ಸಂಕ್ಟನ ಕಡ್ಮೇ ಮಾಡುತ್ತೆ" ತಾನೇ ಕುಡಿಸಿದ. ಸ್ವಲ್ಪ ಜೀವ ಬಂದವನಂತೆ ನಗೆ ಬೀರಿದ ಅವನು "ಇನ್ನು ಹೋಗೋಣ. ಶೂನ್ಯದ ಅಂಚಿಗೆ ಕೂಡ ನಡೆಯುವಂಥ ಶಕ್ತಿ ಬಂದಿದೆ ನನ್ನ ಮೈಯಲ್ಲಿ" ಹುರುಪು ತುಂಬಿಕೊಂಡು ಉತ್ಸಾಹದಿಂದ ಮಾತಾಡಿದ.

ಸಂಪತ್ ಒಂದು ತರಹ ನೋಡಿದ. ಸೂರಿ ಪೂರ್ತಿ ರಸ ಹೀರಿದ ಕಬ್ಬಿನಂತಾಗಿದ್ದ.

"ಇವನನ್ನ ಯಾಕೆ ರೂಮಿನಲ್ಲೇ ಬಿಟ್ಹೋಗ್ಬಾರ್ದು?" ಸೂಚಿಸಿದ. ಅದಕ್ಕೆ ಗಾಂಡೀವಿಯ ಒಪ್ಪಿಗೆ ಇಲ್ಲ. "ಲೋನ್ಲಿನೆಸ್ ಅವನನ್ನ ಪೂರ್ತಿ ಸಾವಿನಂಚಿಗೆ ದೂಡಿಬಿಡುತ್ತೆ. ಬದುಕುವ ಆಸೆ ಅವನಲ್ಲಿ ಹುಟ್ಟಬೇಕು" ಇದು ಅವನ ವಾದ. ಅದಕ್ಕೆ ಎದುರಾಡಲಾರ. ಹೀಗೆ ನಡೆದಿತ್ತು ಮೂವರ ದಿನಚರಿಯ ಪುಟಗಳು.

ತಕ್ಷಣ ಮಿದುಳಿನಲ್ಲಿ 'ಫ್ಲಾಷ್' ಆದವನಂತೆ ಪಾನ್ ಬೀಡಾ ಅಂಗಡಿಯವನನ್ನು ಹುಡುಕಿಕೊಂಡು ಹೋದ. ಆ ಅಂಗಡಿಯಲ್ಲಿ ಈಗ ಕೂತಿದ್ದು ಮೂವತ್ತರ ಅಂಚಿನ ವಯಸ್ಕ.

"ಎಲ್ಲಿ ರೆಹಮಾನ್?" ಕೇಳಿದ.

ಅವನು ಮೂವರನ್ನು ಬದಲಿಸಿ ಬದಲಿಸಿ ನೋಡಿದವನು "ನೀವೇನು ಹಳೆ ಬಾಕಿ ಕೊಡ್ಬೇಕಾದವ್ರ? ಹಳೇ ಕಾಲ್ದ ಮನುಷ್ಯ. ಕೇಳಿದವ್ರಿಗೆಲ್ಲ ಸಾಲ ಕೊಟ್ಟು ಹಾಳಾದ. ಈಗ ಮಂಚ ಹಿಡಿದಿದ್ದಾನೆ. ಅವ್ನ ಚಿಕಿತ್ಸೆಗೆ ಹಣವಿಲ್ಲ" ಗೊಣಗಿದ ತುಸು ಖಾರವಾಗಿ. ಅದರಲ್ಲಿ ಕೂಡ ಒಂದಿಷ್ಟು ನೋವಿತ್ತು.

"ಏಯ್ ಯಾರಿಗೆ ಈ ಮಾತುಗಳು" ಎಂದಾಗ ಸಂಪತ್ ಮಧ್ಯದಲ್ಲಿಯೇ ತಡೆದ ಗಾಂಡೀವಿ "ಬಿ ಕಾಮ್. ಹಾಗೆಲ್ಲ ಪೇಷನ್ಸ್ ಕಳ್ಕೋಬಾರ್ದು. ನಾವು ಕಾರಣರಲ್ದೇ ಇರ್ಬಹ್ದು" ಸಮಾಧಾಸಿ ಅವರ ಮನೆಯ ವಿಳಾಸ ಪಡೆದ.

ಹೋಟಲ್‌ಗೆ ಬಂದ ವಿದ್ಯಾರ್ಥಿಗಳು ಸಾಲ ಹೇಳಿ ಪಾನ್ ತಿನ್ನೋದು ಮಾತ್ರವಲ್ಲ. ಆಗಾಗ ಹಣದ ನೆರವು ಪಡೆಯುತ್ತಿದ್ದರೆಂದು ಗೊತ್ತು ಅವನಿಗೆ.

ಬಸ್‌ಸ್ಟಾಪ್‌ಗೆ ಬಂದ ಗಾಂಡೀವಿ ಚಿಂತಿತನಾದ. ಈಗ ಅವನ ಹೊಟ್ಟೆ ಸಮಸ್ಯೆಗೆ ಕೇರ್ ಮಾಡಲಾರ. ದಿಕ್ಕೆಟ್ಟ ಸೂರಿನ ಸಾಯಲು ಬಿಡಲಾರ. ಸಂಪತ್ ಕೂಡ ತನ್ನ ವಿದ್ಯಾಭ್ಯಾಸ ಅರ್ಧದಲ್ಲಿಯೇ ನಿಲ್ಲಿಸಿ ಊರಿಗೆ ಹೊರಡಲು ಸಿದ್ಧನಾದವನು ಇವನಿಗಾಗಿ ನಿಂತಿದ್ದ.

ಹೋಗುತ್ತಿದ್ದ ಆಟೋ ನಿಲ್ಲಿಸಿದ ಗಾಂಡೀವಿ ಮೊದಲು ಸೂರಿಯನ್ನು ಹತ್ತಿಸಿ ಸಂಪತ್ ಕೂತ ನಂತರ ತಾನು ಹತ್ತಿದ್ದ. ಅವರಿಬ್ಬರು ಇವನಿಗಿಂತ ಹಿರಿಯರೇ. ದೇಹದಾರ್ಢ್ಯದಲ್ಲಿ ಪೀಚು, ಎತ್ತರ ಕಮ್ಮಿ. ಅದರಿಂದ ಇವನಿಗಿಂತ ಕಿರಿಯರಾಗಿ ಕಾಣುತ್ತಿದ್ದರು.

ಕೊಳೆಗೇರಿಯಂಥ ಏರಿಯಾದಲ್ಲಿ ರೆಹಮಾನ್ ವಾಸ. ಹೆಚ್ಚಿಗೆ ಕೂಲಿ ಮಾಡುವ ಬಡಬಗ್ಗರ ವಾಸ. ಶುಚಿಗೆ ಅಷ್ಟೊಂದು ಮಹತ್ವವಿರದ ಕಾರಣ ನೊಣ, ಸೊಳ್ಳೆ, ಇಲಿಯಂಥವು ತಮ್ಮ ಸಾಮ್ರಾಜ್ಯವನ್ನು ಸ್ಥಾಪಿಸಿಕೊಂಡು ಆರಾಮಾಗಿದ್ದವು. ಆದರೆ ರೆಹಮಾನ್‌ದು ಸ್ವಲ್ಪ ಚೆನ್ನಾಗಿದ್ದ ಮನೆ. ಇದ್ದಿದ್ದರಲ್ಲಿ ಸ್ವಲ್ಪ ಅಚ್ಚುಕಟ್ಟಾಗಿತ್ತು. ಮುಂಬಾಗಿಲಿಗೇನೇ ಒಂದು ದಪ್ಪ ಬಟ್ಟೆಯ ತೆರೆ. ಬರೀ ಹೆಸರು ಹಿಡಿದು ವಿಚಾರಿಸಿ ಪ್ರಯೋಜನವಾಗದಿದ್ದಾಗ ಪಾನ್ ಬೀಡಾ ಅಂಗಡಿ ವಿಳಾಸ ಹೇಳಿ ಮನೆಯನ್ನು ಕಂಡುಹಿಡಿಯಬೇಕಾಯಿತು.

ವಿಚಾರಿಸಿದಾಗ ಹೊರಬಂದ ಮಧ್ಯಮ ವಯಸ್ಸಿನ ಮುಸ್ಲಿಂ ಹೆಣ್ಣು ಒಂದು ಸಣ್ಣ ಹುಡುಗಿಗೆ "ದಾದಾಗೆ ಹೇಳು, ಯಾರೋ ಹುಡ್ಕಿಕೊಂಡ್ಬಂದಿದ್ದಾರೆ" ಹೇಳಿ ಕಳುಹಿಸಿದ ನಂತರ ಒಮ್ಮೆ ಮುಖಗಳನ್ನು ಪರಿಶೀಲನಾ ದೃಷ್ಟಿಯಲ್ಲಿ ನೋಡಿ "ಈಗ ಅವ್ರು ಯಾರ್ಗೂ ಸಾಲ ಕೊಡ್ತಾ ಇಲ್ಲ. ನಮ್ಗೇ ಹಣಕಾಸಿನ ತೊಂದರೆ. ಇಸ್ಕೊಂಡೋರು ಒಬ್ಬರಾದ್ರೂ ವಾಪ್ಸು ಕೊಡ್ಲಿಲ್ಲ" ಆಕೆ ಅಲ್ಲಿಯೇ ಹೇಳಿಕೊಂಡುಬಿಟ್ಟರು.

ಸಂಪತ್ ಸ್ವಲ್ಪ ಇರುಸುಮುರುಸುಗೊಂಡ. ಇಂಥವರ ಪರಿಚಯ ಗಾಂಡೀವಿಗೆ ಹೇಗೆ? ಏನಾದರೂ ಸಾಲದ ವ್ಯವಹಾರ! ಆ ವಿಷಯವನ್ನು ತಲೆಯಿಂದ ತಳ್ಳಿ ಹಾಕಿದ.

"ಸಾಲಕ್ಕೋಸ್ಕರ ಬಂದಿದ್ದಿಲ್ಲ. ಹುಷಾರಿಲ್ಲಾಂತ ಗೊತ್ತಾಯ್ತು. ನೋಡ್ಕೊಂಡ್ಹೋಗೋಣಾಂತ್ಬಂದ್ವಿ" ಅಷ್ಟನ್ನು ಗಾಂಡೀವಿ ಹೇಳಿದ.

ಅದೇ ಹುಡುಗಿ ಹೊರಗೆ ಬಂದವಳು "ದಾದ ಕರೀತಾರೆ" ಒಳಗೆ ಕರೆದೊಯ್ದಳು. ನಡುಮನೆಯ ಒಂದು ಮಂಚದ ಮೇಲೆ ರೆಹಮಾನ್ ಮಲಗಿದ್ದವನು ಇವನನ್ನು ನೋಡಲು ಏಳಲು ಹೋದಾಗ ಗಾಂಡೀವಿ ತಾನೇ ಮಲಗಿಸಿದ.

"ಹುಷಾರಿಲ್ಲಾಂತ ಗೊತ್ತಾಯ್ತು. ನೋಡ್ಕೊಂಡ್ಹೋಗೋಣಾಂತ್ಬಂದೆ. ಹೇಗಿದ್ದೀರಾ?" ಕೇಳಿದ. ದಷ್ಟಪುಷ್ಟವಾಗಿದ್ದ ಮನುಷ್ಯ ಪೂರ್ತಿ ಇಳಿದುಹೋಗಿದ್ದ. ಉತ್ತರಕ್ಕೆ ಬದಲು ನೋವಿನ ನಗೆ ಬೀರಿದ.

ಬಂದ ಒಂದು ಹುಡುಗ ಮೂರು ಗಾಡ್ರೇಜ್ ಛೇರ್‌ಗಳನ್ನು ಹಾಕಿದ ಅವರುಗಳು

ಕೂಡಲು. 'ಜಾವ್..." ಎಂದ ನಂತರ ಎಲ್ಲಿಯೋ ಮರೆಯಾಗಿ ಹೋದ.

ಒಂದು ಕತೆಯನ್ನೆ ತೆರೆದಿಟ್ಟ, ಹಿರಿ ಮಗನ ಬಗ್ಗೆ.

"ಆವೇಶಕ್ಕೆ ಒಳಗಾಗಿ ರೌಡಿ ಪಟ್ಟ ಕಟ್ಕೊಂಡ. ಅದೊಂದು ಸುಳಿ. ಅದ್ರಲ್ಲಿ ಸಿಕ್ಕವ್ರಿಗೆ ಮುಕ್ತಿ ಇಲ್ಲ. ಈಗ ಅವ್ನಿಗೆ ನೆಮ್ದಿಯಾಗಿ ಆರಾಮಾಗಿ ಬದ್ಕೋ ಆಸೆ. ಆದ್ರೀಗೇನು ಪ್ರಯೋಜನವಿಲ್ಲ. ಒಂದ್ಕಡೆ ಪೋಲೀಸರು ಬೇಟೆಯಾಡ್ತಾರೆ. ಮತ್ತೊಂದ್ಕಡೆ ಅವನವ್ರೇ ಬಿಡೋಲ್ಲ. ಇನ್ನೊಂದ್ಕಡೆ ಹಿಂದೆ ವಿರೋಧ ಕಟ್ಟಿಕೊಂಡ ಜನ ಕತ್ತಿ ಮಸೀತಾ ಇದ್ದಾರೆ. ಎಂದೋ ಒಂದು ದಿನ ಜನಜಂಗುಲಿಯ ನಡ್ವೇ ಕೊಚ್ಚಿ ಹಾಕ್ತಾರೆ. ಮಾರನೇ ದಿನ ಪೇಪರ್‌ನಲ್ಲಿ ಸುದ್ದಿ ಬರುತ್ತೆ. ಪ್ರತಿದಿನ ನಾನು ಪೇಪರ್‌ನಲ್ಲಿ ಹುಡ್ಕೋದು ಅದನ್ನೇ."

ಮೆಟ್ರಿಕ್ಯುಲೇಷನ್ ಓದುತ್ತಿದ್ದ ಕರೀಂ ಒಮ್ಮೆ ಫುಟ್‌ಬಾಲ್ ಆಟದಲ್ಲಿ ಮೋಸವಾಯಿತೂಂತ ಎದುರಾಳಿಗೆ ಹೊಡೆದಿದ್ದ. ಅದು ಪ್ರಾರಂಭ ಅಷ್ಟೆ. ನಂತರದ ಬಡಿದಾಟದಲ್ಲಿ ಅವನು ಹೀರೋ ನಾಲ್ಕಾರು ಜನ ಹಿಂಬಾಲಕರಾದಾಗ ಒಂದು ಸಾಮ್ರಾಜ್ಯಕ್ಕೆ ಚಕ್ರವರ್ತಿಯಾದಂತೆ ಮೆರೆದಿದ್ದ. ಬೇರೆ ರೌಡಿಗಳು ಸಹಿಸಲಿಲ್ಲ. ಆಗೀಗ ಅವರ ಇವರ ನಡುವೆ ಹೋರಾಟ, ಪೋಲೀಸ್, ಜೈಲು ನಂತರ ಇದೇ ದಂಧೆ.

"ಈಗ ಎಲ್ಲಿದ್ದಾನೆ?" ಇವನ ಕೇಳಿಕೆಗೆ ನಕ್ಕುಬಿಟ್ಟರು. "ಅವ್ರಿಗೆ ಇಂಥ ಕಡೆ ಅನ್ನೋದೇನಿಲ್ಲ ನಮ್ಗೂ ಗೊತ್ತಿಲ್ಲ. ಯಾವಾಗ್ಲೋ ಕತ್ತಲು ನಡ್ವೇ ಬರ್ತಾನೆ. ಅದೇ ಕತ್ತಲಲ್ಲಿ ಕರ್ಗಿ ಹೋಗ್ತಾನೆ. ನಾವು ಕೂಡ ಅದ್ರಲ್ಲಿ ಪಾಲುಗಾರರು ಅನ್ನೋ ತರಹ. ಸಿಟಿಯಲ್ಲಿ ಹೊಡೆದಾಟ ಬಡಿದಾಟ ನಡೆದಾಗ ಪೋಲೀಸ್‌ನೋರು ಇಲ್ಲಿಗೂ ಬರ್ತಾರೆ. ಇನ್ನೊಂದ್ಕಡೆಯ ರೌಡಿ ಗ್ಯಾಂಗ್‌ನೋರು ನಮ್ಮ ಮೇಲೆ ಒಂದು ಕಣ್ಣು ಇಟ್ಟೇ ಇರ್ತಾರೆ. ಇಂಥ ಸ್ಥಿತಿ" ಕಣ್ತುಂಬಿ ತೋಡಿಕೊಂಡರು.

ಕ್ಷಣ ಕೂತಲ್ಲಿಯೇ ಗಾಂಡೀವಿ ಕಲ್ಲಾದ. ತಂದೆಯ ನೆನಪಾಯಿತು. ಪ್ರತಿಯೊಬ್ಬರು ಒಳ್ಳೆಯ ತಂದೆಯೇ., ಒಬ್ಬ ದುಷ್ಟ ಕೂಡ ತನ್ನ ಮಗನನ್ನು ಸಮಾಜದಲ್ಲಿ ಗಣ್ಯ ವ್ಯಕ್ತಿಯನ್ನಾಗಿ ಮಾಡಲು ಪ್ರಯತ್ನಿಸುತ್ತಾನೆಯೇ ವಿನಃ ತನ್ನ ಜಾಡಿಗೆ ಹಚ್ಚೋಲ್ಲ. ಇದು ಸೃಷ್ಟಿಯ ನಿಯಮನೋ, ಸಮಾಜದ ನಿರ್ಣಯವೋ.

ನಂತರ ಗೊತ್ತಾಯಿತು ರೆಹಮಾನ್ ಕಿಡ್ನಿಯ ತೊಂದರೆಯಿಂದ ನರಳುತ್ತಿದ್ದಾರೆಂದು. ಒಂದು ಹಳೆಯ ಬೈಂಡ್ ನೋಟು ಪುಸ್ತಕ ತೆಗೆದು ಅವನ ಮುಂದಿಡಿದರು. "ನಂಗೆ ಬಾಕಿ ಕೊಡ್ಬೇಕಾದವ್ರ ಹೆಸರುಗಳು ಇಲ್ಲಿವೆ. ಕೆಲವರು ಇಲ್ಲಿಲ್ಲ. ಉಳಿದವ್ರು ಎಲ್ಲಿದ್ದಾರೋ. ಕೆಲವರು ಇದ್ರೂ ಕೊಡಲು ಮನಸ್ಸಿಲ್ಲ" ಹೇಳಿಕೊಂಡರು ನಿಸ್ಸಹಾಯಕತೆಯಿಂದ, ದುಃಖದಿಂದ.

ಶ್ರದ್ಧೆಯಿಂದ ಗುರುಗಳ ಪಾಠ ಆಲಿಸಿದಂತೆ ಕೇಳಿದ ಗಾಂಡೀವಿ. ಅನಾರೋಗ್ಯ ಮಾನಸಿಕ ಕುಸಿತಕ್ಕೆ ಕಾರಣವಾಗಿತ್ತು. ಆಗ ನೆನಪಾಗಿದ್ದು ತನ್ನ ವಾಚ್. ಜೋಪಾನವಾಗಿರಿಸಿದ್ದ ಹಣವನ್ನು ಎಣಿಸಿ ಅವರಿಗೆ ಇತ್ತ ಬಡ್ಡಿ ಸಮೇತ. ಅವನು ಭೇಟಿ ಮಾಡಿದ ಉದ್ದೇಶ ಬೇರೆಯಾಗಿತ್ತು.

ಕಣ್ಣಿಗೊತ್ತಿಕೊಂಡು ವಾಚ್ ತರಿಸಿಕೊಟ್ಟ. ಅಮೂಲ್ಯವೆನ್ನುವಂತೆ ಕಣ್ಣರಳಿಸಿದ. ತಂದೆಯ ಪ್ರತಿಮೆ ಕಣ್ಮುಂದೆ ನಿಂತಂತಾಯಿತು. ವಾಚ್ ಕೊಡಿಸಿದ ಸಂದರ್ಭದ ನೆನಪಾಯಿತು. ಸದಾ ಅಭಿಮಾನ. ಗೌರವದಿಂದ ತಲೆಯೆತ್ತಿ ನಡೆಯುವ ತುಂಬು ವ್ಯಕ್ತಿತ್ವ ಅವರದು.

ಬೀಳ್ಕೊಡುವ ಮುನ್ನ ಒಂದು ಆಶ್ವಾಸನೆ ಇತ್ತ. "ಈ ಏರಿಯಾದ ಜನವೆಲ್ಲ ನಿಮ್ಮನ್ನ ದಾದ ಅಂತ ಕರೀತಾರೆ. ನಾನು ಕೂಡ ಹಾಗೇ ಕರೆದ್ರೆ ತಪ್ಪಿಲ್ಲ ಅಂದ್ಕೊಳ್ಳೀನಿ. ನಿಮ್ಮಿಂದ ಸಾಲ ಪಡೆದ ಸ್ಟೂಡೆಂಟ್ಸ್ ಸಿಕ್ರೆ ನಿಮ್ಮ ಹಣ ಹಿಂದಕ್ಕೆ ಬರೋ ಹಾಗೆ ಮಾಡ್ತೀನಿ" ಭರವಸೆಯಿಂದ ನುಡಿದ.

ಆ ಮನುಷ್ಯ ನೋವಿನ ನಗೆ ನಕ್ಕ. "ಕಿಡ್ನಿ ಟ್ರಾನ್ಸ್‌ಪ್ಲಾಂಟ್ ಮಾಡ್ಬೇಕೂಂತಾರೆ ಡಾಕ್ಟ್ರು. ನನ್ನ ಬೀಬಿ ಕಿಡ್ನಿ ಕೊಡ್ತಾಳೆ. ಖರ್ಚುಗೆ ಕಾಸು ಹೊಂದಿಸ್ಕೋಬೇಕು. ನನ್ನ ಬೇಟಾ ಕೊಡೋಕೆ ಸಿದ್ಧ. ಅವ್ನ ಹಣದಲ್ಲಿ ಆರೋಗ್ಯ ಕಾಪಾಡಿಕೊಳ್ಳೋ ಬದ್ಲು ಖಬರ್‌ಸ್ಥಾನಕ್ಕೆ ಹೋಗಿಬಿಡ್ತೀನಿ" ಆವೇಶದಿಂದ ನುಡಿದ.

ಮೂವರು ಸಿಟಿ ಬಸ್‌ನಿಂದ ಇಳಿದು ಹೋಟೆಲ್‌ಗೆ ಹೋಗುವ ದಾರಿಯಲ್ಲಿ ಅಲಂಕಾರ್‌ನ ಭೇಟಿ ಆಕಸ್ಮಿಕ. ಗಡ್ಡ, ಕನ್ನಡಕ, ದಪ್ಪ ಮೀಸೆ ಇರದಿದ್ದರಿಂದ ತಟ್ಟನೆ ಗುರುತಿಸಿದ ಅವನ ಕಣ್ಣುಗಳು ಕಿರಿದಾದವು. ಒಪ್ಪವಾಗಿ ಕೂತ ಗಾಂಡೀವಿಯ ಒತ್ತು ಕ್ರಾಪ್ ಗಾಂಭೀರ್ಯ ತಂದುಕೊಟ್ಟಿತ್ತು ಮುಖಕ್ಕೆ. ಮೊದಲ ಸಲ ಕಾಲೇಜಿನ ಕಾರಿಡಾರ್‌ನಲ್ಲಿ ಕಂಡ ಗಾಂಡೀವಿಗೂ ಇಂದಿನ ಗಾಂಡೀವಿಗೂ ಬಹಳ ವ್ಯತ್ಯಾಸ ಕಂಡಿತು. ಅಂದು ಬೌದ್ಧಿಕತೆ ತೊನೆಯಾಡುತ್ತಿದ್ದ ಕಣ್ಣುಗಳಲ್ಲಿ ಚುರುಕುತನ ಬೆರೆತು ಆಕರ್ಷಕವಾಗಿತ್ತು ಮಾತ್ರವಲ್ಲ ಎದುರು ನಿಂತವನ ಎದೆ ಬಡಿತ ಹೆಚ್ಚಿಸುತ್ತಿತ್ತು.

ಸಿಗರೇಟನ್ನು ಕೆಳಗೆ ಹಾಕಿ ಬೂಟು ಕಾಲಿನಿಂದೊಸಕಿದವನು "ಹಲೋ ಗಾಂಡೀವಿ..." ಎಂದು ಹಿಂದಕ್ಕೆ ಬಂದ. ಕೈಯೇನು ಮುಂದೆ ಚಾಚಲಿಲ್ಲ. ಪ್ರಾಮಾಣಿಕ ಸ್ನೇಹಕ್ಕೆ ಮಾತ್ರ ಮಾರ್ಯಾದೆ. "ಹಲೋ...." ಎಂದ ಅಷ್ಟೇನು ಉತ್ಸಾಹ ತೋರದೆ.

"ಅಪರೂಪಕ್ಕೆ ಸಿಕ್ಕೀ. ಇಲ್ಲೇನು ಮಾಡ್ತಾ ಇದ್ದೀಯಾ?" ಎರಡು ಸಲ ಹಿಂದೆ ಕಂಡ ಮೂಗ ಡ್ರೈವರ್‌ನ ಅವನಲ್ಲಿ ಹುಡುಕತೊಡಗಿದ. "ಸರ್ವೆ ಮಾಡ್ತಾ ಇದ್ದೀನಿ. ದೊಡ್ಡ ರೀತಿಯ ಯೋಜನೆ. ಸ್ವಲ್ಪ ಕಾಲಾವಕಾಶ ಬೇಕಾಗುತ್ತೆ" ತಟ್ಟನೆ ಹೇಳಿದ. ಆ ಬಗ್ಗೆ ಪ್ರಶ್ನಿಸಲು ಧೈರ್ಯವಾಗಲಿಲ್ಲ ಅಲಂಕಾರ್‌ಗೆ. ಅವ್ಯಕ್ತವಾದ ಭಯ ಅವನ ಬಗ್ಗೆ.

"ಹೇಗೂ ಅಪರೂಪಕ್ಕೆ ಸಿಕ್ಕಿದ್ದೀಯಾ! ಒಂದಿಷ್ಟು ಸೆಲಬ್ರೇಟ್ ಮಾಡೋಣ" ಆಕರ್ಷಕವಾಗಿ ಕೈ ತಿರುಗಿಸುತ್ತ ಮೀಸೆಯಡಿಯಲ್ಲಿ ನಗು ಚಿಮ್ಮಿದ. 'ವೈನಾಟ್' ಎನ್ನಬಹುದು ಎನ್ನುವುದು ಅವನ ನಿರೀಕ್ಷೆಯಾಗಿತ್ತು. ಅದಕ್ಕೆ ವಿರುದ್ಧವಾಗಿತ್ತು ಗಾಂಡೀವಿ ಪ್ರತಿಕ್ರಿಯೆ. "ಟೈಮ್ ಈಸ್ ಪ್ರೀಷಿಯಸ್. ಆಗಾಗ ಮೀಟ್ ಮಾಡ್ಬೇಕಾಗುತ್ತೆ. ಒಮ್ಮೆ ಸೆಲಬ್ರೇಟ್ ಮಾಡೋಣ" ಅವನ ಹಿಂದೆ ಇದ್ದ ಚೇಲಾಗಳ ಕಡೆ ತೀಕ್ಷ್ಣ ನೋಟ ಬೀರಿದ ಒಮ್ಮೆ. ಸಿಂಹ ಘರ್ಜಿಸುವಾಗಿನ ತೀಕ್ಷ್ಣತೆ ಇತ್ತು ಕಣ್ಣುಗಳಲ್ಲಿ.

ಹೊಸ ಫಿಯೆಟ್ ಕಾರಿನವರೆಗೂ ಹೋದವನು ಒಮ್ಮೆ ಹಿಂದಿರುಗಿ "ಏಯ್

ಶೈಲಾ, ಅಂದು ನೋಡಿದ ಡ್ರೈವರ್ ಇವ್ನು ಅಣ್ಣತಮ್ಮಂದಿರಂಗೆ ಕಾಣೋಲ್ವಾ?" ಪಕ್ಕದಲ್ಲಿದ್ದ ಗೆಳೆಯನ ಕೈ ಹಿಡಿದು ಅದುಮಿದ ಒರಟಾಗಿ. "ಅಣ್ಣ, ತಮ್ಮ ಅನ್ನೋಕ್ಕಿಂತ ಟ್ವಿನ್ಸ್ ಆಗಿ ಕಾಣ್ತಾರೆ. ಪ್ರಪಂಚದಲ್ಲಿ ಒಬ್ಬರ ಹಾಗೆ ಏಳು ಜನ ಇರ್ತಾರೇಂತ ಎಲ್ಲೋ ಓದಿದ ನೆನಪು. ಬರೀ ಕನ್‌ಫ್ಯೂಷನ್. ಇಂಥ ವಿಷ್ಯಗಳಲ್ಲಿ ನನ್ನ ಮಿದುಳು ವರ್ಕ್ ಮಾಡ್ತೋಲ್ಲ" ಎಂದ ತುಟಿಗಳನ್ನು ಕೊಂಕಿಸುತ್ತ. ಯಾವುದೇ ವಿಷಯವನ್ನು ಸೀರಿಯಸ್ಸಾಗಿ ತೆಗೆದುಕೊಳ್ಳಲಾರ.

ಎಷ್ಟೇ ಸಂತೈಸಿಕೊಂಡರೂ, ಸಮಾಧಾನಿಸಿಕೊಂಡರೂ ಗಾಂಡೀವಿಯ ಪ್ರತಿಮೆ ಅಲಂಕಾರ್‌ನ ಕಣ್ಣು ಮುಂದಿನಿಂದ ಕರಗಿ ಹೋಗಲಿಲ್ಲ. ಎಲ್ಲೋ ಮಸುಕು ಮಸುಕಾಗಿ ಧೂಳಿಡಿದಿದ್ದ ಚಿತ್ರದ ಅನಾವರಣವಾಗಿತ್ತು ಇಂದು.

ಪ್ಲಾನ್ ಮಾಡಿ ಎಚ್ಚರದಿಂದ ಪರೀಕ್ಷೆ ಹಾಲ್‌ನಲ್ಲಿ ಹಿಡಿದುಕೊಟ್ಟಿದ್ದ ಗಾಂಡೀವಿನ. ಮಾಲಿನೊಂದಿಗೆ ಸಿಕ್ಕಿಬಿದ್ದ ಕಳ್ಳನಂತೆ ಅವನು ಪರಿತಪಿಸುತ್ತಿದ್ದಾಗ ಅವನ ಮನ ಕೇಕೆ ಹಾಕಿ ನಕ್ಕಿತ್ತು. ಯಕ್ಷಗಾನದಲ್ಲಿ ಭೀಮ ಸುಯೋಧರನ ಯುದ್ಧದಲ್ಲಿ ಮೈಮರೆತವನಂತೆ ವೀಕ್ಷಿಸಿದ್ದ. ಕಾರಿನ ಮಧ್ಯೆ ಒದೆಗಳು ಬಿದ್ದಾಗ ಮುಖಕ್ಕೆ ಟವಲು ಸುತ್ತಿ ಬಿದ್ದ ಒದೆತಗಳ ರುಚಿಯಂತಿತ್ತು ಅಂದಿನ ಒದೆಗಳು.

"ಏಯ್, ಅಲಂಕಾರ್ ಹೋಗೋಣ್ವಾ?" ಗೆಳೆಯ ಭುಜದ ಮೇಲೆ ಕೈಯಿಟ್ಟು ಎಚ್ಚರಿಸಿದವನು ಜೇಬಿನಲ್ಲಿದ್ದ ಸಿಗರೇಟು ಪ್ಯಾಕ್ ಎತ್ತಿಕೊಂಡು ಒಂದನ್ನು ತೆಗೆದು ಅವನ ತುಟಿಗಳ ನಡುವೆ ಇಡಲು ಹೋದ. "ಯೂ ಸ್ಕೌಂಡ್ರಲ್..." ತಳ್ಳಿದ ಬಿಲದಿಂದ. ಅಷ್ಟು ದೂರಕ್ಕೆ ಹೋದವನು ಇನ್ನೊಬ್ಬರಿಗೆ ಡಿಕ್ಕಿಯೊಡೆದು ನಿಂತ. "ಥ್ಯಾಂಕ್ ಗಾಡ್, ಏನಾಗಿದೆ ನಿಂಗೆ?" ಹತ್ತಿರಕ್ಕೆ ಬಂದ.

ತಟ್ಟನೆ ಕಾರೆತ್ತಿದ ಅಲಂಕಾರ್ ಸೌಜನ್ಯಕ್ಕೂ ತುಟಿ ತೆರೆಯದೇ ಸ್ಟಾರ್ಟ್ ಮಾಡಿದ. ಈಗ ಅವನಿಗೆ ಒಂಟಿತನ ಬೇಕಿತ್ತು. ಯೋಚಿಸಬೇಕಿತ್ತು.

ಕಾರ್‌ನ ಪೋರ್ಟಿಕೋದಲ್ಲಿ ನಿಲ್ಲಿಸಿದವನೇ ರೂಮಿಗೆ ಹೋದ ಗಾಂಡೀವಿ ಇಲ್ಲಿ ಯಾಕೆ ಉಳಿದ? ಪ್ರಶ್ನಿಸಿಕೊಂಡ. 'ನೈಮೀಪುರದ ನ್ಯಾಯಾಧೀಶರ ಸ್ಥಾನಕ್ಕೆ ಅವನಪ್ಪ ಅಪಾಯಿಂಟ್ ಮಾಡಿದ್ದಾರೆ. ವಂಶ ಪರಂಪರೆಯದು' ಒಮ್ಮೆ ಮಾತಿನ ಸಂದರ್ಭದಲ್ಲಿ ಶ್ಯಾನುಭೋಗ್ ಹೇಳಿದ್ದ. "ಇವನೊಬ್ನೇ ವಂಶೋದ್ಧಾರಕ. ಹಾಗೆಲ್ಲ ಯೋಚ್ಸಬೇಡ" ಎಂದ ಸ್ಪಷ್ಟವಾಗಿ.

ಹಲ್ಲುಗಳನ್ನು ಕಚ್ಚಿಡಿದ ಅಲಂಕಾರ್ "ಯೂ ಈಡಿಯಟ್, ನಾನೇನು ಕುಡಿದ ಮತ್ತಿನಲ್ಲಿರ್ಲಿಲ್ಲ. ಇಂದು ಸಿಕ್ಕಿದ, ಮಾತಾಡಿಸ್ದೇ" ಆ ಕ್ಷಣದಲ್ಲಿ ಅವನ ಮಾತು, ನಡತೆಯನ್ನು ನೆನಪಿಸಿಕೊಂಡು ಪರಿಶೀಲಿಸಿಕೊಳ್ಳತೊಡಗಿದ ಒಳಗೊಳಗೆ.

"ಅದು ನಿಜ ಇರ್ಬಹ್ದು. ಡ್ರೈವರ್ ಅದೆಲ್ಲ ಫಾಲ್ಸ್. ನಂಗೂ ಅವನನ್ನ ಮೀಟ್ ಮಾಡೋದಿದೆ. ನನ್ನಿಂದ ಅವ್ನಿಗೆ ಅನ್ಯಾಯವಾಗಿದೆ. ನನ್ನ ಅಪಾಲಜಿನ ಅವ್ನು ಅಕ್ಸೆಪ್ಟ್ ಮಾಡಿಕೊಳ್ಳೋಲ್ಲ. ಆದ್ರೂ ಪ್ರಯತ್ನ ಮಾಡ್ಬೇಕಲ್ಲ" ಸಹಜವಾಗಿ ಮಾತಾಡಿದ.

ಅಲಂಕಾರ್ ಒಳಗೊಳಗೇ ಹಲ್ಲು ಕಡಿದ. ಕಾಲೇಜಿನಲ್ಲಿ ಶ್ಯಾನುಭೋಗ್ ಅವನಿಗೆ

'ರೈವಲ್' ಆಗಿದ್ದವನೇ. ಗಾಂಡೀವಿ ರೂಂಮೇಟ್. ಸ್ವಲ್ಪ ಅವನ ಬಗ್ಗೆ ಅಭಿಮಾನವಿದೆ.

ಸ್ವಲ್ಪ ಬಣ್ಣ ಬದಲಾಯಿಸಿದ ಅಲಂಕಾರ್.

"ನಂದು ಕನ್‌ಫ್ಯೂಷನ್ ಇರಬಹ್ದು. ಲೀವ್ ಇಟ್. ಅಪರೂಪಕ್ಕೆ ಹೋಟಲ್ ಮುಖಿ ಬಳಿ. ನಂಗಂತು ಖುಷಿ ಅನ್ನಿಸ್ತು. ಅದ್ನ ಸೆಲಬ್ರೇಟ್ ಮಾಡೋಕೆ ನಾನು ಸಿದ್ಧವಿದ್ದೆ. ಅವ್ನ ಜೊತೆಯಲ್ಲಿ ಸ್ನೇಹಿತರು ಇದ್ರು ಬೇಡಾಂತ ಇನ್ನೊಂದು ಅಪಾಯಿಂಟ್‌ಮೆಂಟ್ ಫಿಕ್ಸ್ ಮಾಡ್ದ" ಈಸಿಯಾಗಿ ಉರುಳಿದವು ಅವನ ನಾಲಿಗೆಯಿಂದ ಪದಗಳು.

ಆಮೇಲೆ ಹತ್ತು ನಿಮಿಷ ಮಾತಾಡಿದ್ದು ಬೇರೆ ಬೇರೆ ವಿಷಯಗಳು. ಅವನನ್ನು ಉಳಿಸಿಕೊಳ್ಳಲು ಪ್ರಯತ್ನಪಟ್ಟರೂ ಶ್ಯಾನುಭೋಗ್ ನಿಲ್ಲಲಿಲ್ಲ. ಮನದಲ್ಲೇ ನಕ್ಕ. ಕೃಷ್ಣ ಭ್ರಮೆಯಲ್ಲಿ ಕಂಸನನ್ನು ಕಾಡಿದಂತೆ ಗಾಂಡೀವಿ ಕಾಡುತ್ತಿದ್ದಾನೆಂದುಕೊಂಡ.

* * *

ವಿಳಾಸವಿಡಿದು ಗಾಂಡೀವಿ ಆ ಸ್ಥಳ ತಲುಪಿದಾಗ ಹತ್ತು ಹತ್ತು. ಹತ್ತು ಮೂವತ್ತೈದು ನಿಮಿಷ ಹದಿನಾರು ಸೆಕೆಂಡ್‌ನೊಳಗೆ ಆಫೀಸ್ ತಲುಪಬೇಕಿತ್ತು. ಐದು ಅಂತಸ್ತಿನ ಬೃಹತ್ ಮಹಡಿ ಕಟ್ಟಡ. ಕೊನೆಯ ಅಂತಸ್ತಿನಲ್ಲಿದ್ದುದು ಆಫೀಸ್. ಲಿಫ್ಟ್‌ನತ್ತ ನಡೆದ, ಕೆಟ್ಟಿತ್ತು. 'ಇನ್ನ ಐದು ನಿಮಿಷದಲ್ಲಿ ಸರಿ ಹೋಗಬಹುದು' ಲಿಫ್ಟ್ ಮೆಕ್ಯಾನಿಕ್‌ನ ಅಸಿಸ್ಟೆಂಟ್ ಬಿತ್ತರಿಸಿದ. ಮೇಲಿದ್ದ ಎಲ್ಲಾ ಆಫೀಸಿನ ಕೆಲಸದ ವೇಳೆ 9ರಿಂದ ಸಂಜೆ ನಾಲ್ಕು. ಅವರೆಲ್ಲ ತಲುಪಿಯಾಗಿತ್ತು. ಕೆಲವು ಕಸ್ಟಮರ್ಸ್ ಮಾತ್ರ ಕಾಯುತ್ತಿದ್ದರು. ಅವರೊಂದಿಗೆ ಕೆಲವು ಯುವಕರು.

"ಇನ್ನು ಹತ್ತು-ಹತ್ತು. ನಾಲ್ಕು ಅಂತಸ್ತಿನ ಮೆಟ್ಟಲು ಹತ್ತಿ ಐದನೇ ಅಂತಸ್ತು ತಲುಪಲು ಹದಿನೈದು, ಇಪ್ಪತ್ತು ನಿಮಿಷವಾದ್ರೂ ಬೇಕಾಗುತ್ತೆ" ಒಬ್ಬ ಉಸುರಿದ. ಕೈಯಲ್ಲಿದ್ದ ಫೈಲಿನಿಂದ ಗಡ್ಡವನ್ನು ಉಜ್ಜಿಕೊಳ್ಳುತ್ತ.

ಇನ್ನೊಬ್ಬನಂತೂ "ಡಿಯರ್ ಕಾಶೀ, ನಂಗಂತು ಒಂದ್ಗಂಟೆ ಒಂದಿಷ್ಟು ವೇಳೆಯಾದ್ರೂ ಬೇಕಾಗುತ್ತೆ. ದಟ್ ಈಸ್ ನಾಟ್ ಮೈ ಕಪ್ ಆಫ್ ಟೀ. ಇದು ನಂಗೆ ಹೇಳಿ ಮಾಡ್ಸಿದ್ದಲ್ಲ. ನಾನು ಲಿಫ್ಟ್‌ಗೋಸ್ಕರ ಕಾಯ್ತೀನಿ" ಆರಾಮಾಗಿ ಗೋಡೆಗೆ ಒರಗಿದ.

ಕೆಲವರಲ್ಲಿ ದ್ವಂದ್ವ, ಲಿಫ್ಟ್‌ಗೆ ಕಾದರೆ ಕೆಲವೇ ಸೆಕೆಂಡ್‌ಗಳಲ್ಲಿ ಹೋಗಿ ತಲುಪಬಹುದು. ಇನ್ನ ನಡೆದು ಹೋಗುವುದು ತುಸು ಪ್ರಯಾಸವೇ.

ಒಬ್ಬ ಸೂಚಿಸಿದ "ಒಂದು ಅಂತಸ್ತು ಏರಿ ಅಲ್ಲಿ ಲಿಫ್ಟ್‌ಗಾಗಿ ಕಾಯೋಣ. ಅದು ಓಕೆಯಾದ್ರೆ ಸುಲಭವಾಗುತ್ತೆ. ಇಲ್ಲ ಮುಂದಕ್ಕೆ" ನಕ್ಕ. ಇಬ್ಬರು ಯುವತಿಯರು ಮಾತ್ರ ಇದು ಅನುಮೋದಿಸಿದರು. ಅವನ ಕಂಪನಿಗಾಗಿ ಇಬ್ಬರು ಜೊತೆಗೂಡಿದರು. ಆ ವೇಳೆಗೆ ಗಾಂಡೀವಿ ಒಂದನೇ ಅಂತಸ್ತು ತಲುಪಿ ಎರಡನೇ ಅಂತಸ್ತಿನ ಮೆಟ್ಟಲುಗಳನ್ನು ಹಿಂದೆ ಹಾಕಿ ಹಾರುವ ನಡಿಗೆಯಲ್ಲಿ ನಡೆಯತೊಡಗಿದ್ದ. 'ಲಿಫ್ಟ್' ಬಗ್ಗೆ ತಲೆ ಕೆಡಿಸಿಕೊಳ್ಳಲಿಲ್ಲ.

ಮೂರನೇ ಅಂತಸ್ತಿನಲ್ಲಿ ಒಂದು ಸಣ್ಣ ಹೊಡೆದಾಟವಾಗಿ ಜನಜಂಗುಳಿ ಸೇರಿ

ನ್ಯಾಯ ಪಂಚಾಯಿತಿಗಳು ನಡೆಯುತ್ತಿತ್ತು. ಕನಿಷ್ಟ ಕುತೂಹಲಕ್ಕಾಗಿಯಾದರೂ ನಡಿಗೆ ನಿಧಾನಿಸಲಿಲ್ಲ. ವೇಳೆಗೆ ಸರಿಯಾಗಿ ಅಲ್ಲಿ ತಲುಪುವುದು ಮುಖ್ಯ. ಬೆಳಿಗ್ಗೆ ಹೊರಡುವಾಗಲೇ 'ಆಟೋ ಸ್ಟ್ರೈಕ್' ಎಂದು ಮೈಕ್‌ನಲ್ಲಿ ಬಿತ್ತರಿಸಬೇಕಿರಲಿಲ್ಲ. ಆಟೋ ಸದ್ದಡಗಿ ಬೇರೆ ವೆಹಿಕಲ್‌ಗಳು ಓಡಾಡುತ್ತಿದ್ದವು. ಅಡಿ ಒಳಗಿಡಲು ಆಗದಷ್ಟು ರಷ್. ಬಹಳ ಸಾಹಸದಿಂದಲೇ ತಲುಪಿದ್ದ ಆ ಸ್ಥಳ. ಪ್ರಕಟನೆಯನ್ನು ನೋಡಿಯೇ 'ಪಂಕ್ಚುಯಾಲಿಟಿ' ಮುಖ್ಯವೆಂದುಕೊಂಡಿದ್ದ.

ಐದು ನಿಮಿಷ ಮೊದಲೇ ತಲುಪಿದ್ದ. ವಿಳಾಸ ಕೊಟ್ಟಿದ್ದರೇ ವಿನಹ ಅದೊಂದು ಡಿಟೆಕ್ಟಿವ್ ಏಜನ್ಸಿಯೆಂದುಕೊಂಡಿರಲಿಲ್ಲ. ರಿಸೆಪ್ಷನಿಸ್ಟ್ ಕೌಂಟರ್‌ನಲ್ಲಿ ಒಂದು ಕಾರ್ಡ್ ಕೊಟ್ಟರು. ಅದರಲ್ಲಿ ತಲುಪಿದ ವೇಳೆಯನ್ನು ನಮೂದಿಸಲಾಗಿತ್ತು.

ಕೂತು ಆಫೀಸನ್ನು ಪರಿಶೀಲನಾ ದೃಷ್ಟಿಯಲ್ಲಿ ನೋಡಿದ. ಯಾವುದೇ ಫೋಟೋ ಅಂದರೆ ದೇವರ ಫೋಟೋಗಳು, ಧರ್ಮದ ಚಿನ್ಹೆಗಳು ಅಂಥವೇನಿರಲಿಲ್ಲ. ಆಶ್ಚರ್ಯವೆನಿಸುವಂತೆ ದೊಡ್ಡ ಸೈಜಿನ ಮೂರು ಮಕ್ಕಳ ಚಿತ್ರಗಳು ಇದ್ದವು. ಇನ್ನು ಹೆಜ್ಜೆ ಇಡದ ಜಗತ್ತನ್ನು ಅರ್ಥೈಸಿಕೊಳ್ಳದ ವರ್ಷದೊಳಗಿನ ದುಂಡು ಹಾಲುಗೆನ್ನೆಯ ಮುದ್ದಾದ ಮಕ್ಕಳು. ಇಡೀ ಸೃಷ್ಟಿಯ ಸೊಬಗೆಲ್ಲ ಅವುಗಳ ಕಣ್ಣುಗಳಲ್ಲಿ ಚಿಮ್ಮುತ್ತಿದೆಯೇನೋಂತ ಅನ್ನಿಸಿತು.

ಅರ್ಧ ಗಂಟೆ ಪೂರ್ತಿ ನಿಶ್ಶಬ್ದ ಮತ್ತೆ ಕೆಲವು ಕ್ಯಾಂಡಿಡೇಟ್ಸ್ ಬಂದು ಕೂತರು. ಸಂದರ್ಶನ ಪ್ರಾರಂಭ. ಇವನು ಮೊದಲು ಬಂದರೂ ಕಡೆಯಲ್ಲಿ ಬಂದಿತ್ತು ಕರೆ. ಸಂಯಮ ವಹಿಸಿದ್ದ ಅದಕ್ಕೆ ಸ್ಪಷ್ಟವಾದ ಕಾರಣವಿದೆಯೆಂಬ ಅನಿಸಿಕೆ ಅವನದು.

ಕರೆ ಬಂದಾಗ ಸರಿಯಾಗಿ ಒಂದು ಗಂಟೆಗೆ ಹತ್ತು ನಿಮಿಷವಿತ್ತು. ಸ್ಪ್ರಿಂಗ್ ಡೋರ್ ತಳ್ಳಿಕೊಂಡು ಒಳಗೆ ಕಾಲು ಇಟ್ಟ ಕೂಡಲೇ ಕಂಡಿದ್ದು ಒಬ್ಬ ವ್ಯಕ್ತಿಯನ್ನೇ.

"ಕಮಿನ್, ಬಿ ಸೀಟೆಡ್..." ಎದುರಿಗಿನ ಛೇರ್‌ನತ್ತ ಕೈ ತೋರಿಸಿದ. ಇಡಿಯಾಗಿ ಅವರನ್ನು ಪರಿಶೀಲಿಸಿದ. ರೆಪ್ಪೆಯೊಡೆಯದಂತೆ ಅಚಲವಾಗಿ ನಿಂತ ನೋಟವೇ ಧೈರ್ಯವಂತನೆಂದು ಸಾರಿತು.

"ಇಂದಿನ ಜನಸಂಖ್ಯೆ?" ಮೊದಲ ಪ್ರಶ್ನೆ.

ಪಕ್ಕದ ರೂಮಿನಲ್ಲಿದ್ದ ಕ್ಲರ್ಕ್ ನಂಜುಂಡ ಒಂದು ಬ್ಲಾಕ್ ಅಂಡ್ ವೈಟ್ ಟಿ.ವಿ. ತಂದಿಟ್ಟಿದ್ದ. ಹತ್ತು ನಿಮಿಷದ ನ್ಯೂಸ್ ಕಣ್ಣಾಯಿಸುವುದು ಇವನ ಅಭ್ಯಾಸ. ಭಾರತದ ಹಿಂದಿನ ಜನಸಂಖ್ಯೆ 91,69,51,399 ತಟ್ಟನೆ ಉತ್ತರಿಸಿದ. ತಲೆದೂಗಿದವರು ನೇರವಾಗಿ ಅವನನ್ನೇ ನೋಡಿದರು. ಕಣ್ಣುಗಳಲ್ಲಿ ದೃಢತೆ, ಮುಖದ ಪ್ರಾಮಾಣಿಕತೆ ಇಷ್ಟವಾಯಿತು. ಎಲ್ಲರ ಹಾಗೆ ಯಾವುದೇ ಫೈಲು ಹಿಡಿದು ಬಂದಿರಲಿಲ್ಲ.

ಅರ್ಥ ಮಾಡಿಕೊಂಡವನಂತೆ ಗಾಂಡೀವಿ. ತನ್ನ ವಿಚಾರವನ್ನು ನಾಲಕ್ಕೇ ವಾಕ್ಯಗಳಲ್ಲಿ ತಿಳಿಸಿದ.

"ಅಂದು ಕಾಲೇಜಿನಿಂದ ಹೊರ ಬಂದ್ಮೇಲೆ ಮತ್ತೆ ಆ ಕಡೆ ಹೋಗಿಲ್ಲ. ಮಾರ್ಕ್ಸ್‌ಕಾರ್ಡ್,

ಸರ್ಟಿಫಿಕೇಟ್ಸ್ ಅಂಥದ್ದೇನು ನನ್ಹತ್ರ ಇಲ್ಲ. ವಿಷ್ಯ ಇಷ್ಟೇ. ಸಾಕಷ್ಟು ವೇಳೆ ವ್ಯರ್ಥವಾಗಿದೆ. ನಿಮ್ಗೆ ಕೆಲ್ಸ ಕೊಡೋ ಇಚ್ಛೆ ಇದ್ರೆ ಈ ವಿಳಾಸಕ್ಕೆ ತಿಳ್ಸಿ" ಮೇಲೆದ್ದೇಬಿಟ್ಟ.

ಈ ಧೈರ್ಯ ಇಷ್ಟವಾಯಿತು ಬಿ. ಆರ್. ಕೊಠಾರಿಯವರಿಗೆ. "ಕುತ್ಕೋ..." ಗತ್ತಿನಿಂದ ಹೇಳಿದ್ದರು. ಆಫೀಸ್ ಬಾಯ್ ಪೈನಾಪಲ್ ಜ್ಯೂಸ್ ತಂದಿಟ್ಟು ಹೋದ. "ಹ್ಯಾವ್ ಇಟ್..." ಅದೇ ಬಿಗಿಯಾದ ಸ್ವರ.

ಸ್ವಲ್ಪ ಬಿ.ಆರ್. ಕೊಠಾರಿಯವರ ತಲೆಯ ಮೇಲಕ್ಕೆ ನೋಟ ಹರಿಸಿದ. Arise, awake and stop not till the goal is reached' ಸಂದೇಶದ ಕೆಳಗೆ ಸ್ವಾಮಿ ವಿವೇಕಾನಂದ ಹೆಸರನ್ನು ನಮೂದಿಸಲಾಗಿತ್ತು.

ಅರಿತವರಂತೆ ಬಿ.ಆರ್. ಕೊಠಾರಿ ಜೋರಾಗಿ ನಕ್ಕರು. ಅತ್ಯಂತ ಜೋರಾಗಿ. ಆ ನಗುವಿನಲ್ಲಿ ಉತ್ಸಾಹವಿತ್ತು. ಗೆಲುವಿತ್ತು. ಅಷ್ಟೇ ಮುಗ್ಧವಾಗಿತ್ತು. ಲೋಕದ ವ್ಯವಹಾರವನ್ನರಿಯದ ಹಸುಳೆ ಮನ ತುಂಬಿ ಹರಿಯುವ ಸೃಷ್ಟಿಯ ಸೊಬಗಿನ ನಗುವಿತ್ತು.

"ಫುಟ್‌ಬಾಲ್ ಆಡ್ತೀಯಾ?" ಕೇಳಿದರು.

"ಹಿಂದೆ ಆಡಿದ್ದೆ. ಈಗ ಆಡ್ತಾ ಇಲ್ಲ" ನಿಸ್ಸಂಕೋಚದ ನುಡಿಗಳು. ಸತ್ಯವನ್ನಾಡಿದ್ದ. ತಮ್ಮ ಮುಂದಿದ್ದ ಪೇಪರ್ ವೈಟನ್ನು ಒಮ್ಮೆ ಟೇಬಲ್ಲು ಮೇಲೆ ತಿರುಗಿಸಿದ ಬಿ.ಆರ್. ಕೊಠಾರಿ "ಸ್ವಾಮಿ ವಿವೇಕಾನಂದರು ಯುವಕರಿಗೊಂದು ಸಂದೇಶ ಕೊಟ್ಟರು. ತಮ್ಮ ತೋಳು ಮಡಚಿ ಬೈಸೆಪ್ಸ್ ತೋರ್ಸಿ ಫುಟ್‌ಬಾಲ್ ಆಡಿ. ಅದೇ ಸಂದೇಶ ಸ್ವರ್ಗಕ್ಕೆ ದಾರಿ ಅಂದರಂತೆ. ಕಾರಣ ನಿಂಗೆ ನಾನು ವಿವರಿಸ್ಬೇಕಿಲ್ಲ" ಎಂದರು ಕೊಠಾರಿ ತಮ್ಮ ತುಟಿಗಳ ಮೇಲೆ ಕಿರುನಗುವನ್ನು ಚಿಮ್ಮುತ್ತ. ಅದೊಂದು ದೀಪದಂತೆ ಕ್ಷಣ ಕಾಲ ಬೆಳಗಿ ಆರಿಹೋಯಿತು.

ವಿಚಿತ್ರವೆನ್ನುವಂತೆ ಆಗಲೇ ಅಪಾಯಿಂಟ್‌ಮೆಂಟ್ ಲೆಟರ್ ಟೈಪ್ ಮಾಡಿಸಿಕೊಟ್ಟು ಅಡ್ವಾನ್ಸಾಗಿ ಐದು ಸಾವಿರ ಕೊಟ್ಟಾಗ ವಿಚಿತ್ರವೆನ್ನುವಂತೆ ಅವರನ್ನು ನೋಡಿದ.

"ನಾಳೆಯಿಂದ ಕೆಲ್ಸಕ್ಕೆ ಜಾಯಿನ್ ಆಗು. ಅದ್ಕೆ ಮೊದ್ಲು ಕಂಡೀಷನ್ ಛಾರ್ಟ್ ನೋಡು. ನಾನು ಬಹಳ ಶಿಸ್ತಿನ ಮನುಷ್ಯ. ಕೆಲವನ್ನು ಯಾವಾಗ್ಲೂ ಕ್ಷಮಿಸ್ಲಾರೆ. ನಿನ್ನ ಕೈಯಲ್ಲಿ ಆಗೋಲ್ಲವೆನ್ಸಿದ್ರೆ ನಾಳೇ ಈ ಲೆಟರ್, ಹಣ ಹಿಂದಕ್ಕೆ ಕೊಡು. ನೌ ಯು ಕೆನ್ ಗೋ" ಹೇಳಿ ಗಂಭೀರವಾಗಿ ಫೋನೆತ್ತಿಕೊಂಡರು.

ಎಂಥ ಛಾಲೆಂಜ್‌ಗೂ ರೆಡಿ ಇತ್ತು ಅವನ ಮನಸ್ಥಿತಿ. ಕ್ಷಣ ಹಿಂಜರಿದರೂ ನೋಟಿನ ಕಂತೆ, ಅಪಾಯಿಂಟ್ ಆರ್ಡರ್ ಎರಡನ್ನು ಎತ್ತಿಕೊಂಡ.

ವಿಶ್ ಮಾಡಿ ಹೊರಗೆ ಬಂದ. ವಿಸಿಟರ್ಸ್ ಛೇರ್‌ಗಳು ಭರ್ತಿಯಾಗಿ ಕಾಯುತ್ತಿದ್ದರು. ಅಷ್ಟು ಜನವಿದ್ದರೂ ಪಿನ್-ಡ್ರಾಪ್ ಸೈಲೆನ್ಸ್. ಒಮ್ಮೆ ಮಕ್ಕಳ ಫೋಟೋಗಳ ಕಡೆ ನೋಟ ಹರಿಸಿದ. ಸ್ವಾರ್ಥರಹಿತ ನಿಷ್ಕಳಂಕ ನಗು. ಜಗವೆಲ್ಲ ಇದೇ ತುಂಬಿಕೊಂಡಿದ್ದರೆ. ಈ ಬಯಕೆ 'ಫೂಲಿಷ್' ಯೆನಿಸಿತು. ರಾಮಾಯಣ, ಮಹಾಭಾರತದಂಥ ಕಾವ್ಯಯಗಳಲ್ಲಿ

ಕೂಡ ಇಂಥ ಚಿತ್ರಣವಿಲ್ಲ.

ಎರಡು ಟೇಬಲ್ಲುಗಳನ್ನು ದಾಟಿಕೊಂಡು, ಇಡೀ ಆಫೀಸ್‌ನಿಂದ ಹೊರಬಂದ. ಲಿಫ್ಟ್ ಮೇಲಕ್ಕೆ ಬಂದಿದ್ದು ಅವನ ಗಮನಕ್ಕೆ ಬಂತು. ಮೇಲಿನ ಅಂತಸ್ತುಗಳಲ್ಲಿ ಕೆಲಸ ಮಾಡುವ ಜನರ ಲಂಚ್ ಬ್ರೇಕ್ ಅವರ್ಸ್. ಕ್ಷಣ ಮಿದುಳಿಗೆ ಕೆಲಸ ಕೊಟ್ಟ, ಚುರುಕಾಯಿತು.

ಎದುರಾದ ಆಫೀಸ್ ಪ್ಯೂನ್‌ನ ನಿಲ್ಲಿಸಿ ವಿಚಾರಿಸಿಕೊಂಡ. ಎಲ್ಲಾ ಆಫೀಸ್, ಏಜನ್ಸಿಗಳ ಅಟೆಂಡೆನ್ಸ್ ತರುವಾಯವೇ ಲಿಫ್ಟ್ ಕೆಟ್ಟಿದ್ದು. ಸರಿ ಹೋಗಿದ್ದು ಲಂಚ್ ಬ್ರೇಕ್‌ನ ಸಮಯಕ್ಕೆ.

ಲಿಫ್ಟ್‌ನಲ್ಲಿ ಕೆಳಕ್ಕೆ ಬಂದ. ಅವನ ಆತ್ಮವಿಶ್ವಾಸ ಹೆಚ್ಚಿಸುವಂಥ ಕೆಲಸವೇ. ಕ್ಷಣ ಕುಣಿದಾಡುವಂತಾಯಿತು. ಅಲಂಕಾರ್‌ಗೆ ಒಂದೇ ಒಂದು ಪೆಟ್ಟು ಕೊಡಬೇಕು. ವಿಲಿವಿಲಿ ಒದ್ದಾಡಬೇಕು. ಕ್ಷಣವಾದರೂ ಪಶ್ಚಾತ್ತಾಪಪಟ್ಟು ಮತ್ತೆ ಯಾವ ಸ್ಟೂಡೆಂಟ್ ಕೆರಿಯರ್‌ಗೆ ಬೆಂಕಿ ಹಚ್ಚದಿದ್ದರೆ ಸಾಕು. ದಬ್ಬಾಳಿಕೆ, ದೌರ್ಜನ್ಯದ ವಿರುದ್ಧ ಒಂದು ಯುವ ಸೈನ್ಯ ಕಟ್ಟಬೇಕೆಂಬ ಆಲೋಚನೆ ಅವನದು.

ಅಜ್ಞಾತವಾಸದ ನಂತರ ತನ್ನ ವನವಾಸ! ನಗು ಬಂತು. ಯಾಕೋ ಏನೋ ಸುಭದ್ರಳ ಬಗ್ಗೆ ಮರುಕವೆನಿಸಿತು.

ಅಂದು ಅನುನಯದಿಂದ ವಿವರಿಸಿ ಪ್ರಶ್ನಿಸಿದ್ದ.

"ವಸ್ತುಸ್ಥಿತಿ ಹೀಗಿದೆ. ನಿನ್ನ ಸೊಸೆಯಾಗಿ ಸದ್ಯಕ್ಕೆ ಆ ಮನೆಯನ್ನು ಮುಟ್ಟಿಸಬಲ್ಲೆ. ಮಾಡದ ಅಪರಾಧಕ್ಕೆ ಅನುಭವಿಸುತ್ತಿದ್ದೇನೆ ಶಿಕ್ಷೆ. ಅಪ್ಪನ ಕಣ್ಣಲ್ಲಿ ಮೊದಲಿನ ಅಭಿಮಾನ ಪುಟಿದಾಗ್ಲೇ ನೈಮೀಪುರಕ್ಕೆ ಬರೋದು. ನಿನ್ನ ಪಾಲಿಗೆ ಇದು ಕಠಿಣ ಶಿಕ್ಷೆ. ಯೋಚ್ಸು, ಸಂಪತ್ತು, ವಿದ್ಯೆ, ಸಮಾಜದಲ್ಲಿ ಸ್ಥಾನಮಾನಗಳು ಇರೋ ವ್ಯಕ್ತಿ ನಿನ್ನೊತೆಯಲ್ಲಿ ಹಸೆ ಮಣೆಯೇರಲು ಸಿದ್ಧನಿದ್ದಾನೆ. ಮದ್ವೆಯಾಗಿ ಆರಾಮಾಗಿರು..." ಅಂದಾಗ ಅವನೆದೆಯಲ್ಲಿ ಭಯಂಕರ ಪ್ರಳಯವಾಗಿತ್ತು.

ಆದರೆ ಸುಭದ್ರ ಅವನವಳಾಗಿ ಉಳಿಯಲು ಒಪ್ಪಿದ್ದಳು.

ಎರಡು ಸಾವಿರದಷ್ಟು ಹಣವನ್ನು ಸಂಪತ್ ಕೈಯಲ್ಲಿಟ್ಟ. "ಕೆಲ್ಸ ಸಿಕ್ಕಿದೆ. ಸದ್ಯದ ತೊಂದರೆ ನಿವಾರಣೆಯಾದಂತೆಯೇ. ಮುಂದೆ ಏನ್ಮಾಡ್ಬಹುದೋ ನೋಡೋಣ" ಭರವಸೆಯ ಮಾತುಗಳನ್ನಾಡಿದ.

ಕಣ್ಣಲ್ಲಿ ನೀರಾಕಿಕೊಂಡ ಸೂರಿ. ಯೂನಿವರ್ಸಿಟಿಯ ಅರ್ಹತಾ ಪತ್ರಗಳ ಫೈಲು ಹಿಡಿದು ಅವನ್ನು ಮುಂದಿಟ್ಟುಕೊಂಡು ಆ ಕ್ವಾಲಿಫಿಕೇಷನ್‌ಗೆ ಅನುಗುಣವಾದ ಕೆಲಸವನ್ನು ಅನುಸರಿಸಲು ಹೋಗಿ ಸೋತುಹೋಗಿದ್ದ.

"ಯು ಆರ್ ಗ್ರೇಟ್ ಗಾಂಡೀವಿ. ನಿಂಗೆ ಛಲ ಇದೆ. ಸಾಧ್ಯವಿಲ್ಲವೆಂದುಕೊಂಡಿದ್ನ ಸಾಧಿಸೋ ಮನೋಬಲವಿದೆ" ಅವನ ಎರಡು ಕೈಗಳನ್ನು ಹಿಡಿದುಕೊಂಡು ಕಣ್ಣೀರು ಸುರಿಸಿದ. ಅವನ ಮಾತುಗಳಿಗೆ ನೀರಸ ನಗೆ ಬೀರಿದ.

* * *

ಬಿ.ಆರ್. ಕೊಠಾರಿಯವರದು ಶಿಸ್ತಿನ ಪ್ರಾಮಾಣಿಕ ವ್ಯಕ್ತಿತ್ವ. ಬರುವ ವ್ಯಕ್ತಿಗಳು ಅವನ ತೀಕ್ಷ್ಣ ನೋಟಕ್ಕೆ ಹಿಪ್ನಾಟಿಸಂಗೆ ಒಳಗಾದವರಂತೆ ವಿಷಯವನ್ನು ಬಿಚ್ಚಿಡುತ್ತಿದ್ದರು. ಕೆಲವರು ಪೊಲೀಸರಿಗೆ ಅಂಜಿ ಇವರ ನೆರವು ಬೇಡಿದರೆ ಮತ್ತೆ ಹಲವರು ಗೂಂಡಾಗಳಿಗೆ ಹೆದರುತ್ತಿದ್ದರು. ಸಾಯಲು ಹೊರಟ ಸತ್ಯ ಹೊರ ತೆಗೆಯಲು ನೆರವು ಬೇಡುತ್ತಿದ್ದರು.

ಕೆಲಸ ಇಷ್ಟವಾಗಿತ್ತು ಗಾಂಡೀವಿಗೆ. ಇಲ್ಲಿನ ಅನುಭವಗಳಿಂದ ವಿಸ್ತಾರವಾಯಿತು ಮನ. ಮಿದುಳು ಚುರುಕಾಗಿ ಗ್ರಹಣ ಶಕ್ತಿ ಅಧಿಕವೆನಿಸುತ್ತಿತ್ತು. ಕೊಲೆ, ಸುಲಿಗೆ, ಬ್ಲಾಕ್ ಮೇಲ್‌ನಿಂದ ಹಿಡಿದು ಕೆಲವು ಅತ್ಯಂತ ರಹಸ್ಯಗಳು ಕೂಡ ಈ ಡಿಟೆಕ್ಟಿವ್ ಏಜನ್ಸಿಯನ್ನು ಹುಡುಕಿಕೊಂಡು ಬರುತ್ತಿತ್ತು.

ಬರುವ ಫೋನ್‌ಗಳನ್ನು ಟ್ರ್ಯಾಪ್ ಆಗುತ್ತಿತ್ತು. ಕೆಲವೊಮ್ಮೆ ಬಂದ ವ್ಯಕ್ತಿಯ ಮಾತುಗಳು ರೆಕಾರ್ಡ್ ಆಗುತ್ತಿತ್ತು. ಕೆಲವೊಮ್ಮೆ ಅದನ್ನು ಮತ್ತೊಮ್ಮೆ ಕೇಳಿ ವಿಶ್ಲೇಷಿಸುತ್ತಿದ್ದರು.

ಅಂದು ಸಂಜೆ ಇವನು ಆಫೀಸ್‌ಗೆ ಬಂದಾಗ ಬಿ.ಆರ್. ಕೊಠಾರಿಯವರ ಛೇಂಬರ್‌ನಲ್ಲಿ ಮಂಜಯ್ಯ ಕೂತಿದ್ದರು. ಆಶ್ಚರ್ಯವೆನಿಸಿತು. ಹಿಂದೆಯೇ ಬಾಭಿಯ ನೆನಪು ಬೆನ್ನಟ್ಟಿರಬೇಕೆಂದುಕೊಂಡ.

ಮಂಜಯ್ಯ ಹೋದ ಮೇಲೆ ಸಿಗರೇಟು ಹಚ್ಚಿ ಕೊಠಾರಿ ಸನ್ನೆ ಮಾಡಿದರು ಕಣ್ಣಲ್ಲಿಯೇ. ಟೇಪ್ ರೆಕಾರ್ಡರ್ ಆನ್ ಆಯಿತು. ಮಂಜಯ್ಯ ಭಯಕಂಪಿತ ಸ್ವರದಲ್ಲಿ ಹೇಳಿಕೊಂಡಿದ್ದ. ವಿಷಯ ಹೊಸದಲ್ಲ, ಮರುಕಗೊಂಡ.

ಕ್ಯಾಸೆಟ್ ತೆಗೆದವನು ಒಮ್ಮೆ ಅವರತ್ತ ನೋಡಿ ಒಂದು ಸೀಕ್ರೆಟ್ ಕೋಡ್ ನಂಬರ್ ಜೊತೆ, ಟೈಮಿಂಗ್ಸ್ ಗುರುತು ಹಾಕಿದ.

"ದಟ್ಸ್ ಗುಡ್. ಮೌಳಿ ಮುಂಬೈಗೆ ಹೋಗ್ತಾ ಇದ್ದಾನೆ. ಅವ್ನ ನಂತರ ಎಬಿಲಿಟಿ ಇರೋ ವ್ಯಕ್ತಿ ನೀನೇ. ಸದ್ಯಕ್ಕೆ ನನ್ನಲ್ಲೇ ಅಂದ್ರೆ.... ನನ್ನೊಟ್ಟೆನೇ ಇರ್ಬೇಕಾಗುತ್ತೆ" ಹೇಳಿದರು.

ಬರೀ ಕೇಳಿದಷ್ಟೆ, ಸದ್ಯಕ್ಕೆ ಇಲ್ಲಿ ಅವನ ಒಪೀನಿಯನ್‌ನ ಅಗತ್ಯವಿರಲಿಲ್ಲ. ಅದನ್ನು ಕಂಡೀಷನ್ ಛಾರ್ಟ್‌ನಲ್ಲಿ ಓದಿಕೊಂಡಿದ್ದ.

"ಓ.ಕೆ. ಸರ್..." ಎಂದ. ಅದರೆ ಸ್ವಲ್ಪ ಕಳವಳ ಅವನ ಮುಖದಲ್ಲಿ ವ್ಯಕ್ತವಾದುದ್ದನ್ನು ಗಮನಿಸಿದರು. "ಎನೀ ಥಿಂಗ್ ರಾಂಗ್?" ಕೇಳಿದರು.

ಹೊಟ್ಟೆ ನೋವಿನಿಂದ ಸೂರಿ ನರಳುತ್ತಿದ್ದ ಮೂರು ದಿನದಿಂದ. ಕ್ಲಿನಿಕ್‌ಗೆ ಕರೆದೊಯ್ದು ಬಂದಿದ್ದ ಸಂಪತ್. ಆ ಟ್ರೀಟ್‌ಮೆಂಟ್ ಯಾವುದೇ ಪ್ರಯೋಜನವಾಗಿರಲಿಲ್ಲ. ಅವನ ತಂದೆಯ ಅಡ್ರೆಸ್‌ಗೆ ಡಜನ್ ಮೇಲೆ ಕಾಗದ ಬರೆದಿದ್ದ. ಬಂದು ಕರೆದೊಯ್ಯುವುದಿರಲೀ ಒಂದು ಪತ್ರಕ್ಕೆ ಉತ್ತರಿಸಿರಲಿಲ್ಲ ಪಿತೃ ಮಹಾಶಯ!

ಆ ಘಟನೆಯನ್ನು ಪ್ರಾಮಾಣಿಕವಾಗಿ ತಿಳಿಸಿದ್ದರು. ಆಮೇಲೆ ಕಡಿಮೆ ವಿಷಯ ಹೇಳಿದ್ದ ಬಿ.ಆರ್. ಕೊಠಾರಿಯವರಿಗೆ.

ಈಗ ಸರಳ ಪದಗಳನ್ನು ಬಳಸಿ ಪುಟ್ಟದಾಗಿ ಸೂರಿಯ ಬಗ್ಗೆ ವಿವರಿಸಿದ. ಬಹಳ

ಗಮನವಿಟ್ಟು ಕೇಳಿದರು ಬಿ.ಆರ್. ಕೊಠಾರಿಯವರು. ಅದು ಅವರ ಅಭ್ಯಾಸ. ಎದುರಿಗೆ ಕೂತ ವ್ಯಕ್ತಿ ಮಾತಿನ ಅರ್ಥ ಮಾತ್ರವಲ್ಲ, ಭಾವ, ದನಿಯ ಕಂಪನ ಪದಗಳ ಉಪಯೋಗ ಪ್ರತಿಯೊಂದನ್ನೂ ಗಮನಿಸುತ್ತಿದ್ದರು. ಇದು ಬಹಳ ಉಪಯೋಗಕ್ಕೆ ಬರುತ್ತಿತ್ತು.

"ಯಾರು ಆ ಸೂರಿ?" ಗಡ್ಡ ಉಜ್ಜಿದರು. ಕಪ್ಪು ಕೂದಲುಗಳ ನಡುವೆ ಇಣಕುತ್ತಿದ್ದ ಬಿಳಿಯ ಕೂದಲುಗಳು ಕೂಡ ಅವರ ಮುಖಕ್ಕೆ ಪ್ರಬುದ್ಧತೆಯ ಕಳಸವಿಟ್ಟಂತಿತ್ತು.

"ಫ್ರೆಂಡ್..." ತಟ್ಟನೆ ಉತ್ತರಿಸಿದ.

'ಫ್ರೆಂಡ್' ಎಂದ ಸುಲಭವಾಗಿ. ಅದರ ಇಂಚು ಇಂಚಿನ ಪರಿಶೀಲನೆಗಾಗಿ ಒಂದಿಷ್ಟು ಮ್ಯಾಟರ್‌ನ ಕಲೆಕ್ಟ್ ಮಾಡಿದವರು ಜೋರಾಗಿ ನಕ್ಕುಬಿಟ್ಟರು. ಆ ನಗು ಆ ಛೇಂಬರ್‌ನಲ್ಲಿಯೇ ಉಳಿಯಿತು. ಅದು ಹೊರ ಹೋಗುವಂತಿರಲಿಲ್ಲ. ಸೌಂಡ್ ಅರೆಸ್ಟರ್‌ನ ಅಳವಡಿಸಲಾಗಿತ್ತು. ಒಂದು ನಿಶ್ಶಬ್ದ ಕಾಯ್ದುಕೊಂಡರೆ, ಇನ್ನೊಂದು ಉಪಕರಣ ಮಾತಿನ ತರಂಗಗಳನ್ನು ಒಂದು ಮಿತಿಯಲ್ಲಿ ನಿಯಂತ್ರಿಸುತ್ತಿತ್ತು.

"ವೆಲ್, ಸಂಜೆ 'ಮಿನರ್ವ ನರ್ಸಿಂಗ್ ಹೋಂ'ಗೆ ತಗೊಂಡ್ಹೋಗಿ ಅಡ್ಮಿಟ್ ಮಾಡು. ಮನುಷ್ಯ ಸಂಬಂಧಗಳು ರಕ್ತ, ಕಾಲ, ಭಾಷೆ, ದೇಶಕ್ಕಿಂತ ಉನ್ನತವಾದುದ್ದು. ಐ ಲೈಕ್ ಯು" ಅಷ್ಟೇ ಹೇಳಿದ್ದು.

ಒಮ್ಮೆ ಬಿ.ಆರ್. ಕೊಠಾರಿಯವರು ಮಾತಾಡಿ ನಿಲ್ಲಿಸಿಬಿಟ್ಟರೆ ಮತ್ತೆ ಮತ್ತೆ ಕೆದಕುವುದನ್ನು ಇಷ್ಟಪಡರು. ದೀರ್ಘ ವಿವರ ನೀಡುವುದಕ್ಕಿಂತ ಸಂಕ್ಷಿಪ್ತ ಮಾತು ಅವರಿಗೆ ಇಷ್ಟ.

ಸೂರಿಯನ್ನು ನರ್ಸಿಂಗ್ ಹೋಂಗೆ ಅಡ್ಮಿಟ್ ಮಾಡಿದ ಸಂಪತ್‌ಗೆ ಒಂದಿಷ್ಟು ತಲೆನೋವು ಕಡಿಮೆ. ಮುಂದೇನು? ಈಚೆಗೆ ಆಗಾಗ ಎಂದರೆ ಯಾವಾಗಲೋ ಕಾಲೇಜಿಗೆ ಹೋಗುತ್ತಿದ್ದ, ಬರುತ್ತಿದ್ದ. ಅದು ಗಾಂಡೀವಿ ಬಲವಂತಕ್ಕೆ, ಓದಿನ ಮೇಲೆ ಮನಸ್ಸಿಲ್ಲ.

ನರ್ಸಿಂಗ್ ಹೋಂನಿಂದ ಇಬ್ಬರು ಒಟ್ಟಿಗೆ ರೂಮಿಗೆ ಮರಳಿದಾಗ ಮ್ಲಾನವದನನಾಗಿದ್ದ ಸಂಪತ್. ಸೂರಿಯದೊಂದು ಜವಾಬ್ದಾರಿ ಅವನನ್ನು ಬಿಜಿಯಾಗಿಸಿತ್ತು. ಇಂದು 'ಬಿಕೋ' ಎಂದಿತು. ಒಂದು ಕಡೆ ಕೂತುಬಿಟ್ಟ.

ಸನಿಹದಲ್ಲಿ ಕೂತ ಗಾಂಡೀವಿ ಅವನ ಭುಜದ ಮೇಲೆ ಕೈಯಿಟ್ಟ "ಯಾಕೆ, ಯೋಚ್ನೆ? ಸೂರಿ ಬೇಗ ಸರಿಹೋಗ್ತಾನೆ" ಭರವಸೆಯಿತ್ತು ದನಿಯಲ್ಲಿ. ಸಂಪತ್ ನಿಟ್ಟುಸಿರು ದಬ್ಬಿದ.

"ಒಂದು ರೀತಿಯಲ್ಲಿ ಸಾಲ್ವ್ ಆದಂಗೆ ಅವ್ನ ಸಮಸ್ಯೆ. ಊರಿಗೆ ಹೋಗ್ಬಿಡೋಣಾಂತ ಅಂದ್ಕೊಂಡಿದ್ದೀನಿ. ಇಲ್ಲಿ ಮತ್ತೇನ್ಮಾಡ್ಲೀ? ಯಾವ್ದೇ ದೊಡ್ಡ ಆಕಾಂಕ್ಷೆಗಾಗ್ಲೀ, ಆದರ್ಶಗಳಾಗ್ಲೀ ಇಟ್ಕೊಂಡು ಕಾಲೇಜಿಗೆ ಜಾಯಿನ್ ಆಗ್ಲಿಲ್ಲ. ಒಂದ್ಕೆಲ್ಸ ಸಿಗ್ಬಹ್ದು. ಮರ್ಯಾದೆಯಿಂದ ಜೀವ್ನ ಮಾಡೋಣಾಂತ. ಸೂರಿ ಬದ್ಕು ನಂಗೊಂದು ಲೆಸೆನ್ ಆಯ್ತು" ವೇದನೆಯ ನೆರಳಾಡಿತು ಅವನ ಮಾತುಗಳಲ್ಲಿ.

ಕೂತ ಗಾಂಡೀವಿ ದೀರ್ಘವಾಗಿ ನೋಡಿದ ಅವನನ್ನು. ನಿರಾಶೆಯ ಅಂಚು ಅಷ್ಟೆ. ಹತಾಶೆ ಮೂಡಿರಲಿಲ್ಲ. ಸಿದ್ಧವಸ್ತು, ಸರಿಯಾಗಿ ಉಪಯೋಗಿಸಲ್ಪಟ್ಟರೆ, ಒಳ್ಳೆಯ ಪ್ರಾಡಕ್ಟ್

ಆಗಬಹುದು. ಅವಸರಪಟ್ಟು ಚೆಲ್ಲಿದರೆ ಕಸದ ತೊಟ್ಟಿಗೆ, ಮುನಿಸಿಪಲ್ ಲಾರಿ ಸೇರಿ ಎಲ್ಲಿಯೋ ಹೋಗಿಬಿಡಬಹುದಾದ ಅಪಾಯ.

ಸಂಪತ್ ಕೈ ಹಿಡಿದುಕೊಂಡ "ಬೇಡ ಸಂಪತ್, ಹೇಗೋ ಎರಡ್ಹೊತ್ತಿನ ಅನ್ನ ಸಂಪಾದಿಸ್ಕೊಂಡ್ ಬದ್ಕಬಹ್ದು. ಓದು ಕೊಡೋ ತೃಪ್ತಿ, ಸಂತಸಗಳೇ ಬೇರೆ. ಪ್ಲೀಸ್ ನೀನು ಕಾಲೇಜಿಗೆ ಹೋಗು. ಆ ಖರ್ಚು ನಂಗಿರ್‍ಲಿ. ನಂಗೇನು ಹೆಚ್ಚಿಗೆ ಖರ್ಚು ಇರೋಲ್ಲ. ಅದೃಷ್ಟವಶಾತ್ ಒಳ್ಳೆ ರಂಗವೇ ಸಿಕ್ಕಿದೆ. ಒಬ್ಬ ಕವಿಗೆ ಒಂದು ಉತ್ತಮವಾದ ಆಸ್ಥಾನ ಬೇಕು. ನನ್ನ ಗುರಿಯ ಕನಿಷ್ಟ ಸಾಧನೆಗೆ ಬಿ.ಆರ್. ಕೊಠಾರಿಯವರ ನೆರವು ದೈವ ಒದಗಿಸಿಕೊಟ್ಟಿದ್ದು" ಭಾವೋದ್ವೇಗದಿಂದ ಹೇಳಿದ.

ಮೌನವಾಗಿದ್ದ ಸಂಪತ್ ಹಿಂಜರಿಯುತ್ತಲೇ ಒಂದು ವಿಷಯ ಮುಂದಿಟ್ಟ. "ನಂಗಿಂತ ನಿನ್ನ ಪರಿಸ್ಥಿತಿ ತೀರಾ ಭಿನ್ನ. ಬೇಜಾರು ಮಾಡ್ಕೊಂಡ್ ಬಂದಿದ್ರು... ಹಿಂದಿರಗಬ್ಹುದ್ದು. ಒಬ್ನೇ ಮಗ, ನಿನ್ನ ತಾಯಿ ಅದೆಷ್ಟು ಕಣ್ಣೀರು ಸುರಿಸ್ತಾ ಇದ್ದಾಳೆ. ಇನ್ನ..." ಸ್ವಲ್ಪ ಸಂಕೋಚಿಸಿದ. ಕೈಯಿಂದ ಅವನ ಬಾಯಿ ಮುಚ್ಚಿ ಮುಂದಿನ ಮಾತುಗಳನ್ನು ತಡೆದ. 'ಸುಭದ್ರ, ಸುಭದ್ರ' ಜಗತ್ತಿನ ಲಾಲಿತ್ಯವೆಲ್ಲ ಅವಳ ರೂಪ ತಳೆದು ನಿಂತಿದೆಯೇನೋ ಎಂದು ಭ್ರಮಿಸುವಂತಾಗುತ್ತಿತ್ತು.

"ಈಗಲ್ಲ, ಖಂಡಿತ ಹಿಂದಿರುಗ್ತೀನಿ. ಆ ದಿನ ಬೇಗ ಬರೋ ಪ್ರಯತ್ನ ಮಾಡ್ತೀನಿ. ನನ್ತಂದೆ ಬಗ್ಗೆ ನಿಂಗೆ ಗೊತ್ತಿಲ್ಲ. ಕೆಲವೊಮ್ಮೆ ಕುಸುಮದಷ್ಟು ಅವರ ಮನ ಕೋಮಲವಾದರೂ ಕೆಲವು ವಿಷಯಗಳಲ್ಲಿ ವಜ್ರದಷ್ಟು ಕಠಿಣ. ಸಂಬಂಧಗಳನ್ನು ಮೀರಿ ನಂಬಿಕೊಂಡ ಮೌಲ್ಯಗಳಿಗೆ ಬೆಲೆ ಕೊಡುವಂಥ ದೃಢ ಮನಸ್ಸು ಅವರದು" ಎಂದ. ಏನೇ ಆದರೂ ತನ್ನ ನಿರ್ಣಯವನ್ನು ಬದಲಿಸಲಾರ.

ಕೂತು ಬಹಳ ಹೊತ್ತು ಮಾತಾಡಿದರು. ಅನ್ಯಾಯದ ವಿರುದ್ಧ ದನಿಯೆತ್ತುವಂಥ ಯುವಶಕ್ತಿಯನ್ನು ಕ್ರೋಡೀಕರಿಸುವ ಉದ್ದೇಶ ಕೂಡ ಕೈ ಬಿಟ್ಟಿರಲಿಲ್ಲ. ಅದಕ್ಕೆ ಸಂಪತ್ ಹೇಗೆ ಪ್ರತಿಕ್ರಿಯಿಸುವನೋ ಎಂದು ಹಿಂಜರಿದರೂ ಪೂರ್ಣ ಭರವಸೆಯನ್ನು ಅವನ ಮೇಲೆ ಹಾಕಿದ.

"ಒಂದ್ವಿಷ್ಯ ಗಾಂಡೀವಿ, ಕಾಲೇಜಿಗೆ ಹತ್ತಿರವಿರೋ ದರ್ಶಿನಿಯಲ್ಲಿ ಒಂದು ಪಾರ್ಟ್ ಟೈಂ ಜಾಬ್ ಗಿಟ್ಟಿಸಿಕೊಂಡ್ರೆ..." ಮತ್ತೆ ತನ್ನ ಓದಿನ ನಿರುತ್ಸಾಹವನ್ನು ಈ ರೀತಿ ವ್ಯಕ್ತಪಡಿಸಿದ ಸಂದೇಹಿಸುತ್ತಲೇ.

ಮೌನವಾಗಿ ಬಟ್ಟೆ ಬರೆಗಳನ್ನು ಜೋಡಿಸಿಕೊಳ್ಳತೊಡಗಿದ ಗಾಂಡೀವಿ ಬಳಿಗೆ ಬಂದ ಸಂಪತ್ ಹನಿಗಣ್ಣಿನಿಂದ ನೋಡಿದ. "ಪ್ಲೀಸ್ ಗಾಂಡೀವಿ, ನನ್ನ ಬಿಟ್ಹೋಗ್ಬೇಡ. ಕನಿಷ್ಟ ನಿಂಗೆ ಅಸಿಸ್ಟೆಂಟಾಗಿ ಇಟ್ಕೋ. ಸಂಬ್ಳ ಬೇಡ. ಎಂಥದ್ದೂ ಬೇಡ. ಎರಡೊತ್ತು ಊಟ ಸಾಕು" ಕೇಳಿಕೊಂಡ.

ಮುಗುಳ್ನಕ್ಕ ಗಾಂಡೀವಿ ಪರಿಸ್ಥಿತಿಯನ್ನು ವಿವರಿಸಿದ. "ಈಗೇನು ಅಜ್ಞಾತವಾಸದಲ್ಲಿಲ್ಲ. ವಿಳಾಸ ಗೊತ್ತಿದೆ. ಬಂದ್ನೋಡ್ಬಹ್ದು. ಫೋನ್‌ನಲ್ಲಿ ಸಂಪರ್ಕಿಸಬಹ್ದು. ಆಫೀಸ್‌ನಲ್ಲಿದ್ರೆ,

ಆಗಾಗ ನಾನೇ ಬಂದು ಮೀಟ್ ಮಾಡ್ತೀನಿ. ಕೆಲಸದ ಬಗ್ಗೆ ಒಂದು ನಿರ್ದಿಷ್ಟ ಟೈಮ್ ಟೇಬಲ್ ಇಲ್ಲ. ಟೆನ್ ಟು ಫೈವ್ ಜಾಬ್ ಅಲ್ಲ. ಬಿ ಡೇರ್ ಸಂಪತ್. ಆಪ್ಟಿಮಿಸ್ಟಿಕ್ ಆಗಿರ್ಬೇಕು" ಸಂತೈಸಿದ, ಸಮಾಧಾನಿಸಿದ, ಧೈರ್ಯ ತುಂಬಿದ. ಇಷ್ಟೊಂದು ಪ್ರೀತಿ, ಇಂಟರೆಸ್ಟ್ ರಕ್ತ ಸಂಬಂಧ ಬಿಟ್ಟು ಬೇರೆ ವ್ಯಕ್ತಿಗಳು ಕೂಡ ತೋರಬಹುದೆಂಬ ಭರವಸೆ ಇಂದೇ ಮೂಡಿದ್ದು ಅವನಲ್ಲಿ.

ಇನ್ನೊಂದು ತಿರುವಿಗೆ ಪ್ರವೇಶಿಸಿದ್ದ ಗಾಂಡೀವಿ. ಒಂದೊಂದು ಹೆಜ್ಜೆ ಮುಂದಕ್ಕೆ ಇಟ್ಟಾಗಲು ಅವನಲ್ಲಿ ವಿಶ್ವಾಸ. ಆತ್ಮಸ್ಥೈರ್ಯ, ಛಲ ಹೆಚ್ಚಾಗುತ್ತಿತ್ತು.

* * *

ಬಿ.ಆರ್. ಕೊತಾರಿಯವರು ತಮ್ಮ ಪುಟ್ಟ ವಿಸ್ತಾರ ಬಂಗ್ಲೆಯಲ್ಲಿ ಅವನಿಗೊಂದು ರೂಮು ಕೊಟ್ಟಿದ್ದರು. ಮೌಳಿ ಉಪಯೋಗಿಸುತ್ತಿದ್ದ ಕೋಣೆ ಸೊಫಿಸ್ಟಿಕೇಟೇಡ್ ಆಗಿತ್ತು. ಒಬ್ಬ ಕುಕ್. ಹೊರಗಿನ ಕೆಲಸದ ಆಳಿನ ಜೊತೆ ಇದ್ದಿದ್ದು ಇವರಿಬ್ಬರು. ಟ್ವೆಂಟಿಫೋರ್ ಅವರ್ಸ್ ವರ್ಕ್. ನಿಗದಿಯಾದ ಸಮಯಕ್ಕೆ ಮನೆಗೆ ಬರುವುದು ಸಾಧ್ಯವಿರಲಿಲ್ಲ. ಬಹುಶಃ ಅದಕ್ಕೆಂತಲೇ ಮದುವೆಯಾಗದೆ ಇರಬಹುದು ಅವರು.

ಬಿ.ಆರ್. ಕೊತಾರಿಯವರು ಐ.ಪಿ.ಎಸ್. ಟ್ರೈನಿಂಗ್‌ನಲ್ಲಿ ಆಕಸ್ಮಿಕವಾಗಿ ಕಾಲು ಮುರಿದುಕೊಂಡು ಆ ಪ್ರೊಫೆಷನ್‌ಗೆ ಬೇಕಾದ ಎಬಿಲಿಟಿ ಕಳೆದುಕೊಂಡಾಗ ಇನ್ನು ಬದುಕಿಗೆ ಅರ್ಥವಿಲ್ಲವೆಂದುಕೊಂಡವರು. ವಿರಕ್ತ ಬಾಳು ಇಷ್ಟಪಟ್ಟವರು.

ಅವರ ತಂದೆ ಸುಮ್ಮನಾಗಲಿಲ್ಲ. "ಯೂ ಕಾಂಟ್ ಗೆಟ್ ಅವೇ ವಿತ್ ದಿಸ್. ನೀನು ಅದ್ರಿಂದ ತಪ್ಪಿಸಿಕೊಳ್ಳೋಕೆ ಸಾಧ್ಯವಿಲ್ಲ. ಮುತ್ತಿನ ಅನ್ವೇಷಣೆಯಲ್ಲಿ ಸಮುದ್ರದ ಆಳಕ್ಕೆ ಇಳಿದು, ಒಂದು ಸಣ್ಣ ಆಕಸ್ಮಿಕಕ್ಕಾಗಿ ಹಿಂಜರಿಯೋಲ್ಲ. ಅಲ್ಲೇ ತನ್ನ ಪ್ರಯತ್ನ ಮುಂದುವರಿಸ್ಬೇಕು. ಸಕ್ಸಸ್ ಆಗ್ಬೇಕು" ಅವರ ಬುದ್ಧಿಗೆ ಹತ್ತಿದ ಗೆದ್ದಲವನ್ನು ಕೊಡವಿದ್ದರು.

ಪ್ರಸಿದ್ಧ ಡಿಟೆಕ್ಟಿವ್ ಏಜನ್ಸಿಯಲ್ಲಿ ಐದು ವರ್ಷ ತರಬೇತಿ ಪಡೆದ ಬಿ.ಆರ್. ಕೊತಾರಿಯವರು ತಮ್ಮದೇ ಒಂದು ಡಿಟೆಕ್ಟಿವ್ ಏಜನ್ಸಿ ತೆಗೆದಿದ್ದರು.

ಬೆಳಗಿನ ಜಾಗಿಂಗ್ ಮುಗಿಸಿಕೊಂಡು ಇಬ್ಬರು ಮನೆಗೆ ಬರುವ ವೇಳೆಗೆ ಫೋನ್ ರಿಂಗಾಯಿತು. ಮಂಜಯ್ಯನ ಭಯಗ್ರಸ್ಥ ದನಿ. "ಸೇವ್ ಮೀ ಸರ್. ಪೊಲೀಸ್ ನೋಟಿಸ್‌ಗೆ ಹೋಗ್ಬಾರ್ದು. ಸಮಾಜಕ್ಕೆ ಗೊತ್ತಾಗ್ಬಾರ್ದು. ನಾವು ಬಾಭೀಗೆ ಶಿಕ್ಷೆಯಾಗ್ಲೀಂತ ಬಯಸೋಲ್ಲ. ಅವ್ನು ನಮ್ಮ ತಂಟೆಗೆ ಬರದಿದ್ರೆ ಸಾಕು" ಹ್ಲೂಗುಟ್ಟಿ ಫೋನಿಟ್ಟರು.

ಯಾಕೋ ಏನೋ ರಹಸ್ಯವನ್ನು ತಮ್ಮಿಂದ ಕೂಡ ಗುಪ್ತವಾಗಿಡಲು ಬಯಸುತ್ತಿದ್ದಾರೆಂದುಕೊಂಡ.

ಮೌನವಾಗಿ ಪೇಪರ್ ನೋಡುತ್ತಿದ್ದ ಗಾಂಡೀವಿ ಆಗಾಗ ಅವರ ಮುಖದ ಭಾವನೆಗಳನ್ನು ಕಳ್ಳ ನೋಟ ಬೀರಿ ಗಮನಿಸುತ್ತಿದ್ದ. 'ಫೇಸ್ ರೀಡಿಂಗ್' ವೆರಿ ಇಂಪಾರ್ಟೆಂಟ್' ಒಮ್ಮೆ ಅಂದಿದ್ದರು. ಬಹುಶಃ ಅವರಿಂದಲೇ ಶುರು ಮಾಡಿಕೊಂಡಿದ್ದ.

ತಾನೇ ಟೀ ಬೆರೆಸಿ ಅವರಿಗೆ ಕೊಟ್ಟ. "ನೆನ್ನೆ ರಾತ್ರಿ ಕೂಡ ಮಂಜಯ್ಯ ಫೋನ್ ಮಾಡಿದ್ರು. ಬಹುಶಃ ಸ್ವಲ್ಪ ನಿಧಾನ ಮಾಡಿದ್ರೆ ಇಡೀ ಫ್ಯಾಮಿಲಿ ಸೂಸೈಡ್ ಮಾಡ್ಕೊಂಡ್‌ಬಿಡ್ತಾರೆ" ಹೇಳಿದ ತನ್ನ ಕಪ್‌ಗೆ ಸಕ್ಕರೆ ಬೆರೆಸುತ್ತ.

ಕೊಠಾರಿ ಟೀ ಕುಡಿದು ಮುಗಿಸುವವರೆಗೂ ಮಾತಾಡಲಿಲ್ಲ, ಮಂಜಯ್ಯನ ಕೇಸ್ ಬಗ್ಗೆ ಸ್ವಲ್ಪ, ಇಂಟರೆಸ್ಟಿದೆ ಗಾಂಡೀವಿಗೆ ಅಂತ ಅನ್ನಿಸಿತು ಅವರಿಗೆ.

"ಯು ಆರ್ ಕರೆಕ್ಟ್. ಡೀಟೈಲ್ಸ್ ಫೈಲ್‌ನಲ್ಲಿದೆ. ಮ್ಯಾಟರ್ ಅವ್ರದ್ದೇ ದನಿಯಲ್ಲಿ ಕ್ಯಾಸೆಟ್‌ನಲ್ಲಿದೆ. ತೀರಾ ನವಿರಾಗಿ ಹ್ಯಾಂಡಲ್ ಮಾಡ್ಬೇಕಾದ ಕೇಸು. ಬಾಭೀಗೆ ಶಿಕ್ಷೆಯೇನು ತೊಂದರೆ ಕೂಡ ಆಗೋದು ಮಂಜಯ್ಯನಿಗೆ ಇಷ್ಟವಿಲ್ಲ. ಟೇಕ್ ಕೇರ್. ನಿನ್ನ ಪ್ರಕಾರ ಅವ್ರುಗಳು ಆತ್ಮಹತ್ಯೆ ಮಾಡಿಕೊಳ್ಳೋ ಮೊದ್ಲು ಪಾರು ಮಾಡ್ಬೇಕು" ಅರ್ಥಪೂರ್ಣ ನಗೆ ಬೀರಿದರು.

ಕೆಲವಕ್ಕೆ ಪ್ರತ್ಯಕ್ಷ ಸಾಕ್ಷಿ ಗಾಂಡೀವಿ. ಆ ಮೂಗ ಡ್ರೈವರ್ ವೇಲು ಇಲ್ಲಿ ಸಾಕ್ಷಿಯಾಗುವುದು ಬೇಡವಿತ್ತು. ಉಪಾಯವಾಗಿ ನಿವಾರಿಸಬೇಕೆನಿಸಿತು.

ಕ್ಯಾಸೆಟ್‌ನ ಬಟನ್ ಒತ್ತಿ ಪೂರ್ತಿ ಸೀಟಿಗೆ ಒರಗಿ ಕೂತರು ಕೊಠಾರಿ. ಅದೇ ಮಂಜಯ್ಯನ ಮಾತುಗಳು. ಎರಡು ಸಲ ರಿವರ್ಸ್ ಮಾಡಿ ಕೇಳಿದರು.

"ಮತ್ತೇನೋ ಸೀಕ್ರೆಟ್ ಇದೆ. ಬಾಭೀ ಅವ್ರ ಮಗ್ಳ ಬಾಯ್ ಫ್ರೆಂಡ್ ಅಲ್ಲ, ತಂಗೀನು ಇಲ್ಲ ಮಂಜಯ್ಯನಿಗೆ. ಹೆಣ್ಣು ಮಕ್ಳು ಇಲ್ದ ತಂದೆ. ಇಲ್ಲಿ ಹೆಣ್ಣು ಅವ್ರ ಪತ್ನಿ ಮಾತ್ರ" ಎಂದವರು ಆ ಅಸೈನ್‌ಮೆಂಟ್‌ನ ಅವನಿಗೆ ವಹಿಸಿದರು. 'ಸರಿ'ಎಂದು ತಲೆದೂಗಿದ.

ಬ್ರೇಕ್‌ಫಾಸ್ಟ್ ನಂತರ ಹೊರಗೆ ಬಂದ ಗಾಂಡೀವಿ ಹೀರೋ ಹೊಂಡ ಹತ್ತಿದ. ಮೌಳಿ ಉಪಯೋಗಿಸುತ್ತಿದ್ದ ವಾಹನ ಅವನ ಸುಪರ್ದಿಗೆ ಬಂದಿತ್ತು. ನೇರವಾಗಿ ಅವನ ವಾಹನ ದೌಡಾಯಿಸಿದ್ದು ಮಂಜಯ್ಯನ ಮನೆಗೆ. ಹೊರ ಮುಖಕ್ಕೆ ಎಲ್ಲಾ ವ್ಯವಸ್ಥಿತವಾಗಿ ಕಂಡರೂ ಒಳಗೆ ತೀರಾ ಅಸ್ತವ್ಯಸ್ತವೆಂದುಕೊಂಡ.

ನಾರಾಯಣ ಕಾದಿದ್ದವನಂತೆ ಎದುರುಗೊಂಡು ಅತಿಯಾದ ವಿನಯದಿಂದ "ನೀವೇನಾ ಸಾರ್. ಪಾಂಚಜನ್ಯ?" ಕೇಳಿದ. ಕ್ಷಣ ವಿಸ್ಮಿತನಾದರೂ ಚೇತರಿಸಿಕೊಂಡ. ಇದೆಲ್ಲ 'ಬಾಸ್' ಬುದ್ಧಿ ಚಾತುರ್ಯವೆಂದುಕೊಂಡ. ಹೌದೆಂದು ತಲೆಯಾಡಿಸಿದವನು ಹೊರಗೆ ಪರೀಕ್ಷಾತ್ಮಕವಾಗಿ ನೋಟವರಿಸಿದ ಎಲ್ಲೆಡೆ. ಅತ್ಯಂತ ಭಕ್ತಿಭಾವದಿಂದ ನಿಂತಿದ್ದ ನಾರಾಯಣ.

ಬಹುಷವೇನೋ ಇವನೇ ವೇಲುವೆಂದು ಗುರುತಿಸಲಾಗಲಿಲ್ಲ ಅವನಿಗೆ. ತೀರಾ ಸ್ಮಾರ್ಟಾಗಿ ಅತ್ಯಂತ ಗಂಭೀರವಾಗಿ ಶ್ರೀಮಂತವಾಗಿ ಕಾಣುವ ವ್ಯಕ್ತಿ ಹೇಗೆ ತಮ್ಮ ಬಳಿಯಲ್ಲಿ ಕೆಲಸ ಮಾಡುತ್ತಿದ್ದ ಮೂಗ ವೇಲು ಎಂದುಕೊಂಡಾನು? ಆಗ ಮುಖದಲ್ಲಿ ಗಡ್ಡ, ಮೀಸೆಗಳು ಸ್ವೇಚ್ಛೆಯಿಂದ ಅಲಂಕರಿಸಿದ್ದವು. ಒರಟಾದ ಅಸ್ತವ್ಯಸ್ತವಾದ ತುಂಡು ತಲೆಗೂದಲು. ಇಂದು ಅಚ್ಚುಕಟ್ಟಾದ ಒತ್ತು ಕ್ರಾಪ್ ಕೂದಲು ಕಿರೀಟದಂತೆ ಕೂತು

ಮುಖಕ್ಕೆ ಶೋಭೆಯನ್ನು ನೀಡಿತ್ತು. ಬಹಳ ಎತ್ತರವಾಗಿ ಕಂಡ.

ನಾರಾಯಣ ಜೊತೆ ಒಳಗೆ ಹೋದ. ನಿರ್ಜನವಾಗಿ, ನಿರ್ಮಾನುಷವಾಗಿ ಕಂಡಿತು ಬಂಗ್ಲೆ. ಬಹುಶಃ ನಾರಾಯಣನನ್ನು ಬಿಟ್ಟು ಯಾರೂ ಇರಲಿಲ್ಲ ಆ ಮನೆಯಲ್ಲಿ. ಅಚ್ಚುಕಟ್ಟಾಗಿದ್ದ ಆಸನ ವ್ಯವಸ್ಥೆ ತೀರಾ ಅಧ್ವಾನವಾಗಿತ್ತು.

"ನೋಡಿ ಸರ್. ಆ ಬಾಭೀ ಬಂದು ಎಷ್ಟೊಂದು ದಾಂಧಲೆಯೆಬ್ಬಿಸಿದ್ದಾನೆ. ಎಷ್ಟೊಂದು ಬೆಲೆ ಬಾಳೋ ಸೋಫಾ ಸೆಟ್‌ಗಳು ಹರಿದು ಚಿಂದಿಯಾಗಿವೆ" ಕಣ್ಣೀರಿಟ್ಟ.

"ಯಾಕೆ ಪೊಲೀಸ್‌ಗೆ ಕಂಪ್ಲೇಂಟ್ ಕೊಟ್ರೆ ಅರೆಸ್ಟ್ ಮಾಡ್ತಾ ಇದ್ರು!" ಎಂದ ಎತ್ತಲೋ ನೋಡುತ್ತ. ಅವನೇನು ಮಾತಾಡಲಿಲ್ಲ. ಮಾತಾಡಕೂಡದು. ಆಗಲೇ ಅವನು ಪ್ರಾಮಾಣಿಕ ವ್ಯಕ್ತಿಯೆಂದು ಗುರುತಿಸಬಹುದಿತ್ತು.

ಅಂತೂ ಇಡೀ ಕುಟುಂಬ ಬಾಭೀಯ ಕೈಗೆ ಸಿಗದೆ 'ಗಾಯಬ್' ಆಗಿತ್ತು. ಬಾಭೀ ಬಂದಾಗ ನಾರಾಯಣನ ಪ್ರತಿಭಟನೆಯೇನು ಇಲ್ಲ. ಚೀರಾಡುತ್ತಿದ್ದ, ರೇಗಾಡುತ್ತಿದ್ದ, ದಾಂಧಲೆಯೆಬ್ಬಿಸುತ್ತಿದ್ದ. ಒಂದೆರಡು ಸಲ ಹೊಡೆದಿದ್ದು ಕೂಡ ಉಂಟು. ಹೇಳಿಕೊಂಡ. ಕಾರಣ ಮಾತ್ರ ರಹಸ್ಯವಾಗಿ ಉಳಿದುಹೋಗಿತ್ತು.

ಅಷ್ಟು ಮಾತ್ರವಲ್ಲ ಬೆಡ್ ರೂಮಿನ ಹಾಸಿಗೆ, ಕರ್ಟನ್‌ನಿಂದ ಹಿಡಿದು ಎಲ್ಲಾ ವಸ್ತುಗಳನ್ನು ಹಾಳು ಮಾಡಿದ್ದ. ಕರಿಯ ಸುಂದರ ಕೆತ್ತನೆಯ ಡೈನಿಂಗ್ ಟೇಬಲ್ ಚೂರು ಚೂರುಗಳಾಗಿ ಸಿಡಿದು ಹೋಗಿತ್ತು. ಅವನ ಬಲ ಪ್ರದರ್ಶನ ಆ ಮಟ್ಟ ತಲುಪಿತ್ತು. ಸ್ವಾತಿಯ ವ್ಯಾಮೋಹದಲ್ಲಿ ರಕ್ಕಸನಾಗಿದ್ದ.

ಅಂದಿನ ರಾತ್ರಿ ಕೊಠಾರಿಯವರಿಗೆ ಇದಿಷ್ಟು ವಿಷಯ ಬಿತ್ತರಿಸಿದ.

"ಸೈಕೋಪಾತ್ ಅನ್ನಿಸುತ್ತೆ. ಬಹುಶಃ ಮಂಜಯ್ಯನ ಹೆಂಡ್ತಿ, ಬಾಭೀಯ ನಡುವೆ ಸಂಬಂಧವಿತ್ತು" ಎಂದರು. ಅವರ ಗ್ರಹಿಕೆ ಹಂಡ್ರೆಡ್ ಪರ್ಸೆಂಟ್ ಸರಿಯಾಗಿತ್ತು.

ತಕ್ಷಣ ಏನು ಹೇಳಿಲಿಲ್ಲ ಗಾಂಡೀವಿ. ಗುರುವಿನ ಬುದ್ಧಿವಂತಿಕೆ ಪರೀಕ್ಷಿಸುವಂತೆ ಕಂಡ.

"ಬರೀ ವ್ಯಾಮೋಹವಾಗಿದ್ರೆ, ಅದು ಸ್ವಾತಿಯ ಮಟ್ಟಿಗೆ ಅವನ ಭಾವೋದ್ವೇಗವಿರುತ್ತಿತ್ತು. ಅಲ್ಲಿನ ವಸ್ತುಗಳ ಮೇಲೆ ಸೇಡು ತೀರ್‍ಸಿಕೊಂಡಿದ್ದಾನೆಂದರೆ, ಆ ಬೆಡ್ ರೂಂ ಉಪಯೋಗ ಪಡೆದಿದ್ದಾನೆ. ಅಂದು ಹಿತವಾಗಿದ್ದು, ಇಷ್ಟವಾಗಿದ್ದು ಸ್ವಾತಿ ಇರದಿದ್ದರಿಂದ ದ್ವೇಷವಾಗಿ ಮಾರ್ಪಟ್ಟಿದೆ. ಇದ್ರಲ್ಲಿ ಮಂಜಯ್ಯ ಕೂಡ ಶಾಮೀಲು. ಹಣದ ಹಿಂದೆ ಬಿದ್ದ ಮನುಷ್ಯ" ಸಹಾನುಭೂತಿ ಜಿಗುಪ್ಸೆ ಬೆರೆತ ಸ್ವರದಲ್ಲಿ ಮಾತಾಡಿದರು.

ಇನ್ನು ಮಂಜಯ್ಯನನ್ನು ಪ್ರಶ್ನಿಸುವ ಲೇನಾದೇನಾ ಬೇಕಿರಲಿಲ್ಲ. ಸಮಸ್ಯೆ ಪರಿಹಾರದ ಬಗ್ಗೆ ಮಾತ್ರ ಚಿಂತಿಸಬೇಕಿತ್ತು. ಬಾಯಿ ತೆರೆಯುವ ಮುನ್ನ ಫೋನ್ ಸದ್ದಾಯಿತು. ಕಣ್ಣಿನಲ್ಲಿ ಸನ್ನೆ ಮಾಡಿದರು ಗಾಂಡೀವಿಗೆ.

ಫೋನಿನ ಟ್ರಾಪಾಯಿತು.

ಸ್ವಾತಿ ರಿಕ್ವೆಸ್ಟ್ ಮಾಡಿಕೊಂಡರು "ಸರ್, ಎಷ್ಟು ಹಣ ಬೇಕಾದ್ರೂ ತಗೊಳ್ಳಿ. ಪೊಲೀಸ್, ಗೂಂಡಾಗಿರಿ ಇಲ್ದೇ ನಮ್ಮನ್ನ ಬಾಭೀಯಿಂದ ರಕ್ಷಣೆ ಮಾಡಿ. ಮಕ್ಳುನ ಕೂಡ ಒಳಗಿಟ್ಕೊಂಡ್ ಅಜ್ಞಾತವಾಸ ಮಾಡ್ತಾ ಇದ್ದೀವಿ. ಪ್ಲೀಸ್... ಪ್ಲೀಸ್..." ನಂತರ ಅಳು ಅವ್ಯಾಹತವಾಗಿ ಹರಿದು ಬಂತು.

"ಡೋಂಟ್ ವರೀ, ಎಲ್ಲಾ ಸರಿಹೋಗುತ್ತೆ. ಇನ್ನೇನು ನನ್ನ ಸಂಪರ್ಕಿಸ್ಬೇಕಿಲ್ಲ. ಸದ್ಯಕ್ಕೆ" ಫೋನಿಟ್ಟುಬಿಟ್ಟರು.

ರೆಕಾರ್ಡರ್‌ನ ಬಟನ್ ಒತ್ತಿ ಆನ್ ಮಾಡಿದ. ಸ್ವಾತಿಯ ಮಾತುಗಳ ಬಿತ್ತರ. ಕೊಠಾರಿಯವರೇ ಆಫ್ ಮಾಡಿ ಗಾಂಡೀವಿಯತ್ತ ನೋಡಿದರು.

"ಈ ಕೆಲ್ಸ ನೀನು ಮಾಡ್ಬಲ್ಲೆ. ಬಯಲಿನಲ್ಲಿ ನಿಂತು ಫೈಟ್ ಮಾಡುವಷ್ಟು ಸಮರ್ಥ ಜನವಲ್ಲ. ಬರೀ ಪುಕ್ಕಲು. ಎಲ್ಲಾ ಅರ್ಥವಾಗಿದೆ ನಿಂಗೆ. ಹೇಗೆ ಹ್ಯಾಂಡಲ್ ಮಾಡ್ಬಹುದೋ ನೋಡು" ತಣ್ಣನೆಯ ಬೀಯರನ್ನು ಗುಟುಕರಿಸತೊಡಗಿದರು.

ಮಲಗಲು ಅವರು ಹೋದಾಗ ಗಾಂಡೀವಿ ತನ್ನ ಕೋಣೆಗೆ ಬಂದ ಮಂಜಯ್ಯ, ಸ್ವಾತಿ ನೆನಪಾದರು. ಹಣ, ಸ್ಟೇಟಸ್‌ನ ಸಂಪಾದನೆಗಾಗಿ ಅನುಸರಿಸಬಾರದ ದಾರಿ ಹಿಡಿದಿದ್ದರು.

ನಿದ್ದೆ ಹತ್ತಲಿಲ್ಲ. ಎಲ್ಲಿಂದ ಎಲ್ಲಿಗೆ? ಬಹುಶಃ ಓದು ಮುಗಿಸಿದ್ದರೆ ಆರಾಮಾಗಿ ನೈಮೀಪುರಕ್ಕೆ ಹೋಗುತ್ತಿದ್ದ. ಹೊಲ, ಗದ್ದೆ, ಅಲ್ಲಿನ ಜನರ ಮರ್ಯಾದೆ, ಸುಭದ್ರಳ ಪ್ರೇಮ, ಅಪ್ಪ ಅಮ್ಮನ ಅಂತಃಕರಣದಲ್ಲಿ ಆರಾಮಾಗಿ ಬದುಕುತ್ತಿದ್ದ.

ಫೋನ್ ರಿಂಗಾಯಿತು. ತಟ್ಟನೆ ಎತ್ತಿದ.

"ಮಿಸ್ಟರ್ ಕೊಠಾರಿ, ಅರ್ಜೆಂಟ್ ಮಾತಾಡೋದಿದೆ" ಬಂದ ದನಿ. ಬಹಳ ಕಡಿಮೆ ಸಮಯದ ನಿದ್ದೆ ಅವರದು. ಮಧ್ಯೆ ಡಿಸ್ಟರ್ಬ್ ಆದರೆ ನಿದ್ರಿಸಲಾರರು. "ಸಾರಿ, ಈ ಅವ್ರು ರೆಸ್ಟ್‌ನಲ್ಲಿದ್ದಾರೆ" ಎಂದ ಹೇಳಲೋ ಬೇಡವೊ ಎಂದು. ಈಗ ತರಹದ ಕಾಲ್‌ಗಳು ಅಪರೂಪವಲ್ಲ. "ಜಸ್ಟ್ ಎ ಮಿನಿಟ್..." ರೂಮಿಗೆ ಹೋದವನು ತಟ್ಟಿ ಎಬ್ಬಿಸಿ ಫೋನಿತ್ತ ಅವರ ಕೈಗೆ. ಮೂರೂವರೆ ನಿಮಿಷದಷ್ಟು ದೀರ್ಘಕಾಲ ಸಾಗಿತ್ತು ಅವರ ಮಾತು ಕತೆಗಳು.

ತಣ್ಣಗೆ ಇಟ್ಟವರು ಸಿಂಕ್‌ನಲ್ಲಿ ನೀರನ್ನು ಮುಖಕ್ಕೆ ಎರಚಿಕೊಂಡು "ಬೀ ಕ್ವಿಕ್, ಒಂದು ಕ್ಲೂ ಸಿಕ್ಕಿದೆ" ಹೇಳಿದವರು ಮತ್ತೆ ಫೋನ್‌ನ ಬಟನೊತ್ತಿ ಒಂದು ವಿಳಾಸ ಹೇಳಿಟ್ಟರು.

ಜೀಪು ಬಂಗ್ಲೆಯಿಂದ ಹೊರಗೆ ಧಾವಿಸಿದಾಗ ರಾತ್ರಿ ಎರಡರ ಸುಮಾರು. ಕತ್ತಲೆಯ ನಿರ್ಜನತೆಯಲ್ಲಿ ಶಾಂತತೆ ಇತ್ತು. ಇಡೀ ದಿನ ದುಡಿದ ಸಮಸ್ತ ಜೀವಕೋಟಿಗೆ ವಿಶ್ರಾಂತಿ ಪ್ರಕೃತಿಯ ಕೊಡುಗೆ.

ಊರ ಹೊರಗಿನ ಒಂದು ಇಂಡಸ್ಟ್ರಿಯಲ್ ಎಸ್ಟೇಟ್ ಬಳಿ ನಿಂತಿತು. ಅಲ್ಲೇ ಇರುವಂತೆ ಗಾಂಡೀವಿಗೆ ಸನ್ನೆ ಮಾಡಿ ಇಳಿದರು. ಮುರಿದ ಕಾಲಿಗೆ ಸಾಕಷ್ಟು ಚಿಕಿತ್ಸೆ ಪಡೆದರೂ ಕೆಲವೊಮ್ಮೆ ನೋವು ಮರುಕಳಿಸಿ ನಡಿಗೆ ಕೂಡ ಕಷ್ಟವಾಗಿತ್ತು. ಇದೇ ಅವರ ಐ.ಪಿ.ಎಸ್. ಪೂರ್ಣಗೊಳಿಸುವ ಆಸೆಯನ್ನು ಛಿದ್ರಗೊಳಿಸಿದ್ದು.

ಹತ್ತು ನಿಮಿಷ ಅರ್ಧ ಗಂಟೆ ಕಾದವನು ಇಳಿದ. ಆ ವೇಳೆಗೆ ಎದುರು ದಿಕ್ಕಿನಿಂದ ಒಂದು ಫಿಯೆಟ್ ಕಾರು ಬಂತು. ಕತ್ತು ಪಟ್ಟಿ ಹಿಡಿದು ಒಬ್ಬ ಯುವಕನನ್ನು ದಬ್ಬಿಕೊಂಡು ಬಂದ ಬಿ.ಆರ್. ಕೊಠಾರಿ.

"ಇವ್ನೇ ಬ್ಲಾಕ್‌ಮೈಲರ್ ಕರ್ಕೊಂಡ್ಹೋಗಿ" ಎಂದರು ರೋಷದಿಂದ. ಮಗ ಸಿಗುತ್ತಾನೆಂಬ ಆಸೆಯಿಂದ ಆತಂಕದಿಂದ ಜೀವ ಕೈಯಲ್ಲಿಡಿದು ಇಡೀ ಕುಟುಂಬ ನಿಬ್ಬೆರಗಾಯಿತು. "ಸರ್..." ಎಂದರು ಆ ಯುವಕನ ತಂದೆ.

"ಹೌದು, ನಿಮ್ಮ ಮಗ್ನ ಯಾರು ಕಿಡ್‌ನ್ಯಾಪ್ ಮಾಡಿರ್ಲಿಲ್ಲ. ಹಣಕ್ಕಾಗಿ ಅವ್ನೇ ಕಟ್ಟಿದ ಆಟ. ಅದ್ಕೇ ಕೆಲವು ಆಟಗಾರರ ಸಹಕಾರ ಇರ್ಬಹುದ್ದು. ಪೂರ್ಣ ಪ್ರಮಾಣದ ಅಪರಾಧ ಇವನದೇ. ಬೇಕೂನ್ನಿಸಿದ್ರೆ.... ಒಪ್ಸಿ ಪೊಲೀಸ್‌ಗೆ" ಎಂದವರು ಅವನ ಮುಖವನ್ನು ಒರಟಾಗಿ ತಿರುವಿದರು. ಬ್ಯಾಟರಿ ಹಾಕಿ ಎಲ್ಲರಿಗೂ ಅವನ ಮಗನೆಂದೇ ಖಾತರಿಪಡಿಸಿದವನು ಅವರತ್ತ ನೋಡಿದ. "ಈಡಿಯಟ್, ಬೇರೆ ಕಡೆ ಕದಿಯೋ ಖದೀಮರ್ಗಿಂತ ಮನೆಯನ್ನ ದರೋಡೆ ಮಾಡೋರ ಅಪರಾಧ ಹೆಚ್ಚು. ನೋಡು ಅವ್ರ ಮುಖಗಳ್ನ. ಅನ್ನ ನೀರು ಬಿಟ್ಟು ಕೊರ್ಗೀ ಕೊರ್ಗೀ ಸವೆದ ನಿನ್ನ ತಾಯಿನ ನೋಡು" ಎಂದವರೇ ಜೀಪು ಹತ್ತಿ ಸ್ಟಾರ್ಟ್ ಮಾಡಿದರು.

ನಂತರವೇ ಗಾಂಡೀವಿಗೆ ವಿಷಯ ಗೊತ್ತಾಗಿದ್ದು.

ಆತ್ಮಾನಂದ ಕೆಟ್ಟ ಚಟದ ಯುವಕ. ಮೂರು ತಿಂಗಳಿಂದ ತಲೆಮರೆಸಿಕೊಂಡು ಅವನ ಪೇರೆಂಟ್ಸ್‌ನ ಬ್ಲಾಕ್‌ಮೇಲೆ ಮಾಡುತ್ತ ನಾಲ್ಕಾರು ಸಲ ಹಣ ತರಿಸಿಕೊಂಡಿದ್ದ. 'ಈ ಸಲ ಐದು ಲಕ್ಷ ನಗದಾಗಿ ಕ್ಯಾಷ್ ಕೊಟ್ಟರೆ ನಿಮ್ಮ ಮಗನನ್ನ ಖಂಡಿತ ಬಿಟ್ಟು ಬಿಡುತ್ತೀವಿ. ಪೊಲೀಸರಿಗೆ ತಿಳಿಸಿದ್ರೆ ನಿಮ್ಮ ಮಗನ ಹೆಣ ಸಿಗುತ್ತೆ' ಇಂಥ ಬೆದರಿಕೆಯನ್ನು ಹಾಕಿ ಒಂದು ಡೆಡ್‌ಲೈನ್ ಎಳೆದಿದ್ದರು.

ಅಂಬಯ್ಯ ಶರಣಾಗಿದ್ದ ಬಿ.ಆರ್. ಕೊಠಾರಿಯವರಿಗೆ. ಆ ಡೆಡ್‌ಲೈನ್‌ಗೆ ಮೊದಲೇ ಪತ್ತೆಯೊಂದಿಗೆ ಅವರ ಮಗನನ್ನು ಒಪ್ಪಿಸಿದ್ದರು.

* * *

ಅಂದು ಬೆಳಿಗ್ಗೆಯೇ ಕೊಠಾರಿಯವರಿಗೆ ಗುಡ್ ಮಾರ್ನಿಂಗ್ ಹೇಳಿ ಮನೆ ಬಿಟ್ಟಿದ್ದ ಗಾಂಡೀವಿ. ಆಕಸ್ಮಿಕವಾಗಿ ಆಸ್ಪತ್ರೆ ಸರ್ಕಲ್‌ನಲ್ಲಿ ಎದುರಾದ ಶ್ಯಾನುಭೋಗ್ ತೀರಾ ಕ್ಷೋಭೆಗೊಂಡವನಂತೆ ಕಾಣುತ್ತಿರಲಿಲ್ಲ, ಕುಂಟುತ್ತಿದ್ದ.

ಮುಂದಕ್ಕೆ ಹೋದ ಗಾಂಡೀವಿ ಹಿಂದಕ್ಕೆ ಬೈಕ್ ತಿರುಗಿಸಿಕೊಂಡು ಬಂದು ನಿಲ್ಲಿಸಿ ಸ್ಟಾಂಡ್ ಹಾಕಿದವನು ಅವನತ್ತ ನಡೆದ. ಅವನೇನು ಗುರ್ತಿಸಲಿಲ್ಲ.

"ಹಲೋ ಶ್ಯಾನುಭೋಗ್, ಹೇಗಿದ್ದಿ?" ಕೂಲಿಂಗ್ ಗ್ಲಾಸ್ ತೆಗೆದ. ವಿಚಲಿತನಾದ. ಶಾಕಾಯಿತು ಅವನಿಗೆ. ಅಂದು ಮೊದಲ ಸಲ ಹಾಸ್ಟಲ್ ರೂಮಿನಲ್ಲಿ ಭೇಟಿಯಾದಾಗ ತಾಯಿ ಪ್ರೇಮದ ಮಮತೆಯ ಮುಗ್ಧತೆ ಅವನ ಕೆನ್ನೆಗಳಲ್ಲಿ ಆರಿರಲಿಲ್ಲ. ಇಂದು ಯುವ ಶಕ್ತಿಯ ಪ್ರತೀಕವೆನ್ನುವಂತೆ ವಿಜೃಂಭಿಸಿದ್ದ. "ಹಲೋ, ಗುರ್ತೇ ಸಿಗ್ಲಿಲ್ಲ!" ಎಂದ ಮುಖದ ಮೇಲೆ ಬಲವಂತದ ನಗುವನ್ನು ಎಳೆತಂದು ಆಪಾದಮಸ್ತಕ ನೋಡಿದರು. ಎತ್ತರ, ಬಲವಾದ ಮೈಕಟ್ಟು, ಓದುವ ಛಲ, ಕಾಲೇಜಿನಲ್ಲಿ 'ಹೀರೋ'ನಾಗಿಸಿದ್ದ ದಿನಗಳಿತ್ತು. ಮರುಕಗೊಂಡ. ಮೇಲಿನ ರೆಪ್ಪೆಗಳು ಕೆಳಗಿನ ಕಣ್ಣು ರೆಪ್ಪೆಗಳನ್ನು ಸ್ಪರ್ಶಿಸಿತು.

"ವೆರಿ ಬ್ಯಾಡ್. ನಿನ್ನ ಈ ಸ್ಥಿತಿಯಲ್ಲಿ ನೋಡೋಕೆ ಇಷ್ಟವಾಗೋಲ್ಲ. ವಾಟ್ ಈಸ್ ದಿ ಮ್ಯಾಟರ್? ಏನಾಗಿದೆ ನಿಂಗೆ?" ಭುಜದ ಮೇಲೆ ಕೈಯಿಟ್ಟ.

ಶ್ಯಾನುಭೋಗ್ ಉದಾಸ ನಗೆ ಚೆಲ್ಲುತ್ತ ನೋಡಿದ. "ನಾಟ್ ಸೋ ಗುಡ್,. ದಿ ಸಿಚ್ಯುವೇಷನ್ ಈಸ್ ಸರ್ಟನ್ಲಿ ಡಿಫಿಕಲ್ಟ್, ಒಂದು ರೀತಿಯಲ್ಲಿ ಅಪಾಯದ ಸ್ಥಿತಿ"

ಬೈಕ್ ಮೇಲೆ ಕೂಡಿಸಿಕೊಂಡು ಹೋಗಿ ಒಂದು ರೆಸ್ಟೋರೆಂಟ್‌ನ ಮುಂದೆ ನಿಲ್ಲಿಸಿದ. "ಕಾಫೀ ಕುಡೀತಾ ಮಾತಾಡೋಣ" ಒಳಗೆ ಕರೆದೊಯ್ದ. ಬರೀ ನಡಿಗೆ ಮಾತ್ರವಲ್ಲ. ಶ್ಯಾನುಭೋಗ್‌ನ ಜೀವನವೇ ಕುಂಟುತ್ತಿದೆಯೆನಿಸಿತು. ಹಿಂದೆ ಅವನ ಮುಖದಲ್ಲಿ ಕಾಣುತ್ತಿದ್ದ ಧೈರ್ಯ, ಸಾಹಸದ ಮನೋಭಾವ ಗುಹೆಯಲ್ಲಿ ಹೋಗಿ ಅಡಗಿ ಕೂತಂತೆ ಕಂಡಿತು.

ಸ್ಪೆಷಲ್ ಎ.ಸಿ. ರೂಮಿನಲ್ಲಿ ಎದುರು ಬದರಾಗಿ ಕೂತರು. ಶ್ಯಾನುಭೋಗ್ ಒಂದೇ ಸಮನೆ ಅವನನ್ನು ನೋಡುತ್ತಿದ್ದ. ಒಮ್ಮೆ 'ಮಗು' ಎಂದುಕೊಂಡಿದ್ದ. ಅಂದು ಪಾರು ಮಾಡಿ ಜೀವನ ಉಳಿಸಿದಾಗ ಅವನೆತ್ತರ ಗುರುತು ಹಾಕಿಕೊಂಡಿದ್ದ. ಇಂದು ಮಾತ್ರ ತ್ರಿವಿಕ್ರಮನಂತೆ ಕಂಡ. ಎತ್ತರ ಅಳೆಯಲಾರದೆ ಹೋದ.

ತಲೆ ಕೊಡವಿದ ಶ್ಯಾನುಭೋಗ್ "ರಿಯಲೀ ಯು ಆರ್ ಗ್ರೇಟ್. ನಿಂಗೆ ಅನ್ಯಾಯವಾಯ್ತು..." ಬಡಬಡಿಸ ತೊಡಗಿದಾಗ ಕೈ ಹಿಡಿದು ಮಾತು ಬೇಡವೆಂದ "ಆ ಮಾತುಗಳು ಬೇಡ. ನಿನ್ನ ಬಗ್ಗೆ ಹೇಳ್ಬೇಕೂನಿಸ್ಸಿದ್ರೆ ಹೇಳು" ಎಂದವನು ಬಂದ ಬೇರರ್‌ಗೆ ಎರಡು ಕಾಫೀ ತರಲು ಹೇಳಿದ. ಘಟನೆ, ಪ್ರತಿಭಟನೆ, ಪೋಲೀಸ್ ಪ್ರವೇಶವಾದಾಗಲೂ ಶ್ಯಾನುಭೋಗ್ ಅಲ್ಲೇ ಇದ್ದ. ಬರೀ ಪ್ರೇಕ್ಷಕ. ಕಂಬನಿ ತುಂಬಿ ಸಹಾಯಕ್ಕಾಗಿ ಅವನೆಡೆ ಕೂಡ ನೋಟ ಹರಿಸಿದ್ದ.

ಆ ನೆನಪುಗಳು ಕಹಿ ಮೂಡಿಸುತ್ತಿತ್ತು. ಆಕ್ರೋಶದಿಂದ ಅವನ ನರನಾಡಿಗಳನ್ನು ಬಿಸಿ ಮಾಡುತ್ತಿತ್ತು. ಪೆಡಸಾಗುತ್ತಿದ್ದ. ಕೊಡಲಿಯಾಗಿ ಸದೆಬಡಿಯಬೇಕೆನ್ನುವ ಆವೇಶ ಹೆಚ್ಚಾಗುತ್ತಿತ್ತು.

ಇಬ್ಬರು ಕಾಫೀ ಕುಡಿದಾಗ ಮೊದಲು ಮೇಲೆದ್ದವನು ಗಾಂಡೀವಿ. "ನೀನೇನು ಹೇಳ್ಲಿಲ್ಲ, ಶ್ಯಾನುಭೋಗ್. ನಾನು ಬಲವಂತ ಮಾಡೋಲ್ಲ. ಮತ್ತೊಮ್ಮೆ ಮೀಟ್

ಮಾಡೋಣ" ಎನ್ನುತ್ತ ಬಿಲ್‌ನ ಹಣ ತೆತ್ತ.

ಇಬ್ಬರು ಹೊರಗೆ ಬಂದರು. ಮುಂದಕ್ಕೆ ಹೋದ ಗಾಂಡೀವಿ ಕೈ ಹಿಡಿದ. "ನನ್ನ ಬದ್ಕು ಸ್ಪಾಯಿಲ್ ಆಗೋಯ್ತು. ಮತ್ತೇನು ಉಳಿದಿಲ್ಲ" ಹೇಳಿಕೊಂಡ. ಮೇಲಿನ ಷರಟಿನ ಗುಂಡಿ ಬಿಚ್ಚಿ ಗಾಂಭೀರ್ಯದಿಂದ ಅತ್ತಿತ್ತ ನೋಡುತ್ತ ಹೋಗುತ್ತಿದ್ದ ಶ್ಯಾನುಭೋಗ್ ಗತ್ತು ಠೀವಿಯನ್ನಾದರೂ ಕೆಲವರು ಅನುಕರಿಸುತ್ತಿದ್ದರು. ಇಂದು ತೀರಾ ಶೋಚನೀಯ ಸ್ಥಿತಿಯಲ್ಲಿದ್ದ.

ಪಕ್ಕಕ್ಕೆ ಕರೆದೊಯ್ದು ಆತ್ಮೀಯತೆಯಿಂದ ಭುಜದ ಮೇಲೆ ಕೈಯಿಟ್ಟ. "ನಿನ್ನ ಈ ಸ್ಥಿತಿಗೆ ನೀನೇ ಕಾರಣ. ಇದ್ರಿಂದ ಹೊರಬೀಳೋ ಪ್ರಯತ್ನ ಮಾಡು. ಸಂಪತ್‌ಗೆ ಕೂಡ ಓದಿನಲ್ಲಿ ಇಂಟರೆಸ್ಟ್ ಹೋಗಿದೆ. ಒಂದು ದರ್ಶಿನಿ ಶುರು ಮಾಡಿದ್ದಾನೆ. ಅದರಡಿಯಲ್ಲಿ ಒಂದು ಆದರ್ಶ ಯೋಜನೆ ಇದೆ. ಅನ್ಯಾಯವಾದವನದು ಒಂಟಿ ದನಿಯಾಗ್ಬಾರ್ದು. ಅದಕ್ಕೆ ಹತ್ತು ದನಿ ಕೂಡಬೇಕು. ಒಬ್ನಿಗಾದ ಅನ್ಯಾಯದ ವಿರುದ್ಧ ಹತ್ತು ಜನ ಹೋರಾಟಕ್ಕೆ ನಿಂತ್ರೆ ಅವ್ನಿಗೆ ನ್ಯಾಯ ಸಿಗುತ್ತೆ. ಅಂಥ ಪ್ರಸಂಗಗಳು ತಟ್ಟನೆ ನಿಲ್ಲದಿದ್ರೂ ಕಾಲಕ್ರಮೇಣ ಕಮ್ಮಿ ಆಗುತ್ತೆ. ಪ್ಲೀಸ್ ಹೋಗು ಅಲ್ಲಿಗೆ. ಯು ವಿಲ್ ಲೈಕ್ ಇಟ್" ಅವನ ಮುಂದೆ ಸ್ಪಷ್ಟವಾದ ದಾರಿಗೆ ಬೆಳಕು ತೋರಿದ. ಅಲ್ಲಿ ದೀವಿಗೆಯ ಶುಭ್ರ ಬೆಳಕಿತ್ತು. ಹತ್ತು ಜನಕ್ಕೆ ಬೆಳಕಾಗುವಂಥದ್ದು.

ತಾನು ನಿಂತ ಸ್ಥಳವನ್ನೇ ಮರೆತು ತಬ್ಬಿಕೊಂಡ ಗೆಳೆಯನನ್ನು ಶ್ಯಾನುಭೋಗ್.

ವಿಳಾಸದ ಜೊತೆ ಸಣ್ಣ ಒಕ್ಕಣೆಯನ್ನು ಕೂಡ ಬರೆದು ಶ್ಯಾನುಭೋಗ್‌ನ ಕೈಯಲ್ಲಿಟ್ಟ. "ಒಂದೆರಡು ದಿನಗಳಲ್ಲಿ ಸಂಪತ್‌ನ ಮೀಟ್ ಮಾಡ್ತೀನೀಂತ್ಹೇಳು" ಬೈಕ್‌ನತ್ತ ನಡೆದ.

ಅವನು ಬಾಭೀನ ಬೆನ್ನಟ್ಟಬೇಕಿತ್ತು. ಈ ಸಮಯಕ್ಕೆ ಅವನು ಮನೆಯಿಂದ ಹೊರ ಬರುತ್ತಿದ್ದ. ಸದ್ಯಕ್ಕೆ ಅವನಿಗೇನು ಕೆಲಸವಿಲ್ಲ! ಅಂಗಡಿ, ಫಾರ್ಮ್, ಏಜನ್ಸಿಗಳಿದ್ದರು ಅವನೇನು ಹೋಗಿ ಕೂಡುತ್ತಿರಲಿಲ್ಲ ಅಲ್ಲಿ. ಬರೀ ಓಡಾಟ, ಅಲಂಕಾರ್ ಹಾಗೆ ಹಿಂಡು ಗೆಳೆಯರನ್ನು ಕಟ್ಟಿಕೊಂಡು ಓಡಾಡುತ್ತಿರಲಿಲ್ಲ. ಒಬ್ಬಿಬ್ಬರು ಗೆಳೆಯರು, ಗೆಳತಿಯರು ಇದ್ದರೂ ಅಂಥ ಓಡಾಟವೇನಿರಲಿಲ್ಲ.

ಬಾಭೀಯ ಬಂಗ್ಲೆಯ ಮುಂದೆ ಹಾದು ಹೋದವನು ಒಂದು ಬೀಡಾ ಅಂಗಡಿಯ ಮುಂದೆ ಬೈಕ್ ನಿಲ್ಲಿಸಿ ಅಭ್ಯಾಸವಿಲ್ಲದಿದ್ದರೂ ಸಿಗರೇಟು ಪ್ಯಾಕ್ ಕೊಳ್ಳಲು ನಿಂತ.

"ಥ್ರಿಬಲ್ ಫೈವ್, ಅರ್ಧ ಡಜನ್ ಪ್ಯಾಕ್"

ಹತ್ತು ಹಸಿರು ನೋಟುಗಳನ್ನು ಅವನತ್ತ ಚಾಚಿದ. ಅವನಲ್ಲಿ ಆ ಬ್ರಾಂಡ್ ಸಿಗರೇಟು ಇರಲಿಲ್ಲ. ಆದರೆ ಗಿರಾಕಿಯನ್ನು ಬಿಟ್ಟುಕೊಡಲು ಮನಸ್ಸಾಗಲಿಲ್ಲ.

"ಸರ್, ನಮ್ಮ ಅಂಗ್ಡಿಯಲ್ಲಿ ಈ ಬ್ರಾಂಡ್ ಸಿಗರೇಟು ಮಾರೋಲ್ಲ. ನನ್ನ ಭಾವಮೈದುನನ ಅಂಗ್ಡಿಯಲ್ಲಿದೆ. ಬೇಕಾದ್ರೆ ತಂದ್ಕೊಡ್ತೀನಿ" ಕೂತ ಸ್ಥಳದಿಂದ ಕೆಳಗಿಳಿದ. ಬೀಡಾ, ಚಾಕಲೇಟು ಜೊತೆಯಲ್ಲಿ ಸಿಗರೇಟು ವ್ಯಾಪಾರ ಅವನದು.

"ಹಾಗೇ ಮಾಡು, ಬೇಗ ಬರ್ಬೇಕು. ಅಕಸ್ಮಾತ್ ನಾನ್ಹೋದ್ರು ತಂದಿಟ್ಟಿರು. ಬಂದು ಕಲೆಕ್ಟ್ ಮಾಡ್ಕೋತೀನಿ" ಹೇಳಿ ನೋಟುಗಳನ್ನು ಕೊಟ್ಟ.

ಪುಟ್ಟ ಮಗನನ್ನು ಕೂಡಿಸಿ ಹೋದ. ಹತ್ತು ನಿಮಿಷ ಅಲ್ಲಿ ಅನುಮಾನ ಬರದಂತೆ ನಿಲ್ಲಲ್ಲು ಈ ಉಪಾಯ ಅಷ್ಟೆ.

ಬಾಭೀಯ ಪುಟ್ಟ ಮಾರುತಿ ಡಾಬರ್ ರಸ್ತೆಗೆ ಇಳಿದಾಗ ಅಲರ್ಟ್ ಆದ. ಕೆಳ ಜಾರಿದ ಕೂಲಿಂಗ್ ಗ್ಲಾಸ್‌ನ ತೋರು ಬೆರಳಿನಿಂದ ಸರಿಯಾಗಿ ಕೂಡಿಸಿದ. 'ವೇಲು ಮೂಗ ಡ್ರೈವರ್' ಎಂದು ಗುರುತಿಸಲು ಸಾಧ್ಯವಿರಲಿಲ್ಲ. ಸರಿಯಾದ ಮುಖ ಪರಿಚಯವೂ ಅವನಿಗೆ ಇರಲಿಲ್ಲ.

ನೇರವಾಗಿ ಬಂದ ಮಾರುತಿ ಅಲ್ಲಿಯೇ ನಿಂತಾಗ ಚಗ್ಗನೆ ಎಗರಿ ಹೋದ ಹುಡುಗ. ತುಂಬ ಪರಿಚಯವೆ ಎಂದುಕೊಂಡ. ನಿಂತ ಜಾಗದಿಂದ ಚಲಿಸಲಿಲ್ಲ ಅತ್ತಿತ್ತ. ಇವನತ್ತ ತೋರಿಸಿ ಏನೋ ಹೇಳಿದ ಆ ಹುಡುಗ ಪ್ಲಾಸ್ಟಿಕ್ ಕವರ್‌ನಲ್ಲಿದ್ದ ಪಾನ್‌ಗಳನ್ನು ಕೊಂಡೊಯ್ದು ಕೊಟ್ಟ. ಕಾರಿನ ಚಕ್ರಗಳು ರಭಸದಿಂದ ಮುಂದಕ್ಕೆ ಉರುಳಿ ಕಣ್ಮರೆಯಾಯಿತು.

"ನಂಗೆ ಹೊತ್ತಾಯ್ತು. ಸಿಗರೇಟು ಪ್ಯಾಕ್‌ಗಳ್ನ ಇಟ್ಟಿರೋಕ್ಹೇಳು. ಬಂದು ತಗೊಂಡ್ಹೋಗ್ತೀನಿ" ಬೈಕ್ ಸ್ಟಾರ್ಟ್ ಮಾಡಿದ. ಬಹಳ ಪ್ರಯಾಸವೇನು ಬೇಕಾಗಲಿಲ್ಲ ಮಾರುತಿಯನ್ನು ಸಮೀಪಿಸಲು.

ಎಂಥ ವೆಹಿಕಲ್ ಜಾಮ್‌ನಲ್ಲಿಯೂ ಇಪ್ಪತ್ತು ಮಾರುತಿ ಕಾರುಗಳ ನಡುವೆಯೂ ಅದನ್ನು ಕಂಡುಹಿಡಿಯಬಹುದಿತ್ತು. ಡಿಫರೆಂಟ್ ಬಣ್ಣ, 'ಎಲ್ಲೋ' ಪೈಯಿಂಟ್ ಮಾಡ್ಸಿಕೊಂಡಿದ್ದ ಖುದ್ದಾಗಿ ಈ ಷೋಕಿಲಾಲ್ ಬಾಭೀ. ಅದು ಕೆಲವೊಮ್ಮೆ ಡಿಸ್‌ಅಡ್ವಾಂಟೇಜ್ ಕೂಡ.

ಸಿಟಿಯನ್ನು ದಾಟಿದ ಕಾರು ಸ್ವಲ್ಪ ನಿರ್ಜನತೆಯ ನಡುವೆ ಇದ್ದ ಪಬ್ ಬಳಿ ನಿಂತಿತು. ನಾಲ್ಕೈದು ಹುಡುಗಿಯರು 'ಹಾಯ್' ಎಂದರು ಅವನನ್ನು ನೋಡಿದ ಕೂಡಲೆ. ವಿಚಿತ್ರವಾದ ಪೋಷಾಕು. ಹೇರ್ ಸ್ಟೈಲ್‌ಗಳು ಕೂಡ ಚಿತ್ರ ವಿಚಿತ್ರವಾಗಿದ್ದವು. ವಯಸ್ಸನ್ನು ನಿರ್ದಿಷ್ಟವಾಗಿ ಹೇಳಲು ಸಾಧ್ಯವಿಲ್ಲ. ಹುಡುಗಿಯರು, ತರುಣಿಯರು, ಯುವತಿಯರು, ಅಂತೂ ಅಲ್ಪಸ್ವಲ್ಪ ವ್ಯತ್ಯಾಸದ ಹೆಣ್ಣುಗಳು ಚಲನಚಿತ್ರದ ಒಂದು ದೃಶ್ಯದಂತಿತ್ತು.

ಅರ್ಧ ಗಂಟೆಯ ಓಡಾಟದ ನಂತರ ಎಲ್ಲರೂ ಅವನ ಮಾರುತಿಯನ್ನು ತುಂಬಿಕೊಂಡರು. ಆಗ ದಾಕ್ಷಾಯಣಿಯ ನೆನಪಾಯಿತು. ನೂರು ಕನಸು, ಭರವಸೆಗಳನ್ನಿಟ್ಟು ಕೊಂಡು ಕಾಲೇಜುಗಳಿಗೆ ಸೇರಿಸಲ್ಪಟ್ಟ ತರುಣಿಯರು. ಇವರ ಮುಂದಿನ ಭವಿಷ್ಯವೇನು? ಒಂದು ಕೆಟ್ಟ ಚಿತ್ರಣ ಹರಡಿಕೊಂಡಿತು ಅವನ ಮುಂದೆ ಭವಿಷ್ಯದಲ್ಲಿ.

ಇಡೀ ದಿನ ಅವನ ಹಿಂದೆ ಸುತ್ತಿ ದಿನಚರಿಯ ಸಂಗ್ರಹದ ಜೊತೆ ಫೋಟೋಗಳನ್ನು ಕ್ಲಿಕ್ಕಿಸಿದ ಉಪಾಯವಾಗಿ. ರಾತ್ರಿ ಹಿಂದಿರುಗಿದಾಗ ಹತ್ತರ ಸುಮಾರು.

ಇನ್ನ ಹೊರಗಡೆಯ ಲಾನ್ ಮೇಲೆ ಕೂತು ಸಿಗರೇಟು ಸೇದುತ್ತಿದ್ದ ಬಿ.ಆರ್. ಕೊಠಾರಿಯವರು ಯಾರೊಂದಿಗೋ ಸಂಭಾಷಿಸುತ್ತಿದ್ದರು. ಅರೆ ಕತ್ತಲು, ಆ ಕಡೆಯ ಲೈಟುಗಳನ್ನು ಆಫ್ ಮಾಡಲಾಗಿತ್ತು.

"ಕಮಾನ್ ಮಿಸ್ಟರ್ ಪಾಂಚಜನ್ಯ" ಕೂಗಿದರು.

ವಿಶ್ ಮಾಡಿ ಅವರ ಮುಂದೆ ನಿಂತ. ಕತ್ತಲ ಅಡಿಯಲ್ಲಿ ಮಂಜಯ್ಯನ ಚಹರೆ ಸ್ಪಷ್ಟವಾಯಿತು.

"ಮೀಟ್ ಮಿಸ್ಟರ್ ಮಂಜಯ್ಯ. ನನ್ನ ಅಸಿಸ್ಟೆಂಟ್ ಪಾಂಚಜನ್ಯ" ಪರಿಚಯಿಸಿದರು. ಬಹಳ ಹೆದರಿದಂತಿದ್ದ ಮಂಜಯ್ಯೆ ಕೈ ಕುಲುಕುವ ಶ್ರಮವನ್ನು ಕೂಡ ತೆಗೆದುಕೊಳ್ಳದೆ ಕೈ ಜೋಡಿಸಿದರು. ರಸ ಹಿಂಡಿ ಎಸೆದಂಥ ಕಬ್ಬಿನ ಜಲ್ಲೆಯಂತಾಗಿತ್ತು ಅವರ ಅಸ್ತಿತ್ವ ಕ್ಷಣವಷ್ಟೇ ಮರುಕಪಟ್ಟಿದ್ದು ಗಾಂಡೀವಿ.

"ಡೋಂಟ್ ವರೀ. ನಿಮ್ಮ ಅಸೈನ್‌ಮೆಂಟ್‌ನ ನಮ್ಮ ಪಾಂಚಜನ್ಯಗೆ ಒಪ್ಪಿಸಿದ್ದೀನಿ. ವೆರೀ ಬ್ರಿಲಿಯಂಟ್. ಸಾಲ್ವ್ ಮಾಡಿಕೊಡ್ತಾರೆ. ನಿಮ್ಮ ಪ್ರಾಬ್ಲಮ್‌ಗೆ ಬರೀ ಬುದ್ಧಿಬಲದ ಅಗತ್ಯ" ಹೇಳಿದರು ಬಿ.ಆರ್. ಕೊಠಾರಿ. ಅವರದು ಅನುಭವದಿಂದ ಪಕ್ವಗೊಂಡಂಥ ವಯಸ್ಸಿಗೆ ಮೀರಿದ ಭೂಮಿ ತೂಕದ ಮಾತುಗಳು.

ಆ ವ್ಯಕ್ತಿ ಕತ್ತಲೆಯಲ್ಲಿಯೇ ತಲೆದೂಗಿ ಕಾರ್ಡ್‌ಲೆಸ್ ಫೋನ್‌ನಲ್ಲಿ "ಆಯ್ತು. ಎಷ್ಟು ನಿಮಿಷದಲ್ಲಿ ಗೇಟ್‌ನ ಮುಂಭಾಗದಲ್ಲಿ ಇರ್ತೀಯಾ?" ವಿಚಾರಿಸಿಕೊಂಡರು. ಇವರನ್ನು ಇಳಿಸಿದ ಕಾರು ಬೇರೊಂದು ಕಡೆ ವೆಯಿಟ್ ಮಾಡುತ್ತಿತ್ತು.

ಹೊರಟ ನಂತರ ಇಂದಿನ ಪ್ರೋಗ್ರೆಸ್‌ನ ವಿವರಿಸಿ ಅವರ ಸಲಹೆ ಪಡೆದುಕೊಂಡ.

"ನಡೀ, ಒಟ್ಟಿಗೆ ಡಿನ್ನರ್ ತಗೋಳೋಣ" ಎಂದು ಮೇಲೆದ್ದಾಗ, ತನಗಾಗಿ ಕಾದ ಅವರ ಬಗ್ಗೆ ಅಭಿಮಾನದ ಜೊತೆ ಪಿಚ್ಚೆನಿಸಿತು. "ಸಾರಿ ಸರ್, ನೀವು ಡಿನ್ನರ್ ತಗೋಳೋಕೆ ಇಷ್ಟೊಂದು ಲೇಟು ಮಾಡೋ ಅಗತ್ಯವಿರ್ಲಿಲ್ಲ" ಎಂದ. ಅದಕ್ಕೇನು ಪ್ರತಿಕ್ರಿಯಿಸಲಿಲ್ಲ ಅವರು.

ಹಾಸಿಗೆಯ ಮೇಲೆ ಉರುಳಿಕೊಂಡಾಗಲೂ ಸ್ವಾತಿಯ ಭಯ. ಕಣ್ಣೀರು ಇಲ್ಲಿಯವರೆಗೂ ಹರಿದು ಬಂದಂತಾಯಿತು. ಎದ್ದು ಕೂತ. ವಹಿಸಿರುವ ಕೆಲಸ ಎನ್ನುವುದಕ್ಕಿಂತ, ಅವನ ಸ್ವಂತ ಇಂಟರೆಸ್ಟ್. ಅಪರಾಧ ದೊಡ್ಡದೇ ಇರಬಹುದು. ಅದಕ್ಕಾಗಿ ಮರಣದಂಡನೆಗಿಂತ ಈ ಕ್ರೂರವಾದ ಶಿಕ್ಷೆ ಬೇಕಾಗಿರಲಿಲ್ಲ. ಭಯದಿಂದ ಬೋರ್ಡಿಂಗ್‌ನಲ್ಲಿರುವ ಮಕ್ಕಳನ್ನು ಕರೆಸಿಕೊಂಡಿದ್ದರು. ಅವರೊಂದಿಗೆ ನೆಮ್ಮದಿಯಾಗಿ ಬದುಕುವ ಆಸೆ ಅವರಿಗೆ. ಅದನ್ನು ಪದೇ ಪದೇ ತಮ್ಮ ಮಾತುಗಳಲ್ಲಿ ತೋಡಿಕೊಂಡಿದ್ದರು ಮಂಜಯ್ಯ.

ಪ್ರೊಫೆಷನ್‌ಗೆ ಬೇಕಾದ ಬೇಸಿಕ್ ಟ್ರೈನಿಂಗ್‌ನ ಕೊಟ್ಟಿದ್ದರು. ಡಾರ್ಕ್ ರೂಂಗೆ ಹೋಗಿ ಫಿಲಂನ ತೊಳೆದು ಡೆವಲಪ್ ಮಾಡಿ ಒಣಗಿಸಿ ಮುಂದೆ ಹರಡಿಕೊಂಡು ಕೂತ. ಅತ್ಯಂತ ಸೂಕ್ಷ್ಮವಾಗಿ ಬಾಬಿಯ ಮುಖ ಚಹರೆಯನ್ನು ಗಮನಿಸಿದ. ಬಾಲಿಶವಾಗಿ

ಕಾಣುವ ಅವನ ಕಣ್ಣುಗಳಲ್ಲಿ ತೀರದ ಕಾಮದ ಜ್ವಾಲೆ ಕುಣಿಯುತ್ತಿತ್ತು. ಅದರ ನಡುವೆ ಇಣಕುತ್ತಿದ್ದುದು ಪೆದ್ದತನ. ಒಂದೆರಡು ಗಂಟೆಯ ನಂತರ ಒಂದು ನಿರ್ಧಾರಕ್ಕೆ ಬಂದ. ಅಷ್ಟೇನು ದೃಢ ಮನಸ್ಕನಲ್ಲ. ಅತ್ಯಂತ ದುರ್ಬಲ ವ್ಯಕ್ತಿ. ಕಷ್ಟವೆನಿಸಲಿಲ್ಲ.

ಗಡಿಯಾರದತ್ತ ನೋಟ ಹರಿಸಿದ. ಐದಕ್ಕೆ ಬರೀ ಮೂರು ನಿಮಿಷವಿತ್ತು. ಐದೂವರೆಗೆ ಎದ್ದು ಜಾಗಿಂಗ್ ಅಲ್ಲ, ಸ್ಪೀಡ್ ವಾಕ್ ಮಾಡುವ ಅಭ್ಯಾಸ. ಒಂದು ಸ್ಲಿಪ್ ಬರೆದು ಇಟ್ಟು ಹೊರಬಿದ್ದ. ಹಿಂದಿನ ರಾತ್ರಿ ಫೋನಾಯಿಸಿದ್ದ ರಾತ್ರಿ ಎರಡರ ಸುಮಾರಿಗೆ. ಆಗ ಬಾಭೀ ಅವನ ನೆಂಟರ ಮನೆಯಲ್ಲಿ ಉಳಿದುಕೊಂಡಿದ್ದು ದೃಢಪಡಿಸಿಕೊಂಡು.

ಮುಂಜಾನೆಯ ತಂಗಾಳಿ. ಬಾಣದಂತೆ ಹೋಗುತ್ತಿತ್ತು ಬೈಕ್. ಪಾರ್ಕ್‌ನ ಮುಂಭಾಗದ ಬಯಲಿನಲ್ಲಿ ಪಾರ್ಕ್ ಮಾಡಿದ ವೆಹಿಕಲ್‌ನ. ಮಬ್ಬು ಬೆಳಕು. ಈ ಸಮಯದಲ್ಲಿ ಜಾಗಿಂಗ್ ವಾಕ್.

ಒಂಟಿಯಾಗಿ ನಿಂತಿದ್ದ ಬಾಭೀಯ ಭುಜದ ಮೇಲೆ ತಟ್ಟನೆ ಕೈಯಿಟ್ಟವನು ತುಸು ಅದುಮಿದ ಏಟಿಗೆ ಶಾಕ್ ತಿಂದವನಂತೆ ವಿಲಿವಿಲಿ ಒದ್ದಾಡಿದ.

"ಅರೇ, ಯಾರ್ ಯಾಕೆ ಭಯಪಡ್ತೀರಾ?" ಅಣಕವಿತ್ತು ಅವನ ಸ್ವರದಲ್ಲಿ. ಅವನತ್ತ ತಿರುಗಿದ ಬಾಭೀ ಏದುಸಿರು ಬಿಡುತ್ತಿದ್ದ. "ನಾನು... ನಾನು..ಯಾಕೆ ಭಯಪಡ್ಲೀ?" ತೊದಲಿದ. ಕೆಂಪಾದ ಅವನ ತುಟಿಗಳು ತೊಂಡೆ ಹಣ್ಣಿನಂತಿದ್ದವು. ಆರಾಮಾಗಿ ನಕ್ಕ. ಗಾಂಡೀವಿ ಅವನ ಕೈ ಬೆರಳುಗಳಲ್ಲಿ ಬೆರಳುಗಳನ್ನು ಹಾಕಿ "ಮುಂದೆ ಭಯಪಡ್ಬೇಕಾಗುತ್ತೆ. ಹೋಗ್ತಾ ಮಾತಾಡ್ಬಹುದು" ಎಂದ. ಗಾಂಡೀವಿಯ ಮುಷ್ಟಿಯಲ್ಲಿದ್ದ ಅವನ ಕೈ ಬೆವರುತ್ತಿದ್ದ ಅನುಭವವಾಯಿತು.

ಅಂದು ಸ್ವಾತಿ ಇವನ ವಿಕಾರ ಕಾಮ ಚೇಷ್ಟೆಗಳನ್ನು ಒಡಬಡಿಸುತ್ತ ಗೋಳಾಡುತ್ತಿದ್ದುದನ್ನು ನೆನಪಿಸಿಕೊಂಡ. ಆ ಹೆಣ್ಣು ಒದ್ದಾಡಿದ ಕ್ಷಣಗಳು ತೀರಾ ಅತ್ಯಂತ ಭಯಂಕರ ಘೋರವೆನಿಸಿತು.

"ಬಾಭೀ, ನೀವು ಜಾಗಿಂಗ್‌ಗೆ ಹೋಗೋಲ್ವಾ?" ಕೇಳಿದ.

"ನಂಗಿಷ್ಟವಿಲ್ಲ?" ಸ್ವರ ಒರಟಾಗಿದ್ದರೂ ಕಂಪನವಿತ್ತು ಅದರಲ್ಲಿ. "ಯಾಕಿಷ್ಟವಿಲ್ಲ. ಅಲ್ನೋಡಿ... ಸ್ವಾತಿ ಅಲ್ವಾ?" ನೆನಪಿಸಿದ. ಇವನತ್ತ ನೋಡಿದ. ಎರಡು ಕೈಗಳಿಂದ ತಲೆ ಹಿಡಿದುಕೊಂಡಿದ್ದು ಎರಡು ಕ್ಷಣಗಳು ಮಾತ್ರ. ದೌಡಾಯಿಸಿದ ಓಡುತ್ತಿದ್ದ ಹುಡುಗಿಯ ಹಿಂದೆ. ಸಾಕಷ್ಟು ಜನವಿದ್ದುದ್ದರಿಂದ ಅಂಥ ಅಪಾಯವೇನೂ ಆಗುವ ಸಂಭವವಿರಲಿಲ್ಲ. ಆದರೂ 'ಅಲರ್ಟ್' ಆದ ಓಡುವ ನೆಪದಲ್ಲಿ.

ಕಾಮಾಗಿದ್ದ ಬಾಭೀ ಓಡುತ್ತಿದ್ದ ಯುವತಿಯನ್ನು ಹಿಡಿದು ಕೆಳಗೆ ತಳ್ಳಿ ಆಕ್ರಮಿಸುವ ವೇಳೆಗೆ, ಜೊತೆಯಲ್ಲಿ ಜಾಗಿಂಗ್‌ಗೆ ಬಂದಿದ್ದ ಅವನ ಅಣ್ಣ ಮತ್ತು ಅವನ ಸ್ನೇಹಿತರು ಹೆಣಗಾಡಿ ಬಿಡಿಸಿದರೂ ಆಕ್ರೋಶದಿಂದ ಪ್ರಹಾರಗಳನ್ನು ಆರಂಭಿಸಿದವರು ಸುಮ್ಮನಾಗಲಿಲ್ಲ. ಪೊಲೀಸ್ ಸ್ಟೇಷನ್‌ಗೆ ಎಳೆದೊಯ್ದರು.

ಬಂದ ಕೆಲಸ ಮುಗಿದಿತ್ತು. ಮನೆಯವರಿಗೆ ಅವನ ಸ್ಥಿತಿ ಅರಿವಾಗಬೇಕಿತ್ತು! ಪೂರ್ತಿಯಾಗಿ ತಕ್ಷಣಕ್ಕೆ ಅರಿವಾಗದಿದ್ದರೂ ತಮ್ಮ ಬಿಜಿಯ ಮಧ್ಯೆಯೂ ಮಗನತ್ತ ಗಮನವಹಿಸುವುದು ಅವಶ್ಯಕವಾಗಿ ಆಗಬೇಕಾದ ಕೆಲಸ.

ಅಲ್ಲಲ್ಲಿ ಅಡ್ಡಾಡಿಕೊಂಡು ಆ ಪ್ರಕರಣದ ಬಗೆಗಿನ ಮಾತುಗಳನ್ನು ಸಂಗ್ರಹಿಸಿದ "ಮೈ ಗಾಡ್, ನನ್ನ ಫ್ರೆಂಡ್ ಸುಲಕ್ಷಣಗೆ ಗೊತ್ತು ಬಾಭೀ. ಎಂಥ ದೊಡ್ಡ ರೋಗ್. ಫ್ರೆಂಡ್ಲಿಯಾಗಿ ವರ್ತಿಸಿ ಏನೇನು ಮಾಡ್ಬಿಡ್ತಾನೋ, ನಂಗೆ ಡೌಟು" ಒಬ್ಬ ಯುವತಿಯ ಉದ್ಗಾರದ ಜೊತೆ "ಪ್ಲೀಸ್, ಅವ್ಳಿಗೆ ಫೋನ್ ಮಾಡಿ ವಿಷ್ಯ ತಿಳ್ಸು. ನಮ್ಮನೆಯಲ್ಲಿ ಸಾಧ್ಯವಿಲ್ಲ" ಫ್ರೆಂಡ್‌ಗೆ ಸುಲಕ್ಷಣ ಮನೆಯ ಫೋನ್ ನಂಬರ್ ಕೂಡ ತಿಳಿಸಿದ್ದನ್ನು ಮೈಂಡ್‌ನಲ್ಲಿಟ್ಟುಕೊಂಡ.

ಒಂದು ಗಂಟೆಯ ನಂತರ ಸುಲಕ್ಷಣ ಮನೆಯ ನಂಬರ್‌ಗಳನ್ನು ಫೋನ್‌ನ ಬಟನ್‌ಗಳಲ್ಲಿ ಒತ್ತಿದ.

"ಯಾರ್ರೀ.." ಸಹನೆ ಕಳೆದುಕೊಂಡಂತೆ ಕೂಗಿದರು.

"ನಾನು ಕರ್ಣೋ ಶಾಸ್ತ್ರಿ, ನಿನ್ನ ಮಗ್ಳುನ ಹುಷಾರಾಗಿರೋಕ್ಹೇಳು. ಬಾಭೀಗೆ ಒಂದು ತರಹ ಹುಚ್ಚಂತೆ. ಪಾರ್ಕ್‌ನಲ್ಲಿ ದೊಡ್ಡ ಹಗರಣವಾಗಿ ಪೊಲೀಸ್ನೋರು ಹಿಡಕೊಂಡ್ಹೋದ್ರು. ಸುಲಕ್ಷಣಾಗೆ ಹೇಳು" ಫೋನಿಟ್ಟ. ಸುಲಕ್ಷಣ ತಂದೆ ಶಾಸ್ತ್ರಿಗಳೆಂದು ಗ್ರಹಿಸಿಕೊಂಡಿದ್ದ ಅವರ ಮಾತುಗಳಿಂದ.

ಈಗಾಗಲೇ ಪ್ರತ್ಯಕ್ಷದರ್ಶಿಗಳಾಗಿದ್ದ ಇಬ್ಬರು ಸಹಪಾಠಿಗಳು ಫೋನ್‌ನಲ್ಲಿ ಸುದ್ದಿ ಬಿತ್ತರಿಸಿದ್ದರು ವರ್ಣರಂಜಿತವಾಗಿ. ಅರೆ ಬರೆ ವಿಷಯ ತಿಳಿದುಕೊಂಡಿದ್ದ ಶಾಸ್ತ್ರಿ ರೌದ್ರಾವೇಶ ತಾಳಿದ್ದರು.

ಕಾಲೇಜು ಶುರುವಾಗುವ ವೇಳೆಗೆ ಗಾಳಿಯಲ್ಲಿ ಸುವಾಸನೆ ಸೇರಿ ಹರಡುವಂತೆ ಇದೊಂದು ಮುಖ್ಯ ಸುದ್ದಿಯಾಯಿತು. ನ್ಯೂಸ್ ಪೇಪರ್‌ನಲ್ಲಿನ ಮುಖ್ಯ ವಿಷಯಗಳಿಗಿಂತ ಪ್ರಾಮುಖ್ಯತೆ ಪಡೆದುಕೊಂಡಿತು.

ಬಾಭೀಯ ಅಪ್ಪ ತಕ್ಷಣ ಕರೆತಂದ ಹೊರಗೆ. ತೀರಾ ದುರ್ಬಲ ಮನಸ್ಕನಾದ ಬಾಭೀಯ ತಲೆಯಲ್ಲಿ ಆ ಪ್ರಕರಣ ನಿಂತು ಯುವತಿಯರನ್ನು ಕಂಡ ಕೂಡಲೆ ಆವೇಶಭರಿತನಾಗುತ್ತಿದ್ದ. ಇದು ಯಾವ ಮಟ್ಟಿಗೆ ಹೋಯಿತೆಂದರೆ ಸೋದರತ್ತೆಯ ಮಗಳ ಮೇಲೆ ಮನೆಯವರ ಮುಂದೆಯೇ ಏರಿ ಹೋಗಿದ್ದ.

ಮಾನಸಿಕ ತಪಾಸಣೆಗಾಗಿ ಅವನನ್ನು ಮುಂಬಯಿಗೆ ಕಳಿಸಿದರು. ಉತ್ತಮ ಮಾನಸಿಕ ಆರೋಗ್ಯವನ್ನು ಪಡೆದೇ ಹಿಂದಿರುಗುತ್ತಾನೆ! ಕಾಲಿಗೆ ಚುಚ್ಚಿದ ಮುಳ್ಳನ್ನು ಉಪಾಯವಾಗಿ ಕಿತ್ತೆಸೆಯುವಂತೆ ಸ್ವಾತಿ, ಮಂಜಯ್ಯನವರ ಕುಟುಂಬವನ್ನು ಅವನಿಂದ ವಿಮುಕ್ತಿಗೊಳಿಸಿದ್ದ.

ಭಾನುವಾರ ಬೆಳಿಗ್ಗೆ ಬಿ.ಆರ್. ಕೊಠಾರಿಯವರು ಕಾಯುತ್ತಿದ್ದರು ಒಬ್ಬ ವ್ಯಕ್ತಿಗಾಗಿ. ಅವರ ಮುಂದೆ ಶೇಖರಿಸಿದ್ದ ರಿಪೋರ್ಟ್ ಫೈಲು ಇಟ್ಟ ಗಾಂಡೀವಿ.

"ಕೆಲವು ವಿವರಗಳ ಜೊತೆ ಸೂಕ್ಷ್ಮವಾದ ವಿಷ್ಯಗಳ್ನ ಕೂಡ ಕಲೆಕ್ಟ್ ಮಾಡಿದ್ದೀನಿ. ಅಗ್ನಿವೇಶ್ ಬಹಳ ಮೃದುವಾಗಿ ಮಾತಾಡಿದ್ರು. ತಮ್ಮ ಹೊರ್ಗಿನ ಜೀವ್ನದಲ್ಲಿ ಸಭ್ಯನಾಗಿ ಕಂಡ್ರೂ ದೊಡ್ಡ ರೋಗ್" ಎಂದ. ಅವನ ರಕ್ತ ಬಿಸಿಯಾಯಿತು. ಅನ್ಯಾಯ ಕಂಡಾಗ ಉದ್ವಿಗ್ನಗೊಳ್ಳುತ್ತಿದ್ದ. ಆದರೆ ಅದನ್ನ ವಿವೇಕದಲ್ಲಿ ಕಟ್ಟಿ ಹಾಕಿದ್ದ.

ನಸುನಗುತ್ತ ತಲೆದೂಗಿದರು ಕೊಠಾರಿ "ಐ ನೋ ಗುಡ್ ಆಕ್ಟರ್, ಚೆನ್ನಾಗಿ ನಟಿಸಬಲ್ಲ. ನನ್ನ ನಂಬಿಸೋಕೆ ಹೊರಟ ಫೂಲ್. ಅವ್ರನ್ನು ಎದುರಾಳಿಯನ್ನಾಗಿ ಮಾಡ್ಕೋಬಾರ್ದು. ಬೇರು ಸಹಿತ ಉರುಳೋಕೆ ಗಾಳಿಯಾಗ್ಬೇಕು. ಗಾಳಿ ಸರ್ವಾಂತರ್ಯಾಮಿ. ಯಾರು ರೆಕಗ್‌ನೈಜ್ ಮಾಡೋಕ್ಕಾಗೋಲ್ಲ. ಇದೊಂದು ಸೀಕ್ರೇಟ್" ಎಂದರು. ಆಳಕ್ಕೆ ಇಳಿದು ಅವರ ಬುದ್ಧಿ ಚಾತುರ್ಯತೆ, ವ್ಯಕ್ತಿಯನ್ನು ಅಳೆಯುವ ರೀತಿ ಗಮನಿಸಿ ಒಬ್ಬ ಜೀನಿಯಸ್, ಲಕ್ಷ ಮಂದಿಯಲ್ಲಿ ಸಿಕ್ಕಬಹುದಾದ ಮೇಧಾವಿಯೆಂದು ಅವನ ನಂಬಿಕೆ.

ಮಾತಿನ ಮಧ್ಯೆ ನೆನಪಿಸಿಕೊಂಡರು. "ಇಂದು ಸಂಡೆ, ಪರ್ಮೀಷನ್ ಕೇಳಿದ್ದೆ. ದಟ್ಸ್ ಓ.ಕೆ... ಡಿನ್ನರ್ ವೇಳೆಗೆ ಇಲ್ಲಿದ್ರೆ.... ಸಾಕು" ಎಂದರು. ಅಂತು ರಾತ್ರಿ ಹತ್ತರವರೆಗೂ ಹಾರಾಡುವ ಬರ್ಡ್. ಈ ವೇಳೆಯನ್ನು ಸ್ವಂತಕ್ಕೆ ಬಳಸಿಕೊಳ್ಳಲು ಅಪ್ಪಣೆ ಕೊಟ್ಟಿದ್ದರು.

ಫ್ರೆಂಡ್ಸ್ ದರ್ಶಿನಿಯ ಬಳಿ ಇವನ ಬೈಕ್ ನಿಂತಾಗ ಶ್ಯಾನುಭೋಗ್ ಹಾರಿಬಂದು ಅನಾಮತ್ತಾಗಿ ಒಳಗೊಯ್ದು ಬಿಟ್ಟ ಅವನನ್ನ, ಬೆವರಿನ ಮುದ್ದೆ ಆದ ಗಾಂಡೀವಿ.

"ಐಯಾಮ್ ವೆರಿ ಹ್ಯಾಪಿ, ಗಾಂಡೀವಿ. ನಾನು ಯಾವುದಾದ್ರೂ ವೆಹಿಕಲ್ ಕೆಳ್ಗೆ ಬಿದ್ದು ಸಾಯ್ತೀನಿ ಅಂದ್ಕೊಂಡೆ. ಹಾಗೆ ಆಗ್ಲಿಲ್ಲ" ನಗೆ ಬೀರಿದ. ಒಂದು ರೀತಿಯ ಗಾಬರಿಯಲ್ಲೇ ಇದ್ದ ಗಾಂಡೀವಿ ಸುಸ್ತಾದವನಂತೆ ಕೂತ.

ಸಂಪತ್ ತೀರಾ ಬಿಜಿಯಾಗಿದ್ದ. ವ್ಯಾಪಾರದ ಭರಾಟೆ ಜೋರಾಗಿತ್ತು. ಈಚೆಗೆ ಕಾಲೇಜಿಗೆ ಸೇರಿಕೊಂಡ ಇಬ್ಬರು ವಿದ್ಯಾರ್ಥಿಗಳು ಬಂದು ಕೆಲಸಕ್ಕೆ ನಿಂತಿದ್ದರು ಅವರೊಂದಿಗೆ. ಸ್ನೇಹವಲಯದಲ್ಲಿ ನಡೆಯುತ್ತಿತ್ತು.

ಇಡ್ಲಿ, ಉದ್ದಿನ ವಡೆ, ಸಾಂಬಾರ್ ತಂದು ಅವನ ಮುಂದಿಡಿದ. "ನಿಂಗೋಸ್ಕರ ಸ್ಪೆಷಲ್, ಬಂದೆ ಒಂದಿಷ್ಟು ಜಗಳ ಆಡೋದಿದೆ" ಚುರುಕಿನಿಂದ ಓಡಿದ ಬಿಲ್ ಕ್ಯಾಷ್ ಕೌಂಟರ್ ಕಡೆಗೆ.

ವಿದ್ಯಾರ್ಥಿಗಳು, ಉದ್ಯೋಗಸ್ಥ ಜನ ಹೆಚ್ಚಿಗೆ ಬರುತ್ತಿದ್ದರು. ಅನುಭವಗಳೇ ಯೂನಿವರ್ಸಿಟಿಯಾಗಿತ್ತು. ಈ ಕಲಿಕೆ ಬದುಕಿಗೆ ಮುಖ್ಯ. ಯಾವ ಸರ್ಟಿಫಿಕೇಟ್ಸ್ ಸಿಗದಿದ್ದರೂ.

ಸ್ವಲ್ಪ ರಷ್ ತಗ್ಗಿದ ಮೇಲೆ ಸಂಪತ್ ಬಂದು ಕೂತ ಅವನೆದುರು "ಇವತ್ತು ನಿನ್ನಿಂದ ಒಂದಿಷ್ಟು ಕೆಲ್ಸ ಇದೆ. ಪಾಂಡು ಅನ್ನೋ ಹೊಸ ವಿದ್ಯಾರ್ಥಿ ಬಟ್ಟೆಗಳನ್ನೆಲ್ಲ ಬಿಚ್ಚಿಸಿ ನೆನ್ನೆ ಬೆಂಕಿಗೆ ಹಾಕಿ ಇಡೀ ಹಾಸ್ಟಲ್ ಆವರಣದಲ್ಲಿ ಓಡಿಯಾಡ್ಸಿಬಿಟ್ಟಿದ್ದಾರೆ. ಇದೊಂದು ಸಣ್ಣ ಇನ್ಸಿಡೆಂಟ್ ಇಟ್ಕೊಂಡ್ ಈ ರ್‍ಯಾಗಿಂಗ್ ರೋಗ ತಡೆದುಬಿಡ್ಬೇಕು"

ಮೇಲುಸಿರು ಬಿಡುತ್ತ ಹೇಳಿದ. ಸಿನ್ಸಿಯರ್ ಎಂದು ಹೇಳಿಕೊಂಡು ಮೆರೆಯುವ ಕೆಲವು ವಿದ್ಯಾರ್ಥಿಗಳ ವಿಷಯದಲ್ಲಿ ಆಕ್ರೋಶ ಅವನದು.

ಗಾಂಡೀವಿ ಮುಷ್ಟಿ ಬಿಗಿಯಾಯಿತು. ಅಲಂಕಾರ್ ಆ ಕಾಲೇಜು ವಿದ್ಯಾರ್ಥಿ ಸಮೂಹದಿಂದ ಹೊರಗೆ ಬಂದಿರಬಹುದು. ಅದೇ ಪಳೆಯುಳಿಕೆ, ವಂಶವಾಹಿನಿ- ಅವುಡುಗಳು ಬಿಗಿಯಾದವು. ಅಂಥ ಕೆಲವು ವಿದ್ಯಾರ್ಥಿಗಳ ವಿರುದ್ಧ ಏಕೆ ಒಟ್ಟಾಗಿ ಪ್ರತಿಭಟಿಸಲಾರದು, ಉಳಿದ ವಿದ್ಯಾರ್ಥಿಗಳು. ಭಯ... ಭಯ... ಭವಿಷ್ಯದ ಭಯ.

ಉಳಿದ ಇಬ್ಬರು ವಿದ್ಯಾರ್ಥಿಗಳು ಆ ಘಟನೆಯನ್ನು ವಿವರಿಸಿದರು. ಉದ್ವೇಗದಿಂದ ಸ್ವರ ನಡುಗುತ್ತಿತ್ತು. ಅವರು ಹೊಸಬರೇ. ಎಲ್ಲರೂ ಕೂಡಿ ಒಂದು ಪ್ಲಾನ್ ಮಾಡಿದರು. ಒಬ್ಬ ವಿದ್ಯಾರ್ಥಿ ಸೊಗಸಾದ ಬಾಳು ಹಾಳಾದರೆ ನೋಯುವವರು ಹಲವಾರು ಮಂದಿ. ಸಮಾಜಕ್ಕೆ ಮಾತ್ರವಲ್ಲ ಇದರಿಂದ ರಾಷ್ಟ್ರಕ್ಕೂ ನಷ್ಟವೇ.

ಕಾಲೇಜಿಗೆ ಅಂಟಿಕೊಂಡೇ ಹಾಸ್ಟಲ್ ಇತ್ತು. ಹೆಚ್ಚು ಕೆಲಸ, ಮೀಟಿಂಗ್‌ಗಳು ಇಲ್ಲದ ಇನ ಕಾಲೇಜು ಸಂಜೆ ಆರರೊಳಗೆ ಬಂದ್ ಆಗಿ ಆ ಪ್ರದೇಶ ನಿರ್ಜನ. ಕೆಲವರಿಗೆ ಸ್ನೇಹಿತರಂತೆ ಹೊರಗಿನ ರೌಡಿಗಳ ಸ್ನೇಹ. ಆ ಜನವೇ ಅಲ್ಲಿನ ವಾತಾವರಣವನ್ನು ಕಲುಷಿತಗೊಳಿಸುತ್ತಿರುವುದು.

"ಡಿನ್ನರ್ ವೇಳೆಗೆ ಇಲ್ಲಿರಬೇಕು" ಬಿ.ಆರ್. ಕೊಠಾರಿಯವರ ಮಾತು ನೆನಪಾಯಿತು. 'ಓ.ಕೆ. ಬಾಸ್' ಎಂದುಕೊಂಡ. ಆ ಮಾತು ಮೀರುವಂತಿರಲಿಲ್ಲ.

ಇಬ್ಬರು ಕಿರಿಯ ವಿದ್ಯಾರ್ಥಿಗಳಿಂದ ಮತ್ತಷ್ಟು ವಿಚಾರಿಸಿಕೊಂಡ. ಸಾಣೆ ಹಿಡಿದ ಚಾಕುವಿನಂತೆ ಅವನ ಬುದ್ಧಿ ಕೊಠಾರಿಯವರಿಂದ ಬಹಳ ಚುರುಕಾಗಿತ್ತು.

"ಶ್ಯಾನುಭೋಗ್, ನೀನ್ಬಾ... ಇವತ್ತು ನಮ್ಮ ಸೂರಿನ ಡಿಸ್‌ಚಾರ್ಜ್ ಮಾಡ್ತಾರೆ" ಎಂದವನು ಸಂಪತ್‌ಗೆ ರಾತ್ರಿಯ ಪ್ಲಾನ್‌ನ ಬಗ್ಗೆ ವಿವರಿಸಿ ಬೈಕ್ ಏರಿದ.

ದೈಹಿಕವಾಗಿ ಚೇತರಿಸಿಕೊಂಡಿದ್ದ ಸೂರಿ. ಆದರೆ ಅವನ ಮಾನಸಿಕ ಸ್ಥಿತಿ ಮಾತ್ರ ಚೇತರಿಸಿಕೊಂಡಿರಲಿಲ್ಲ. ಭವಿಷ್ಯದ ಬಗ್ಗೆ ಸತ್ತ ಅವನ ಕನಸುಗಳು ಚಿಗುರಬೇಕಿತ್ತು.

ಬಿಲ್ ಸೆಟಲ್ ಮಾಡಿದ ನಂತರವೇ ಭೇಟಿ ಮಾಡಿದ್ದು. "ಏಯ್ ಸೂರಿ...." ಆತ್ಮೀಯತೆಯಿಂದ ಅವನ ಭುಜದ ಸುತ್ತ ಕೈ ಹಾಕಿದ "ನಿಂಗೋಸ್ಕರ, ಫ್ರೆಂಡ್ಸ್ ಎಲ್ಲಾ ಕಾಯ್ತಾ ಇದ್ದಾರೆ" ತೋಳಲ್ಲಿ ತುಂಬಿಕೊಂಡ. ಕೃಶವಾಗಿದ್ದ ಅವನು ಕೃತಜ್ಞತೆಯಿಂದ ಒರಗಿದ ಅವನೆದೆಗೆ. "ನಾನ್ಹೇಗೆ ನಿಂಗೆ ಕೃತಜ್ಞತೆ ತಿಳಿಸ್ಲೀ?" ಕಣ್ಣಂಚು ಒದ್ದೆಯಾಗಿತ್ತು. ಭಾಷೆ ತಿಳಿಯದ ಭಾವವೊಂದು ಅವರಿಬ್ಬರ ನಡುವೆ ಮಾತಾಡಿತು. ಅದು ಮಾನವ ಭಾಷೆ. ಮನಸ್ಸಿನ ಭಾಷೆ, ಹೃದಯದ ಭಾಷೆ. ಅದು ಅರ್ಥವಾಗಲು ಮನುಷ್ಯನಾಗಿದ್ದರೆ ಸಾಕು.

ನರ್ಸಿಂಗ್ ಹೋಂನಿಂದ ಹೊರಬಂದಾಗ ಹೊಸ ಜಗತ್ತು ಕೊಂಡಂತಾಯಿತು ಸೂರಿಗೆ. ಶ್ಯಾನುಭೋಗ್ ಅವನ ಭುಜದ ಮೇಲೆ ಕೈಯಿಟ್ಟ.

"ನಿಂಗೆ ಒಳ್ಳೆ ಫ್ರೆಂಡ್ಸ್ ಸಿಕ್ದ. ಬದ್ಕೀ ಉಳಿದೆ. ಆದ್ರೆ ನಾನು ರೂಂಮೇಟ್ ಆದ ತಪ್ಪಿಗೆ ಗಾಂಡೀವಿಯ ಕೆರಿಯರ್ ಹಾಳಾಯ್ತು. ಬದ್ಕಿನ ಸತ್ಯಕ್ಕೆ ಇದೊಂದು ಉದಾಹರಣೆ" ಒಣನಗೆ ಬೀರಿದ.

ಗಾಂಡೀವಿ ಇದನ್ನು ತಳ್ಳಿಹಾಕಿದ "ನಂಗೆ ಹಾಗೆ ಅನ್ನಿಸೋಲ್ಲ. ಆ ಘಟನೆ ನಿಖರವಾಗಿದ್ದ ಒಂದು ಲಿಮಿಟ್‌ನಲ್ಲಿದ್ದ ನನ್ನ ಧ್ಯೇಯ, ಉದ್ದೇಶವನ್ನು ನಾಶ ಮಾಡಿರ್ಬಹ್ದು. ಹೆತ್ತವ್ರಿಗೆ ನೋವನ್ನು ಕೊಟ್ಟಿರಬಹ್ದು. ಒಂದು ಮಿತಿಯಾಗಬಹುದಾದ ನನ್ನ ಜೀವನಕ್ಕೆ ಒಂದು ವಿಶಾಲವಾದ ಚೌಕಟ್ಟು ಸಿಕ್ಕಿದೆ ಈಗ" ಎಂದ ತಾದಾತ್ಮ್ಯ ಭಾವದಿಂದ.

ಶ್ಯಾನುಭೋಗ್ ಅವನ ಮಾತುಗಳಿಗೆ ನಕ್ಕ ಅಷ್ಟೆ.

ಮೂವರು ಮೊದಲು ಬಂದಿದ್ದು ಫ್ರೆಂಡ್ಸ್ ದರ್ಶಿನಿಗೆ. ಸಂಪತ್‌ನೊಂದಿಗೆ ನಾಲ್ಕಾರು ಜನ ಇದ್ದರು ಅನ್ಯಾಯದ ವಿರುದ್ಧ ಧ್ವನಿಯೆತ್ತಲು. ತುಳಿತಕ್ಕೆ ಒಳಗಾದ ವ್ಯಕ್ತಿಗಳಿಗೆ ಸಹಾಯ ಮಾಡಲು ಒಂದು ಪಡೆಯನ್ನು ರಚಿಸುವ ಯೋಜನೆಯಡಿಯಲ್ಲಿ ಕೆಲವರು ಭರ್ತಿ ಆಗಿದ್ದರು. ಕಾರ್ಯೋನ್ಮುಖವಾದಾಗ ಸಕ್ಸಸ್ ಬಗ್ಗೆ ಹೇಳಬಹುದಿತ್ತು.

"ಸದ್ಯಕ್ಕೆ ನಾನು ಕೂಡ ಕೆಲ್ಸ ಮಾಡ್ಬಲ್ಲೆ. ನಂಗೂ ಕೆಲ್ಸ ಕೊಡಬಲ್ಲರು ಅನ್ನೋ ಭರವಸೆ ಇಟ್ಕೋಬಹುದಲ್ಲ" ಎಂದ ಹರ್ಷದಿಂದ. ಗಾಂಡೀವಿ ಅವನ ಕೈ ಹಿಡಿದು ಅದುಮಿದ.

ಸದ್ಯಕ್ಕೆ ಸೂರಿನ ರೂಮಿನಲ್ಲಿ ಬಿಟ್ಟು ಮಧ್ಯಾಹ್ನದ ಲಂಚ್ ದರ್ಶಿನಿಯಲ್ಲವೆ. ಅಲ್ಪಸ್ವಲ್ಪ ಉಳಿದಿದ್ದ ತಿಂಡಿಯ ಜೊತೆ ಸಂಜೆಯ ಸಲುವಾಗಿ ತಯಾರಿಸಿದ್ದ ಜಾಮೂನ್‌ನ ಎಲ್ಲರಿಗೂ ಸಪ್ಲೈ ಮಾಡಿದ.

"ಗುಡ್‌ಕುಕ್!" ಶಭಾಷ್‌ಗಿರಿ ಕೊಟ್ಟ ಗಾಂಡೀವಿ ಬೇಸರದ ಮುಖ ಮಾಡಿ ತಲೆ ಕೊಡವಿದ. "ಕಾಲೇಜು ಬಿಡ್ಬಾರ್ದಿತ್ತು" ಅವನಿಗೆ ಅದೇನು ಪಿನ್ ಕೂಡ ಚುಚ್ಚಿದ ಹಾಗೆ ಆಗಲಿಲ್ಲ. "ಸದ್ಯ ವಿದ್ಯಾವಂತ ನಿರುದ್ಯೋಗಿಗಳ ಸಾಲಿನಲ್ಲಿ ನನ್ನದೊಂದು ಜಾಗ ಕಮ್ಮಿ. ಬೇರೆಯವ್ರು ಭರ್ತಿಯಾಗ್ಲಿ ಬಿಡು. ಈಗ ಎಷ್ಟು ಆರಾಮಾಗಿದೆ ಗೊತ್ತ. ಸಂತೋಷವಾಗಿದ್ದೀನಿ. ನಾಳಿನ ಚಿಂತೆ ಕಮ್ಮಿಯಾಗಿದೆ. ನಂಗೇನು ಅಂಥ ಆಂಬಿಷನ್ ಇರ್ಲಿಲ್ಲ. ಗ್ರೇಟ್ ಲಾಸ್ ಅಂದುಕೊಳ್ಳೋಕೆ. ಡೋಂಟ್ ವರೀ ಗಾಂಡೀವಿ" ಹುರುಪಿನಿಂದ ಮಾತಾಡಿದ.

ಶ್ಯಾನುಭೋಗ್ ಗಾಂಡೀವಿಯನ್ನೆ ಎವೆಯಿಕ್ಕದೆ ನೋಡಿದ. ಅಂದಿನ ಸಾತ್ವಿಕ ವ್ಯಕ್ತಿ ಗಾಂಡೀವಿಯೇ?

"ಬೈದಿ ಬೈ ಗಾಂಡೀವಿ. ನಿಜ್ವಾಗ್ಲೂ ಅಲಂಕಾರ್‌ಗೆ ನಿನ್ಮೇಲೆ ಅನುಮಾನ. ಅಂದು ಪ್ಲೇಗ್ರೌಂಡ್‌ನಲ್ಲಿ ಮುಖಕ್ಕೆ ಟವಲು ಸುತ್ತಿ ಹೊಡೆದಿದ್ದು ನೀನೇಂತ. ಆಗ ಬಿದ್ದ ಒದೆಗಳ ನೋವು ಈಗ್ಲೂ ಅನುಭವಿಸುವಂತೆ ನೆನಪು ಮಾಡ್ಕೋತಾನೆ. ನಂಗೆ ಮಾತ್ರ ನಂಬ್ಕೇ ಇಲ್ಲ. ಬಹಳ ಒಳ್ಳೆಯವನಾಗಿ, ಸಾತ್ವಿಕವಾಗಿ ಕಾಣುತ್ತಿದ್ದ ನೀನು ಅಂದಿನ ದಿನಗಳಲ್ಲಿ ಅವನ್ನ ಹೊಡೆದೆಯೇಂದ್ರೆ...." ಜಾಮೂನ್ ಕಪ್‌ನ ಕೆಳಗಿಟ್ಟ.

ಬಾಯಲ್ಲಿನ ಜಾಮೂನ್ ನುಂಗಿ ಒಂದು ತರಹ ನೋಡಿದ ಶ್ಯಾನುಭೋಗ್‌ನ "ಸಾತ್ವಿಕತೆ. ಸತ್ವಗುಣವೆಂದರೆ ಅಕರ್ಮವಲ್ಲ. ನಿರ್ವೀಯತೆಯಲ್ಲ. ಹಾಗೇ ಅಹಿಂಸೆಯೂ ಅಷ್ಟೆ. ಶುದ್ಧ ಅಪರಂಜಿ ಇದ್ದಂತೆ ಅಹಿಂಸೆ. ಅದ್ಕೇ ಸ್ವಲ್ಪವಾದ್ರೂ ಪೆಡಸಾದ ಕೆಚ್ಚನೆಯ ತಾಮ್ರ ಬೆರತಾಗ್ಲೇ ವ್ಯವಹಾರಕ್ಕೆ ಸಲ್ಲೋದು. ಮನುಷ್ಯನಲ್ಲಿ ಸ್ವಲ್ಪವಾದ್ರೂ ಕಾಠಿಣ್ಯ ಬೇಕು. ಸಮಾಜಘಾತುಕರ ನಿಗ್ರಹಕ್ಕೆ ತನ್ನ ಉಳಿವಿಗೆ ಕ್ರೌರ್ಯವು ಬೇಕು, ಹಿಂಸೆಯೂ ಬೇಕು. ಆ ಹಿಂಸೆ ಹಿಂಸೆಯಲ್ಲ. ಸಮಾಜವನ್ನು ಸುವ್ಯವಸ್ಥಿಕತೆ ಕಾಪಾಡುವ ಧರ್ಮ. ಜನರಲ್ಲಿ ಇಂಥ ಮನೋಭಾವ, ಧೈರ್ಯ ಬಂದ್ರೆ.... ಕಾನೂನಿನ ಕೆಲ್ಸ ಮತ್ತಷ್ಟು ಸುಲಭವಾಗುತ್ತೆ. ಅಂಥ ಜನರ ಎದೆಯಲ್ಲೂ ಭಯ ಹುಟ್ಟಿಕೊಳ್ಳುತ್ತೆ" ಹೇಳಿ ಎದ್ದ ಗಾಂಡೀವಿ.

ಕೈಗೊಂಡ ಯೋಜನೆಯನ್ನು ಎಲ್ಲಿಯವರೆಗೂ ವಿಸ್ತರಿಸುವುದು, ಕೂತು ಬಹಳ ಹೊತ್ತಿನವರೆಗೂ ಚರ್ಚಿಸಿದರು.

ಮರುದಿನ ಪೇಪರ್‌ನಲ್ಲಿ ಒಂದು ಸುದ್ದಿ-ರ್‍ಯಾಗಿಂಗ್ ಮಾಡುತ್ತಿದ್ದ ಕೆಲವು ವಿದ್ಯಾರ್ಥಿಗಳನ್ನು ಆವೇಶಭರಿತರಾದ ವಿದ್ಯಾರ್ಥಿಗಳು ಥಳಿಸಿ ವಿಚಿತ್ರವಾಗಿ ಶಿಕ್ಷಿಸಿದ್ದಾರೆ. ಇಡೀ ವಿದ್ಯಾರ್ಥಿಗಳ ಒಟ್ಟು ಬಲ ಇದರಲ್ಲಿ ಪಾಲ್ಗೊಂಡಿತ್ತು. ಪ್ರಶ್ನಿಸಲಾಗಿದೆ ಕೆಲವರನ್ನು. ಯಾರೂ ಬಾಯಿ ಬಿಡುತ್ತಿಲ್ಲ. ತಕ್ಷಣಕ್ಕೆ ಯಾರನ್ನೂ ಬಂಧಿಸಲಾಗಿಲ್ಲ.

ಪೇಪರ್ ಓದಿದ ಗಾಂಡೀವಿ 'ಹುರ್ರೆ' ಎಂದ. ಯಾರ ಮೇಲೂ ವೈಯಕ್ತಿಕವಾಗಿ ದ್ವೇಷವಿಲ್ಲದಿದ್ರೂ ಇತರ ವಿದ್ಯಾರ್ಥಿಗಳನ್ನು ಹಿಂಸಿಸುವ ಸ್ಯಾಡಿಸಂ ಪದ್ಧತಿ ತೊಲಗಬೇಕು.

ಅಂದು ಅಂತೂ ಫ್ರೆಂಡ್ ದರ್ಶಿನಿನಲ್ಲಿ ಸಂತೋಷ ಕೂಟ. ಬೇರೆಯವರೊಂದಿಗೆ ಹಂಚಿಕೊಳ್ಳುವಷ್ಟು ಕೋಲಾಹಲ ಮಾಡದಿದ್ದರೂ ಈ ದಿಗ್ವಿಜಯದಲ್ಲಿ ತಮ್ಮ ಪಾಲು ಇರುವುದಕ್ಕೆ ಹರ್ಷಿಸಿದರು.

* * *

ಅಂದು ಗಾಂಡೀವಿ ಬೈಕ್ ರೆಹಮಾನ್ ಮನೆಯ ಮುಂದೆ ನಿಂತಿತು. ಒಂದು ರೀತಿಯ ಸಮಾಧಾನ, ತೃಪ್ತಿ ಅವನಿಗೆ. ದರ್ಶಿನಿಯ ಒಂದು ದಿನದ ವ್ಯಾಪಾರದ ಹಣ ಅವನ ಕೈಯಲ್ಲಿಟ್ಟಿತು.

ಅತ್ಯಂತ ಆತ್ಮೀಯತೆಯಿಂದ ತಂದ ಹಣವನ್ನು ಅವರ ಮುಂದಿಟ್ಟ. "ಈ ಸ್ವಲ್ಪ ಹಣದಿಂದ ಅಷ್ಟಿಷ್ಟು ನಿನ್ನ ಟ್ರೀಟ್‌ಮೆಂಟ್‌ಗೆ ಅನ್ಕೂಲವಾಗ್ಬಹ್ದು. ಇದು ವಿದ್ಯಾರ್ಥಿಗಳಿಂದ ಶೇಖರವಾದ ಹಣ" ಕಕ್ಕಾಬಿಕ್ಕಿಯಾದರು ರೆಹಮಾನ್. ನಿಸ್ಸಹಾಯಕ ಸ್ಥಿತಿಯಲ್ಲಿದ್ದರೂ ಸ್ವಾಭಿಮಾನಿ.

"ಬೇಡಾ ಬೇಟಾ, ಬೇರೆಯವ್ರ ಹಣದಿಂದ ಬಿದ್ದುಹೋಗೋ ದೇಹದ ಕಾಯಿಲೆ ವಾಸಿ ಮಾಡ್ಕೋಳ್ಳೋ ಇಷ್ಟ ಇಲ್ಲ. ಹೆಚ್ಚೂಂದ್ರೆ ಇನ್ನ ಐದು ವರ್ಷ ಬದ್ಕಬಹ್ದು. ಈಗ್ಲೇ ಹೋಗ್ಲಿ ಬಿಡಿ. ಖುದಾಕೆ ಪಾಸ್" ಎಂದರು ದೃಢವಾಗಿ. ಮನುಷ್ಯ ಹೇಗೆ ಬದುಕಿದರೆ ಚೆನ್ನ ಎನ್ನುವುದಕ್ಕೆ ಇದೊಂದು ಚಿಕ್ಕ ಉದಾಹರಣೆಯಾಗಿ ಕಂಡಿತು.

ತಲೆಯಾಡಿಸಿದ ಗಾಂಡೀವಿ "ನೋ ದಾದ, ಇದೇನು ಬೇರೆಯವ್ರ ದಯೆಯಿಂದ ಬಂದ ದುಡ್ಡಲ್ಲ. ಅಪ್ಪ, ಮನೆಯ ಹಿರಿಯ ತಾನು ಮಾಡಿದ ಸಾಲ ತೀರಿಸ್ದೇ ಸತ್ರೇ.... ಆ ಋಣಭಾರ ಮುಂದಿನ ಪೀಳಿಗೆಯ ಮೇಲೆ ಬೀಳುತ್ತೆ. ಇದು ಅಷ್ಟೇ. ನಿಮ್ಮಿಂದ ಸಾಲ ಪಡೆದಿದ್ದು ವಿದ್ಯಾರ್ಥಿಗಳೇ. ಈಗ ಹಣ ಸಂಗ್ರಹಿಸಿರೋದು ಕೂಡ ವಿದ್ಯಾರ್ಥಿಗಳಿಂದ್ಲೇ. ನಿಮ್ಮ ಸಾಲದ ಹಣ ಹಿಂದಕ್ಕೆ ಬಂದಿದೆ ಅಂದ್ಕೊಳ್ಳಿ, ಪ್ಲೀಸ್" ಅವನ ಮನವೊಲಿಸಿದ.

ಕಾಲೇಜಿನ ವಿದ್ಯಾರ್ಥಿ ಲೀಡರ್ ಫ್ರೆಂಡ್ಸ್ ದರ್ಶಿನಿಯ ಪರ್ಮನೆಂಟ್ ಗಿರಾಕಿ. ಧೈರ್ಯದ ಜೊತೆ ಒಳ್ಳೆಯತನ ಕೂಡ ಇತ್ತು. ಅವನ ಮೂಲಕ ಪ್ರಿನ್ಸಿಪಾಲರ ರೂಮಿನ ಮುಂದೆ ಹುಂಡಿ ಇಟ್ಟು ಮೀಟಿಂಗ್ ಕರೆದು ವಿವರಿಸಿ ಸಂಗ್ರಹಿಸಿದ ಹಣ. ನಿರೀಕ್ಷೆಗೆ ಮೀರಿ ಸಂಗ್ರಹವಾಗಿದ್ದಕ್ಕೆ ಫ್ರೆಂಡ್ಸ್ ದರ್ಶಿನಿಯ ಪುಟ್ಟ ಕಾಣಿಕೆ. ಈಗ ಅವರಿದ್ದ ಸ್ಥಿತಿಯಲ್ಲಿ ಇದೊಂದು ದೊಡ್ಡ ಮೊತ್ತವೆ.

ದಾದ ಕುಟುಂಬ ಕಣ್ಣೀರಿಟ್ಟಿತು ಕೃತಜ್ಞತೆಯಿಂದ. ಜೊತೆಯಲ್ಲಿ ಹೋದ ಶ್ಯಾನುಭೋಗ್ ಮಾತು ಬಾರದೆ ಮೂಕನಾದ. 'ಹೀರೋ' ಮುಂದಾಳುತನದಲ್ಲಿ ಇರಬೇಕಾದ ಲಕ್ಷಣಗಳು ಇದೆಯೆನಿಸಿತು.

ದರ್ಶಿನಿಯ ಮುಂದೆ ಇಳಿದ ಶ್ಯಾನುಭೋಗ್ ಗಾಂಡೀವಿಯ ಕೈ ಹಿಡಿದುಕೊಂಡ. ಭಾವನೆಗಳ ಸಂಘರ್ಷವಿತ್ತು. ಕೃತಜ್ಞತೆಯ ಎದೆಭಾರ.

"ಯೂ ಆರ್ ವೆರಿ ಕೈಂಡ್. ನಿನ್ನಲ್ಲಿರೋ ದಯೆಯನ್ನು ಬೇರೊಬ್ಬರಲ್ಲಿ ನಾನು ನೋಡ್ಲಿಲ್ಲ. ಯೂ ಆರ್ ಗ್ರೇಟ್" ಶ್ಯಾನುಭೋಗ್ ಗಂಟಲು ಗದ್ಗದವಾಯಿತು.

ಗಾಂಡೀವಿ ಅವನ ಕಣ್ಣಲ್ಲಿ ನೋಟ ನೆಟ್ಟು "ದಿಸ್ ಈಸ್ ನೋ ಮ್ಯಾಟರ್ ಆಫ್ ಕೈಂಡ್‌ನೆಸ್. ಇದು ಕರ್ತವ್ಯ. ದಯೆ ಅನ್ನೋ ಪದದ ಬಳಕೆಯೇ ಬೇಡ. ಕೆಲವು ಕೊಡೋ ತೃಪ್ತಿಗೆ ಬೆಲೆ ಕಟ್ಟೋಕ್ಕಾಗೋಲ್ಲ ಸೀ ಯೂ" ಬೈಕ್‌ನ ಚಕ್ರಗಳು ಮುಂದಕ್ಕೆ ಉರುಳಿದವು.

ಸೇಠ್ ಹೀರಾಲಾಲ್ ಅಂಗಡಿಯ ಮುಂದೆ ನಿಂತಿತು ಅವನ ಬೈಕ್. ಅವರ ವ್ಯಾಪಾರದ ಗುಟ್ಟು, ರಹಸ್ಯಗಳು ಸೋರಿಹೋಗುತ್ತಿದ್ದವು. ಅದರ ತಲಾಷ್, ಬಂದೋಬಸ್ತು ಎರಡನ್ನು ಬಿ.ಆರ್. ಕೊಠಾರಿಯವರಿಗೆ ಒಪ್ಪಿಸಿದ್ದರು. ಆ ಜವಾಬ್ದಾರಿ ಗಾಂಡೀವಿಯ ಹೆಗಲ ಮೇಲೆ ಅಂದರೆ 'ಪಾಂಚಜನ್ಯ' ಪಾಲಿಗೆ.

ಆ ಕೆಲಸ ಮುಗಿಸಿಕೊಂಡು ಹಿಂದಿರುಗುವಾಗ ಒಮ್ಮೆ ಸೂರಿಯ ಬಗ್ಗೆ ಎಚ್ಚರಿಸಿ ಹೋಗೋಣವೆಂದು 'ದರ್ಶಿನಿ'ಯ ಕಡೆ ತಿರುಗಿಸಿದ. ಅಷ್ಟು ದೂರ ಇರುವಾಗಲೇ ಗುಂಪು ಕೂಡಿದ್ದು ಅವನ ಗಮನಕ್ಕೆ ಬಂದು ಬೈಕ್ ನಿಂತುಬಿಟ್ಟಿತು. ಮುಖದಲ್ಲಿ ಬೆವರಿನ ಹನಿಗಳು – ಆತಂಕದಿಂದ ಅವನೆದೆ ಹಾರಿತು.

ಆ ಕಡೆಯಿಂದ ಬರುತ್ತಿದ್ದ ಒಬ್ಬ ಸ್ಕೂಟರ್ ಸವಾರರನ್ನು ನಿಲ್ಲಿಸಿ "ಎಕ್ಸ್‌ಕ್ಯೂಜ್ ಮಿ ಸರ್. ಅಲ್ಲೇನು ನಡೀತಾ ಇದೆ?" ಎಂದ ಗಾಬರಿಯಿಂದ.

ಆ ವ್ಯಕ್ತಿ ಮುಖದಲ್ಲಿ ಇಣಕಿದ್ದು ಜಿಗುಪ್ಸೆ "ಬ್ಲಡೀ, ಬಾಸ್ಟರ್ಡ್ ಸ್ವಲ್ಪವಾದ್ರೂ

ಸೀರಿಯೆಸ್‌ನೆಸ್ ಬೇಡ್ವಾ! ಸಿನಿಮಾಗಳ ಇನ್ಸ್‌ಪಿರೇಷನ್‌ನಿಂದ ಹೊಡೆದಾಟಕ್ಕೆ ನಿಲ್ತಾರೆ. ಯೂಸ್‌ಲೆಸ್ ಫೆಲೋಸ್.... ಭೂಮಿಗೆ ಭಾರ" ಕೆಟ್ಟದಾಗಿ ಬೈಯ್ದರು. ಅವರಿಗೆ ಅವರ ಎತ್ತರದ ಅಯೋಗ್ಯ ಮಗ ಇರಬೇಕು.

ಬೈಕ್ ಸ್ಟಾರ್ಟ್ ಮಾಡಿದ. ನಿಲ್ಲಿಸಿ ಜನರ ನಡುವೆ ನುಗ್ಗಿದ. ಸಿನಿಮಾ ಷೂಟಿಂಗ್ ನೋಡುವಂತೆ ಜನ ಗುಂಪುಗೂಡಿದ್ದರು. ಸಂಪತ್, ಮಿತ್ರರು ಶ್ಯಾನುಭೋಗ್ ಅಲಂಕಾರ್‌ನ ನೆಲಕ್ಕೆ ಕೆಡವಿ ಥಳಿಸುತ್ತಿದ್ದ. ಅವನ ಕಾಲುಗಳಿಂದ ರಕ್ತ ಹರಿಯುತ್ತಿತ್ತು.

"ಐ ಕಿಲ್ ಯು, ನನ್ನ ಬದ್ಕನ್ನ ಹಾಳು ಮಾಡ್ಬಿಟ್ಟೆ" ಕಬ್ಬಿಣದ ಸಲಾಕೆಯನ್ನು ಅವನ ತಲೆಗೆ ಗುರಿ ಇಟ್ಟಿದ್ದ ಶ್ಯಾನುಭೋಗ್, ಬೀಭತ್ಸ್ಯ, ಭೀಕರ ದೃಶ್ಯ. "ಸೇವ್ ಮಿ ಗಾಂಡೀವಿ. ನನ್ನ ಕೊಂದುಬಿಡ್ತಾನೆ. ಸಾಯೋಕಿಷ್ಟವಿಲ್ಲ" ಅಲಂಕಾರ್‌ನ ಆರ್ತನಾದಕ್ಕೆ ಬೆಚ್ಚಿದ್ದ.

ಬಲವಾಗಿ ಶ್ಯಾನುಭೋಗ್‌ನ ಹಿಡಿದ. "ಪ್ಲೀಸ್, ಇದೇನಿದು ಅಲಂಕಾರ್ ಕೂಡ ನಿನ್ನ ಸ್ನೇಹಿತನಾಗಿದ್ದವ್ನೆ. ಕೊಲೆ ಮಾಡಿ ಜೈಲಿಗೆ ಹೋಗ್ಬೇಡ" ಕೊಸರಾಟ ನಿಲ್ಲಿಸಲು ಬಹಳ ಪ್ರಯತ್ನಪಟ್ಟ. ಸಫಲನಾಗುವ ವೇಳೆಗೆ ಸುಸ್ತಾದ ಸಂಪತ್. ಮಿತ್ರರು ಬಂದು ಅವನ ಕೈಯಲ್ಲಿನ ಸಲಾಕೆ ಕಸಿದುಕೊಂಡರು.

ಅಲಂಕಾರ್‌ನ ವಾಹನದಲ್ಲಿ ಹಾಕಿಕೊಂಡು ಅಲಂಕಾರ್ ಆಸ್ಪತ್ರೆಗೆ ಹೋದ. ತೀರಾ ಸಾಮಾನ್ಯ ವ್ಯಕ್ತಿಯಲ್ಲ. ಮಂತ್ರಿಯೊಬ್ಬರ ಮಗ–ವೈದ್ಯ ವೃಂದ ಕ್ವಿಕ್ಕಾಗಿ ಕಾರ್ಯೋನ್ಮುಖವಾಯಿತು. ಅವರ ಮನೆಗೆ ವಿಷಯ ತಿಳಿಸಿ ನಿಟ್ಟುಸಿರು ಚೆಲ್ಲಿದ. ಆ ಭೀಕರ ದೃಶ್ಯ ಇನ್ನೂ ಅವನ ಕಣ್ಮುಂದೆ ಇತ್ತು.

ವಿಷಯವನ್ನು ಬಿ.ಆರ್. ಕೊಠಾರಿಯವರ ಮುಂದಿಟ್ಟ. ನಿಧಾನವಾಗಿ ಕೇಳಿದವರು ತಕ್ಷಣ ಫೋನ್‌ನಲ್ಲಿಯೇ ಲಾಯರ್‌ನ ಸಂಪರ್ಕಿಸಿದರು. ಆಸ್ಪತ್ರೆಗೆ ಫೋನಾಯಿಸಿ ಅಲಂಕಾರ್‌ನ ಸಿಚ್ಯುವೇಷನ್ ತಿಳಿದರು.

"ಡೋಂಟ್ ವರೀ, ಅವನೊಬ್ಬ ಸಾಮಾನ್ಯ ವ್ಯಕ್ತಿಯಲ್ಲ. ಮಂತ್ರಿಯೊಬ್ಬನ ಮಗ ಅನ್ನೋದೊಂದೇ ಸಮಸ್ಯೆ. ಆದ್ರೂ ಪರ್ವಾಗಿಲ್ಲ. ನಂಗೆ ಬಿಡು ವಿಷ್ಯವನ್ನು" ತಾವು ವಹಿಸಿಕೊಂಡು 'ರಿಲ್ಯಾಕ್ಸ್' ಒದಗಿಸಿದರು ಅವನಿಗೆ.

ಒಂದು ಹಂತಕ್ಕೆ ವಿಷಯ ಮುಟ್ಟಿದಾಗ ಹೋಗಿ ಶ್ಯಾನುಭೋಗ್‌ನ ನೋಡಿದರು. ಬೋನಿನಲ್ಲಿ ಕೂಡಿದ ಹುಲಿಯಂತೆ ಓಡಾಡುತ್ತಿದ್ದ. ಅವನಿಗೆ ಪಶ್ಚಾತ್ತಾಪವಾಗಲೀ, ಮುಂದಿನ ಭವಿಷ್ಯದ ಬಗ್ಗೆ ಚಿಂತೆಯಾಗಲೀ ಇದ್ದಂಗೆ ಕಾಣಲಿಲ್ಲ.

"ಹಲೋ ಮೈ ಯಂಗ್ ಫ್ರೆಂಡ್, ಐಯಾಮ್ ಬಿ.ಆರ್. ಕೊಠಾರಿ" ಪರಿಚಯಿಸಿಕೊಂಡರು. ಶ್ಯಾನುಭೋಗ್ ಕಣ್ಣಂಚಿನಲ್ಲಿ ಕಂಬನಿಯೊಡೆಯಿತು. ಅದನ್ನು ಅಲ್ಲಿಯೇ ನಿಗ್ರಹಿಸಿಟ್ಟ. ಸಹಾನುಭೂತಿಯಿಂದ ನೋಡಿದರು. ತನ್ನ ಹಾಗೆ ಐ.ಪಿ.ಎಸ್. ಅಲ್ಲದಿದ್ದರೂ ಐ.ಎ.ಎಸ್. ಕನಸಿನಲ್ಲಿ ಕಾಲೇಜಿಗೆ ಕಾಲಿಟ್ಟವನು. ಎಲ್ಲಿಂದ ಎಲ್ಲಿಗೋ! ನೊಂದರು ತೀವ್ರವಾಗಿ.

"ಜಾಮೀನು ತಗೋಳೋಣ" ಅಷ್ಟೇ ಹೇಳಿದ್ದು. ಕೆಲವು ಸಲಹೆ, ಸೂಚನೆಗಳನ್ನು ಕೊಟ್ಟರು. ಮನದಲ್ಲಿ ವಿರೋಧವಿದ್ದರೂ ಶ್ಯಾನುಭೋಗ್ ಅವರ ಮುಂದೆ ತುಟಿ ತೆರೆಯಲಿಲ್ಲ.

* * *

ಸಾವು ಬದುಕಿನ ಹೋರಾಟದಲ್ಲಿ ಆಶ್ಚರ್ಯಕರ ರೀತಿಯಲ್ಲಿ ಉಳಿದುಕೊಂಡಿದ್ದ ಅಲಂಕಾರ್. ವೈದ್ಯ ತಂಡದ ನಿರಂತರ ಪರಿಶ್ರಮದ ಜೊತೆ ಅವನಿಗೆ 'ಆಯಸ್ಸು ಇತ್ತು' ಕೆಲವರ ಅಂಬೋಣ. 'ಆಲ್ ಇಂಡಿಯನ್ ಇನ್‌ಸ್ಟ್ಯೂಟ್ ಆಫ್ ಮೆಡಿಕಲ್ ಸೈನ್ಸ್' ವೈದ್ಯ ತಂಡ ಧಾವಿಸಿತ್ತು ಮಂತ್ರಿ ಪುತ್ರನ ಯೋಗಕ್ಷೇಮ ತಿಳಿಯಲು.

ಫಿಜಿಕಲೀ ಅಲಂಕಾರ್ ಚೇತರಿಸಿಕೊಂಡರೂ ಮೆಂಟಲೀ ಅಂದಿನ ಶಾಕ್‌ನಿಂದ ಹೊರಬಂದಿರಲಿಲ್ಲ. ಆ ದೃಶ್ಯದ ಪರಿಕಲ್ಪನೆ ಮನದಲ್ಲಿ ನಿಂತು ಹಿಂಡಿ ಹಿಪ್ಪೆ ಮಾಡುತ್ತಿತ್ತು ಅವನನ್ನು.

ಅಲಂಕಾರ್ ತಂದೆ ಭೂಮಿಗಿಳಿದು ಹೋಗಿದ್ದರು. ಒಬ್ಬನೇ ಮಗನ ಮದುವೆಯ ಲಗ್ನಪತ್ರಿಕೆಗಳು ಮುದ್ರಣಗೊಂಡಿದ್ದವು. ಆ ವೇಳೆಗೆ ಚೇತರಿಸಿಕೊಳ್ಳಲು ಸಾಧ್ಯವಿರಲಿಲ್ಲ.

ದೊಡ್ಡವರ ಸಂಬಂಧ ನೋಡಲು ಬಂದವರು ಸಂತಾಪ ಸೂಚಿಸಿ ಕಣ್ಣೀರು ಮಿಡಿದು "ಎಲ್ಲಾ ದೈವ ಸಂಕಲ್ಪ! ಮನುಷ್ಯ ಮಾತ್ರರಿಂದ ಏನಾಮ್ಡೋಕಾಗುತ್ತೆ? ವಿಧಿ ನಿರ್ಣಯ. ನಮ್ಮ, ನಿಮ್ಮ ಸಂಬಂಧಕ್ಕೆ ದೇವರ ಅಂಕಿತ ಬೀಳ್ಲಿಲ್ಲ" ಎಂದು ಹೇಳಿ ಹೋದವರು ಲಗ್ನಪತ್ರಿಕೆ ಕಳಿಸಿದ್ದರು. ಅದೇ ದಿನ, ಅದೇ ಛತ್ರದಲ್ಲಿ ಮಗಳ ಮದುವೆ. ವರನ ಹೆಸರಿನ ಜಾಗದಲ್ಲಿ ಬೇರೊಂದು ಹೆಸರಿತ್ತು. ಪೆನ್ಸಿಲ್‌ನಲ್ಲಿ ಬರೆದಿದ್ದನ್ನು ರಬ್ಬರ್‌ನಿಂದ ಅಳಿಸಿ ಹಾಕುವಂತೆ ಇವರ ಸಂಬಂಧವನ್ನು ಅಳಿಸಿಬಿಟ್ಟಿದ್ದರು.

ಆಮೇಲೆ ಫೋನ್‌ನಲ್ಲಿ ನಾಲ್ಕಾರು ಸಲ ಇವರು ಸಂಪರ್ಕಿಸಲು ಪ್ರಯತ್ನಪಟ್ಟರೂ ಸಿಗಲಿಲ್ಲ.

ಅಂದು ಅದೇ ನೋವಿನಲ್ಲಿ ಆಸ್ಪತ್ರೆಗೆ ಬಂದರು. ಚಿಟ್ಟೆಯಂತೆ ಹಾರಾಡಿಕೊಂಡಿದ್ದ ಮಗನಿಗೆ ಬಂದ ದುಸ್ಥಿತಿಗಾಗಿ ಇಳಿದುಹೋಗಿದ್ದರು ಭೂಮಿಯ ಮಟ್ಟಕ್ಕೆ..

"ಹೇಗಿದ್ದಿ?" ವಿಚಾರಿಸಿದರು.

"ಆಲ್‌ರೈಟ್ ಡ್ಯಾಡಿ. ನಾನು ಬದ್ಕಿರೋ ವಿಷ್ಯದಲ್ಲಿ ಈಗ್ಲೂ ನಂಗೆ ಅಪನಂಬಿಕೆಯೇ. ಅಂದು ಶ್ಯಾನುಭೋಗ್ ಕೊಡಲಿ ಹಿಡಿದ ಪರಶುರಾಮನಾಗಿದ್ದ. ಗಾಂಡೀವಿ ಬರ್‍ದಿದ್ರೆ ನಾನು ಬದ್ಕೀ ಉಳಿತಾ ಇರ್‍ಲಿಲ್ಲ. ಸಾವು ಎಷ್ಟರಮಟ್ಟಿಗೆ ನನ್ನ ಭಯಪಡಿಸ್ತೂಂದ್ರೆ..." ಆಗಲೂ ಅವನ ದನಿಯಲ್ಲಿ ಹೆದರಿಕೆಯೇ.

ಕರ್ಚೀಫ್‌ನಿಂದ ಕಣ್ಣೀರು ತೊಡೆದುಕೊಂಡರು ಅವನ ತಂದೆ. ಈಗಲೂ ಅವರು ತಮ್ಮ ಮಗನ ತಪ್ಪನ್ನು ಲೆಕ್ಕಕ್ಕೆ ತೆಗೆದುಕೊಳ್ಳಲಿಲ್ಲ. ತಮ್ಮ ರಾಜಕೀಯ ಜೀವನದಲ್ಲಿ ಬಹಳಷ್ಟು ಏರಿಳಿತವನ್ನು ಕಂಡವರೇ, ಆದರೆ ಈ ನೋವು ಗಂಟಲು ಕಟ್ಟಿತು. ಪ್ರತಿ ಸಲ

ಮಗನ ಬಳಿ ಬಂದಾಗಲೂ ಅವರದು ಇದೇ ಸ್ಥಿತಿ. ಮುಖ ಬಿಗಿಯಿತು. ಸಾವಿನಂಚಿನಲ್ಲಿ ಇನ್ನೇನು ಅಲಂಕಾರ್ ಇಲ್ಲವಾಗುವ ಸಂದರ್ಭದಲ್ಲಿ ರಕ್ಷಿಸಿದ್ದ ಗಾಂಡೀವಿ. "ಬರಬಾರ್ದು ಹೊರ್ಗೇ ಅವ್ನು ಅಂದ್ಕೊಂಡೆ. ಕೆಲವು ನನ್ನ ಕೈಮೀರಿ ಹೋಗುತ್ತೆ. ಡಿಟೆಕ್ಟಿವ್ ಏಜನ್ಸಿಯ ಬಿ.ಆರ್. ಕೊಠಾರಿಯವ್ರು ಜಾಮೀನು ಕೊಡ್ಸಿದ್ದಾರೆ" ಹಲ್ಲುಗಳನ್ನು ಕಚ್ಚಿ ಕೋಪ ಪ್ರದರ್ಶನ ಮಾಡಿದರು.

ಕಾಲ ಕಳೆದಂತೆ ಮೊದಲಿನ ಹಾಗೆ ತಿರುಗಾಡುವಂಥಾದಾಗ ಹೇಗೆ ಬದಲಾವಣೆಯೊಂದುತ್ತೋ ಅವನ ಸ್ವಭಾವ. ಈಗ ಮೃದುವಾಗಿದ್ದ. ಒಂದು ರೀತಿಯ ವಿರಕ್ತಭಾವ. ಈಗ ಇದ್ದು ಮತ್ತೊಂದು ದಿನ ಇಲ್ಲವಾಗುವ ಜೀವನದ ಬಗ್ಗೆ ವಿಪರೀತ ವ್ಯಾಮೋಹವಿಟ್ಟುಕೊಂಡು ಹುಡುಗಾಟವಾಡುವುದು ಸರಿಯೆನಿಸಲಿಲ್ಲ.

"ಒಳ್ಳೇದೆ ಆಯ್ತು, ಡ್ಯಾಡಿ" ಎಂದ ನೋವಿನಿಂದ.

ಆಗ ಡಾಕ್ಟರ್ ಬಂದಿದ್ದರಿಂದ ತಂದೆ, ಮಗನ ಮಾತುಕತೆ ಬಂದ್ ಆಯಿತು. ಅತ್ಯುತ್ತಮವಾದ ಟ್ರೀಟ್‌ಮೆಂಟ್ ಜೊತೆ, ಒಳ್ಳೆಯ ಸೌಲಭ್ಯವನ್ನು ಒದಗಿಸಿಕೊಡಲಾಗಿತ್ತು ಅವನಿಗೆ.

ಅಂದಿನ ಸಾಯಂಕಾಲ ಗಾಂಡೀವಿ ಅವನನ್ನು ನೋಡಲು ಬಂದ. ನಾಲ್ಕಾರು ಸಲ ಬಂದಾಗಲೂ ನೋಡಲು ಪರ್ಮಿಷನ್ ನಿರಾಕರಿಸಿದ್ದರು ಆಸ್ಪತ್ರೆ ಸಿಬ್ಬಂದಿ. ಇಂದು ನೋಡಲು ಅವಕಾಶ ಸಿಕ್ಕಿತ್ತು.

"ಹಲೋ ಅಲಂಕಾರ್..." ದನಿಗೆ ಎಚ್ಚೆತ್ತ ಅಲಂಕಾರ್ ಕಣ್ತೆರೆದು ನಸುನಗೆ ಬೀರಿದ. "ಬಾ ಗಾಂಡೀವಿ..." ಅವನ ಹಿಂದೆ ನೋಟ ಬೀರಿದರು. ಪ್ರಜ್ಞೆ ಬರುವ ಮುನ್ನ ಅವನ ಅಸಂಖ್ಯಾತ ಗೆಳೆಯ ವೃಂದ ಬಂದು ಹೋಗಿತ್ತೇನೋ, ಈಗಂತೂ ಯಾರೂ ಬಂದು ಭೇಟಿ ಮಾಡಿರಲಿಲ್ಲ ಅವನನ್ನು.

ಮಂಚದ ಪಕ್ಕದಲ್ಲಿದ್ದ ಛೇರ್ ಮೇಲೆ ಕೂತ. ಅಹಂಭಾವದಿಂದ ಮೆರೆಯುತ್ತಿದ್ದ ಅಲಂಕಾರ್ ಆಸ್ಪತ್ರೆಯ ನಾಳಗಳ ಮಧ್ಯೆ ಮಂಚದ ಬಂಧಿ. ಸಹಾನುಭೂತಿಯಿಂದ ಅವನೆದೆ ಹಿಂಡಿತು.

"ಹೇಗಿದ್ದೀಯಾ?" ಕೇಳಿದ.

"ಓ.ಕೆ. ಅಂತೂ ಪ್ರಾಣ ಇದೆ" ಮುಗುಳ್ನಕ್ಕ.

"ಮಹಾಭಾರತದ ಕತೆಯನ್ನು ನಮ್ಮಜ್ಜ ಹೇಳ್ತಾ ಇದ್ರು ಚಿಕ್ಕಂದಿನಲ್ಲಿ. ಭೀಮ ದುರ್ಯೋಧನ ಬಡಿದು ಹಾಕುವಾಗಿನ ರೋಷವನ್ನು ಕಂಡೇ ಅಂದು ಶ್ಯಾನುಭೋಗ್ ಕಣ್ಣಲ್ಲಿ, ಮತ್ತೊಂದು ದೃಶ್ಯ ಕೀಚಕನ್ನ ಬಡಿದಿದ್ದು ಭೀಮ, ಇನ್ನೊಂದು ಜಯದ್ರಥನನ್ನು ಕೊಂದು ಅರ್ಜುನ ಮಗನನ್ನು ಕೊಂದ ಸೇಡು ತೀರ್‍ಸಿಕೊಂಡಿದ್ದು. ಎಲ್ಲಾ ಒಟ್ಟಿಗೆ ನೆನಪಾಗಿಬಿಡ್ತು ಆ ಕ್ಷಣ" ಭೀಕರ ದೃಶ್ಯವನ್ನು ನೆನಪಿಸಿಕೊಂಡ.

ಮಾತಾಡಲಿಲ್ಲ ಗಾಂಡೀವಿ. ಸಂಪತ್ ಹೇಳಿದ್ದ. ನಾಲ್ಕಾರು ಸಲ ಅಲಂಕಾರ್ ಅವನ ಸ್ನೇಹಿತರು ಬಂದು ಗಲಾಟೆ ಮಾಡಿ, ಅವಹೇಳನ ಮಾಡಿ ಹೋಗಿದ್ದುದರ ಜೊತೆಗೆ

ಅಂದು ಶ್ಯಾನುಭೋಗ್‌ನ ಕೆರಳಿಸಿದ್ದ. ಅವನ ಅಪರಾಧಕ್ಕಿಂತ ಇವನದೇ ಹೆಚ್ಚೆನಿಸುತ್ತಿತ್ತು.

"ಸಾರೀ, ನಂಗೆ ಆ ವಿಷ್ಯ ಮಾತಾಡೋಕೆ ಇಷ್ಟವಿಲ್ಲ" ಮೇಲೆದ್ದ. ಇಡೀ ಅವನ ಕೆರಿಯರ್‌ನ ಹಾಳು ಮಾಡಿದ್ದ. ಬೇರೆಯವರ ಬದುಕು ಹುಡುಗಾಟವಾಗಿತ್ತು ಅವನಿಗೆ. ತಂದೆಯ ಹಣ, ಪವರ್‌ನ ಸರಿಯಾಗಿ ಉಪಯೋಗಿಸಿಕೊಳ್ಳುತ್ತಿದ್ದ.

ಅಲಂಕಾರ್‌ಗೆ ಅರ್ಥವಾಯಿತು. "ಪ್ಲೀಸ್, ಕೂತ್ಕೋ ಗಾಂಡೀವಿ. ನನ್ನ ಅಪರಾಧಕ್ಕೆ ದೇವರು ಕೊಟ್ಟ ಶಿಕ್ಷೆ. ನಂಗೆ ಶ್ಯಾನುಭೋಗ್ ಬಗ್ಗೆ ಸಿಂಪತಿ ಇದೆ" ಹೃದಯದ ಪಶ್ಚಾತ್ತಾಪ ಮಾತಿನ ರೂಪದಲ್ಲಿ ಹೊರಬಿತ್ತು.

"ಏನು ಪ್ರಯೋಜನ! ಒಬ್ಬ ಐ.ಎ.ಎಸ್. ಅಧಿಕಾರಿ ಆಗ್ಬೇಕೂಂತ ಕನಸನ್ನು ಹೊತ್ತು ಇಲ್ಲಿಗೆ ಬಂದಿದ್ದು. ಅಪರಾಧಿಯಾಗಿ ಸರಳುಗಳ ಹಿಂದೆ ಹೋಗ್ಬೇಕಾಯ್ತು. ಅವ್ನು ಕಳ್ದುಕೊಂಡಿದ್ದು ಅಪಾರ" ನೋವಿನಿಂದ ನುಡಿದ.

ಒಳಗೆ ಬಂದ ಸಿಸ್ಟರ್ ಹೆಚ್ಚು ಮಾತಾಡಿಸಬಾರದೆಂದು ಹೋಗುವಂತೆ ವಿನಂತಿ ಮಾಡಿದಳು. ತಲೆದೂಗಿ ಮೇಲೆದ್ದ ಗಾಂಡೀವಿ. ನಿರ್ಮಲ ಮನಸ್ಸಿನಿಂದ ಪಟ್ಟಿ ಹಾಕಿದ ಕೈಯನ್ನು ಸವರಿದ.

"ಗೆಟ್‌ವೆಲ್ ಸೂನ್, ಅಲಂಕಾರ್" ಅಷ್ಟೆ ಹೇಳಿದ್ದು.

ಅವನು ಪ್ರತಿಕ್ರಿಯಿಸುವ ಮುನ್ನ ಅಲ್ಲಿಂದ ಹೊರಬಿದ್ದಿದ್ದ.

ಮುಚ್ಚಲ್ಪಟ್ಟ ಫ್ರೆಂಡ್ಸ್ ದರ್ಶಿನಿ ಓಪನ್ ಆಗಿತ್ತು. ನಿರಾಳವಾಗಿ ಉಸಿರಾಡುವಂತಾಯಿತು ಗೆಳೆಯರಿಗೆ. ಆದರೆ ಒಂದೆರಡು ದಿನಗಳ ವ್ಯಾಪಾರ ನೋಡಿ ದಿಕ್ಕೆಟ್ಟಂತಾದರೂ ಆಮೇಲಿನ ದಿನಗಳಲ್ಲಿ ಚೇತರಿಸಿಕೊಂಡಿತು.

ಬೈಕ್ ನಿಲ್ಲಿಸಿ ಗಾಂಡೀವಿ ಒಳಗೆ ಬಂದಾಗ ಸುಮ್ಮನೆ ಕೂತು ಗೋಡೆಗೊರಗಿ ಸೂರನ್ನು ದಿಟ್ಟಿಸುತ್ತಿದ್ದ ಶ್ಯಾನುಭೋಗ್. ನಾಲ್ಕಾರು ದಿನ ಗಡ್ಡ ಶೇವ್ ಆಗಿದ್ದು. ಹುಲುಸಾಗಿ ಬೆಳೆದ ಗಡ್ಡಮೀಸೆಗಳು, ಕಂಗೆಟ್ಟ ಮನಸ್ಸಿನ ಸ್ಥಿತಿಯಿಂದ ನೋಡುವವರ ಕಣ್ಣಿಗೆ 'ಅಕೃತ್ಯ' ವೆಸಗುವವನಂತೆ ಕಾಣುತ್ತಿದ್ದ. ಇಂದು ಗಡ್ಡ ಮೀಸೆಗಳು ಇಲ್ಲವಾಗಿತ್ತು. ಬಹುಶಃ ಮನದ ಸ್ಥಿತಿ ಕೂಡ ಸುಧಾರಿಸಿರಬೇಕು.

"ಹಲೋ ಶ್ಯಾನುಭೋಗ್..." ಭುಜದ ಮೇಲೆ ಕೈ ಹಾಕಿ ಅವನಿಗೆ ಒತ್ತಿಕೊಂಡಂತೆ ಕೂತ. ಶ್ಯಾನುಭೋಗ್ ಆತ್ಮೀಯತೆಯಿಂದ ತೋಳಿನಿಂದ ಅವನನ್ನು ಬಳಸಿದ.

"ಏನಾಗ್ಬೇಕಿತ್ತು ನಾನು. ಏನಾಗಿ ಹೋದೆ! ಇದ್ಕೆಲ್ಲ ಯಾರು ಕಾರಣ?" ನೋವಿನಿಂದ ಭುಸುಗುಟ್ಟಿದ. ಗಾಂಡೀವಿ ಮುಖ ಗಂಭೀರವಾಯಿತು. "ಆವೇಶ ಅಂದ್ಕೋಬಹ್ದು. ದ್ವೇಷ ಅಂದರೆ ನಮ್ಮ ಆಸೆ, ಕಲ್ಪನೆಗಳ ವೈಫಲ್ಯ. ಅಲಂಕಾರ್ ಸ್ಥಿತೀನು ತುಂಬ ಬ್ಯಾಡ್. ಚೇತರಿಸಿಕೊಳ್ಳಲು ಕೆಲವು ತಿಂಗಳುಗಳೇನು, ಪೂರ್ಣವಾಗಿ. ಮೊದಲಿನಂತೆ ಓಡಾಡಲು ಕನಿಷ್ಟ ವರ್ಷವಾದ್ರೂ ಬೇಕು. ನನ್ನ ಬಾಸ್ ಕೊಠಾರಿಯವರು ಸಂದಿಗ್ಧದಲ್ಲಿದ್ದ ವ್ಯಕ್ತಿಯ ಬಗ್ಗೆ ನಗಾಡುತ್ತ ಹೇಳಿದರು. ಸಮರದಲ್ಲಿ ಶತ್ರು ಎದುರಾದಾಗ ಅವನ ಕಡೆ ಕೂಡ

ನ್ಯಾಯ ಇದೆಯೆಂದ್ಕೊಂಡ್ರೆ. ಪ್ರತಿಯೊಬ್ಬನಿಗೂ ಕೃಷ್ಣನ ನೆರವು ಬೇಕಾಗುತ್ತೆ. ಅಲ್ಲೊಂದು ಭಗವದ್ಗೀತೆಯ ಆವಿರ್ಭಾವ. ಅರ್ಜುನ ಕೂಡ ಕುರುಕ್ಷೇತ್ರದಲ್ಲಿ ಒಂದು ರೀತಿಯ ದ್ವಂದ್ವದಲ್ಲಿದ್ದ. ವಿಯೆಟ್ನಾಮ್‌ಗೆ ಹೋದ ಎಳೆಯ ಸೈನಿಕ ಕೂಡ, ತಾನು ಯುದ್ಧ ಮಾಡುವುದು ಹೇಗೆ? ಯಾಕಾಗಿ ಸಾಯಬೇಕು? ಇಂಥ ಪ್ರಶ್ನೆಗಳು ಬೇರೆ ಬೇರೆ ರೂಪ ತಾಳಿ, ಬೇರೆ ಬೇರೆ ಸನ್ನಿವೇಶಭಾವದಲ್ಲಿ ಪ್ರಕಟವಾಗಬಹುದು" ಅರ್ಥಪೂರ್ಣವಾಗಿ ಮಾತಾಡಿದ.

ಪೇಪರ್ ಹಿಡಿದು ಬಂದ ಸಂಪತ್ ಅವನ ಮುಂದಿಟ್ಟು ಗಮನ ಸೆಳೆದ. ವಿಸ್ಮಿತನಾದ. ಅಲಂಕಾರ್ ಅಂದು ತಾನು ಪರೀಕ್ಷೆ ರೂಮಿನಲ್ಲಿ ಮಾಡಿದ ಅಕಾರ್ಯದ ಬಗ್ಗೆ ಪೇಪರಿಗೆ ವಿಷಯ ನೀಡಿ ಗಾಂಡೀವಿಯ ಪ್ರಾಮಾಣಿಕತೆಯ ಬಗ್ಗೆ ತಿಳಿಸಿದ್ದ. ಎಕ್ಸಾಮಿನೇಷನ್ ಬೋರ್ಡ್, ಯೂನಿವರ್ಸಿಟಿ ಮತ್ತು ಪ್ರಿನ್ಸಿಪಾಲರಿಗೆ ಈ ಬಗ್ಗೆ ಪತ್ರಗಳನ್ನು ಬರೆದಿರುವುದಾಗಿ ತಿಳಿಸಿದ್ದ.

ಗಾಂಡೀವಿ ಹಣೆಯೊತ್ತಿಕೊಂಡ. ಆಗ ನೆನಪಾಗಿದ್ದು ತಂದೆ, ತಾಯಿ, ದಾಕ್ಷಾಯಣಿ, ಸುಭದ್ರ. ಎಷ್ಟೋ ತಿಳಿಸಿ ಹೇಳಿದ್ದ ಅಂದು ತಂದೆ ನಂಬಿರಲಿಲ್ಲ.

ಪೇಪರ್‌ನ ಮಡಚಿ ಒಂದೆಡೆ ಇಟ್ಟ. ಇಂದು ಅವನ ಮನ, ಮಿದುಳು ವಿಕಾಸಗೊಂಡಿತ್ತು. ತನ್ನ ಕುಟುಂಬ, ನೈಮೀಪುರ ಬಿಟ್ಟು ಇಂದು ಯೋಚಿಸುತ್ತಿದ್ದ.

"ಯಾವಾಗ ಊರಿಗೆ ಹೋಗ್ತೀಯಾ?" ಶ್ಯಾನುಭೋಗ್ ಅವನ ಭುಜದ ಮೇಲೆ ಕೈ ಇಟ್ಟ. "ಸದ್ಯಕ್ಕೆ ಈಗಲ್ಲ, ನೋಡೋಣ" ಮೇಲೆದ್ದ. ಸುಭದ್ರ ದುಂಡು ಕೆನ್ನೆಗಳ ಮೇಲೆ ಹರಿದ ಕಂಬನಿ ನೆನಪಾಯಿತು. ದೊಡ್ಡ ಸಂಬಂಧ ಬಿಟ್ಟು ಅವನನ್ನ ನಂಬಿ ಬಂದಿದ್ದಳು. ಜೀವನ ಪೂರ್ತಿ ವಿರಹವೇ ಅವಳಿಗೆ?

ಷರಟಿನ ತೋಳುಗಳನ್ನು ಮೇಲಕ್ಕೆ ಮಡಚುತ್ತ ಎದ್ದ ಗಾಂಡೀವಿ "ಸೀ ಯೂ ಲೇಟರ್, ಬಾಸ್ ಹೊಸ ಅಸೈನ್‌ಮೆಂಟ್ ವಹಿಸಿಕೊಟ್ಟಿದ್ದಾರೆ" ಅವನು ಈಗ ತುಂಬ ಬಿಜಿ. ಕೆಲವನ್ನು ಬಿ.ಆರ್. ಕೊಠಾರಿಯವರು ಕೈ ಬಿಡಲು ಸಿದ್ಧವಿದ್ದರೂ ಸಾಧ್ಯವಿರಲಿಲ್ಲ. ಒಳ್ಳೆ ಹೆಸರಿತ್ತು.

ಮಾರನೇ ದಿನವೇ ಆಫೀಸ್‌ಗೆ ಹೋಗಿದ್ದು. ಅವರ ಸೀಟು ಖಾಲಿ ಇತ್ತು. "ಈಗ ತಾನೇ ಯಾಕೋ ಬಂದಿದ್ರು. ಅವರೊಂದಿಗೆ ಮನೆಗೆ ಹೋದ್ರು." ಟೈಪಿಸ್ಟ್ ಅರುಣ ಹೇಳಿದ. ಕ್ಲರ್ಕ್ ಕವ್ ಟೈಪಿಸ್ಟ್ ಬೇರೆಯು ಕೆಲಸಗಳಿಗೂ ಅವನನ್ನು ಉಪಯೋಗಿಸಿಕೊಳ್ಳುತ್ತಿದ್ದರು.

ವಾಚ್‌ಮನ್ ಗೇಟು ತೆಗೆದು ಸೆಲ್ಯೂಟ್ ಹೊಡೆದ ವಿನಮ್ರತೆಯಿಂದ "ಸಾಬ್ ..." ಎಂದವನು ಸುಮ್ಮನಾದ. ಇವನೇನು ಕೇಳಲಿಲ್ಲ.

ಹೊರಗಿನ ಲಾನ್ ಮೇಲೆ ಕೂತಿದ್ದರು ನಾಲ್ವರೊಂದಿಗೆ ಬಿ.ಆರ್. ಕೊಠಾರಿಯವರು. ಸಿಗರೇಟಿಗೆ ಬದಲು ಪೈಪ್ ಹಿಡಿದಿದ್ದರು.

"ಒಬ್ಬ ಗೌರವಸ್ಥ ಗಂಡು ತನ್ನ ಹೆಂಡತಿಯ ಮೇಲೆ ಬೇಹುಗಾರಿಕೆ ಮಾಡಿ ರಿಪೋರ್ಟು ಮಾಡಲು ಕೇಳಿದ್ದ. ಎಷ್ಟು ವಲ್ಗರ್ ಆಗಿತ್ತು ಆಕೆಯ ದಿನಚರಿಯೆಂದರೆ ಒಮ್ಮೆ ಮುಖ ಸಿಂಡರಿಸಿದ್ದರು. 'ಸ್ಟಿಲ್ ಬ್ಯಾಚುಲರ್' ಬಿ.ಆರ್. ಕೊಠಾರಿ. ಕಡೆಯತನಕ ಹಾಗೆಯೇ ಇರುವ ನಿರ್ಧಾರ ಅವರದೆಂದು ಮನದಟ್ಟಾಗಿತ್ತು.

"ಹಲೋ, ಗುಡ್ ಈವ್ನಿಂಗ್ ಸರ್" ಎಂದ ಸನಿಹಕ್ಕೆ ಹೋಗಿ, ಅವನ ಗಮನ ಅವರಿಬ್ಬರೊಬ್ಬರ ಮೇಲೆ ಮಾತ್ರ "ಯಸ್, ನೋಡಿ ನಮ್ಮ 'ಪಾಂಚಜನ್ಯ'ನ ಎಂದರು ಆರಾಮಾಗಿ. ಎದುರಿನಲ್ಲಿ ಬಹಳ ಸೀರಿಯಸ್ಸಾಗಿರುತ್ತಿದ್ದ ವ್ಯಕ್ತಿ, ಇಂದು ವರ್ತಿಸಿದ ರೀತಿಗೆ ಚಕಿತನಾದ.

ಕೂತಿದ್ದ ನಾಲ್ವರೂ ಒಮ್ಮೆಲೆ ಎದ್ದರು. ರಕ್ತಕ್ಕೆ, ಮನಸ್ಸಿಗೆ, ಹೃದಯಕ್ಕೆ ಹತ್ತಿರವಾದ ಜನ. ಅಯ್ಯರ್ ಉಗುಳು ನುಂಗಿದರು. ಅಲಮೇಲು ಕಣ್ಣಲ್ಲಿ ನೀರಿತ್ತು. ಸುಭದ್ರ ನೋಟ ನೆಲದಲ್ಲಿ. ದಾಕ್ಷಾಯಣಿಯೊಬ್ಬಳೇ ಬಂದು ಅಪ್ಪಿದ್ದು. "ಕಣ್ಣಾ..." ತುಟಿಗಳು ಅಲುಗದಿದ್ದರೂ ತಾಯಿಯ ಕರುಳು ಕೂಗಿತು.

"ಬಂದ್ಬಿಡಣ್ಣ ಊರಿಗೆ" ಅಳುವಿತ್ತು ಅವಳ ದನಿಯಲ್ಲಿ. ಕೆನ್ನೆ ಸವರಿದ. ಮಾತುಗಳು ಗಂಟಲಲ್ಲಿಯೇ ಉಳಿದವು. ತಾಯಿಯತ್ತ ಹೊರಳಿದ ನೋಟ ಹಾಗೆಯೇ ಅಲ್ಲಿಯೇ ಉಳಿಯಿತು. "ಹೇಗಿದ್ದೀಯಮ್ಮ?" ಕೇಳಿದ ಪ್ರಯತ್ನಪೂರ್ವಕವಾಗಿ. ಅಲ್ಲಿ ಕಂಪನವಿರಲಿಲ್ಲ. ಆತ್ಮವಿಶ್ವಾಸವಿತ್ತು.

ಆಕೆ ಮಾತೇ ಆಡಲಿಲ್ಲ. ಕಣ್ಣೀರು ಸುರಿಸಿ ಸುರಿಸಿ ಕಣ್ಣುಗಳು ಬತ್ತಿಹೋದುದರಿಂದ ಯಾವುದೇ ಭಾವನೆಗಳನ್ನು ತಕ್ಷಣ ಹೊರಹಾಕಲು ಸಮರ್ಥವಾಗಲಿಲ್ಲ.

ಯಾಕೋ ನಿಲ್ಲಲಾಗಲಿಲ್ಲ ಅವನಿಗೆ. ಒಳಗೆ ಹೋಗಿಬಿಟ್ಟ. ತಂದೆಯ ಕಣ್ಣುಗಳನ್ನು ಈಗಲೂ ನಿಟ್ಟಿಸಲು ಹೆದರಿದ್ದ. ಪಿತೃವಾತ್ಸಲ್ಯದ ಜೊತೆ ಅಭಿಮಾನವಿರಬೇಕು–ಇದು ಅವನ ಬಯಕೆ.

ದಾಕ್ಷಾಯಣಿಯೊಬ್ಬಳು ಮಾತ್ರ ಅವನ ಹಿಂದೆ ಬಂದಳು. "ಅಣ್ಣ, ಊರಿಗೆ ಬಂದ್ಬಿಡು. ಊರಿನ ಜನವೆಲ್ಲ ನಿನ್ನನ್ನು ಕೇಳ್ತಾರೆ. ಅಮ್ಮ, ಅತ್ತಿಗೆ ಅಂತೂ ಆಗಾಗ ಅಳ್ತಾರೆ" ದನಿಯಲ್ಲಿ ಹನಿ ಇತ್ತು.

ಸುಮ್ಮನೆ ತಲೆ ಸವರಿದ. ಅಪರಾಧ ಪರಿಹಾರ ಮಾಡಿದ್ದ ಅಲಂಕಾರ್. ಆ ಕ್ಷಣದಲ್ಲಿ ಮಹಾಪುರುಷನಾಗಿ ಕಂಡ.

ಅವನನ್ನು ಒಂಟಿಯಾಗಿ ರೂಮಿಗೆ ಕರೆಸಿಕೊಂಡರು ಬಿ.ಆರ್. ಕೊಠಾರಿಯವರು. "ನಿಮ್ತಂದೆ ತುಂಬ ನೊಂದಿದ್ದಾರೆ. ಆಗಿಹೋದ ಪ್ರಕರಣಕ್ಕೆ ಕಾರಣ ಹುಡುಕೋಕೆ ಹೋಗ್ಬೇಡ. ಸ್ಪೇನಿನಲ್ಲಿ ಫ್ಯಾಸಿಸ್ಟ್ ಶಕ್ತಿಗಳು ವಿಜೃಂಭಿಸಿ ಗ್ರಾಮವನ್ನು ನೆಲಸಮ ಮಾಡಿದಾಗ ಇದರಿಂದ ಪ್ರಚೋದಿತನಾದ ಪಿಕಾಸೋ 'ಗೆರ್‌ನಿಕಾ' ಅನ್ನೋ ಮಹಾ ಕೃತಿ ರಚಿಸಿದ. ಅದನ್ನು ನೋಡಿ ಕಕ್ಕಾಬಿಕ್ಕಿಯಾದ ಜರ್ಮನರು 'who did this?' ಎಂದು ಆಶ್ಚರ್ಯದಿಂದ ಕೇಳಿದರಂತೆ. 'ಇದನ್ನು ಮಾಡಿದವರಾರು?' ಎನ್ನುವ ಪ್ರಶ್ನೆಗೆ ಕಲಾಕಾರನ ಉತ್ತರ

ಸರಳವಾಗಿತ್ತು. 'You did' ಈ ಘೋರವನ್ನು ಮಾಡಿದವರು ನೀವೇ ಅಂತ. ಅಂತು ಅಲಂಕಾರ್‌ನ ಅಕೃತ್ಯದಿಂದ ಒಬ್ಬ 'ಪಾಂಚಜನ್ಯ'ದ ಜನ್ಮವಾಯಿತು. ಧನಂಜಯನಾದ ಗಾಂಡೀವಿಗೂ ಮಹಾಭಾರತದ ಕೃಷ್ಣನ 'ಪಾಂಚಜನ್ಯ'ಕ್ಕೂ ಹತ್ತಿರದ ಸಂಬಂಧ. 'ಭಗವಂತ ಪಾಂಚಜನ್ಯಂ ಹೃಷಿಕೇಶ!' ಯುದ್ಧ ಆರಂಭದಲ್ಲಿ ಗಾಂಡೀವಿಯ ಸಾರಥಿಯಾದ ಪಾರ್ಥಸಾರಥಿ ಊದಿದ ಶಂಖ 'ಪಾಂಚಜನ್ಯ' ಧರ್ಮರಕ್ಷಣೆಗಾಗಿ, ದುರ್ಜನರನ್ನೇ ಮೆಟ್ಟಲು ಮಾಡಿದ ಝೇಂಕಾರವದು" ಅರ್ಥಪೂರ್ಣವಾಗಿ ಮಾತಾಡಿದರು.

ಒಳ ಬಂದ ಅಯ್ಯರ್ ಉದ್ವಿಗ್ನರಾದರು. ಪಶ್ಚಾತ್ತಾಪವಾಗಿತ್ತು. ಅದಕ್ಕೆ ಶಿಕ್ಷೆಯಾಗಿತ್ತು. ಇಡೀ ಒಂದು ರಾತ್ರಿ ನೆಮ್ಮದಿಯಿಂದ ನಿದ್ರಿಸಿದ್ದೇ ಇಲ್ಲ. ಅದನ್ನು ತೋರ್ಪಡಿಸಿಕೊಳ್ಳದೆ ಓಡಾಡುತ್ತಿದ್ದರು.

"ಗಾಂಡೀವಿ, ಊರಿಗೆ ಬಾ. ಎಲ್ಲಾ ನೋಡಿಕೊಳ್ಳೋಕೆ ನನ್ನಿಂದಾಗೋಲ್ಲ" ಎಂದರು. ಮೊದಲಿನ ಪ್ರೀತಿ, ಅಭಿಮಾನದಲ್ಲಿ ತೋಯ್ದಂತ ಕರೆಯೇ ಅದು. ಈಗ ಅವರ ಕಣ್ಣುಗಳಲ್ಲಿ ಮತ್ತಷ್ಟು ಎತ್ತರ ಬೆಳೆದಿದ್ದ ಗಾಂಡೀವಿ. ಅಲಮೇಲು ಮಗನ ಭುಜಕ್ಕೆ ಕಣ್ಣೀರು ಸುರಿಸುತ್ತ "ಬಂದ್ಬಿಡು ಕಣ್ಣಾ..." ಎಂದರು. ತೀರಾ ಕೃಶವಾಗಿದ್ದರು. ಮಾತೃ ಹೃದಯದ ಅಂತಃಕರಣ ಪ್ರಶ್ನೆ.

"ನೀನು ಬರ್ದಿದ್ರೆ ನಾನ್ಹೋಗೋಲ್ಲ" ದಾಕ್ಷಾಯಣಿಯ ಪಟ್ಟು. ಪ್ರೀತಿ ಆ ಕಡೆ ಜಗ್ಗುತ್ತಿದ್ದರೆ ಕರ್ತವ್ಯ ಅವನನ್ನು ಹಿಡಿದು ನಿಲ್ಲಿಸುತ್ತಿತ್ತು. ಹಾಕಿಕೊಂಡ ಯೋಜನೆಯನ್ನು ಕಾರ್ಯಗತ ಮಾಡುವ ಛಲ. ಮಂಚಕ್ಕೆ ಅಂಟಿಕೊಂಡ ಅಲಂಕಾರ್. ಕೋರ್ಟಿನ ಕಟಕಟೆಯ ಮಧ್ಯೆ ಇದ್ದ ಶ್ಯಾನುಭೋಗ್, ಆಸೆ ಕಣ್ಣುಗಳಿಂದ ಇವನತ್ತ ನೋಡುವ ಸಂಪತ್, ಸೂರಿ ಹಿಮ್ಮೆಟ್ಟಿಸುತ್ತಿದ್ದರು ಅವನನ್ನು.

ಸುಭದ್ರಳ ನೋಟದಲ್ಲಿ ಪ್ರೇಮದ ನಿವೇದನೆ ಇತ್ತು. ಅವಳ ಬದುಕಿಗೆ ನ್ಯಾಯ ಒದಗಿಸುವುದು ಇವನ ಧರ್ಮ.

ಬಿ.ಆರ್. ಕೊಠಾರಿಯವರು ಪ್ರೀತಿಯಿಂದ ಅವನ ಭುಜದ ಮೇಲೆ ಕೈ ಇಟ್ಟರು. "ನಿಮ್ತಂದೆ ಹತ್ರ ನಾನು ಮಾತಾಡಿದ್ದೀನಿ. ನಿನ್ನ ಬರುವಿಗಾಗಿ 'ಪಾಂಚಜನ್ಯ ಡಿಟೆಕ್ಟಿವ್ ಏಜನ್ಸಿ' ಕಾಯ್ತಾ ಇರುತ್ತೆ. ಎಲ್ಲಾ ಕೂಡಿ ಏನಾದ್ರೂ ಮಾಡೋಣ" ಆತ್ಮವಿಶ್ವಾಸದಿಂದ ನುಡಿದರು.

ಗಾಂಡೀವಿ ಕಣ್ಣರಳಿಸಿದ. ಅವನ ಹೃದಯ ಭಾರವಾಯಿತು.

* * *